AF762623

ഹണി ഭാസ്കരൻ

കണ്ണൂർ ജില്ലയിലെ കോളിക്കടവിൽ ജനനം. അമ്മ ഷൈലജ. അച്ഛൻ പി ഭാസ്ക്കരൻ. കേരളത്തിലും ബാംഗ്ലൂരുമായിരുന്നു വിദ്യാഭ്യാസം. ഹ്യൂമൻ റിസോഴ്സ് മാനേജ്മെന്റിൽ മാസ്റ്റർ ബിരുദം. ഇപ്പോൾ ദുബായിൽ ഒരു സ്വകാര്യ സ്ഥാപനത്തിന്റെ ഡയറക്റ്റർ.

പ്രസിദ്ധീകരിച്ച കവിതാസമാഹാരങ്ങൾ: അക്ഷരക്കറ്റ, എ ഫയർ ടച് (ഇംഗ്ലീഷ്), മറവു ചെയ്യാത്ത ശബ്ദങ്ങൾ (പ്രവാസി ബുക്ക് ട്രസ്റ്റ് അവാർഡ് 2015), സീല് വെച്ച പറുദീസ (ചിരന്തന കവിതാ അവാർഡ് 2015), ഉടൽ രാഷ്ട്രീയം (നോവൽ), പിയാത്താ The potrait of love (നോവൽ)., എന്റെ പുരുഷൻ(ആന്തോളജി), മൗണ്ട് ഫുജിയിലെ ഒച്ച്.. but slowly.. slowly (ഹൈക്കു കവിതകൾ), (അ)വിശുദ്ധ മുറിവുകൾ (അനുഭവം ഓർമ്മ യാത്ര), പുരുഷൻ-അനുഭവം, കാഴ്ച്ച, സങ്കല്പ്പം (ആന്തോളജി).

ഇരുപത്തി അഞ്ചോളം ആന്തോളജികൾ എഴുതിയിട്ടുണ്ട്. മാതൃഭൂമി, മനോരമ, മാധ്യമം ഓൺലൈൻ പത്രങ്ങളിൽ ഫ്രീലാൻസർ ആയി എഴുതുന്നു.

മകൻ : അദ്വൈത്

Email : honey.jithu@gmail.com

Malayalam Language
Athijeevanathinte Pusthakam
(Anthology of Essays)
Edited by
Honey Bhaskaran

♦

Published in October 2022
by Kairali Books Private Limited
Thalikkavu Road, Kannur.
Ph : 0497-2761200
E-Mail : Kairalibooksknr@gmail.com

♦

Cover Design
Prasanth Mangad

♦

Back Cover Photo
Sidharthan

69/22-23/Sl.No.1377/100/NS 18.6
ISBN.978-93-94472-20-4

അതിജീവനത്തിന്റെ പുസ്തകം

എഡിറ്റർ

ഹണി ഭാസ്കരൻ

കൈരളി ബുക്സ്

പ്രസാധകക്കുറിപ്പ്

ഈ പുസ്തകത്തിന്റെ പേര് സൂചിപ്പിക്കുന്നത് പോലെ തന്നെ ഇതിലെ ഓരോ വരികളും കനൽവഴികളിലൂടെ കടന്നുവന്ന അനുഭവസാക്ഷ്യങ്ങളുടെ നേർചിത്രങ്ങളാണ്. ജീവിച്ചുകൊണ്ടിരിക്കുന്ന ഓരോ നിമിഷവും എന്തിനെ വിശ്വസിക്കുന്നുവോ അതിൽനിന്നുണ്ടാകുന്ന തീക്ഷ്ണതയുടെ തീച്ചൂളകൾ ഏറ്റുവാങ്ങിയ അനുഭവങ്ങൾ. പ്രിയപ്പെട്ട എഴുത്തുകാരൻ ബെന്യാമിൻ മുതൽ പുതുതലമുറയിലെ ശ്രദ്ധേയരായ എഴുത്തുകാർ, തങ്ങളുടെ ജീവിതത്തിൽ ഏതെങ്കിലും ഒരു സന്ദർഭത്തിലൂടെ കടന്നുപോയ അതിജീവന അനുഭവങ്ങളാണ് കണ്ണീരുപ്പും മധുരവും ചാലിച്ച് ഇവിടെ രേഖപ്പെടുത്തുന്നത്. പ്രശസ്ത എഴുത്തുകാരി ഹണി ഭാസ്കരൻ ക്രിയാത്മകമായി അതിനെ സംയോജിപ്പിക്കുകയും ചെയ്തു. വളരെയധികം അഭിമാനത്തോടെ, സന്തോഷത്തോടെ അതിജീവനത്തിന്റെ പുസ്തകം വായനക്കാർക്ക് മുന്നിൽ സമർപ്പിക്കുന്നു.

സ്നേഹത്തോടെ

ഒ. അശോക് കുമാർ

ഉള്ളടക്കം

റദ്ദായി പോവുകയല്ല,
പാഠങ്ങൾ പകർന്നു തന്ന കാലം

ബെന്യാമിൻ

മനോഹരമായ ഈ ഭൂമി കണ്ടാസ്വദിക്കാൻ അനുവദിച്ചു കിട്ടിയ ഇത്തിരിയോളമുള്ള ആയുസിൽ നിന്ന് റദ്ദായിപ്പോയ സമയം എന്നാണ് കഴിഞ്ഞ രണ്ടു വർഷങ്ങളെ നമ്മിൽ ഭൂരിപക്ഷവും കണക്കാക്കുന്നത്. ആ വീട്ടിലിരുപ്പ് അത്രമേൽ നമ്മെ നിരാശാഭരിതരാക്കുകയും വിരസതയിലേക്ക് തള്ളിയിടുകയും ചെയ്തിട്ടുണ്ട്. വിർചലി കാണാനും സംസാരിക്കാനും സംവേദിക്കാനും മീറ്റിംഗുകൾ നടത്തുവാനും പുസ്തകപ്രകാശനങ്ങൾ സംഘടിപ്പിക്കുവാനും പുസ്തകാവലോകനങ്ങൾ നടത്തുവാനും ഒ ടി ടി പ്ലാറ്റ് ഫോമുകളിലൂടെ പുത്തൻ സിനിമ കാണുവാനും ഇബുക്കുകൾ വായിക്കുവാനും അവസരമുള്ള ഈ കാലത്തിൽ ആയിട്ടുപോലും നിരാശ നമ്മെ വിഴുങ്ങിയിട്ടുണ്ടെങ്കിൽ, ഒരു കാൽ നൂറ്റാണ്ട് മുൻപ് ഇന്റർ നെറ്റ് സൗകര്യങ്ങളും സോഷ്യൽ മീഡിയകളും നമുക്ക് അന്യമായിരുന്ന ഒരു കാലത്ത്, കത്തുകളിലൂടെയും ട്രങ്ക് കോൾ ബുക്ക് ചെയ്ത് കാത്തിരുന്ന് കിട്ടുന്ന വിളികളിലൂടെയും പരസ്പരം ആശയങ്ങളും വിവരങ്ങളും കൈമാറിയിരുന്ന കാലത്ത് ആയിരുന്നു ഈ മഹാമാരി നമ്മെ തേടി വന്നിരുന്നതെങ്കിൽ എത്രയധികം ഒറ്റപ്പെട്ടതായിപ്പോകുമായിരുന്നു നമ്മുടെ ഓരോരുത്തരുടെയും ജീവിതം എന്ന് ആലോചിക്കേണ്ടതുണ്ട്. ഇത്തരം ചില ആധുനിക സൗകര്യങ്ങൾ ഒക്കെ ഒരുക്കപ്പെട്ടതിനു ശേഷം മാത്രം നമ്മെ ആക്രമിക്കാൻ കാത്തിരുന്നതിനു നാം കൊറോണയോട്, പ്രകൃതിയോട്, പ്രപഞ്ചത്തോട് നന്ദിയുള്ളവർ ആയിരിക്കേണ്ടതുണ്ട്.

2020 ജനുവരി മുപ്പതിനായിരുന്നു ഇന്ത്യയിലെ ആദ്യത്തെ കൊറോണ വൈറസ് റിപ്പോർട്ട് ചെയ്തത്, അതും നമ്മുടെ കേരളത്തിൽ. ലോകത്തിന്റെ വിവിധ ഭാഗങ്ങളിൽ അപ്പോൾ രോഗം റിപ്പോർട്ട് ചെയ്തു തുടങ്ങിയിട്ടെ ഉണ്ടായിരുന്നുള്ളു. ഇന്ത്യൻ ഉപഭൂഖണ്ഡത്തിലേക്ക് എന്തും ഏതും ആദ്യം വന്നെത്തുന്ന കവാടമാണ് കേരളം എന്ന് തോന്നാറുണ്ട്. ജൂതന്മാർ വന്നത്, യവനന്മാർ വന്നത്. ചീനന്മാർ വന്നത്. അറബികൾ

വന്നത്, ക്രിസ്ത്യാനിറ്റി വന്നത്, ഇസ്ലാം വന്നത്, യൂറോപ്യന്മാർ വന്നത്, കമ്യൂണിസം വന്നത്, എന്നിങ്ങനെ ആദ്യം കൊറോണ വന്നതും കേരളത്തിൽ തന്നെ.

വൈറസിന്റെ സ്വഭാവത്തെക്കുറിച്ചോ തീവ്രതയെക്കുറിച്ചോ ആർക്കും അത്രയൊന്നും പിടിയില്ലാതിരുന്ന സമയമായിരുന്നു അത്. വളരെ അപകടം പിടിച്ച ഒരു വൈറസ് കൂടി നമ്മെ ആക്രമിക്കാൻ എത്തിയിരിക്കുന്നു എന്ന് മാത്രമേ അപ്പോൾ അറിയു. എന്തൊരു പരിഭ്രാന്തി നിറഞ്ഞ ഒരു അന്തരീക്ഷമായിരുന്നു അതിവിടെ സൃഷ്ടിച്ചത്. അതിനും ഒന്നര വർഷം മുൻപാണ് നമ്മൾ നിപ്പ വൈറസിന്റെ ആക്രമണത്തെ നേരിടുന്നതും വളരെ ഭീതിജനകമായ ഒരു അന്തരീക്ഷത്തിലൂടെ കടന്നു പോകുന്നതും. വളരെ ജാഗ്രതയും കാര്യക്ഷമതയുമുള്ള ഒരു ആരോഗ്യസംവിധാനം നിലനിലക്കുന്ന സംസ്ഥാനം ആയതുകൊണ്ട് മാത്രമാണ് അധികം കുഴപ്പങ്ങൾ സൃഷ്ടിക്കുന്നതിനു മുൻപ് അന്നതിനെ പിടിച്ചുകെട്ടാൻ കഴിഞ്ഞത്. അന്നുണ്ടായ ഭീതിയുടെ അലയൊലികൾ മായുന്നതിനു മുൻപേ ഉണ്ടായ ഈ കടന്നാക്രമണം ജാഗ്രത പാലിക്കുന്നതിൽ ശ്രദ്ധാലുക്കളാക്കാൻ ആളുകളെ സഹായിച്ചു. ഇന്ത്യയിൽ തന്നെ ലോക്ഡൗൺ നിബന്ധനകൾ, പോലീസ് ബലപ്രയോഗം ഇല്ലാതെ ജനങ്ങൾ തന്നെ സ്വയംപാലിച്ച സംസ്ഥാനങ്ങളിൽ ഒന്നാണ് നമ്മുടേത്. ഉയർന്ന വിദ്യാഭ്യാസ നിലവാരവും സാമൂഹിക ബോധവും ആരോഗ്യസംവിധാനങ്ങളും ഒക്കെ അതിനെ സഹായിച്ചിരുന്നിരിക്കാം. എന്നുമാത്രമല്ല കേരളത്തിൽ നിന്നുള്ള വലിയൊരു വിഭാഗം നേഴ്സുമാർ ലോകത്തെമ്പാടുമുള്ള പ്രധാനപ്പെട്ട ആശുപത്രികളിൽ ഇക്കാലത്ത് കോവിഡ് ഡ്യൂട്ടിയ്ക്കാണ് നിയോഗിക്കപ്പെട്ടത്. അങ്ങനെ ആ രാജ്യങ്ങളിൽ നിന്നുള്ള, പ്രത്യേകിച്ച് കോവിഡ് ആദ്യമായി രൂക്ഷമായി ബാധിച്ച അമേരിക്ക, ഇറ്റലി എന്നിവയിടങ്ങളിലെ നേഴ്സുമാർ അവരുടെ നേരനുഭവങ്ങൾ, രോഗികൾ കൂട്ടത്തോടെ ആശുപത്രികളിലേക്ക് എത്തുന്നത്, വെന്റിലേറ്റർ സൗകര്യമില്ലാതെ പലരുടെയും ജീവൻ രക്ഷിക്കാൻ കഴിയാതെ പാതി വഴിയിൽ ഉപേക്ഷിക്കേണ്ടി വരുന്നത്, ഓക്സിജനു വേണ്ടി രോഗികൾ പിടയുന്നത്, ഉറ്റവരുടെയും ഉടയവരുടെയും സാമീപ്യം അനുഭവിക്കാനാവാതെ പലരും മരണത്തിലേക്ക് നീങ്ങുന്നത്, അനാഥശവങ്ങളെപ്പോലെ അവരെ കൂട്ടക്കുഴിയിലേക്ക് എറിയപ്പെടുന്നത് ഒക്കെ ചെറു വീഡിയോകളായും കരച്ചിലിന്റെ വക്കോളമെത്തുന്ന സന്ദേശങ്ങളായും മുന്നറിയിപ്പുകളായും സോഷ്യൽ മീഡിയ വഴി പ്രചരിപ്പിച്ചതു വഴി ഭയം നിറഞ്ഞതെങ്കിലും ഒരു ജാഗ്രത വളർത്തുന്നതിന് നമ്മെ സഹായിക്കുകയും ചെയ്തു.

സർവ്വ ജനങ്ങൾക്കും സൗജന്യമായി ആഹാരം എത്തിക്കുന്നതിൽ, രോഗബാധിതരുടെ റൂട്ട് മാപ്പ് തയ്യാറാക്കി കോൺടാക്ടിൽ വന്നവരെ ക്വാറന്റൈൻ ചെയ്യുന്നതിൽ, ഇതര സംസ്ഥാനത്ത് കുടുങ്ങിപ്പോയവരെ തിരിച്ചെത്തിക്കുന്നതിൽ, ഇവിടെയുള്ള ഇതരസംസ്ഥാന തൊഴിലാളികളെ സ്വന്തം ദേശത്ത് എത്തിക്കുന്നതിൽ, ഇനിയും മടങ്ങാതെ നിൽക്കുന്നവർക്ക് വേണ്ടി കമ്യൂണിറ്റി കിച്ചൻ ഒരുക്കുന്നതിൽ ഒക്കെ സർക്കാർ സംവിധാനം ജാഗ്രത പാലിക്കുകയും ദേശീയ അന്തർദേശീയ മാധ്യമങ്ങളുടെയും സ്ഥാപനങ്ങളുടെയും പ്രശംസ പിടിച്ചു പറ്റുകയും ചെയ്തു. അന്ന് ദിനംപ്രതിയുള്ള കോവിഡ് കേസുകൾ എട്ടിലും പത്തിലും ഒതുക്കി നിറുത്തുവാനും മരണങ്ങൾ ഉണ്ടാവുന്നില്ലെന്ന് ഉറപ്പാക്കുവാനും കഴിഞ്ഞിരുന്നു.

അതേസമയം ഇന്ത്യയുടെ ഇതരഭാഗങ്ങളിലെ തൊഴിലാളികൾ ആഹാരവും വെള്ളവും കിട്ടാതെ വാഹന സൗകര്യമില്ലാതെ അഞ്ഞൂറും എണ്ണൂറും കിലോമീറ്ററുകൾ നടന്ന് സ്വന്തം ഗ്രാമം പിടിക്കാൻ നെട്ടോട്ടമോടുന്ന കാഴ്ചയാണ് ലോകം കണ്ടത്. സ്വാതന്ത്ര്യാനന്തര ഇന്ത്യ കണ്ട ഏറ്റവും വലിയ കൂട്ടപ്പലായനത്തിനു ആ കാലം സാക്ഷ്യം വഹിക്കുകയായിരുന്നു. അവർക്കിടയിൽ കോവിഡ് അതിന്റെ രൂക്ഷതയോടെ കടന്നു ചെന്നു. അനേകായിരങ്ങൾ ഈയാംപാറ്റകളെപ്പോലെ മരിച്ചു വീഴുന്നത് നമുക്ക് ദുഖത്തോടെ വീട്ടിലിരുന്ന് കാണേണ്ടി വന്നു. ഇതരരാജ്യങ്ങളിൽ നിന്നുള്ള വിമാനസർവ്വീസ് പുനരാരംഭിച്ച ശേഷമാണ് കേരളത്തിലെ കോവിഡ് കേസുകൾ ക്രമാതീതമായി വർദ്ധിക്കുന്നത്.

ഇതരസംസ്ഥാനങ്ങൾ പലതും കൊറോണയിൽ മുങ്ങിക്കുളിച്ച് കയറിക്കഴിഞ്ഞപ്പോഴും നമ്മിലേക്ക് അത് പതിയെപ്പതിയെ അരിച്ചിറങ്ങിയാണ് വന്നത്. അതുകൊണ്ടുതന്നെ രാജ്യത്തെ തന്നെ ഏറ്റവും ദീർഘമായ ലോക്ഡൗൺ ദിവസങ്ങളെയാണ് നമുക്ക് നേരിടേണ്ടി വന്നത്. അത് ഓരോരുത്തരെയും പ്രത്യക്ഷമായും പരോക്ഷമായും ഏതൊക്കെ തരത്തിലാണ് ബാധിച്ചത് എന്ന് ഇനിയും ആഴത്തിൽ പഠിക്കേണ്ടിയിരിക്കുന്നു. ഓരോ കുടുംബങ്ങളിലും പെട്ടെന്നുണ്ടായ മരണങ്ങൾ, തൊഴിൽ നഷ്ടങ്ങൾ, സാമ്പത്തിക പ്രതിസന്ധി, ഏകാന്തതയും ഒറ്റപ്പെടലും മൂലമുണ്ടാകുന്ന വിഷാദരോഗങ്ങൾ, മുഷിവ്, മദ്യപാനാസക്തി, ലഹരി ഉപയോഗം, സോഷ്യൽ മീഡിയയുടെ അമിതമായ ഉപയോഗം, അതിലൂടെ സൃഷ്ടിക്കുന്ന അപരിചിത ബന്ധങ്ങൾ, അതുണ്ടാക്കുന്ന മാനസിക സംഘർഷങ്ങൾ, കുടുംബ കലഹങ്ങൾ, വിവാഹമോചനങ്ങൾ, കുട്ടികളിൽ ഉണ്ടാക്കുന്ന മാനസിക പിരിമുറുക്കം. അങ്ങനെ എന്തെല്ലാം എന്തെല്ലാം.

ജനസംഖ്യയുടെ മൂന്നിലൊന്ന് വിദേശങ്ങളിൽ തൊഴിൽ തേടിപ്പോയിട്ടുള്ള സംസ്ഥാനങ്ങളിൽ ഒന്നാണ് കേരളം. അതിൽ ബഹുഭൂരിപക്ഷവും ഗൾഫ് രാജ്യങ്ങളിലേക്കാണ് ചേക്കേറിയിരുന്നത്. ആ രാജ്യങ്ങളിൽ ഉണ്ടായ സാമ്പത്തിക പ്രതിസന്ധിയും തൊഴിൽ നഷ്ടവും വലിയ തോതിലുള്ള മടങ്ങി വരവിന് കാരണമായിട്ടുണ്ട്. അതുണ്ടാക്കുന്ന സാമൂഹികാഘാതം ഭാവിയിൽ ആവും പ്രതിഫലിക്കുക.

സർവ്വതും റദ്ദായി പോകുന്ന വാർത്തകൾ ആയിരുന്നു ഈ ദിവസങ്ങളിൽ അത്രയും നാം കേട്ടത്. വിമാനങ്ങൾ റദ്ദാവുന്നു, തീവണ്ടികൾ റദ്ദാവുന്നു, ബസ് സർവ്വീസ് റദ്ദാവുന്നു, സിനിമ ഷോകൾ റദ്ദാവുന്നു, പരിപാടികൾ റദ്ദാവുന്നു, ഉത്സവങ്ങൾ റദ്ദാവുന്നു. യാത്രകൾ റദ്ദാവുന്നു. ആഘോഷങ്ങൾ റദ്ദാവുന്നു. വിവാഹങ്ങൾ റദ്ദാവുന്നു. പരീക്ഷകൾ റദ്ദാവുന്നു. തിരഞ്ഞെടുപ്പ് റദ്ദാവുന്നു. അങ്ങനെ ഒക്കെയാണെങ്കിലും ഈ റദ്ദാവൽ കാലം നമ്മുടെ ജീവിതത്തെ, സമൂഹത്തെ, സാമൂഹിക ക്രമങ്ങളെ ഒക്കെ ഒന്ന് വിശകലനം ചെയ്യാനും പുനർവിന്യസിക്കാനും കിട്ടിയ ഒരു അവസരം കൂടിയാണിത്. ഭൂമിയെയും അതിലെ സർവ്വ ജീവജാലങ്ങളെയും അടക്കി ഭരിക്കുന്നു എന്ന് അഹങ്കരിക്കുമ്പോഴും ഒരു കുഞ്ഞു വൈറസിനെ നേരിടാൻ പോലും കെല്പില്ലാത്ത ഒരു ചെറുജീവി മാത്രമാണ് മനുഷ്യൻ എന്ന് ഈ കാലം നമുക്ക് പഠിപ്പിച്ചു തന്നു. ഭൂമിയുടെ മേൽ നാം ഇന്നോളം നേടിയ അധീശ്വത്വവും മേൽക്കൈയും മനുഷ്യനു മാത്രം സഹജമായ ഭാവനാശക്തികൊണ്ടും കൂട്ടായ്മകൊണ്ടും ആണെന്നും സ്വാർത്ഥത കൈവെടിഞ്ഞ് സാമൂഹിക പരമായ ഉത്തരവാദിത്വത്തോടെ നാം അതിനെ കൈകാര്യം ചെയ്തില്ല എങ്കിൽ മനുഷ്യവംശത്തിന്റെ സർവ്വനാശത്തിലാണ് അത് ചെന്ന് കലാശിക്കുക എന്ന് ഈ കാലം നമ്മെ പഠിപ്പിച്ചു. മനുഷ്യനു വേണ്ടി, അവന് കണ്ടാസ്വദിക്കുന്നതിനുവേണ്ടി, അവനു വേണ്ടത്ര ഉപഭോഗം ചെയ്യുന്നതിനു വേണ്ടി, അവന്റെ സ്വാർത്ഥതകളെ തൃപ്തിപ്പെടുത്തുന്നതിനുവേണ്ടി സൃഷ്ടിക്കപ്പെട്ടതാണ് ഈ ഭൂമി എന്നൊരു ബാലിശമായ വിചാരം നമ്മിൽ ചിലർക്കെങ്കിലും ഉണ്ടായിരുന്നു. അത്രമേൽ ക്രൂരമായും നന്ദിരഹിതമായുമാണ് നാം ഇക്കാലമത്രയും ഈ ഭൂമിയുടെ മേൽ പെരുമാറിക്കൊണ്ടിരുന്നത്. കുന്നുകൾ ഇടിച്ചു നിരത്തിയും വനങ്ങൾ വെട്ടി നശിപ്പിച്ചും പുഴകളെ മലിനമാക്കിയും പ്ലാസ്റ്റിക് ഉൾപ്പെടെയുള്ള ഖരമാലിന്യങ്ങൾ നിർദ്ദാക്ഷണ്യം വലിച്ചെറിഞ്ഞും കടലിൽ വിഷം കലർത്തിയും കഴിഞ്ഞ ഒരു നൂറ്റാണ്ടുകൊണ്ട് നാം ഈ ഭൂമിയുടെ സ്വഭാവികതയെ കളങ്കപ്പെടുത്തിക്കൊണ്ടേ ഇരിക്കുക ആയിരുന്നു. ഈ ഭൂമിയുടെ അവകാശികൾ മ

നുഷ്യൻ മാത്രമാണ് എന്ന ദുർബല വിചാരത്തിൽ നിന്നാണ് ആ പ്രവർത്തികൾ അത്രയും ഉണ്ടായിവന്നത്. എന്നാൽ പ്രകൃതിയുടെ നിയമങ്ങൾ അനുസരിച്ച് ജീവിച്ചാൽ മനുഷ്യനു വേണമെങ്കിൽ ഇനിയും ഇവിടെ തുടരാം, മനുഷ്യൻ ഇവിടെ ഒരു അനിവാര്യതയേയല്ല, മനുഷ്യൻ ഇല്ലെങ്കിലും ഭൂമിക്ക് തന്റെ ജീവിതം തുടരാനാവും, പ്രകൃതിയ്ക്ക് മനുഷ്യനെക്കൊണ്ടല്ല മനുഷ്യന് പ്രകൃതിയെക്കൊണ്ടാണ് ആവശ്യം, ഇതിനേക്കാൾ കരുത്തന്മാരായ അനേകം ജീവി വർഗ്ഗങ്ങളുടെ സർവ്വനാശത്തിനു സാക്ഷ്യം വഹിച്ച ചരിത്രം ഭൂമിക്കുണ്ട്, മനുഷ്യനു മാത്രമല്ല പുഴുവിനും പൂമ്പാറ്റയ്ക്കും പാമ്പിനും പല്ലിക്കും ആനയ്ക്കും അണ്ണാനും കൂടി അവകാശപ്പെട്ടതാണ് ഈ ഭൂമി എന്നെല്ലാം ഈ കാലത്തിൽ ഒരിക്കൽക്കൂടി പ്രകൃതി നമ്മെ ആഴത്തിൽ ഓർപ്പിക്കുന്നു.

നമ്മുടെ ജീവിതത്തിനു ഇത്ര ധൃതി ആവിശ്യമില്ലായിരുന്നു എന്ന്, ഇത്രയും ആർഭാടങ്ങളും അലങ്കാരങ്ങളും ഇല്ലാതെയും ജീവിക്കാൻ ആവുമെന്ന്, വിവാഹങ്ങൾക്ക് ഇത്രയും ആർഭാടവും ആൾക്കൂട്ടവും ആവശ്യമില്ലെന്ന്, മരണത്തിൽ പ്രിയപ്പെട്ടവരുടെ മാത്രം സാക്ഷ്യം മതിയെന്ന്, വീട്ടിലിരുന്നും സമരങ്ങൾ സംഘടിപ്പിക്കാം എന്ന്, ആരാധനാലയങ്ങളിൽ പോകാതെയും പ്രാർത്ഥിക്കാമെന്ന്, മുഖാമുഖം കാണാതെയും തീരുമാനങ്ങൾ എടുക്കാമെന്ന്, വീട്ടിലിരുന്നും പഠിക്കാമെന്ന് പരീക്ഷ എഴുതാമെന്ന്, ഒക്കെകൂടി പഠിപ്പിച്ച ദിവസങ്ങളിലൂടെയാണ് നാം ഇപ്പോൾ കടന്നു പോകുന്നത്. അങ്ങനെ നോക്കുമ്പോൾ നമുക്ക് നഷ്ടമായിപ്പോയ ദിവസങ്ങളല്ല കടന്നു പോയത് നമുക്ക് പുതിയ പാഠങ്ങൾ പഠിപ്പിച്ചു തന്ന നല്ല ദിവസങ്ങളായിരുന്നു ഇതെന്ന് നാം കണക്കാക്കേണ്ടി വരും.

പണം കൊടുത്ത് നേടാവുന്ന ജീവിത സുരക്ഷ, ആരോഗ്യം എന്നീ ആശയങ്ങളെ അപ്പാടെ കടപുഴക്കിക്കളഞ്ഞു ഈ മഹാമാരിക്കാലം. അങ്ങനെ ഒരു തെറ്റായ ആശയത്തിന്റെ പുറത്ത് കെട്ടിപ്പൊക്കിക്കൊണ്ടു വന്നതായിരുന്നു നമ്മുടെ ആരോഗ്യസുരക്ഷ എന്ന ആശയം. നിറയെ പണം ഉള്ളവർ വലിയ മൾട്ടി സ്പെഷ്യാലിറ്റി ആശുപത്രികളിൽ നിത്യസന്ദർശനം നടത്തി ശരീരത്തിന്റെ ചലനങ്ങളും അളവുകളും തൂക്കങ്ങളും ശരിയാണെന്ന് ഉറപ്പു വരുത്തി, ഇനി അഥവാ വല്ല അസുഖങ്ങളും പിടികൂടിയാൽ അതിന്റെ ചികിത്സാർത്ഥം വലിയ തുകയ്ക്ക് ഇൻഷുറൻസ് എടുത്ത് സമാധാനത്തോടെ ജീവിച്ചുവന്നവരുടെ മേൽ വീണ ഒരു ഇടിത്തീ കൂടിയാണ് ഈ മഹാമാരി. സ്വകാര്യ ആരോഗ്യം എന്ന ആശയത്തെ അത് റദ്ദു ചെയ്തു കളഞ്ഞു. സമൂഹിക ആരോഗ്യമാണ് പ്രധാനം എന്ന് തെളിഞ്ഞു. അത് എനിക്ക് മാത്രം കിട്ടേണ്ട ചികിത്സയും എ

നിക്ക് മാത്രം ലഭ്യമായ സുരക്ഷയും അല്ല. സമൂഹത്തിനു മൊത്തമായും ലഭിക്കേണ്ട ആരോഗ്യ സുരക്ഷയെ അത് ഓർമ്മിപ്പിക്കുന്നു. നാം പൂർണ്ണമായും ഒരു സാമൂഹികജീവി ആണെന്നും എന്റെ സുരക്ഷ ഉറപ്പാവുന്നത് എന്റെ സമൂഹത്തിന്റെ സുരക്ഷ ഉറപ്പാവുന്നതിലൂടെയാണ് എന്നും നാം തിരിച്ചറിയുന്നു. സമൂഹം എന്നത് എനിക്ക് ചുറ്റും ഉള്ളവർ മാത്രമല്ല, എന്റെ രാജ്യത്തുള്ള എല്ലാവരും ഈ ലോകത്തിലുള്ള സർവ്വ ജനങ്ങളും ആണ്. അവസാനത്തെ ആളിനും ചികിത്സയും വാക്സിനും ലഭ്യമാകുന്നതുവരെ ലോകത്തിന്റെ ഒരു കോണിലുള്ള ആളും സുരക്ഷിതരല്ല എന്ന് നാം ഓർക്കുമ്പോഴാണ് നമ്മുടെ ആരോഗ്യചിന്ത എത്ര സ്വാർത്ഥത നിറഞ്ഞതും സാമൂഹിക വിരുദ്ധവും പ്രകൃതി വിരുദ്ധവും ആയിരുന്നു എന്ന് തിരിച്ചറിയുന്നത്. അത് നമ്മെ മത്സരാധിഷ്ഠിത ജീവിതത്തിൽ നിന്നും സഹവർത്വത്തിലേക്ക് മാറ്റിക്കൊണ്ടു പോകും എന്നാണ് എന്റെ പ്രതീക്ഷ.

കാലം കോവിഡിനു മുൻപും പിൻപും എന്ന രീതിയിലേക്ക് വിഭജിക്കപ്പെടും എന്ന കാര്യത്തിൽ സംശയമൊന്നുമില്ല. പഴയതൊക്കെ മടങ്ങി വന്നാലും ചിലതൊന്നും നമ്മെ ഇനി വിട്ടു പോവില്ല. ഈ ചെറിയ കാലം കൊണ്ട് അത്രമേൽ നാം അതുമായി താദാത്മ്യം പ്രാപിച്ചു കഴിഞ്ഞിരിക്കുന്നു. ലോംഗ് കോവിഡ് ഉണ്ടായാലും ഇല്ലെങ്കിലും മാസ്കും സാനിറ്റൈസറും സാമൂഹിക അകലവും കുറച്ചു വർഷങ്ങൾ കൂടിയെങ്കിലും നമ്മുടെ കൂടെയുണ്ടാവും. പൊതു സമ്മേളനങ്ങളും ഓഫീസ് മീറ്റിങ്ങുകളും സാഹിത്യ സംവാദങ്ങളും അനുസ്മരണ പ്രഭാഷണങ്ങളും ഓൺലൈനിൽ നിർവ്വഹിക്കുന്നതിന്റെ സുഖം നാം അനുഭവിച്ചു തുടങ്ങിയിരിക്കുന്നു. അതിൽ നിന്ന് ഇനി പിന്നോട്ട് നടക്കുന്നത് എങ്ങനെ? യാത്രകൊണ്ട് നഷ്ടമായിരുന്ന എത്രയധികം സമയത്തെയാണ് അത് മടക്കിത്തരുന്നത്. താമസം, യാത്ര എന്നിവയ്ക്കായി വലിയ പണച്ചിലവുള്ള ഓഫീഷ്യൽ ട്രിപ്പുകൾ ഏതാണ്ട് പൂർണ്ണമായും തന്നെ കമ്പിനികൾ ഒഴിവാക്കാനാണ് സാധ്യത. ഡിജിറ്റൽ സാങ്കേതികവിദ്യകൾ ഉപയോഗപ്പെടുത്തിക്കൊണ്ടുള്ള വിദ്യാഭ്യസം തിയറികൾ, സമവാക്യങ്ങൾ, ഡെഫനിഷൻസ്, ഡയഗ്രംസ് എന്നിവയുടെ പഠനംകൂടുതൽ എളുപ്പമുള്ളവ ആക്കിത്തീർക്കും. പ്രാഥമിക തലത്തിലുള്ള വിദ്യാഭ്യാസം സ്കൂളിൽ തന്നെ തുടരുമെങ്കിലും ഉന്നത വിദ്യാഭ്യാസരീതികളെങ്കിലും ഇനി മുതൽ സമൂലം മാറുകയും ഓൺലൈൻ വഴിയുള്ള വിദൂരവിദ്യാഭ്യാസത്തിനു കൂടുതൽ പ്രാമുഖ്യം ലഭിക്കുകയും ചെയ്യും. വീട്ടിലിരുന്ന് കുറഞ്ഞ ചിലവിൽ ഏത് വിദേശ യൂണിവേഴ്സിറ്റിയിലും പഠിക്കാം എ

ന്ന സൗകര്യമാവും അതിലൂടെ ഒട്ടനവധി വിദ്യാർത്ഥികൾക്ക് ലഭ്യമാകാൻ പോകുന്നത്.

തൊഴിൽ സംസ്കാരത്തിലാവും വിപ്ലവകരം എന്ന് പറയാവുന്ന മാറ്റം ഉണ്ടാവാൻ പോകുന്നത്. വീട് തന്നെ തൊഴിലിടങ്ങളാവുന്ന അവസ്ഥ ഇതിനോടകം സംജാതമായിക്കഴിഞ്ഞു. സ്ഥാപനങ്ങൾക്കും ജീവനക്കാർക്കും ഒരേപോലെ ഗുണം ചെയ്യുന്നു എന്നതിനാൽ അത് കൂടുതൽ വ്യാപിക്കാനാണ് സാധ്യത. സ്റ്റാർട്ടപ്പുകൾ സ്വപ്നം കാണുന്ന ചെറുപ്പക്കാർ നേരിട്ടിരുന്ന വലിയ പ്രശ്നങ്ങളിൽ ഒന്ന് വ്യവസായ/ ഐടി പാർക്കുകളിൽ ഇത്തിരി സ്ഥലമെടുക്കുന്നതിന് വേണ്ടി വരുന്ന ഭീമമായ മുതൽ മുടക്കായിരുന്നു. വീടുകളിലേക്കുള്ള ഓഫീസ് മാറ്റം അവർക്ക് ഊർജ്ജം പകരുന്നതാവും. അതായത്, പത്തു വർഷങ്ങൾക്ക് ശേഷം സ്വഭാവികമായും സംഭവിക്കേണ്ടിയിരുന്ന ചിലതിനെ സമൂഹം പാകം ആകുന്നതിനു മുൻപ് തന്നെ സാമൂഹികക്രമം ആക്കി ഉറപ്പിച്ചു കളഞ്ഞു എന്നതാണ് ഈ കോവിഡ് കാലത്തിന്റെ ഏറ്റവും ഗുണപരമായ വശം എന്ന് പറയാം.

ഇക്കാലത്ത് സാഹിത്യവും കലകളും എന്തു ചെയ്യും എന്നൊരു ചോദ്യം സ്വഭാവികമായും ഉയർന്നു വരാൻ സാധ്യതയുണ്ട്. വീട്ടിലിരുപ്പ് എഴുതാൻ സഹായകകരമാകുമല്ലോ എന്ന് പലരും പറയാറുണ്ടെങ്കിലും ഈ മടുപ്പ് സർഗ്ഗചിന്തകളെ ഉണക്കി കളയുകയാണ് ചെയ്യുന്നത്. എങ്കിലും അതിനു ഒരിക്കൽ പൊട്ടിമുളയ്ക്കാതെ വയ്യ. അങ്ങനെയാണ് ഇന്നോളമുള്ള ചരിത്രം സൂചിപ്പിക്കുന്നത്. എല്ലാ ഇരുണ്ടകാലങ്ങളും മഹത്തായ സാഹിത്യത്തിനും കലയ്ക്കും കാരണമായിട്ടുണ്ട്. പ്ലേഗിനെക്കുറിച്ചും വസൂരിയെക്കുറിച്ചും കോളറയെക്കുറിച്ചും സ്പാനിഷ് ഫ്ളൂവിനെക്കുറിച്ചും പിൽക്കാലത്ത് മഹത്തായ സാഹിത്യ സൃഷ്ടികൾ ഉണ്ടായതു പോലെ തന്നെ ഈ കോവിഡ് കാലത്തെക്കുറിച്ചും രചനകൾ ഉണ്ടാവും എന്ന് തന്നെയാണ് എന്റെ വിചാരം. അത് പക്ഷേ ഈ കാലത്തിനെ പകർത്തി വയ്ക്കുന്നതിനു വേണ്ടി ആവില്ല. കാരണം ഇക്കാലത്ത് പല മീഡിയകളിലൂടെയും വുഹാൻ ഡയറി പോലെയുള്ള പുസ്തകങ്ങളിലൂടെയും അനവധിയായ ഡോക്യുമെന്ററികളിലൂടെയും സോഷ്യൽ മീഡിയ അനുഭവവിവരണങ്ങളിലൂടെയും ഒക്കെ അത്തരത്തിലുള്ള ജീവിതാനുഭവങ്ങൾ, ഭാവിക്കുവേണ്ടി ഏറെക്കുറെ വ്യക്തമായും ആധികാരികമായും പകർത്തി വച്ചിട്ടുണ്ട്. അതിനു ഇനിയും ഫിക്ഷന്റെ ആവശ്യമില്ല. എന്നാൽ ഫിക്ഷൻ നിർമ്മിക്കപ്പെടുന്നത് ഈ അനുഭവങ്ങളെ മനുഷ്യരാശി എങ്ങനെ ഉൾക്കൊണ്ടു, എങ്ങനെ ജീവിതപാഠമാക്കി, എങ്ങ

നെ അത് അവന്റെ ജീവിതത്തെ മാറ്റിത്തീർത്തു, ഈ അനുഭവ ലോകത്തിലൂടെ കടന്നു പോയ ഈ തലമുറ എങ്ങനെ ഭാവിയ്ക്ക് ഒരു മാതൃകയും പാഠപുസ്തകവും ആവുന്നു എന്നൊക്കെ നിരീക്ഷിക്കുന്നതിനുവേണ്ടി ആവും എന്നുറപ്പ്. അസാധാരണമായ ജീവിതവീക്ഷണവും സാമൂഹികബോധവും ചരിത്രബോധവും ഉള്ള എഴുത്തുകാർ ആവും അവ ഭാവിക്ക് പറഞ്ഞു കൊടുക്കുക. കാരണം നമ്മുടെ ഈ കാലത്തു നിന്നും ഈ തലമുറയിൽ നിന്നും മാത്രം സംഭവങ്ങളെ കാണുമ്പോൾ അതിഭീകരമായ ഒരു അവസ്ഥയിലൂടെ നാം കടന്നു പോകുന്നതായ ഒരു ഭീതിയും നിരാശയും നമ്മെ വന്നു പൊതിയുന്നുണ്ടാവും. എന്നാൽ മനുഷ്യരാശിയുടെ ചരിത്രം ഒന്നാകെ പരിശോധിച്ചാൽ ഇതിനേക്കാൾ എത്രയോ അധികം വലിയ മഹാമാരികളെയും പ്രതിസന്ധികളേയും യുദ്ധങ്ങളെയും പ്രകൃതി ദുരന്തങ്ങളെയും പിന്നിട്ടാണ് നമ്മൾ ഇവിടെ വരെ എത്തിച്ചേർന്നത് എന്ന് മനസ്സിലാവും. അതും ശാസ്ത്രം ഇത്രയൊന്നും പുരോഗമിക്കാത്ത പ്രകൃതിയുടെ അനന്ത നിഗൂഢതകൾ ഇത്രയൊന്നും വെളിപ്പെടാത്ത ഒരു കാലത്തും മനുഷ്യൻ അവന്റെ ധീരതകൊണ്ടും സാമൂഹിക ബോധത്തോടെ പരസ്പരം ചേർത്തു പിടിച്ചുമാണ് അതിനെയെല്ലാം അതിജീവിച്ചു വന്നത്. ഇക്കാലത്തിനും അങ്ങനെ ചേർന്നു നില്പിന്റെയും ചേർത്തു പിടിക്കലിന്റെയും അനേകം പ്രകാശമാനമായ കഥകൾ പങ്കുവയ്ക്കാനുണ്ടാവും. അങ്ങനെയാണ് നമ്മളും ഈ മഹാമാരിയുടെ കാലത്തെ അതിജീവിച്ചത് എന്ന് ആ കഥകൾ ഭാവി തലമുറയ്ക്ക് പറഞ്ഞു കൊടുക്കും. അത് അവരുടെ കാലത്തിനെയും അവർ നേരിടാൻ ഇടയുള്ള ദുരന്തങ്ങളെയും അതിജീവിക്കാൻ പ്രാപ്തി നൽകും. ഭൂതകാലം നമുക്ക് പകർന്നു തന്ന അത്തരം നല്ല കഥകൾ വായിച്ച് നമ്മൾ ഈ കാലത്തിനെ മറികടക്കുന്നതുപോലെ തന്നെ. അല്ലെങ്കിൽ തന്നെ മറ്റെന്താണ് കഥകളുടെയും കലകളുടെയും ദൗത്യം?!

സൊലസ്:
അതിജീവനത്തിന്റെ സ്വപ്നസാക്ഷാത്കാരം

ഷീബ അമീർ

എങ്ങിനെ ഞാൻ ഇങ്ങനെയായി. ഒന്നും തീരുമാനിച്ച് വച്ചതായിരുന്നില്ല. ഇങ്ങിനെ ആയിപ്പോയി എന്ന് പറയുന്നതാണ് ശരി.

ജീവിതം വേറെ വഴിക്കായിരുന്നു. ഗൾഫിൽ മറൈൻ ബയോളജിസ്റ്റായ അമീറിന്റെ ഭാര്യ. നിഖിൽ, നിലൂഫ എന്ന കുഞ്ഞുങ്ങളുടെ അമ്മ. ഗൾഫിന്റെ സൗകര്യങ്ങളിലൊന്നും മതിമറന്നുപോയിട്ടില്ല ഞാൻ. വർഷങ്ങളായി മഴ കണ്ടിട്ടില്ല.. പച്ചപ്പുകൾ കണ്ട് ജീവിക്കാൻ കൊതിയുണ്ട്. ബുദ്ധി ഉറച്ചശേഷം ഉമ്മയുടെയും വാപ്പയുടെയും കൂടെ ജീവിക്കാൻ സാധിച്ചിട്ടില്ല എന്നീ സങ്കടങ്ങൾ പറഞ്ഞു പറഞ്ഞാണ് നാട്ടിൽ ജീവിക്കാൻ തീരുമാനിച്ച് വന്നത്. പുതിയ വീട്ടിൽ താമസിച്ച് ഒരു വർഷമായിക്കാണില്ല. അപ്പോഴാണ് നീലുവിന് ഒരു പനി വന്നത്, അവൾ എട്ടാംക്ലാസിൽ നിന്ന് ഒമ്പതിലേക്ക് ജയിച്ച് സ്കൂൾ തുറന്നാൽ പോകാൻ കാത്തിരിക്കുന്ന സമയം. സ്കൂൾ തുറക്കുന്നതിന് ഒരാഴ്ച മുമ്പേ പോകാൻ കാത്തിരിക്കുന്ന സമയം. അതിന് ഒരാഴ്ച മുൻപ് ഒരു പനി. അവൾക്കങ്ങിനെ അസുഖമൊന്നും വരാറില്ല. ഒരു ഗുളിക കഴിക്കാനും തയ്യാറല്ലാത്ത കുട്ടി... ഡോക്ടറെ കാട്ടി ആന്റിബയോട്ടിക് കൊടുത്തു. എന്നിട്ടും കുറയുന്നില്ല. കൈയിൽ അവിടവിടെ ഒരു നീലനിറം. ഡോക്ടർ ബ്ലഡ് ടെസ്റ്റ് എഴുതി. റിപ്പോർട്ടിൽ എന്തോ കുഴപ്പം. ഒരു ടെസ്റ്റ് കൂടി. അന്നു തന്നെ റിപ്പോർട്ട് കിട്ടണമെന്ന് ശഠിച്ചു. റിപ്പോർട്ട് കിട്ടിയതിൽ ബ്ലഡ് കാൻസറാണെന്ന് തോന്നാവുന്ന പ്രശ്നങ്ങൾ.

തൃശൂരിൽ ഹിമറ്റോളജിസ്റ്റ് ഉണ്ടായിരുന്ന ഏക ഹോസ്പിറ്റൽ അശ്വിനി ഹോസ്പിറ്റൽ മാത്രമാണ്. എന്റെ വാപ്പയുടെ സുഹൃത്തായ ഡോ.വി.എൻ. പരമേശ്വരന്റെ ഹോസ്പിറ്റലായിരുന്നു അത്. അവിടെവെച്ച് ബോൺമാരോ ടെസ്റ്റ് അടുത്തദിവസം തന്നെ ചെയ്തു. റിസൾട്ട് വന്നു. അക്യൂട് മൈലോയ്ഡ് ലുക്കേമിയ (A.M.L). വളരെ അപകടകാരിയായ ബ്ലഡ് കാൻസർ. മജ്ജ മാറ്റിവെക്കൽ മാത്രമാണ് ജീവൻ രക്ഷിക്കാൻ

ഏക പോംവഴി. എല്ലാവരും പകച്ച് വിങ്ങിപ്പൊട്ടി നിൽക്കുകയാണ്. വർഷങ്ങൾക്കുമുമ്പ് സുനിൽദത്ത് നിർമ്മിച്ച 'ദർദ് ക രിസ്ത' എന്ന സിനിമ ഞാൻ കണ്ടിരുന്നു. അതിൽ ഒരു പെൺകുട്ടിയ്ക്ക് സുഖമില്ലാതാകുന്നതും സഹോദരൻ മജ്ജ ദാനം ചെയ്യുന്നതും കുഞ്ഞ് സുഖപ്പെടുന്നതും ആണ്. ആ ധൈര്യം എനിക്ക് മനസ്സിൽ വന്നു. പിന്നീട് എല്ലാവരേയും സമാധാനിപ്പിച്ചത് ഞാനായിരുന്നു. ധൈര്യം സംഭരിക്കുന്നതിന്റെ ലക്ഷ്യംതന്നെ എല്ലാവരും കരഞ്ഞ് പ്രശ്നമുണ്ടാക്കി നീലുമോൾ പേടിക്കരുത് എന്നതായിരുന്നു.

എന്റെ ചേച്ചിയുടെ ഭർത്താവിന്റെ സുഹൃത്തിന്റെ സുഹൃത്തായിരുന്നു ഡോ. പൂർവ്വിഷ് പാരിഖ്. ഇന്ത്യയിൽ ആദ്യമായി ബോൺമാരോ മാറ്റിവച്ച അദ്ദേഹം ബോംബെ റ്റാറ്റാ മെമ്മോറിയൽ ഹോസ്പിറ്റലിലാണ്. അടുത്തദിവസം തന്നെ ഞങ്ങൾ രാവിലത്തെ ഫ്ളൈറ്റിൽ ബോംബെയിലെത്തി. അമീർ ഖത്തറിൽനിന്നും. ബോംബെ എയർപോട്ടിൽവെച്ച് ഞങ്ങൾ കണ്ടുമുട്ടി. നേരെ ഹോസ്പിറ്റലിലേക്ക്. അദ്ദേഹം നെഞ്ചിലേക്ക് കൈവെച്ച് എന്തൊക്കെയോ പറയുന്നുണ്ട്. അടുത്തദിവസംതന്നെ ഹൃദയത്തിലേക്ക് ഒരു കണക്ടർ ഇടും. പിന്നെ മരുന്നൊക്കെ അതിലൂടെയാണ് പോകുക എന്നൊക്കെയാണ് അദ്ദേഹം പറഞ്ഞുകൊണ്ടിരുന്നത്. അതിനുമുന്നിൽ ലോകത്തെ സകല കാഴ്ചകളും മങ്ങി, ഇദ്ദേഹത്തിന്റെ ശബ്ദമല്ലാതതെ മറ്റൊന്നും കേൾക്കാനാകാതെ, തന്റെ കുഞ്ഞിനെ പേടിയിൽനിന്ന്, വേവലാതികളിൽ നിന്ന് എങ്ങനെ കാത്തുരക്ഷിക്കും. തന്റെ കുഞ്ഞിനെ എങ്ങനെ രക്ഷിക്കാൻ പറ്റും എന്ന് മനസ്സ് തകർന്നിരുന്ന ഒരമ്മയായിരുന്നു ഞാൻ. എന്റെ ലോകം അവളിലേക്ക് മാത്രമായി. എന്റെ ചുറ്റുമുള്ള ഒന്നുംതന്നെ എനിക്ക് പിന്നെ വേണ്ടാത്തതായി. നമ്മുടെ എല്ലാ സ്വത്തും വില്ക്കാം. അവളെ അമേരിക്കയിലേക്ക് കൊണ്ടുപോകാം. ആ ആലോചനകൾ മാത്രമായി.

പിന്നീട് ജീവിതം റ്റാറ്റാ ആശുപത്രിയിലെ 11-ാം നിലയിലെ കുട്ടികളുടെ വാർഡിലായിരുന്നു. ഹൃദയത്തിലേക്ക് നേരെ ചെന്നെത്തുന്ന കണക്ടർ. അതിലൂടെ അഞ്ചും ആറും കീമോതെറാപ്പി മരുന്നുകൾ. ഒരു ഗുളിക കഴിയ്ക്കാൻ മടിച്ച നീലുമോൾ ഒരുദിവസം നൂറ്റിയിരുപ് ഗുളികകൾ. ഇതിലൂടെയൊക്കെ അവളെ വിരൽപിടിച്ച് നടത്തിക്കൊണ്ടുവരുമ്പോൾ, മനസ്സിൽ പതിഞ്ഞത് അപ്പുറത്തുള്ള കുഞ്ഞുങ്ങളായിരുന്നു. ആ കുഞ്ഞുങ്ങളുടെ മാതാപിതാക്കളാണ്. അവരുടെ വേദനകൾ. അവരുടെ കയ്യിൽ പണമില്ലാത്തതിനാൽ രക്ഷിക്കാൻ കഴിയാത്ത കുഞ്ഞുങ്ങൾ. ആശുപത്രിയിൽ ഒരു അഡ്മിഷനുവേണ്ടി കുഞ്ഞുങ്ങളേയും

നെഞ്ചത്തടക്കി കേഴുന്ന മാതാപിതാക്കൾ.

അതെല്ലാം വല്ലാത്ത കാഴ്ചകളായിരുന്നു. ഹൃദയം നുറുങ്ങുന്ന കാഴ്ചകൾ. എന്റെ കുഞ്ഞിന്റെ ജീവൻ തുലാസിൽ തൂങ്ങുമ്പോഴും ഞാൻ ഈ കുഞ്ഞുങ്ങളെക്കുറിച്ചും ഈ നിസ്സഹായരായ മാതാപിതാക്കളെക്കുറിച്ചും ചിന്തിച്ച് തുടങ്ങി. എന്റെ ലോകം മാറിമാറി വന്നു. അവിടെ എന്റെ മകളുടെ സ്ഥാനത്ത് ഒരുപാട് കുട്ടികൾ കയറിവന്നു. മധുലിഖ... സലോനി.. സണ്ണി.. അങ്ങിനെയങ്ങിനെ.. അവരുടെ നിസ്സഹായരായ മാതാപിതാക്കൾ. ഇതിനിടെ ഞങ്ങൾ അവൾക്ക് യാത്ര ചെയ്യാനായി പുതിയ കാറും ഡ്രൈവറും ഇടയിൽ ഡിസ്ചാർജ്ജ് ആവുമ്പോൾ താമസിക്കാൻ പുതിയ ഫ്ളാറ്റും എല്ലാം ഏർപ്പാടാക്കിയിരുന്നു.

ജീവിതം എത്ര നശ്വരമാണെന്നും വേദനകളിൽ മനുഷ്യൻ എത്ര മാത്രം ഒറ്റപ്പെട്ടുപോകുന്നു എന്നും മനസ്സിലാക്കിയ കാലം. എങ്ങനെയാണ് മറ്റുള്ളവന്റെ വേദനയിൽ പങ്കാളിയാവാൻ സാധിക്കുക എന്നും മനസ്സിലാക്കിയ കാലം. രോഗാവസ്ഥയിൽ പണമുള്ളവനും പണമില്ലാത്തവനും തമ്മിലുള്ള അന്തരം. അവിടംതൊട്ടേ ചുറ്റും കണ്ട നിസ്സഹായരായ മാതാപിതാക്കളെ ഞാൻ ചേർത്തുപിടിച്ചിരുന്നു. നീലുമോളുടെ കൂടെ ചികിത്സയിലായിരുന്ന കുഞ്ഞുങ്ങളുടെ മാതാപിതാക്കൾക്ക് ആശ്വാസമായിരുന്നു ഞാൻ. പലർക്കും ധൈര്യം പകരാൻ ഡോക്ടർമാർ തന്നെ എന്നോട് ആവശ്യപ്പെടാൻ തുടങ്ങിയിരുന്നു. അങ്ങിനെ റ്റാറ്റാ മെമ്മോറിയൽ ആശുപത്രിയുടെ വരാന്തയിൽനിന്നാണ് സുഖമില്ലാതാകുന്ന കുഞ്ഞുങ്ങൾക്കും മാതാപിതാക്കൾക്കും വേണ്ടി എന്തെങ്കിലും ചെയ്യണം എന്ന് ആലോചിക്കുന്നത്.. അല്ല.., തീരുമാനിക്കുന്നത്. 'സൊലസ്' എന്ന് ഈ ആലോചനയ്ക്ക് പേരും നൽകി. ഏതാണ്ട് മൂന്ന് കൊല്ലമാണ് ആശുപത്രിയിൽ നിൽക്കേണ്ടിവന്നത്. ആ കാലങ്ങളിലൊക്കെ എന്റെ ആലോചനയ്ക്ക് ആഴമേറുകായിയിരുന്നു.. ശക്തിയും.

അപ്പോഴേക്കും നീലുമോൾ അവളുടെ ഇക്കാക്ക നിഖിലിന്റെ മജ്ജയിലൂടെ ജീവൻ വീണ്ടെടുത്ത് വരികയായിരുന്നു. പക്ഷേ അവളിൽ കീമോതെറാപ്പിയുടെ പാർശ്വഫലങ്ങൾ ഒരുപാട് പ്രശ്നങ്ങളുണ്ടാക്കി. രണ്ട് ഇടുപ്പെല്ലുകളും തകർന്നു. പൂർണ്ണമായും അവൾ വീൽചെയറിലായി. കിടന്നിടത്ത് നിന്ന് ചെരിഞ്ഞ് കിടക്കാൻപോലും എന്റെ സഹായം വേണം. അവളുടെ ഭക്ഷണമൊക്കെ സ്റ്റെറൈൽ ചെയ്ത പാത്രത്തിലാക്കി കുക്കറിൽവെച്ച് ആവി കയറ്റി ഡൈനിങ് ടേബിളിൽ അവളുടെ മുന്നിൽവെച്ചേ തുറക്കാവൂ. അത്രയ്ക്കേറെ ശ്രദ്ധ വേണമായിരുന്നു അവൾക്ക്. എന്നാലും ഞാൻ സൊലസിനെ വിട്ടില്ല. എന്ത്ചെയ്യണം

എന്നുതന്നെ ആലോചിച്ചുകൊണ്ടിരുന്നു.

ഒരു സാധാരണ സ്ത്രീ. ഏറെ വിദ്യാഭ്യാസമില്ല. ജോലിയ്ക്ക് പോയി പരിചയമില്ല. ഒന്നും അറിയില്ല. അങ്ങിനെയൊരാൾ ഈ ആശയവും വെച്ച് എന്തുചെയ്യും?അങ്ങിനെയാണ് പാലിയേറ്റീവ് കെയറിൽ ചേർന്ന പ്രവർത്തിക്കാൻ തീരുമാനിച്ചത്. എങ്ങിനെ ഒരു സംഘടന ഉണ്ടാക്കും. എങ്ങിനെ ഈ കുഞ്ഞുങ്ങളുള്ള സ്ഥലങ്ങളിൽ സഹായങ്ങൾ എത്തിക്കാം. എല്ലാം പഠിയ്ക്കണം. ഏഴ് വർഷം പാലിയേറ്റീവ് കെയറിൽ പീഡിയാട്രിക് പാലിയേറ്റീവ് ഇൻചാർജ്ജ് ആയുള്ള പ്രവർത്തനം ഒരു ഹോംവർക്ക് ആയിരുന്നു.

ഒപ്പംതന്നെ ഒരു സ്ത്രീ സ്വാതന്ത്ര്യം നേടലും. 'സൊലസ്' തുടങ്ങാൻ ഒരുതരത്തിലും വീട്ടിൽനിന്ന് സമ്മതമില്ല. അങ്ങിനെയെങ്കിൽ 'നീ വീട്ടിൽനിന്ന് ഇറങ്ങണം.' കേട്ടുകേട്ട് തഴമ്പിച്ച് പോയിരുന്നു ഈ വാക്കുകൾ. വിട്ടുകൊടുക്കാൻ തയ്യാറായിരുന്നില്ല. എന്റെ മക്കൾ കൂടെത്തന്നെ നിന്നു. നിഖിൽ ഉമ്മ ചെയ്യുന്നത് ശരിയാണ് എന്ന് ഉറക്കെ പറഞ്ഞുതുടങ്ങി. നീലുമോൾ തന്റെ അത്രമാത്രം രോഗാവസ്ഥയിലും, മറ്റ് കുഞ്ഞുങ്ങൾക്ക് വേണ്ടി ഉമ്മയെ വിട്ടുകൊടുക്കാൻ തയ്യാറായി.

സാമ്പത്തിക സ്വാതന്ത്ര്യം ഇല്ലാത്ത ഒരു സ്ത്രീക്ക് ആലോചനയ്ക്ക് പോലും സ്വാതന്ത്ര്യമില്ല എന്ന് മനസ്സിലാക്കിയ കാലം. ഒരു കമ്പനിയിൽ മാനേജറായി ജോലി ചെയ്തു. 8 മാസം. ആ ശമ്പളംകൊണ്ട് ഒരു കൊച്ചുമുറി വാടകയ്ക്കെടുത്ത് ഒരു ഡിസൈനിംഗ് സ്ഥാപനം വളർത്തിയെടുത്തു. ഒറ്റപ്പെട്ടുപോയ ഒരുപാട് സ്ത്രീകളെ കൂടെക്കൂട്ടി. അങ്ങിനെ സാമ്പത്തികസ്വാതന്ത്ര്യം പ്രഖ്യാപിച്ചു. ആ ഏഴ്‌വർഷം. ഹോംവർക്ക് പോലെ പാലിയേറ്റീവ് കെയറിലെ പഠനം. സാമ്പത്തിക സ്വാതന്ത്ര്യം നേടാനുള്ള പരിശ്രമങ്ങൾ. 2001 മുതൽ 2007 വരെ.

2007ൽ ഞാൻ ശക്തയാണെന്ന് തോന്നിയ ആ സമയത്ത് 'സൊലസ്' ആരംഭിച്ചു. ഒരു കുഞ്ഞിന് സുഖമില്ലാതാകുമ്പോൾ അവർക്ക് നഷ്ടമാകുന്നത് ഒരുപാട് കാര്യങ്ങളാണ്. സ്കൂൾ, കൂട്ടുകാർ, കളിമുറ്റം, ആഘോഷങ്ങൾ, കളിചിരികൾ, ഒരുദിവസംകൊണ്ട് അവർ 'രോഗി' എന്ന് വിളിക്കപ്പെടുന്നു. അങ്ങിനെ എല്ലാം നഷ്ടപ്പെടുന്ന കുട്ടികളുടെ സങ്കടം എനിക്കറിയാം. നീലുവിലൂടെ ഞാനത് കണ്ടതാണ്. എല്ലാവരിൽനിന്നും അകന്ന് ആശുപത്രി വാർഡിൽ മാസങ്ങളോളം കഴിയേണ്ടിവരുന്നു അവർക്ക്. അതിനെ മറികടക്കാൻ തൃശൂരിലെ മെഡിക്കൽ കോളേജിലെ കുട്ടികളുടെ കാൻസർ വാർഡിനോടനുബന്ധിച്ച് ഒരു കളിസ്ഥലം (Play Therapy Unit) ഉണ്ടാക്കിക്കൊണ്ടാണ് സൊലസ് തുടങ്ങുന്നത്. എന്റെ

ഡിസ്പെൻസിംഗ് ഷോപ്പിന്റെ ഒരു മേശയായിരുന്നു സൊലസിന്റെ ഓഫീസ്. പത്തോ പതിനഞ്ചോ കുട്ടികൾ. ഏറിയാൽ മുപ്പത്. അതായിരുന്നു അന്നത്തെ സ്വപ്നം. അതിന് അമ്പതിനായിരത്തിൽ താഴെ മാസംതോറും എങ്ങിനെ കണ്ടെത്തും. അതൊന്നും ഒരു എത്തുംപിടിയും കിട്ടാത്ത കാര്യമായിരുന്നു അന്ന്.

ഇന്ന് സൊലസ് ലോകമെമ്പാടുമുള്ള കനിവുള്ള മനസ്സുകളുടെ കൂട്ടായ്മയാണ്. തൃശൂരിൽ തുടങ്ങിയ സൊലസിന് കേരളത്തിൽ 10 ജില്ലകളിൽ ശാഖകളായി. 3500ൽപരം കുഞ്ഞുങ്ങൾക്കും കുടുംബങ്ങൾക്കും തുണയാണ് സൊലസ്. ഏതാണ്ട് 30 ലക്ഷം രൂപയാണ് സൊലസ് ഈ കുടുംബങ്ങൾക്കുവേണ്ടി ചിലവാക്കുന്നത്. എത്രയോ മനുഷ്യർ തരുന്ന സംഭാവനയാണിത്. എത്രയോ മനുഷ്യർ സൊലസിന്റെ പ്രവർത്തനങ്ങളിൽ ഇടപെടുന്നുണ്ട്. കേരളത്തിലുടനീളം യുവത സൊലസിന്റെ പ്രവർത്തനങ്ങളിൽ പങ്കാളികളായിട്ടുണ്ട്. ഇതിനെയൊക്കെ ചുക്കാൻ പിടിച്ചുകൊണ്ട് ഞാൻ എന്ന ഷീബ അമീർ ഇതിന്റെ അമരക്കാരിയായുണ്ട്.

പക്ഷേ ഒരു സ്ത്രീയെന്ന നിലയിൽ സൊലസ് തുടങ്ങാൻ ഞാൻ ഏഴ് വർഷം അനുഭവിച്ച വേദനയേക്കാൾ കൂടുതൽ ഇത് നടത്തിക്കൊണ്ടുപോകാൻ അനുഭവിക്കേണ്ടിവരുന്നില്ല. ആ കാലയളവിൽ ഞാൻ ഒഴുക്കാതെ വെച്ച, ഉറഞ്ഞുപോയ കണ്ണുനീരിൽ വെള്ളാരംകല്ലും പൊടിച്ചിട്ട് അതിൽ ഉളി മൂർച്ചപോലെ എന്റെ ചിന്തകളെ ഇന്നും മൂർച്ച കൂട്ടുന്നത്.

'സൊലസി'ന്റെ യാത്രയ്ക്കിടയിൽ എന്റെ നീലുമോൾ ഒരു മാലാഖക്കുട്ടിയായ് ഈ ലോകം വിട്ടുപോയി. അവൾക്ക് അവളുടെ ഉമ്മയെക്കുറിച്ച് ഒരു വിചാരമുണ്ടായിരുന്നു. എന്റെ മുന്നിൽ എത്തുന്ന കുഞ്ഞുങ്ങൾക്കും മാതാപിതാക്കൾക്കും എല്ലാം ചെയ്തുകൊടുക്കാൻ കെൽപ്പുള്ളവളാണ് അവളുടെ ഉമ്മ എന്ന്. അതെ.. അവളുടെ മനസ്സിലെ ഞാൻ.. അതാണ് നിങ്ങൾ ഇന്ന് കാണുന്ന ഷീബ അമീർ..

അരികിൽ നിൽക്കുന്ന ദൈവം

കെ ടി ബാബുരാജ്

ദൈവത്തിന്റെ സാന്നിധ്യം ഞാൻ പലപ്പോഴും അനുഭവിച്ചറിഞ്ഞത് ചില മനുഷ്യരിലൂടെയാണ്. വിശന്നിരിക്കുമ്പോൾ ഒരാൾവന്ന് എന്നെ ചായ കുടിക്കാൻ ക്ഷണിക്കുന്നു. പണമില്ലാതെ തളർന്നിരിക്കുമ്പോൾ മുറ്റത്ത് പോസ്റ്റ്മാന്റെ സൈക്കിൾബെൽ മുഴങ്ങുന്നു. 'ഒന്നു വരണേ ഒരു മണിയോർഡറുണ്ട്'. ആശുപത്രി ബില്ലടക്കാനാവാതെ അന്തിച്ചു നിൽക്കുമ്പോൾ ചങ്ങാതിയുടെ ഒരു മെസേജ്. ഒന്നു നിന്റെ അക്കൗണ്ട് നമ്പർ വാട്ട്സാപ്പ് ചെയ്യുമോ... IFSC കോഡ് ചേർക്കണേ. മകന്റെ പരീക്ഷാ ഫീസടക്കേണ്ടതെങ്ങനെയെന്ന് തല പുകയുമ്പോൾ, ഇനി നിന്റെ ചങ്ങാത്തം വേണ്ടെന്ന് പറഞ്ഞ് ഞാനൊഴിവാക്കിയ ചങ്ങാതി ഒമാനിൽ നിന്നു വിളിക്കുന്നു.' മാഷ് അയച്ചു തന്ന വീഡിയോകളുടെ കാശ് തരാൻ വല്ലാതെ വൈകിപ്പോയി. ക്ഷമിക്കണം. കുറച്ചു കാശ് നാട്ടിൽ വരുന്ന ചങ്ങാതി വശം കൊടുത്തുവിട്ടിട്ടുണ്ട്. സ്വീകരിക്കണേ.'

ഈ മഹാമാരിക്കാലത്ത് ജോലിയോ കൂലിയോ ഇല്ലാതെ വീട്ടിലിരിക്കുമ്പോൾ രോഗഭീതിയെക്കാൾ അലട്ടിയത് കാശില്ലാതെ എങ്ങനെ ജീവിക്കും എന്ന ചിന്തയായിരുന്നു. ബാങ്കിൽ നിന്നും വീട്ടുലോണിന്റെ അടവ്, ഇത്തിരി സ്വർണ്ണം വെച്ചത് തിരിച്ചെടുക്കാനുള്ള നോട്ടീസ്, ക്യാമറ വാങ്ങിക്കാൻ എടുത്ത ലോണിന്റെ തിരിച്ചടവ് മുടങ്ങിയതിന്റെ പേരിലുള്ള വിളികൾ. കെ.എസ്.എഫ് .ഇ, പതിവുകാരായി എത്തുന്ന പ്രതിമാസ ബില്ലുകൾ. ഡോക്ടർ മരുന്ന്... രോഗാണു ഭീതിയെക്കാൾ അസ്ഥിരമാക്കിയത് എങ്ങനെ മുന്നോട്ടു പോകും എന്ന ചിന്തയാണ്.

അപ്പോഴാണ് ഭാര്യ അടുത്തുവന്നത്. എന്റെ ഇരിപ്പുകണ്ടവൾ ഒന്നു ചിരിച്ചു. 'നിങ്ങളാ പിള്ളേർക്ക് പറഞ്ഞു കൊടുക്കുന്ന കഥയില്ലേ. ഖലീഫാ ഉമ്മറിന്റെ കഥ. ആരോരുമില്ലാത്തോർക്ക് ദൈവം തുണ... അതൊന്ന് മുഴുവനും പറഞ്ഞേ. എനിക്ക് വാട്ട്സാപ്പിൽ ഒരു പോസ്റ്റിടാനാ..'

ഞാൻ അവളെത്തന്നെ തുറിച്ചു നോക്കി. അവളുടെ കണ്ണിൽ ഒരടുപ്പെരിയുന്നതു കണ്ടു. മൺകലത്തിലെ വെള്ളത്തിൽ വെറുതെ തവി യി

ട്ടിളക്കുന്ന ഒരുമ്മയെ കണ്ടു. വിശന്ന് കരഞ്ഞ് തളർന്നുറങ്ങിയ രണ്ട് കുഞ്ഞുങ്ങളെ കണ്ടു. ആ ദുരിതത്തിലേക്ക് കണ്ണുപായിച്ച് ഒളിഞ്ഞിരുന്ന ഒരാൾ നനഞ്ഞ കണ്ണുകളോടെ ഇരുട്ടിലേക്ക് ഇറങ്ങിപ്പോവുന്നതു കണ്ടു. അത് ഖലീഫാ ഉമ്മറായിരുന്നു. പ്രജകളുടെ ദുരിതവും വേദനയും തിരിച്ചറിഞ്ഞ ഭരണാധികാരി ദൂതൻ മുഖാന്തിരം കുറച്ച് ഗോതമ്പും ഈത്തപ്പഴവും ഒലീവെണ്ണയും അവർക്കായി കൊടുത്തയക്കുന്നു. താത്കാലികമായെങ്കിലും അവരുടെ പട്ടിണി മാറുന്നു. ആരോരുമില്ലാത്തവർക്ക് പടച്ചവൻതുണ.

കഴിഞ്ഞ പ്രളയകാലത്തും ദൈവങ്ങൾ അവതരിച്ചിരുന്നു. പ്രളയജലത്തിൽ നിന്നും രക്ഷാനൗകയിൽ കയറാനാവാതെ ബുദ്ധിമുട്ടിയ സ്ത്രീകൾക്ക് ചവിട്ടുപടിയായി മുതുകു കുനിച്ചു കൊടുത്ത ദൈവത്തെ കണ്ടു. കുത്തൊഴുക്കിലേക്ക് ഒലിച്ചു ചെന്ന് പശുക്കിടാവിനെ തോളിലേറ്റിയ ദൈവത്തെ കണ്ടു. അന്നവും വസ്ത്രവും കൂടാരവുമായി പലവിധ ദൈവങ്ങളെ കണ്ടു. കമ്പിളി വില്പനക്കാരനായി വന്ന് തണുത്ത് വിറങ്ങലിച്ചവർക്ക് സൗജന്യമായി കമ്പിളി നല്കുന്ന അന്യദേശ തൊഴിലാളിയായ ദൈവം. ചില ദൈവങ്ങളെ ആളുകൾ നൗഷാദെന്നു വിളിച്ചു. ഏതു പേരും ദൈവത്തിനു ചേരുമെന്ന് ആർക്കാണറിയാത്തത്.ഈ മഹാമാരിക്കാലത്ത് ലോകത്തെ വീണ്ടെടുക്കാൻ ദൈവം മാലാഖമാരെ ഒപ്പം കൂട്ടിയിരുന്നു.അവർ ഡോക്ടർമാരും നേഴ്സുമാരും സന്നദ്ധ പ്രവർത്തകരുമായി ദൈവത്തോടൊപ്പം ചേർന്നു. ഖലീഫാ ഉമ്മറിന്റെ പിൻമുറക്കാർ സന്ദർഭത്തിനൊത്ത് നല്ല ഭരണാധികാരികളായി ഉയർന്നു. അവർ വിശക്കുന്നവന്റെയും രോഗികളുടെയും വിലാപം കേട്ടു. ഗോതമ്പും ഈത്തപ്പഴവും ഒലീവെണ്ണയുമായി ദൂതൻമാരെ അവർക്കരികിലേക്കു വിട്ടു. ലോകത്തെ വീണ്ടെടുക്കാനുള്ള യുദ്ധത്തിൽ അവരെല്ലാം മുന്നണിപ്പോരാളികളായി.

ലോക ചരിത്രം നന്മതിന്മകളുടെ ഏറ്റുമുട്ടലിന്റെ ചരിത്രം കൂടിയാണ്. എവിടെ മാലാഖയുണ്ടോ അവിടെ ചെകുത്താനുമെത്തും. മഹാമാരിക്കെതിരായുള്ള പോരാട്ടത്തിനിടയിൽ ജാതി പറഞ്ഞ് മതം പറഞ്ഞ് രാഷ്ട്രീയം പറഞ്ഞ് നിരന്തര നുണകൾ പ്രചരിപ്പിച്ച് ലോകത്തെ തിരിച്ചുപിടിക്കാനുള്ള ശ്രമങ്ങൾക്ക് തുരങ്കം വെച്ച് ചെകുത്താനും ഒപ്പം കൂടി.

നല്ല രസമുള്ള കാഴ്ച. എങ്കിലും നമ്മുക്കറിയാമല്ലോ അവസാനം നന്മ മാത്രമേ ജയിക്കുകയുള്ളൂ എന്ന്.

ശബ്ദിച്ചുകൊണ്ടിരിക്കുന്ന ഫോണെടുത്ത് ഭാര്യ എനിക്കു നേരെ നീട്ടി. പ്രിയ സുഹൃത്ത് നഗരത്തിലെ പ്രശസ്ത ഹോമിയോ ഡോക്ടർ അ

ക്ബറാണ്. ഡോക്ടർ പറയുന്നു. ചങ്ങാതി എന്തു ബുദ്ധിമുട്ടുണ്ടെങ്കിലും പറയാൻ മടിക്കരുത്. ഒന്നു വിളിച്ചാൽ മതി. വെറുതെയൊന്ന് സൂചിപ്പിച്ചാൽ മതി....

ഫോൺ താഴെ വെക്കുമ്പോഴേക്കും അടുത്ത ഫോൺ.ബഷീർക്കയാണ്.ബഷീർക്ക ചോദിക്കുന്നു.ബാബുരാജേ ഒന്നും വിചാരിക്കരുത്. റംസാൻ കിറ്റുകൊടുക്കുന്നുണ്ട്. ഒന്ന് ഞാനവിടെ എത്തിച്ചു തരട്ടെ...

ഇത് കോവിഡ് കാലത്തെ വിശുദ്ധ റംളാനാണ്. മനുഷ്യൻ അവനവനെത്തന്നെ വിമലീകരിക്കുന്ന പുണ്യ മാസം.

ദൈവങ്ങൾ പല രൂപത്തിൽ പല ഭാവത്തിൽ മനുഷ്യനു മുന്നിൽ ഇനിയും പ്രത്യക്ഷപ്പെടുമെന്ന് എനിക്കറിയാമല്ലോ...

തീഷ്ണാനുഭവങ്ങളുടെ പാതയിലൂടെ നടന്ന് നടന്ന്

ഉമ പ്രേമൻ

മൂന്ന് വയസ്സുള്ള അനിയനെ നോക്കുന്ന, വീട്ടു ചുമതലകൾ ഏറ്റെടുക്കേണ്ടി വന്ന നിഷ്ക്കളങ്ക മുഖമുള്ള ഒരു സാധാരണ പെൺകുട്ടിയായി മാത്രമേ എനിക്കെന്റെ ബാല്യത്തെ ഓർത്തെടുക്കാൻ കഴിയുന്നുള്ളൂ. ജീവിതം ആദ്യമായി ഏൽപ്പിച്ച് തന്ന ഉത്തരവാദിത്വവും അതായിരുന്നു. പിന്നീടങ്ങോട്ടെല്ലാം സഹനത്തിന്റെയും പോരാട്ടത്തിന്റെയും നാളുകളായിരുന്നു. ജീവിതത്തിന്റെ മുന്നോട്ടുള്ള യാത്രകളിൽ പല വ്യഥകളിലൂടെയും കടന്ന് പോകേണ്ടി വന്നിട്ടുണ്ട്. എട്ടാം വയസ്സിൽ അപ്രതീക്ഷിതമായി ഏറ്റെടുക്കേണ്ടി വന്ന ഉത്തരവാദിത്വത്തിന് പുറമെ, അച്ഛന്റെ രണ്ടാം വിവാഹത്തിന് ശേഷം അവരിൽ നിന്ന് നേരിടേണ്ടി വന്ന പീഢനങ്ങൾ, അതിന്മേലുള്ള അതിജീവനം, ജീവിതത്തിലെ ഒരു ബാധ്യതയുടെ സമയത്ത് സ്വന്തം ഇഷ്ടപ്രകാരമല്ലാഞ്ഞിട്ട് കൂടി പ്രേമനുമായി നടന്ന വിവാഹം, അതിന് ശേഷം ഭർത്താവിന്റെ രോഗവുമായി ബന്ധപ്പെട്ട് ആറ് വർഷക്കാലത്തോളം വിവിധ ആശുപത്രികളിൽ ചികിത്സയ്ക്ക് വേണ്ടിയുള്ള കയറി ഇറങ്ങലുകൾ. അങ്ങനെയെല്ലാമുള്ള ജീവിത സമ്മർദ്ദങ്ങളിലൂടെ കടന്ന് പോയപ്പോഴും ജീവിതത്തോട് പോരാടി തന്നെയാണ് മുന്നേറിയത്. ചെറുപ്പത്തിലേ അച്ഛനിൽ നിന്ന് സാമൂഹിക പ്രവർത്തനമേഖലയിൽ കിട്ടിയിട്ടുള്ള പ്രചോദനം വീണ്ടും എന്നിലെ സാമൂഹിക പ്രവർത്തക വെളിച്ചം കാണുന്നതിന് സാഹചര്യം സൃഷ്ടിച്ചത് വിവാഹനന്തരം പ്രേമന്റെ ചികിത്സയുമായി ബന്ധപ്പെട്ട് വിവിധ ആശുപത്രികളിലേക്കുള്ള യാത്രകളിൽ വച്ചായിരുന്നു. ഓരോ ആശുപത്രിപ്പടിക്കലും ദൈർഘ്യമേറിയ കാത്തിരിപ്പുകൾക്ക് ശേഷം ഡോക്ടർമാർ പറയുന്ന ചികിത്സ സംബന്ധമായ ഓരോ മറുപടികളും വളരെയധികം വിലപ്പെട്ടതായിരുന്നു. പ്രേമന്റെ ചികിത്സയുമായി ബന്ധപ്പെട്ട് ശ്രീചിത്രയിൽ എത്തപ്പെട്ടതാണ് ജീവിതത്തിലെ മറ്റൊരു പ്രധാന ഏട്. ഒരു തരത്തിൽ ശ്രീചിത്ര ഉമ പ്രേമൻ എന്ന സാമൂഹിക പ്രവർത്തകയെ വാർത്തെടുത്ത ഒ

രു സ്ഥാപനമായിട്ടാണ് എനിക്ക് തോന്നുന്നത്. പ്രേമനെ ശ്രീചിത്രയിൽ അഡ്മിറ്റ് ചെയ്ത സമയത്തൊക്കെ, രോഗിയോടൊപ്പം അകത്ത് കയറാൻ പറ്റാത്തതിനാൽ പുറത്ത് നിശബ്ദയായി ഒരുപാട് സമയം ഇരിക്കേണ്ടി വരുമായിരുന്നു. ആ സമയത്താണ് തിരുവനന്തപുരം മെഡിക്കൽ കോളേജിലേക്കും അവിട്ടം തിരുനാളിലേക്കും ആർസിസിയിലേക്കും മറ്റുമായി വരുന്ന രോഗികൾ ബ്ലഡിന് വേണ്ടിയും സാമ്പത്തിക ബുദ്ധിമുട്ടുകൾ കൊണ്ടും മെഡിക്കൽ കോളേജിലെ വാർഡുകൾ കണ്ടുപിടിക്കാൻ പാടുപെടുന്നവരുമൊക്കെ മകളെ ഇതൊന്ന് പറഞ്ഞ് തരാമോ എന്ന നിസ്സഹായ ചോദ്യത്തോടെ എന്റെ കണ്ണിൽ ഉടക്കി തുടങ്ങിയത്. അവരെയെല്ലാം കൂടെ സഹായിക്കാനുള്ള ശ്രമങ്ങളിലൂടെയാണ് പിന്നീട് ഞാൻ കടന്ന് പോയത്. ബ്ലഡ് വേണമെന്ന ആവശ്യമായി വന്നവരെ കൈ ചേർത്ത് പിടിച്ച് കൊണ്ട് തന്നെ എ കെ ജി സെന്ററിലേക്കും എഞ്ചിനീയറിങ് കോളേജിലേക്കുമെല്ലാം പോയി അവിടെ ഉള്ളവരെ കണ്ട് ബ്ലഡ് ഗ്രൂപ്പിന് മാച്ചായ ബ്ലഡ് കണ്ട് പിടിച്ച് കൊടുക്കുക, മെഡിക്കൽ കോളേജിലേക്ക് അവരെ വിളിച്ച് കൊണ്ടുപോയി അവരുദ്ദേശിച്ച വാർഡിൽ എത്തിച്ചു കൊടുക്കുക, ആർസിസിയിൽ വന്ന് കീമോയും റേഡിയേഷനും ചെയ്ത് മരുന്ന് വാങ്ങിക്കാൻ പൈസയില്ലാതെ ബുദ്ധിമുട്ടുന്നവരുടെ ബില്ലിന്റെ പ്രിസ്ക്രിപ്ഷനും കൊണ്ട് നടുക്കുന്നവരെ ഓരോ മെഡിക്കൽ സ്റ്റോറിലും കൊണ്ടു പോയി അവർക്ക് വേണ്ട മരുന്നുകൾ വാങ്ങിക്കുക, അപ്പോഴേക്കും പബ്ലിക് പറയും ആ മരുന്നവർ വിൽക്കുമെന്ന്, അങ്ങനെയാകുമ്പോൾ അത് വാങ്ങിച്ച് ആർസിസിയിൽ അവരെ ചികിത്സിക്കുന്ന സിസ്റ്റർമാരുടെ അടുത്തെത്തിക്കുക, ഒരു ചായ കുടിയ്ക്കാനോ, ഒരു നേരത്തെ ഭക്ഷണം കഴിക്കാനോ വഴിയില്ലാത്തവർക്ക് ഒരു നേരത്ത് ചായയും ഭക്ഷണവും വാങ്ങി നൽകുക എന്നിങ്ങനെയൊക്കെയുള്ള എന്നാൽ കഴിയുന്ന സഹായങ്ങൾ ഞാനാ സമയത്ത് ചെയ്ത് നൽകി. ഇട്ട വസ്ത്രം കഴുകി അവിട്ടം തിരുനാൾ ആശുപത്രിയ്ക്ക് മുന്നിലെ ഗാർഡന് മുന്നിൽ ഉണക്കി വേറൊരു വസ്ത്രത്തിന് വേണ്ടി കഷ്ടപ്പെടുന്ന, പ്രസവത്തിനായി വന്ന് സാമ്പത്തികമൊന്നുമില്ലാതെ കൈക്കുഞ്ഞിനൊരു ഉടുപ്പ് വാങ്ങാൻ പോലും കഴിയാതെ, കുഞ്ഞിനെ മാറ്റി കിടത്താൻ ഒരു ടർക്കി പോലും ഇല്ലാത്ത, തീർത്തും നിസ്സഹായരും നിരാലംബരുമായ അതിസാധാരണക്കാരായ മനുഷ്യരാണ് അതിജീവനത്തിനുള്ള ജീവൻ നൽകിയത്.

ശ്രീചിത്രയിൽ 1997 മെയ് ഇരുപത്തിയേഴാം തിയതി രാത്രി പത്ത് മണിക്ക് മരണം സംഭവിച്ച പ്രേമന്റെ ശരീരവുമായി പതിനൊന്ന് മണിക്ക്

മെഡിക്കൽ കോളേജിന്റെ മുന്നിൽ ഉള്ള ഒരു ആംബുലൻസും വിളിച്ച് യാത്ര ചെയ്യുമ്പോൾ, തിരിച്ചങ്ങോട്ട് തന്നെ വീണ്ടുമെത്തും വലിയൊരു സാമൂഹിക പ്രവർത്തകയാകും എന്നൊന്നുമുള്ള യാതൊരുവിധ തോന്നലുകളോ കണക്കു കൂട്ടലുകളോ അന്നെന്റെ മനസ്സിലില്ലായിരുന്നു. ദൃഢനിശ്ചയത്തോടെയും ദൃഢമായ മനസ്സോടെയും കൂടെ തന്നെയാണ് പ്രേമന്റെ ശവ ശരീരവുമായി അവിടെ നിന്നും പോന്നത്. പക്ഷെ അവിടെ നിന്നും തിരിച്ചെത്തിയതിന് ശേഷം ഞാനെന്നും ഫോൺ ചെയ്യുന്ന ബൂത്തിലെ ആളോട് ഇവിടെ ഉണ്ടായിരുന്ന സ്ത്രീയുടെ നമ്പർ കിട്ടുമോ എന്ന് ചോദിച്ചപ്പോൾ ആ വ്യക്തി ഈ മരണ വീട്ടിലേക്ക് നാല് ദിവസം കഴിഞ്ഞ് വിളിക്കുകയാണ്, ഇങ്ങനെ ഒരു രോഗിയുണ്ട്, ബ്ലെഡ് കിട്ടുമോ എന്നറിയാനായിരുന്നു അവർ വിളിച്ചത്. അപ്പോഴേക്കും എനിക്ക് തിരുവനന്തപുരത്ത് എവിടെയെല്ലാ ബ്ലെഡ് ലഭ്യമാകുമെന്നും എവിടെയൊക്കെ സൗജന്യമായി അക്കോമഡേഷൻ ഉണ്ടാകുമെന്നും (മാർത്തോയിലും ഡീപോളിലുമൊക്കെ) എന്താണ് അവയ്ക്കുള്ള മാനദണ്ഡങ്ങൾ എന്നുമൊക്കെ ഏറെക്കുറെ പഠിച്ച് കഴിഞ്ഞിരുന്നു. അവിടങ്ങളിലെല്ലാം മനുഷ്യരോട് വളരെ സഹിഷ്ണുതയുളവാക്കുന്ന ബന്ധങ്ങൾ ഉണ്ടാക്കി വന്നിരുന്നു. ആ ബന്ധങ്ങൾ വച്ച് ഈയിടത്ത് ചെന്നാൽ നിങ്ങളുടെ ആവശ്യം നടപ്പാകും എന്ന് പറഞ്ഞ് കൊടുക്കാവുന്ന രീതിയ്ക്ക് എന്റെ പ്രവർത്തനങ്ങൾ വ്യാപിച്ചിരുന്നു. പിന്നീട് പ്രേമൻ മരിച്ച് 16 ദിവസം കഴിഞ്ഞപ്പോൾ ഞാൻ വീണ്ടും യാത്ര തുടരുകയാണ്.ആ യാത്ര തീർത്തും ഒറ്റയ്ക്കായിരുന്നു. അതിജീവനം ഒരവശ്യ ഘടകമായി വരുമ്പോൾ മനുഷ്യർ ഒറ്റയ്ക്കാണെങ്കിൽ കൂടി ആ യാത്ര തുടരും എന്നാണെനിക്ക് തോന്നുന്നത്. ജീവിതത്തിലെ തോൽവികളോ നഷ്ടങ്ങളെ കുറിച്ചുള്ള ചിന്താ ഭാരമോ അതിനെ കുറിച്ച് ചിന്തിച്ച് വിഷമിച്ചിരിക്കാനുള്ള സമയോ എനിക്ക് മുന്നിലുണ്ടായിരുന്നില്ല. നാലു വയസ്സുള്ള മകനെ ഹോസ്റ്റലിലാക്കി അന്ന് തുടങ്ങിയ യാത്രയാണ്, ഇന്ത്യ മുഴുവൻ ഒറ്റയ്ക്ക് യാത്ര ചെയ്തു. പീഢനങ്ങളെ അതിജീവിച്ചും സ്ത്രീയായത് കൊണ്ട് മുടി വെട്ടിയും സുരക്ഷാസന്നാഹങ്ങളോടെയും മാത്രം മുന്നോട്ട് പോകേണ്ടുന്ന ഒരു സാഹചര്യം ഇന്നും ഇന്ത്യയിൽ നില നിൽക്കുമ്പോൾ ,1997 ൽ ഒറ്റയ്ക്കുള്ള യാത്രയിൽ ചെറിയ ബുദ്ധിമുട്ടുകൾ അനുഭവപ്പെടുമ്പോഴും അതെങ്ങനെ അതിജീവിക്കാം എന്ന പാഠങ്ങൾ ഞാൻ പഠിച്ചു. നോ പറയേണ്ടിടത്ത് നോ തന്നെ പറയുക, സ്ട്രോങ്ങായ ഡിസിഷൻസ് എടുക്കുക, നമ്മൾക്ക് ആരിൽ നിന്നാണോ ബുദ്ധിമുട്ടുണ്ടാവുക, ആരിൽ നിന്നാണ് അപകടമുണ്ടാവുക എന്നുള്ളത് ചിന്തിച്ച് തന്നെ ഓരോ യാത്ര

യിലും മുന്നോട്ട് പോവുക, അതെല്ലാമായിരുന്നു ഇന്ന് വരെയും ഞാൻ ചെയ്ത യാത്രകളിൽ ഞാൻ കരുതിവെച്ച മുൻകരുതലുകൾ. നമുക്ക് സമാധാനം കിട്ടുമെന്ന് തോന്നുന്നിടങ്ങളിൽ നമുക്ക് സുരക്ഷിതമാണെന്ന് തോന്നുന്നിടങ്ങളിൽ മാത്രം താമസിക്കുക, അത്തരമാളുകളോട് മാത്രം കമ്മ്യൂണിക്കേറ്റ് ചെയ്യുക, അല്ലാതെ നമ്മുടെ കാര്യത്തിൽ വളരെ ഓവർ റിസ്ക്ക് എടുക്കാതിരിക്കുക എന്നിവയെല്ലാം ഞാൻ ജീവിത യാത്രകൾക്കിടയിലുടനീളം വളരെ വ്യക്തമായി മനസ്സിലാക്കിയ കാര്യങ്ങളാണ്. കൂടാതെ ഈ യാത്രകൾക്കിടയിൽ സമൂഹം നമ്മളെ കുറിച്ച് എന്ത് പറയുന്നു എന്നത് എന്റെ ചിന്താ മേഖല പോലും അല്ലായിരുന്നു, പലപ്പോഴും ഈ ജീവിത യാത്രയുടെ മധ്യേയെല്ലാം എനിക്ക് ലഭിച്ച സന്ദേശങ്ങളെല്ലാം നെഗറ്റിവിറ്റി ഉള്ളവയായിരുന്നു. എന്തിനാണ് ഇരുപത്തിയാറ് വയസ്സുള്ളൊരു സ്ത്രീ ഇന്ത്യ മുഴുവൻ യാത്ര ചെയ്യുന്നത്? ഒറ്റയ്ക്കാവില്ല, അല്ലെങ്കിൽ എന്തെങ്കിലുമുണ്ടാകും എന്നുള്ള സാധാരണ മനുഷ്യരുടെ വില കുറഞ്ഞ കാഴ്ച്ചപ്പാടുകൾ എനിക്ക് നേരെയും ഉണ്ടായിട്ടുണ്ട്. ഈ ഗോസിപ്പുകൾ ബഹുഭൂരിപക്ഷവും സ്ത്രീകളുടെ ഭാഗത്ത് നിന്നാണ് ഉണ്ടാകുന്നതെന്നുള്ളതാണ് മറ്റൊരു വസ്തുത. പക്ഷെ അവർക്ക് എന്താണ് ഉമ പ്രേമനെന്നോ എന്താണ് ശാന്തി മെഡിക്കൽ ഇൻഫോർമേഷൻ സെന്റർ എന്ന സ്ഥാപനമെന്നോ അറിയാത്തത് കൊണ്ട് സ്വന്തം കാഴ്ച്ചപ്പാടിൽ അവർ ചിന്തിക്കുമ്പോൾ ഭർത്താവ് മരിച്ച് പതിനഞ്ച് ദിവസം കഴിഞ്ഞ് യാത്ര തുടരുന്ന ഒരു സ്ത്രീയ്ക്ക് എന്ത് നേടാനാണ് എന്ന് എന്നേക്കാൾ ഉപരി എന്നെയോർത്ത് വേദനിച്ച സമയം കളഞ്ഞ ഒരുപാടാളുകൾ ഉണ്ടായിരുന്നു. അവരുടെ സംശയങ്ങളൊന്നും ദൂരീകരിക്കുവാനുള്ള സമയം എന്റെ പക്കലപ്പോഴില്ലായിരുന്നു. കാരണം ഞാൻ എന്റെ പ്രവർത്തനങ്ങളുമായി ബന്ധപ്പെട്ട് മറ്റൊരിടത്താണല്ലോ. ഞാനിവരെ ഇപ്പോഴും കാണാറുണ്ട്. ഇന്നെന്റെ പ്രവർത്തന മികവിനെ സമൂഹം അംഗീകരിച്ചപ്പോൾ അവർക്ക് നന്മയെ പറയാനുള്ളൂ, പക്ഷെ പണ്ടവർ എന്റെ തെറ്റും ശരികളും നിരത്തി വച്ച് ഒരുപാട് വെട്ടിയും തിരുത്തിയും എന്നെ ഇകഴ്ത്തിയിരുന്നു എന്നതാണ് സത്യം.

ജീവിതം പഠിപ്പിച്ച പാഠങ്ങളാണ് എന്നെ ഇന്നും നിലനിർത്തി കൊണ്ടുപോകുന്നത്. ഇന്ത്യയിലുട നീളമുള്ള യാത്രകൾ, അതിന് ശേഷം വൃക്ക ദാനം, സിംഗിൾ പാരന്റ് എന്ന നിലയ്ക്ക് മകനെ വളർത്തി കൊണ്ടു പോകുന്നത്, എനിക്ക് തോന്നുന്നു അതിജീവന പ്രതിസന്ധിയിൽ ഏറ്റവും വലിയ ഒരു പ്രശ്നമാണ് സിംഗിൾ പാരന്റിങ്ങ് എന്നെനിക്ക് തോന്നിയിട്ടുണ്ട്. പിന്നെ നാല് വിവാഹം കഴിച്ച ഒരാളുടെ നാലാം ഭാര്യ

എന്ന ലേബലും ഈ സമൂഹത്തിൽ എനിക്ക് മുന്നോട്ട് ജീവിക്കാൻ ബുദ്ധിമുട്ടുണ്ടാക്കിയ കാര്യമായിരുന്നു. സ്വന്തം വീട്ടിൽ അർദ്ധരാത്രിയ്ക്കാരും വന്ന് ബെല്ലടിക്കാതെ സുരക്ഷിതമായി ഉറങ്ങണമെങ്കിൽ നമ്മളത്രയും ധൈര്യശാലിയായിരിക്കണം. ആ ധൈര്യം നമുക്ക് കിട്ടുന്നത് നമ്മുടെ ജീവിതം കൊണ്ട് തന്നെയാണ്. അന്ന്, അതും 1997 കാലഘട്ടത്തിലൊന്നും മീഡിയ വളരെ വ്യാപിക്കാത്ത സാഹചര്യത്തിൽ പറയത്തക്ക റോൾ മോഡലുകളൊന്നും മുന്നിൽ ഇല്ലായിരുന്ന സന്ദർഭത്തിൽ പോലും വളരെ ശക്തമായ തീരുമാനങ്ങൾ കൊണ്ട് മുന്നോട്ട് പോയത് കൊണ്ട്. ഒരു പക്ഷെ ഭാരതിയാരെ ഒക്കെ പഠിച്ചത് കൊണ്ടാവാം ഭാരതി കണ്ട പുതുമൈ പെണ്ണ് എന്ന രീതിയിൽ, ഭാരതി കണ്ട സ്വപ്നങ്ങളിൽ സ്ത്രീയ്ക്ക് കിട്ടുന്ന സ്വാതന്ത്ര്യവും സ്ത്രീയുടെ ലോകവും എന്നെ വളരെയധികം ഇൻസ്പെയർ ചെയ്തിരുന്നു. അദ്ദേഹത്തിന്റെ വാക്കുകളാണ് ഉമ പ്രേമന് കൂടുതൽ ചിന്തിയ്ക്കാൻ അല്ലെങ്കിൽ കൂടുതൽ പ്രവർത്തിക്കാൻ പ്രചോദനമായത്. വാനമേ യെല്ലെയ് (ടസ്യ ശ വേല ഹശാശ) എന്ന് പറയും അതെ ആകാശമാണ് പരിധി എന്ന തോന്നൽ തന്നെയാണ് മുന്നോട്ട് പോകാനുള്ള പ്രേരകമായത്.അങ്ങനെ യാത്രകൾ ചെയ്യുന്നു, അതിനിടയിൽ ബുദ്ധിമുട്ടുകൾ അനുഭവിച്ചിട്ടുണ്ട്. സ്ത്രീയെന്ന ചിന്തയിൽ ഒരു സ്ത്രീയോട് നിന്റെ ബയോളജിക്കൽ നീഡുകളെല്ലാം എങ്ങനെ നടക്കുന്നു എന്ന സമൂഹത്തിന്റെ ചോദ്യങ്ങൾക്ക് കൃത്യമായ ഉത്തരങ്ങൾ കൊടുക്കുകയും ആ ഉത്തരങ്ങളൊക്കെ തന്നെയാണ് ഉമ പ്രേമനെ വ്യത്യസ്തയാക്കുന്നതും.കയറ്റിറങ്ങളുള്ള ഒരു ജീവിതത്തിലൂടെ തന്നെയാണ് ഇപ്പോഴും കടന്ന് പോകുന്നത്. എല്ലാവരും രാമനോ എല്ലാവരും രാവണനോ ആയിട്ടുള്ള സമൂഹമല്ലിത്. ഒരു സമ്മിശ്ര സ്വഭാവമുള്ള സമൂഹമാണ് നമ്മുടേത്. അതിനാൽ തന്നെ എന്താണോ, ആരെയാണോ പിന്തുടരാൻ ശ്രമിക്കുന്നത് അല്ലെങ്കിൽ ആഗ്രഹിക്കുന്നത്. നമ്മൾ ഈ സമൂഹത്തിൽ നിന്നും എന്താണോ പ്രതീക്ഷിക്കുന്നത് ആ ഗുണം തീർച്ചയായും നമ്മളിലുണ്ടാകണം. എന്റെ സാന്മാർഗികതയെ കുറിച്ച് എന്നോടൊപ്പം ജോലി ചെയ്യുന്നവർക്ക് ധൈര്യമായി സംസാരിക്കാൻ പറ്റണമെങ്കിൽ ഒരു മോറൽ ഞാൻ തീർച്ചയായും തുടർന്ന് പോകണം. മറ്റുള്ളവർക്ക് വേണ്ടി ജീവിക്കുകയെന്നാൽ പലപ്പോഴും സ്വന്തം ആവശ്യങ്ങളെയും ഇഷ്ടങ്ങളെയും കൂടെ മാറ്റേണ്ടതായി വരും. നമ്മുടെ വസ്ത്രധാരണം മുതൽ സംസാരം വരെ ഈ സമൂഹത്തിലുള്ള ഒരുപാട് പേർ ശ്രദ്ധിക്കുന്നത് കൊണ്ട് കൂടി എന്താണോ പറയുന്നത് അത് പ്രാവർത്തികമാക്കുവാനുള്ള നൂറു ശതമാനം ആത്മ സമർപ്പണവും ഒ

രു സാമൂഹിക പ്രവർത്തകരുടെ ഭാഗത്തു നിന്നും ഉണ്ടാകണം. അത് തന്നെയാണ് അവരുടെ ഏറ്റവും വലിയ ഉത്തരവാദിത്വവും. ആ ഉത്തരവാദിത്വമാണ് ഓരോ ദിവസം ചെല്ലും തോറും കൂടുതൽ കൂടുതൽ കാര്യങ്ങൾ ചെയ്യുവാനും സമൂഹത്തിൽ ഇറങ്ങി പ്രവർത്തിക്കുവാനും നമ്മളെ പ്രാപ്തരാക്കുന്നത്. ആ രീതിയിൽ മുന്നോട്ട് പോകുന്നത് കൊണ്ട് തന്നെയാണ് നമ്മുടെ പ്രവർത്തനങ്ങളിൽ സംതൃപ്തരാകുന്ന ഗൾഫ് മലയാളികൾ നമ്മുടെ സഹായാഭ്യർത്ഥന പലപ്പോഴും ഇല്ലാതെ തന്നെ നമ്മളെ അകമഴിഞ്ഞ് സഹായിക്കുന്നത്. റോയൽ ഭിക്ഷാടനം എന്നൊക്കെ പറഞ്ഞ് വയ്ക്കാമെങ്കിലും എല്ലാ വിധ ഡിഗ്നിറ്റിയോടെയും കൂടെ സമൂഹത്തിലെ എല്ലാ വിധ മനുഷ്യരോടും ചേർന്ന് നിന്ന് പ്രത്യേകിച്ചും സമൂഹത്തിന്റെ താഴേയ്ക്കിടയിലുള്ള പാർശ്വവൽക്കരിക്കപ്പെട്ടതും അടിച്ചമർത്തപ്പെട്ടതുമായ മനുഷ്യരാണ് നമ്മളോട് ചേർന്ന് നിൽക്കുന്നത്. അങ്ങനെ ജീവിതത്തിൽ പ്രശ്നങ്ങൾ എല്ലാം അതിജീവിച്ച് ഈ കൊറോണ കാലഘട്ടത്തിൽ ഞാൻ അരുണാചൽ പ്രദേശിൽ എത്തിയിട്ട് ഭാഷയറിയാതെയും എന്റെ പ്രവർത്തനങ്ങൾ മുന്നോട്ട് കൊണ്ടു പോകുന്നു. മനുഷ്യരുടെ ആവശ്യങ്ങളറിയാൻ ഭാഷയെന്തിന് സഹാനുവർത്തിത്വവും സഹാനുഭൂതിയുമുള്ള ഒരു മനസ്സ് മാത്രം പോരെ. ഇവിടുത്തെ ആവശ്യങ്ങൾ കലക്ടർ പറഞ്ഞതിന്റെ അടിസ്ഥാനത്തിലാണ് നമുക്കത് ചെയ്യാൻ പറ്റുമെന്ന് തോന്നി അങ്ങനെയാണ് ഈ ഇരുപത്തിയഞ്ചാമത്തെ വർഷവും ശാന്തിയോടൊപ്പം ഞാനെന്റെ യാത്ര തുടരുന്നു. അതിജീവനത്തിന്റെ നാളുകൾ തന്നെയാണ് കടന്ന് പോകുന്ന ഓരോ ദിവസവും. ജീവിതം ഒരൊറ്റ പുസ്തകമാണല്ലോ, അതിന്റെ ഓരോ ഏടും തൃപ്തിയോടെ കടന്ന് പോകണമോ വെറുതെ മറിച്ച് തീർക്കണമോ എന്നത് ഓരോരുത്തരും സ്വയം തീരുമാനിക്കേണ്ടതാണ്. നമ്മുടെ ജീവിതത്തിൽ വരുന്ന എല്ലാ പ്രതിസന്ധികളെയും നമ്മൾ തന്നെയാണ് നേരിടേണ്ടത്. അതിൽ നിന്ന് ഒളിച്ചോടിയാലും അത് നമ്മുടെ പുറകെയുണ്ടാകും. ഞാനെന്റെ പ്രശ്നങ്ങളെ നേരിടാനാണ് ആഗ്രഹിച്ചത്. അത് നേരിട്ടുക്കൊണ്ടേ ഇരിക്കുന്നു. തീർച്ചയായും ഞാനതിൽ വിജയിക്കും, അങ്ങനെ ഒരു വിജയിയാണെന്ന് തന്നെയാണ് ഞാനിപ്പോഴും നൂറ് ശതമാനം വിശ്വസിക്കുന്നത്.

എന്റെ യാത്രയിൽ പ്രേമൻ എന്റെ ജീവിതത്തിൽ നിന്നും നഷ്ടപ്പെട്ട് പോയത് എന്നെ വളരെ വിഷാദത്തിലാക്കിയിട്ടുണ്ട്. എന്നാൽ ഞാൻ തളരാൻ തയ്യാറായിരുന്നില്ല എന്നതും എന്റെ മനോ നിശ്ചയവുമാണ് എന്നെ മുന്നോട്ട് നയിച്ചത്. അവിടെ നിന്നും എനിക്കും മറ്റുള്ളവർക്ക് വേ

ണ്ടിയും ഞാൻ ഇന്ത്യയിൽ ഉടനീളം സഞ്ചരിച്ചത് എന്നിലുണ്ടാക്കിയ ഉടച്ച് വാർക്കാൻ കഴിയാത്ത ധൈര്യം,അതിജീവനത്തിന്റെ വഴികളിൽ ഞാനനുഭവിക്കേണ്ടി വന്ന ത്യാഗവും ആത്മസമർപ്പണവും എല്ലാം വളരെ ചുരുങ്ങിയ വാക്കുകളിലാണ് ഞാൻ പറഞ്ഞവസാനിപ്പിക്കുന്നത്. എന്റെ അതിജീവന യാത്രയുടെ സമ്പൂർണ്ണ പകർത്തെഴുത്ത് എളുപ്പം സാധ്യമല്ലല്ലോ, അത് വ്യാപ്തിയോടെ നീണ്ട് കിടക്കുകയാണ്. ഇന്നത്തെ സമൂഹത്തിൽ വളരെ ചെറിയ പ്രതിസന്ധികളിൽ തളർന്ന് പോകുന്ന വിഷാദത്തിന്റെ പിടിയിലൊടുങ്ങി തീരുന്ന മനുഷ്യർക്ക് വേണ്ടി ഒരെളിയ സാമൂഹിക പ്രവർത്തകയുടെ ഏറ്റവും ചെറിയ സന്ദേശമായി ഇത് കാണണം. തീക്ഷ്ണാനുഭവങ്ങളുടെ ചൂളയിലൂടെ നടന്ന് നടന്ന് തന്നെയാണ് നമ്മുടെ പാദങ്ങൾ പതപ്പെടുന്നത്. ഒരു വഴിയിലും തളരാതിരിക്കുക. യാത്രകൾ തുടർന്ന് കൊണ്ടേയിരിക്കുക. എന്റെ അതി ജീവിത പുസ്തകത്തിലെ വളരെ ചെറിയൊരേട് നിങ്ങളോട് പങ്കുവച്ചതിന്റെ സംതൃപ്തിയോടെ ഇനിയും തളരാതെ ഈ യാത്ര തുടരുകയാണ്.

സ്നേഹത്തിന്റെ മൂന്നാംകണ്ണ്

ഡോ. മിനി ഉണ്ണികൃഷ്ണൻ

സ്മിതയുടെ മകൻ എന്നിലേയ്ക്കെത്തുമ്പോൾ അവനു വയസ്സ് എട്ട്. വലിയ വിടർന്ന കണ്ണുകളും വെളുത്തുതുടുത്ത മുഖവുമുള്ള, സൗമ്യനായ ഒരാൺകുട്ടി.

"ഇനി എപ്പോഴെങ്കിലും രോഗലക്ഷണങ്ങൾ കാട്ടിയാൽ ഉടൻതന്നെ കൊണ്ടുവന്നേക്കണം" എന്ന നിർദ്ദേശത്തോടെയാണ് കോട്ടയം മെഡിക്കൽ കോളേജിന്റെ ശിശുരോഗാശുപത്രിയിലെ വൃക്കരോഗക്കാർക്കുള്ള വാർഡിൽനിന്ന് ഋഷികേശിനെ ഡിസ്ചാർജ് ചെയ്തത്.

"Albumin faintt race" എന്ന ലാബ് റിപ്പോർട്ടുമായി മുഖത്തും ശരീരമാസകലവും രോമം നിറഞ്ഞായിരുന്നു ആ കുഞ്ഞ് അന്നു നെഫ്രോട്ടിക് സിൻഡ്രോം എന്ന രോഗത്തിന്റെ ചികിൽസയ്ക്കു ശേഷം വീട്ടിലെത്തിയത്.

തുടർന്നുകൊണ്ടേയിരുന്ന മരുന്നുകളിലൂടെ പതിയെപ്പതിയെ രൂപം പഴയതുപോലെയും ആരോഗ്യം മെച്ചപ്പെട്ടും അവൻ പഴയ ജീവിതത്തിലേയ്ക്കു തിരിച്ചെത്തിയെങ്കിലും വീർത്ത കൺപോളകളുടെയും ചീർത്ത ശരീരത്തിന്റെയും ഓർമ്മ അവന്റെ അബോധങ്ങളെപ്പോലും ഭയപ്പെടുത്തി, കണ്ണാടിനോക്കുവാൻ! അവനെന്നും ഭയമായിരുന്നു.

സ്മിത എന്ന പെൺകുട്ടി മകന്റെ ജലദോഷം മാറ്റാനായിരുന്നു എന്റെ ബന്ധുവും സ്മിതയുടെ അയൽക്കാരിയുമായ രാജിയുടെ നിർദ്ദേശപ്രകാരം ഹോമിയോ ചികിൽസയ്ക്കായി എന്നെത്തേടി വന്നത്. ഒരാവശ്യം വന്നാൽ, പറ്റുമെങ്കിൽ, മിനി ഡോക്ടർ ചികിൽസ ഏൽക്കുമെങ്കിൽ, ഉപകാരമാവുമല്ലോ എന്നൊരു പ്രത്യാശയാണ് വൃക്കരോഗത്തിന്റെ ചികിൽസാവിവരങ്ങളടങ്ങിയ കോട്ടയം ശിശുരോഗാശുപത്രിയിലെ നോട്ടുബുക്കുംകൂടി എടുക്കുവാൻ അന്ന് സ്മിതയെ പ്രേരിപ്പിച്ചത്. രാജിയുമുണ്ടായിരുന്നു ഒപ്പം, സ്മിത എന്തെങ്കിലും വിട്ടുപോയാൽ കൂട്ടിച്ചേർക്കാൻ!. ഋഷികേശ് എന്ന നന്ദു അത്രയ്ക്കു പ്രിയപ്പെട്ടവനായിരുന്നു അവർക്കോരോരുത്തർക്കും.

"ഇനി വരാതിരിക്കാൻ എന്തെങ്കിലും ചെയ്യാൻ നോക്കാം" എന്നു പ

റഞ്ഞ് ബുക്ക് വാങ്ങിവെച്ച് ജലദോഷത്തിനു മരുന്നുംനൽകി വിടുമ്പോൾ ഞാനറിഞ്ഞില്ല അതൊരാത്മബന്ധത്തിന്റെ തുടക്കമായിരുന്നുവെന്ന്.

നേരംകിട്ടിയപ്പോൾ ഞാനാ ബുക്കിലൂടെ ഒന്നുരണ്ടാവർത്തി കടന്നു പോയെങ്കിലും മാസങ്ങൾക്കുശേഷം എനിയ്ക്കവ വീണ്ടും എടുക്കേണ്ടി വരുമെന്ന് പ്രതീക്ഷിച്ചുമില്ല.

ആശുപത്രിവാസക്കാലത്തെ ആകുലതകൾ മറക്കാൻ ശ്രമിക്കവേയാണ് കൺപോളകളിലെ വീർപ്പും പൊതുവേയൊരു മിനുപ്പും മൂത്രത്തിനൊരു പതപ്പും ആ കുടുംബം ശ്രദ്ധിച്ചത്. ആശുപത്രിയിൽനിന്നു വന്ന് സൂക്ഷ്മം ഒരു വർഷം കഴിഞ്ഞപ്പോഴേയ്ക്കും അന്നിറങ്ങിയപടവുകൾ വീണ്ടും ചവിട്ടേണ്ടിവരല്ലേ എന്ന കരളുരുക്കങ്ങളിലേയ്ക്ക് നെഫ്രോട്ടിക് സിൻഡ്രോം വീണ്ടുമെത്തി.

അണുബാധയൊഴിവാക്കാൻ ജനനേന്ദ്രിയത്തിൽനിന്നു നേരിട്ട് സിറിഞ്ചുവഴി മൂത്രം കുത്തിയെടുത്തിരുന്നപ്പോഴത്തെ നിലവിളികളും വാർഡിലെ എത്രയോ കുഞ്ഞുങ്ങളുടെ സമാനനൊമ്പരങ്ങളും രക്തപരിശോധനകളുടെ അന്തമില്ലാത്ത സൂചിമുനകളും അവരുടെ ചേതനയിൽ ഭയം നിറച്ചു. ഭീതിനിറഞ്ഞ നോട്ടവുമായി മകനും ആശങ്കയും നൊമ്പരവുമായി ആ അമ്മയും അങ്ങനെ മാസങ്ങൾക്കുശേഷം എന്നെ വീണ്ടും തേടിയെത്തി. ഇനിയൊരിക്കലും കോട്ടയത്തേയ്ക്കു വിടില്ലെന്നു ഞാനവരെ സാന്ത്വനിപ്പിച്ചു. കുറേ വർഷങ്ങളുടെ ചികിൽസകൊണ്ടേ രക്തത്തിൽനിന്നു കോശങ്ങളിലേയ്ക്കും പിന്നെ മൂത്രത്തിലൂടെ പുറത്തേയ്ക്കും അമിതമായി ഒഴുകിയിറങ്ങുന്ന ആൽബുമിന്റെ ഒഴുക്കിനെ നിയന്ത്രിക്കാനാവൂ എന്നു പറഞ്ഞു മനസ്സിലാക്കി. ചികിൽസ പുരോഗമിക്കുമ്പോൾ കാണുന്ന ആശ്വാസങ്ങളെ രോഗത്തിന്റെ പൂർണ്ണസൗഖ്യമെന്നു ധരിക്കരുതെന്നും കൃത്യമായി പറഞ്ഞുകൊടുത്തു.

തുടക്കത്തിൽ കണ്ട നല്ല മാറ്റങ്ങൾ ഞങ്ങൾക്ക് ആശ്വാസവും ആത്മവിശ്വാസവും തന്നു. ഇഷ്ടമുള്ളതൊന്നും കഴിക്കാനാവാതെയും ഉപ്പില്ലാതെ, പയറെന്ന വിശിഷ്ടഭോജ്യമല്ലാതെ കാര്യമായി ഒന്നും കഴിക്കാൻ കിട്ടാതെയും കടുത്ത ആഹാരനിയന്ത്രണത്തിൽ ആയിരുന്നിട്ടും പരാതിയില്ലാതെ, പൂർണ്ണസൗഖ്യത്തിനായി എന്തും ത്യജിക്കാൻ സന്നദ്ധനായിരുന്നു ആ പാവം കുട്ടി. ക്ലാസ്സിലേയ്ക്കും മിടുക്കൻ, അദ്ധ്യാപകർക്കു പ്രിയംകരനും. സന്തോഷങ്ങളുടെ ദിവസങ്ങൾക്കിടെ കൺപോളകളും കൈകാലുകളും നീരിനെ വീണ്ടും പ്രതിഫലിപ്പിക്കാൻ തുടങ്ങി. മൂത്രം മഞ്ഞയും തവിട്ടുമൊക്കെയായി, പതയടങ്ങാതെയായി. ശേഷം കവിളുകളും വയറും കൈകാലുകളും വീർത്തു, വീട്ടിൽ തോർത്തുമാത്രമായി

വേഷം. മുറുകിയ ഉടുപ്പിനുള്ളിൽ തുളുമ്പുന്ന വയറും സിപ്പിടാനാവാത്ത നിക്കറുമായി അമ്മയുടെ സ്കൂട്ടറിനു പിന്നിൽ ഒരുപാടു പണിപ്പെട്ടു കയറി അവൻ ദിവസവും പലതവണ വന്നു. ഓരോ ചെറിയ മാറ്റത്തിലും സ്മിത കുഞ്ഞുമായി പറന്നെത്തി. ശരീരഭാരം ഇരുപത്തിയെട്ടിൽ നിന്ന് മുപ്പതും മുപ്പത്തിനാലും കിലോയെത്തി. വൃഷണങ്ങൾ വീർത്തു വീർത്തു നീരുനിറഞ്ഞ് ഇളംമഞ്ഞനിറമായി, വീർക്കുമ്പോൾ നിറം നേർക്കുന്ന ബലൂൺ പോലെ. ഇളംമഞ്ഞയായ ജനനേന്ദ്രിയം വീർത്തുമടങ്ങി ആകൃതി നഷ്ടപ്പെട്ട്, തുമ്പ് ഒരു വലിയ ചാമ്പങ്ങയെപ്പോലെ, മൂത്രം ചിതറിമാത്രം വീണ് ഭീകരാവസ്ഥയിലെത്തുമ്പോഴും ഇനി കോട്ടയത്തേയ്ക്കു വിടില്ല എന്നൊരു വാശിനിറഞ്ഞ മനസ്സോടെ ഞാൻ ചികിത്സ തുടരുകയായിരുന്നു.

ശ്വാസം കിട്ടാത്ത വലിവിന്റെ നാളുകളിലും തനിയെ നടക്കാൻ വിഷമിക്കുന്ന കുഞ്ഞിന്റെ വയറൊഴിഞ്ഞുകൊണ്ടേയിരുന്ന ദിവസങ്ങളിലും Albumin എന്ന അവസ്ഥയിലും സ്മിത തകർന്നുപോകാതിരുന്നതെങ്ങിനെ എന്നത് സത്യം പറഞ്ഞാൽ എനിയ്ക്കത്ഭുതമാണ്. ഒരമ്മയും താങ്ങുന്നതായിരുന്നില്ല ഋഷികേശിന്റെ രൂപമാറ്റങ്ങൾ. മിക്ക ദിവസങ്ങളിലും കൺപോളകൾ വീർത്തു കണ്ണു ചിറുങ്ങി, സ്റ്റൂളിന്റെ കാൽ അമുങ്ങിയിട്ട് കുഴിഞ്ഞുപോയ കാൽവണ്ണകളും, കൂടെ ചുമ, ഛർദ്ദിൽ, വയറിളക്കം,... ഇങ്ങനെ അഞ്ചോ പത്തോ മിനിറ്റുകളിലും സ്മിതയും മകനും ഓടിയെത്തുന്ന അവസ്ഥ.

സഹതാപങ്ങളും ഉപദേശങ്ങളുമൊഴിവാക്കാൻ രഹസ്യമാക്കി വെയ്ക്കാൻ ശ്രമിച്ചു പരാജയപ്പെട്ട സ്മിതയെയും പറ്റാത്ത കാര്യത്തിന് ഇറങ്ങിപ്പുറപ്പെട്ട ഡോക്ടറെയും പോലീസിലേൽപ്പിക്കാൻവരെ ആളുകൾ ആലോചിച്ചു തുടങ്ങി. പൈസ ചെലവാകുന്നതിലെ വിഷമം കാരണമാണ് ആശുപത്രികളൊഴിവാക്കി ഹോമിയോചികിൽസയുടെ പിറകേ നടക്കുന്നതെന്ന കുറ്റപ്പെടുത്തലുകളും സ്മിതയെ എള്ളോളം ചലിപ്പിച്ചില്ല. കോട്ടയത്തിനു വിടേണ്ടി വരല്ലേ എന്നു പതറാൻ തുടങ്ങിയിരുന്നു, ചിലപ്പോഴെങ്കിലും ആ ചുമയുടെ അവസ്ഥയിൽ ഞാനും. എങ്ങാനും ന്യുമോണിയ ആയിപ്പോയാൽ അവസ്ഥ ഗുരുതരമാകുമല്ലോ, മരുന്നു കൊടുക്കാമെന്നു വെച്ചാലും സ്മിതയെ സമാധാനിപ്പിക്കുവതെങ്ങനെ, എന്നൊക്കെ ചിന്തിച്ചുചിന്തിച്ച് ഇനി കൊടുക്കേണ്ട മരുന്നുകൾ സ്വപ്നത്തിൽ തീരുമാനിക്കുന്ന അവസ്ഥയിൽ വരെ എത്തിക്കഴിഞ്ഞിരുന്നു ഞാനും. വയറ്റിനുള്ളിൽ കേൾക്കുന്ന വിചിത്ര ശബ്ദങ്ങൾ സ്മിത കരുതുന്നതുപോലെ ഗ്യാസിന്റെയല്ല, വയറിനുള്ളിൽ നിറഞ്ഞു വീർത്തുനിൽക്കുന്ന

നീരിന്റെയും അതിനുള്ളിൽ ഓളത്തിനൊത്തനങ്ങുന്ന കുടലുകളുടെയും മർമ്മരമായിരുന്നു എന്ന് വളരെനാൾ കഴിഞ്ഞാണു ഞാൻ സ്മിതയോടു പറഞ്ഞത്. പിന്നെയുള്ളത് അമിതമായ വിശപ്പായിരുന്നു, എത്ര പ്രാവശ്യം കഴിച്ചാലും വിശന്നുകൊണ്ടേയിരിക്കുന്ന അവസ്ഥ, അമ്മയും അമ്മൂമ്മയും ഭക്ഷണമുണ്ടാക്കി തളർന്നുകൊണ്ടേയിരിക്കുന്ന ദുരവസ്ഥ!

മനസ്സുകൊണ്ട് എന്നോട് ഏറെയടുത്ത അവനു ഞാൻ എന്നും ഓരോ ചിത്രങ്ങൾ വരയ്ക്കുവാൻ കൊടുത്തു. നാലുമാസങ്ങളുടെ ദുരിത പർവ്വത്തിനുശേഷം വന്നണഞ്ഞ സന്തോഷങ്ങളുടേതായ ദിവസങ്ങളിൽ മിനിയാന്റിയെ കാണിക്കാൻ ചിത്രങ്ങൾ! മെനഞ്ഞുകൊണ്ടേയിരുന്നു അവൻ.

ദിവസവും ഋഷികേശിനെ കൊണ്ടുവന്നു കാണിക്കണമെന്ന നിർദ്ദേശം സ്മിത അക്ഷരംപ്രതി പാലിച്ചു. മകനുമായി അമ്മയും ചിത്രങ്ങളുമായി മകനും എത്തുമ്പോൾ അമ്മൂമ്മ സ്നേഹപൂർവ്വം എനിയ്ക്കായി പലഹാരങ്ങളും സ്വന്തം കൃഷിവിഭവങ്ങളും കൊടുത്തുവിട്ടു. ചിത്രങ്ങൾക്കു താഴെ Excellent, very very very beautiful, wonderful എന്നൊക്കെയുള്ള എന്റെ റിമാർക്കുകളുമായി വഴിമറയുവോളം തിരിഞ്ഞുതിരിഞ്ഞ് അവനെനിയ്ക്ക് റ്റാറ്റാ തന്നുകൊണ്ടേയിരിക്കും.

2016 മാർച്ചു പതിനാലിനാണ് ഞാൻ ഋഷികേശിന് നെഫ്രോട്ടിക് സിൻഡ്രോമിനായി ചികിത്സ തുടങ്ങിയത്. സൈക്കിൾ ചവിട്ടിയും ക്രിക്കറ്റ് കളിച്ചും മറ്റും ശരീരസ്ഥിതി പരിശോധിച്ച ശേഷം അക്കൊല്ലം ഓണപ്പരീക്ഷയോടെ സ്കൂളിൽ പോയിത്തുടങ്ങുമ്പോൾ അവൻ ഏറെ ആശ്വസിച്ചത് എങ്ങോ പോയ്മറഞ്ഞ ആ വലിയ വിശപ്പിനെയോർത്തായിരുന്നു. 'എനിയ്ക്കൊരു ബിസ്ക്കറ്റ് തിന്നാൻപോലും വിശക്കുന്നില്ലല്ലോ, ഈ മിനിയാന്റി എന്തുവാ എനിയ്ക്കു തന്നത്?' എന്നാണവൻ അതിനെ അതിശയിച്ചിരുന്നത്. (ഒരു വ്രതം മുറിയ്ക്കൽ പോലെ ഞാനവനു വാങ്ങിക്കൊടുത്ത് അതിശയിപ്പിച്ച ചിക്കൻ ബിരിയാണിയും ആ കുഞ്ഞുമുഖത്ത് അന്നു തെളിഞ്ഞുനിറഞ്ഞ വികാരങ്ങളും ഇത്ര വർഷങ്ങൾക്കുശേഷവും നീർ നിറയ്ക്കുന്നുണ്ട് എന്റെ കൺകളിൽ). 34.9 ൽ നിന്ന് 26 കിലോഗ്രാമിലെത്തിയശേഷം സ്വാഭാവികജീവിതത്തിലൂടെ അവന്റെ തൂക്കം 27.2 കിലോയിൽ എത്തുമ്പോൾ, ഓരോ ദിവസവും തൂക്കം നോക്കുമ്പോൾ 'എനിയ്ക്കു പേടിയാ നോക്കാൻ' എന്നു പറഞ്ഞിരുന്ന കുട്ടി തുള്ളിച്ചാടാൻ തുടങ്ങി. Albumint race എന്നായിരുന്നു ആ ദിവസങ്ങളിലെ റിപ്പോർട്ട്! ക്രിയാറ്റിനിൻ എന്നേ നോർമൽ ആയിക്കഴിഞ്ഞു!

മിക്കപ്പോഴും ഞാൻ പറയുന്നതിനിടയ്ക്കു വേറെവിടെയോ കാടുക

യറിയിരുന്ന സ്മിത ഇടയ്ക്കു പറഞ്ഞു , 'ചേച്ചീ, അന്നു കോട്ടയത്തെ ആശുപത്രിയിലെ ഓരോ കുട്ടികളുടെയും അവസ്ഥകളാ ഞാനോർത്തിരുന്നത്' എന്ന്. വിവരവും വിദ്യാഭ്യാസവുമുള്ള ആ പെൺകുട്ടിയ്ക്ക് ഏതൊരു ഡോക്ടറെക്കാളും നന്നായി അറിയാം വൃക്കകകളെപ്പറ്റിയും അവയുടെ രോഗാവസ്ഥകളെപ്പറ്റിയും. ഇന്റർനെറ്റിലെ സൈറ്റുകളിൽ മുങ്ങിത്താഴുകയായിരുന്നു അവൾ അറിവുകൾക്കായി, തന്റെ കുഞ്ഞിനെ രക്ഷിക്കാനുള്ള വഴികൾ തേടി! അതിനുശേഷം 'Albumin nil' എന്ന റിപ്പോർട്ടുകൾ എത്രയോ എണ്ണമായിക്കഴിഞ്ഞു ഇപ്പോൾ സ്മിതയുടെ ശേഖരത്തിൽ.

സ്മിത, സ്മിതയുടെ അനുജൻ മനോജ് എന്ന പാട്ടുകാരൻ, പിന്നെ 'എന്റെ കുഞ്ഞിന്റെ പഴയമുഖം തിരിച്ചുകിട്ടി' എന്നു സന്തോഷിച്ചു കണ്ണുനിറയ്ക്കുന്ന, പേരക്കുട്ടിയ്ക്കു വൃക്കകളുടെ ആരോഗ്യം നിലനിർത്താൻ വേണ്ടതെന്ത് എന്ന വ്യക്തമായ ബോദ്ധ്യത്തിൽ വിഭവങ്ങളൊരുക്കിയിരുന്ന, കുഞ്ഞിന്റെ അമിതമായ വിശപ്പിൽ ചിലപ്പോഴെങ്കിലും പകച്ചു നിന്നുപോയൊരു പാവം മുത്തശ്ശി ഇതായിരുന്നു ആ കുടുംബം.

ഋഷികേശിനിന്നു പതിമൂന്നു വയസ്സ്. ഡോസു കുറച്ചുകുറച്ച് പരിപൂർണ്ണമായും നിർത്തിയിട്ട് ആറോ ഏഴോ മാസമേ ആയിട്ടുള്ളു, രോഗം നിശ്ശേഷം മാറിയിട്ട് മൂന്നു വർഷത്തിനുമേൽ ആയെങ്കിലും. അവനുൾപ്പടെ വീട്ടിലാർക്കെങ്കിലും മരുന്നിന് ആവശ്യം വരുമ്പോൾ മിനിയാന്റിയെക്കാണാൻ അവനുമെത്തും, ഇപ്പോഴും വഴിതീരുവോളം റ്റാറ്റാ തരും. അവരുടെ സ്കൂട്ടർ കാഴ്ചയിൽനിന്നു മറയുവോളം കൈവീശി ഞാനും തുടരുകയാണ് അഞ്ചു വർഷം മുമ്പു തുടങ്ങിയ ആ ഹൃദയബന്ധം. 'വാളമീൻ കല്പിക്കുന്നു' വായിച്ചുതീർത്ത് കഴിഞ്ഞദിവസം 'ഗ്രിമ്മിന്റെ കഥകൾ' കൊണ്ടുപോയിരിക്കുകയാണ്, എനിയ്ക്കു സുഖമില്ലെന്നറിഞ്ഞ് ഏങ്ങിയേങ്ങിക്കരഞ്ഞ, പന്ത്രണ്ടാം ക്ലാസ്സിനുശേഷം ഹോമിയോപ്പതി പഠിക്കാനും മിനിയാന്റിയുടെ അടുത്തുനിന്നു പരിശീലനം നേടാനും മിനിയാന്റി അവന്റെ ജീവൻ രക്ഷിച്ചതുപോലെ ഇനിയുമെത്രയോ പേരുടെ ജീവനെ കാക്കാനും വ്രതമെടുത്ത ആ ചെറിയകുട്ടി.

'ചേച്ചി എഴുതൂ, നന്ദുവിന്റെ ചികിൽസാനുഭവം. എത്രയോ പേർക്കും പ്രയോജനമാകട്ടെ' എന്ന് എന്നെ ഇതെഴുതാൻ നിർബന്ധിച്ചത് സ്മിതയാണ്. എനിയ്ക്കു മടിയായിരുന്നു, പലതും എഴുതുമെങ്കിലും ചികിത്സാനുഭവങ്ങളിലെ ചില പ്രത്യേകസാഹചര്യങ്ങൾ എഴുതിയിട്ടുണ്ടെന്നല്ലാതെ അവകാശവാദംപോലെ ഞാനൊരിക്കലും എന്റെ ചികിൽസയെയോ രോഗികളെയോ പരസ്യപ്പെടുത്തിയിട്ടില്ലായിരുന്നു ഇന്നോളവും. പക്ഷേ

തന്റെ നിർബന്ധത്തിൽ സ്മിത ഉറച്ചുതന്നെ നിന്നു, 'ചേച്ചി കണ്ടിട്ടില്ല ല്ലോ ശിശുരോഗവാർഡിലെ കാഴ്ചകൾ, നന്ദുവിനെപ്പോലെയുള്ള എത്രയോ കുഞ്ഞുങ്ങളുടെ വേദനകൾ, എത്രയോ അച്ഛനമ്മമാരുടെ നിസ്സഹായതകൾ? ഒരു കുഞ്ഞിനു പ്രയോജനമായാലും പുണ്യമാണ് ചേച്ചീ. അതുകൊണ്ട് ഇതെഴുതിയേ മതിയാകൂ.'

അങ്ങനെ 2016 ജൂലൈ 25 നു ഞാനെഴുതി, ഇതിന്റെ നിലിലൊന്നു വലുപ്പമുള്ള ഒരു ഫേസ്ബുക്ക് കുറിപ്പ്, അതും 'സ്മിതയുടെ മക'നെന്നു തന്നെ. എനിയ്ക്കങ്ങനെയേ പറ്റൂ. മറ്റൊരമ്മയും സഹിക്കില്ലാത്ത നോവുകളിൽ, ആരും തകർന്നുപോകുന്ന സന്നിഗ്ദ്ധാവസ്ഥകളിൽ പിടിച്ചുനിൽക്കാൻ അവൾക്കേ കഴിയൂ, അല്ലെങ്കിൽ എനിയ്ക്കവളെ മാത്രമേ അങ്ങനെ അറിയൂ. അതേ അവളായിരുന്നു ശരി.

'ഡോക്ടർ'! എന്ന വിളി എന്നോ മായ്ച്ചുകളഞ്ഞ് 'മിനിച്ചേച്ചി'യെന്ന് ഹൃദയത്തിലെഴുതിച്ചേർത്ത, നന്മനിറഞ്ഞ പെൺകുട്ടി! ഇന്നലെ കിട്ടിയ 'Albumin nil' എന്ന റിപ്പോർട്ട് വിദേശത്തുനിന്നുള്ളൊരു എട്ടുവയസ്സുകാരന്റേത്, അഞ്ചാം വയസ്സിൽ ചികിൽസ തുടങ്ങിയ മലയാളിക്കുട്ടി. അതിനു മുമ്പുകിട്ടിയ വേറേ എത്രയോ പേരുടെ 'Albumin nil' റിപ്പോർട്ടുകൾ!

ഞാനിതു സമർപ്പിക്കുകയാണ്, സ്മിത എന്നു ഞാൻ ചുരുക്കിവിളിക്കുന്ന സുസ്മിത എന്ന ആ പെൺകുട്ടിയ്ക്ക്. നന്ദുവിന്റെ ഓരോ മാറ്റങ്ങളും ആദ്യം കണ്ടുപിടിക്കുന്ന ആ അമ്മാവന്. പിന്നെ 'മിനിഡോക്ടർക്ക് എന്തു കൊടുത്താൽ മതിയാകും!' എന്നു പരതി, തന്റെ സ്വന്തം കൃഷിയിൽനിന്നു വാഴപ്പഴവും മറ്റും ഇപ്പോഴും പൊതിഞ്ഞു തന്നുവിടുന്ന, ഇടയ്ക്കിടെ മധുരംവെച്ച കൊഴുക്കട്ടയുണ്ടാക്കി തന്നുവിടുന്ന, എന്റെ പട്ടിക്കുട്ടിയെപ്പോലും ഓർത്തുവെയ്ക്കുന്ന, 'ബ്ലായ്ക്കി' എന്ന പേരുമാത്രം മറന്ന് സ്വന്തമായി അവൾക്ക് 'ജഗ്ഗു' എന്നൊരു പേരുമിട്ട്, 'കൊഴുക്കട്ട ജഗ്ഗൂനുംകൂടെ കൊടുക്കണേ' എന്നു മറക്കാതെ പറഞ്ഞുവിടുന്ന, ഞാനിനിയും കണ്ടിട്ടില്ലാത്ത ആ അമ്മയ്ക്ക്, പിന്നെ മനുഷ്യരാശിയ്ക്ക്...

വിഷയം ഇവിടെ തുടങ്ങുന്നു

തനൂജ ഭട്ടതിരി

ഒട്ടും കാവ്യാത്മകമല്ലാതെ, ഒട്ടും തന്നെ വളച്ചുകെട്ടില്ലാതെ,ഞാൻ എന്റെ ജീവിതത്തിലെ പ്രധാനപ്പെട്ട ഒരു ഏട് നിങ്ങൾക്ക് വായിക്കാനായി ഇവിടെ വയ്ക്കുന്നു. എത്രയേറെ പ്രശ്നമുണ്ടെങ്കിലും,സ്നേഹത്താൽ കൂടി ബന്ധിതമാണ് നമ്മുടെയൊക്കെ ജീവിതം.

കാലൊടിഞ്ഞ ഒരു പൂച്ചയോടോ, മഴ നനയുന്ന ഒരു കിളിയോടൊ, ആരും ഇല്ലാതെ ഒറ്റയ്ക്ക് നടന്നു പോകുന്ന ഒരു വൃദ്ധയോടോ ഒക്കെ നമുക്ക് ഒരു സ്നേഹം ചേർന്ന കരുതൽ തോന്നും. അത് അവർ നമ്മുടെ ആരും ആയതുകൊണ്ടല്ല. പ്രപഞ്ചത്തിലെ ജീവനുകൾ പരസ്പരം ബന്ധപ്പെട്ടിരിക്കുന്നതുകൊണ്ടാണത്!

അകാരണമായി തന്നെ, മറ്റുള്ളവരുടെ ഒറ്റപ്പെടലുകൾ, നമ്മുടെ ഒറ്റപ്പെടലുകൾ ആയിത്തന്നെ തോന്നി! വേദനകൾ നമ്മുടെ വേദനയായും! അപ്പോൾ പിന്നെ നമ്മുടെ സ്വന്തം വേദനകളോ? തകർച്ചകളോ? 2013 ജൂൺ 6. ഞാനും ശ്രീയും (എന്റെ ഭർത്താവ്)ബാംഗ്ലൂരിൽ നിന്നും ട്രെയിനിൽ തിരികെ എറണാകുളത്തേക്ക് വരികയാണ്

അന്ന് ശ്രീക്ക് നല്ല ചുമ ഉണ്ടായിരുന്നു. അതിനുള്ള മരുന്നും കഴിക്കുന്നുണ്ട്. കമ്പാർട്ട്മെന്റിൽ കൂടെയുണ്ടായിരുന്ന തമാശക്കാരായ പാതിരിമാരോടൊപ്പം വർത്തമാനം പറഞ്ഞിരുന്ന് രാത്രി ഏറിയാണ് ഞങ്ങൾ ഉറങ്ങാൻ കിടന്നത് അല്പം കഴിഞ്ഞ് എന്തോ ശബ്ദം കേട്ട് മുകളിലത്തെ ബർത്തിൽ നിന്നും ഞാൻ താഴേക്കു നോക്കി.

ചുരുണ്ട് കൂടി താഴെയിരിക്കുന്ന ശ്രീയെയാണ് ഞാൻ അപ്പോൾ കണ്ടത് ചാടിയിറങ്ങി ഞാൻ നോക്കിയപ്പോൾ നല്ല പൊള്ളുന്ന പനി! തണുത്തുവിറയ്ക്കുകയും ചെയ്യുന്നു. എന്റെ ബ്ലാങ്കറ്റ് കൂടി ഉപയോഗിച്ച് പുതപ്പിച്ചിട്ടും വിറയൽ മാറുന്നില്ല എ സി കമ്പാർട്ട്മെന്റ് ആയിരുന്നതിനാൽ അതിനു പുറത്തേക്ക് കൊണ്ടുപോയി വെളിയിൽ ഇരുത്തിനോക്കി. എന്നാൽ അവിടെ വെച്ചു തണുത്തുവിറച്ചു വീഴാൻ തുടങ്ങിയതിനാൽ താങ്ങി പിടിച്ചു ഉള്ളിലേക്ക് തന്നെ കൊണ്ടുവന്നു

ആകെ പന്തികേട് തോന്നിയ ഞാൻ TTR നെ കണ്ട് ഒരു ഡോക്ടറു

ടെ സഹായം കിട്ടുമോ എന്ന് അന്വേഷിച്ചു

'ഡോക്ടർ ആരുമില്ല' എന്ന് നിസ്സംഗനായി പറഞ്ഞ് അയാൾ കടന്നു പോയി..

അടുത്ത സ്റ്റേഷൻ തൃശ്ശൂരാണ്. അവിടെ ഇറങ്ങി ആശുപത്രിയിൽ പോകാം എന്ന് ഞാൻ തീരുമാനിച്ചു. എന്നാൽ, ' വേണ്ട, എറണാകുള ത്തെ നിന്റെ ആശുപത്രിയിലേക്ക് പോയാൽ മതി ' എന്ന് ശ്രീ പറഞ്ഞു. എറണാകുളം മെഡിക്കൽ ട്രസ്റ്റ് ആശുപത്രിയിലാണ് ഞാൻ ജോലി ചെ യ്യുന്നത്. ട്രെയിൻ വേഗത്തിൽ പായുകയായിരുന്നു.

ശ്രീ കൂനികൂടിയിരുന്ന് പറയാൻ തുടങ്ങി 'ഞാൻ മരിക്കും..ഞാൻ മ രിക്കും..'

'അങ്ങനെ ഒന്നും സംഭവിക്കില്ല, ധൈര്യമായിരിക്കൂ ' എന്ന് ഞാനും പറഞ്ഞുകൊണ്ടേയിരുന്നു.

എന്റെ കൈക്കുള്ളിൽ ശ്രീ ഒരു കുഞ്ഞിനെ പോലെ മണിക്കൂറു കൾ കിടന്നു. ഞാനോർത്തുപോയി. 1985 സെപ്റ്റംബർ 11 നാണ് ഞങ്ങ ളുടെ വിവാഹം നടന്നത്.

വർഷങ്ങൾ കടന്നു പോയപ്പോൾ, ഞങ്ങളുടെ ജീവിതത്തിലും, സന്തോ ഷങ്ങളും സങ്കടങ്ങളും ഉണ്ടായി. ഇണക്കവും പിണക്കവും ഉണ്ടായി.

ഏതാണ് കൂടുതൽ ഏതാണ് കുറവ് എന്ന് പറയാനാകാതെ അത് സമാസമം നിലകൊണ്ടു. ജീവിതത്തിൽ ചില സന്ദർഭങ്ങളിൽ പരസ്പരം ഞങ്ങൾക്ക് ഞങ്ങളെ കിട്ടിയത് ഏറ്റവും വലിയ അനുഗ്രഹമായി കരു തി. മറ്റു ചിലപ്പോൾ ഒരു വലിയ ശാപമായും.

അങ്ങനെ കറുത്തും വെളുത്തും ജീവിതം നീങ്ങിപ്പോയി. ചിലപ്പോ ഴെങ്കിലും വിചാരിച്ചിട്ടുണ്ട് പെണ്ണുങ്ങൾ ഒരിക്കലും വിവാഹം കഴിക്കാ നേ പാടില്ല എന്ന്. എന്നാൽ മടിയിൽ തളർന്ന് കിടക്കുന്ന ശ്രീയെ ചേർ ത്ത് പിടിച്ചപ്പോൾ, ജീവിതത്തിൽ മറ്റൊന്നിനും, ഞങ്ങളുടെ മക്കൾക്ക് പോലും ഇത്രയും പ്രാധാന്യം ഇല്ലെന്നു തോന്നി!

എനിക്കെന്തോ, ശ്രീക്ക് ഒന്നും സംഭവിക്കില്ല എന്ന് നല്ല വിശ്വാസമാ യിരുന്നു എറണാകുളം റെയിൽവേ സ്റ്റേഷനിൽ, ആംബുലൻസ് എ ത്താൻ ഞാൻ ഏർപ്പാട് ചെയ്തു. സ്ട്രെച്ചർ, പ്ലാറ്റ്ഫോമിനകത്തേക്ക് കൊണ്ടുവരാനും ഏർപ്പാടു ചെയ്തു.

ജീവൻ കയ്യിൽ പിടിച്ച്, തളർന്ന അവസ്ഥയിലാണ് ഞങ്ങൾ എറ ണാകുളത്ത് എത്തിയത്. സൈറൺ മുഴക്കി ആംബുലൻസ് എംജി റോ ഡിൽ കൂടി പാഞ്ഞു.

എത്രയോ വർഷമായി പരിചിതമായ ശബ്ദം. പക്ഷെ അന്നതിന് ഹൃ

ദയം കീറിമുറിക്കുന്ന മറ്റൊരു ഒച്ചയായിരുന്നു. കാഷ്വാലിറ്റിയിൽ എത്തുമ്പോഴേക്കും ശ്രീ ഞെരിപിരി കൊള്ളുന്നുണ്ടായിരുന്നു. 'പനി 102.'ഡോക്ടർ പറഞ്ഞു. 'ബിപി യും കൂടുതലാണ് നമുക്ക് അഡ്മിറ്റ് ആക്കണം.'

ഏഴാം നിലയിലെ മുറിയിൽ, നേഴ്സ് മരുന്നുമായി എത്തി. രക്തം പരിശോധനയ്ക്കായി എടുത്തു. അങ്ങനെ പരിശോധനകൾ നടന്നുകൊണ്ടിരുന്നു. മുറിയിൽ തനിച്ചായപ്പോൾ ഞാൻ ചോദിച്ചു 'കുഞ്ഞുങ്ങളോട് വരാൻ പറയട്ടെ?'

'വേണ്ട അവരെ ബുദ്ധിമുട്ടിക്കേണ്ട.രാധാകൃഷ്ണനെ അറിയിച്ചാൽ മതി. (രാധാകൃഷ്ണൻ ശ്രീയുടെ അടുത്ത സുഹൃത്താണ്)

എന്നാൽ അപ്പോൾത്തന്നെ ശ്രീയുടെ ചുണ്ടുകൾ ഒരു വശത്തേക്ക് കോടുന്നതും കണ്ണുകൾ മുകളിലേക്കു മറിയുന്നതും കണ്ടു.

അടുത്ത മുറിയിലെ രോഗിയെ കണ്ടുകൊണ്ടിരുന്ന ഡോക്ടർ ബാബു ജോൺ എന്റെ ശബ്ദം കേട്ടു പെട്ടെന്ന് ഓടിവന്നു. കൂടെ നഴ്സുമാരും!

ശ്രീയെ പരിശോധിച്ച ഉടനെ ഡോക്ടർ 'സ്ട്രോക്ക് ആണ്. പെട്ടെന്ന് ഐ.സി.യു.വിലേക്കു മാറ്റൂ . ഡോക്ടർ ദിലീപിനെ വിവരം അറിയിക്കൂ' എന്ന് പറഞ്ഞു.

നിമിഷങ്ങൾക്കകം ശ്രീയെ ഐ.സി.യു.വിലേക്കു മാറ്റി. ഡോക്ടർ ദിലീപ്, ശ്രീയെ ഉടനെ വന്നു കണ്ടു. ഒരു പട്ടാളച്ചിട്ട പോലെ പിന്നീട് കാര്യങ്ങളൊക്കെ നടന്നു. എവിടെ നിന്നോ കിട്ടിയ ധൈര്യത്തിൽ ഞാനും എല്ലാത്തിനും മേൽനോട്ടം നടത്തി. എത്രയോ രോഗികൾക്ക് വേണ്ടി ഇതൊക്കെ ചെയ്തതാണ് പക്ഷേ തനിക്കു വേണ്ടി ചെയ്യുമ്പോൾ മറ്റൊരു മാനസികാവസ്ഥയാണ്.

ശ്രീയ്ക്ക് ഉടനെ തന്നെ എം.ആർ.ഐ സ്കാൻ ചെയ്തു. മസ്തിഷ്ക ഞരമ്പുകളിൽ തടസ്സം കണ്ടു. അപ്പോൾ തന്നെ ലൈസ് (ബ്രയിനിലെ തടസം നീക്കാനുള്ള ഒരു കുത്തിവെപ്പ്)ചെയ്തു. സ്ട്രോക്ക് ഉണ്ടായാൽ അതിവേഗം കൊടുക്കേണ്ട കുത്തിവെപ്പാണ്. നാലഞ്ചു മണിക്കൂറിനകം കൊടുത്താലേ പ്രയോജനം കിട്ടു.

ശ്രീക്ക് അത് ഒരു മണിക്കൂറിനകം കൊടുക്കാനായി എന്നത് ഒരു വലിയ ആശ്വാസമായി തോന്നി. തുടർന്ന് ആൻജിയോഗ്രാം ചെയ്തു. അപ്പോഴേക്കും രക്തസഞ്ചാരം തുടങ്ങിയതിനാൽ ആൻജിയോപ്ലാസ്റ്റി വേണ്ടിവന്നില്ല.

വേണ്ടിവന്നാൽ എപ്പോൾ ചെയ്യാനും തയ്യാറായി മെഡിക്കൽ ടീം ഒരുങ്ങി നിന്നു. പക്ഷെ അപ്പോഴേക്കും ശ്രീയുടെ ബോധം മുഴുവൻ പോ

യിരുന്നു. icu ൽ ശ്രീ ബോധരഹിതനായി കിടന്നു നാലു ദിവസത്തോളം.

അന്ന് മക്കൾ രണ്ടു പേരും ബാംഗ്ലൂരിൽ ജോലി ചെയ്യുകയാണ്. വിവരമറിഞ്ഞ്, അവർ അപ്പോൾ തന്നെ എത്തി. വലിയ ധൈര്യശാലിയാണെന്ന് ഞാൻ കരുതുന്ന ഇളയ മകൾ, ഐസിയുവിൽ കയറിയ ഉടനെ, അച്ഛനെ ഇങ്ങനെ കാണണ്ട ' എന്ന് പറഞ്ഞു പുറത്തേക്കോടി. അവൾ വരാന്തയിൽ നിന്ന് ഏങ്ങലടിച്ചു കരഞ്ഞു.

മൂത്തവൾ അച്ഛന്റെ കൈകൾ തടവി നിശ്ശബ്ദം കരഞ്ഞുകൊണ്ടിരിന്നു. ഞാൻ മാത്രം കരഞ്ഞില്ല. കരച്ചിൽ വരുന്നുണ്ടായിരുന്നില്ല. മറ്റെന്തൊക്കെയോ വിചാരങ്ങൾ ആയിരുന്നു എനിക്കപ്പോൾ. ഞാൻ കുട്ടികളെ സമാധാനിപ്പിച്ചു.'അച്ഛന് കുഴപ്പമൊന്നുമില്ല എല്ലാം ശരിയാകും'

പിന്നീട് ശ്രീയ്ക്ക് ബോധം തെളിഞ്ഞപ്പോൾ ഒന്നു മനസ്സിലായി. വലതുവശം തളർന്നു പോയിരിക്കുന്നു. വലതുകൈ അനക്കാൻ വയ്യ.. നടക്കാൻ വയ്യ. സംസാരശേഷി നഷ്ടപ്പെട്ടു. ഓർമ്മ മുഴുവൻ നഷ്ടപ്പെട്ടു.സ്വന്തം പേര് പോലും ഓർമ്മയില്ല. എന്നെയും കുഞ്ഞുങ്ങളെയും കണ്ടാൽ അറിയുന്നുണ്ട്. പക്ഷെ ആരാണെന്നും എന്താണെന്നൊന്നും അറിയില്ല.

എന്നിട്ടും ഞാൻ തളർന്നില്ല, പ്രതീക്ഷ നഷ്ടപ്പെട്ടതുമില്ല.വല്ലാത്ത വിശ്വാസമായിരുന്നു. എല്ലാം ശരിയാകും എന്ന്! ഐസിയുവിൽ 20 ദിവസം കഴിഞ്ഞപ്പോൾ ഡോക്ടർ പറഞ്ഞു 'അപകടനില തരണം ചെയ്തു. ജീവനിലിനി പേടിക്കേണ്ട. മുറിയിലേക്ക് മാറ്റാം'

ശ്രീ ഒരു ശബ്ദം മാത്രമാണ് ആ ദിവസങ്ങളിൽ ഉണ്ടാക്കി കൊണ്ടിരുന്നത്.. 'മ്മ... മ്മ... അമ്മ' അത് സ്വന്തം അമ്മയെ വിളിക്കുന്നതല്ലായിരുന്നു. അത്, ഞാനായിരുന്നു! ശ്രീയുടെ കുട്ടികളുടെ അമ്മ ശ്രീയുടെയും അമ്മയായി മാറിയതാവാം..

ആശുപത്രിയിലെ നീണ്ട വർഷങ്ങൾ ഒരുപാടു അനുഭവങ്ങൾ എനിക്ക് തന്നിട്ടുണ്ട്.. പ്രായമാകുമ്പോൾ, രോഗിയാകുമ്പോൾ, മറവി വരുമ്പോൾ, ഓർമ്മ നഷ്ടപ്പെടുമ്പോൾ, നീണ്ടവർഷത്തെ സഹജീവിതത്താൽ ജോടികൾ പരസ്പരം അമ്മയും അച്ഛനും ആയി മാറും.. അങ്ങനെ വിളിക്കുകയും അതുപോലെ കരുതുകയും ചെയ്യും. ഒരു കുട്ടി കൂടി ഇപ്പോൾ എനിക്കുണ്ട് എന്ന് ഞാൻ മനസ്സിലാക്കുന്നു എന്ന് അത്തരം മനുഷ്യർ പറയുന്നത് ഞാൻ കേട്ടിട്ടുണ്ട്.

ശ്രീക്ക് ആ കാലത്ത് കട്ടിലിൽ കിടന്നു കൊണ്ട് മാത്രമേ എല്ലാ പ്രാഥമിക ആവശ്യങ്ങളും ചെയ്യാൻ പറ്റുമായിരുന്നുള്ളു. ഒരു കൊച്ചുകുഞ്ഞിനെ എന്നപോലെ അത്തരം സന്ദർഭങ്ങളിൽ നാം അവരെ നോക്കണം.

അത് വലിയ കാര്യമൊന്നുമല്ല, ഏറ്റവും അടിസ്ഥാനപരമായ ഉത്തരവാദിത്വമാണ് .

ലിംഗതുല്യത ഒരു പ്രധാനപ്പെട്ട കാര്യമാണെങ്കിലും,, നമ്മുടെ പുരുഷ മേധാവിത്ത സമൂഹത്തിന്റെ നിരന്തര ഇടപെടലുകൾ കാരണമാവാം, ഏറ്റവും നന്നായി സ്ത്രീകളാണ്, അവജ്ഞ ഇല്ലാതെ അറപ്പില്ലാതെ ഈ ജോലി ചെയ്യുന്നത്.. നീണ്ട ആശുപത്രി അനുഭവങ്ങൾ എനിക്ക് തന്ന തിരിച്ചറിവാണത്. അപൂർവ്വമായി ചില സ്ത്രീകൾ ഈ ജോലി ബഹിഷ്കരിക്കുന്നതും ഞാൻ കണ്ടിട്ടുണ്ട്.

അച്ഛനായാലും ഭർത്താവായാലും ആൺമക്കളായാലും പുരുഷന്മാരുടെ പ്രൈവറ്റ് പാർട്സ് വൃത്തി ആക്കുന്നതിനും, മലമൂത്രവിസർജനം മാറ്റുന്നതിനും, ഒക്കെ ഒരു രോഗിക്ക് വേണ്ടി ചെയ്യാൻ സ്ത്രീകൾ മടി കാണിക്കാറില്ല പൊതുവെ. പുരുഷന്മാർക്ക്, എന്നാൽ, സ്ത്രീകൾക്ക് വേണ്ടി ഇത്തരം ജോലികൾ ചെയ്യാൻ ബുദ്ധിമുട്ടുള്ളതായാണ് കണ്ടിട്ടുള്ളത്. കുടുംബത്തിലെയോ മറ്റെവിടെ നിന്നെങ്കിലുമൊ ഒരു സ്ത്രീയെ അവർ സംഘടിപ്പിച്ചു കൊണ്ടുവന്നു കൂടെ നിർത്തും.

ഇതൊന്നുമല്ലാതെ വളരെ ഭംഗിയായി ആത്മാർത്ഥമായി സ്ത്രീകളെ ശുശ്രൂഷിക്കുന്ന പുരുഷന്മാരെയും കണ്ടിട്ടുണ്ട്. ഇതൊന്നും ഒരു കടമയോ ഒരു ചുമതലയോ അല്ല, ശ്രദ്ധാപൂർവ്വമായ കരുതലാണ്.

ആണിനും പെണ്ണിനും അതിൽ വ്യത്യാസം വരേണ്ട കാര്യമില്ല. എന്നാൽ ഇതൊക്കെ സ്ത്രീകൾക്കാവാം പുരുഷന്മാർക്ക് പാടില്ല എന്നാണ് സമൂഹം മനുഷ്യരെ പഠിപ്പിച്ചു വെച്ചിരിക്കുന്നത്

ഏറ്റവും വലിയ വിഷമം തോന്നിയത് ശ്രീക്ക് ഒന്നും സംസാരിക്കാൻ സാധിക്കാതിരിക്കുന്നത് കാണുന്നതായിരുന്നു. എണീറ്റു നിൽക്കാൻ പോലും പറ്റുന്നില്ലല്ലോ എന്നതിന്റെ സങ്കടം വേറെ. അനങ്ങാൻ വയ്യാതെ ഒരേ കിടപ്പു മാസങ്ങൾ ആയപ്പോൾ, ഒരിക്കൽ മാത്രം മുറിയിൽ വച്ച് ഞാൻ കരഞ്ഞുപോയി. മക്കൾ അന്ന് പറഞ്ഞു 'ഏറ്റവും നല്ല സമയത്താണ് അച്ഛന് അസുഖം വന്നത്.

ഞങ്ങൾക്ക് രണ്ടുപേർക്കും ജോലി ഉണ്ട്, വരുമാനമുണ്ട്. അമ്മയ്ക്ക് ജോലിയുണ്ട്, ആരോഗ്യമുണ്ട്.അച്ഛൻ ജീവിതകാലം മുഴുവൻ നന്നായി ജോലി ചെയ്ത് റിട്ടയർ ചെയ്ത ആളാണ്. റിട്ടയർ ചെയ്ത ശേഷവും ഇത്രയും വർഷം ജോലി ചെയ്തു. ഇഷ്ടപ്രകാരം ഒരുപാട് പഠിച്ചയാളാണ്. ഇഷ്ടമുള്ളതൊക്കെ ചെയ്ത ആളാണ്.നമ്മളെ നന്നായി നോക്കിയ ആളാണ്.

ഇനി അച്ഛന് എന്താവശ്യമുണ്ടെങ്കിലും നമുക്ക് നോക്കാലോ..! ഞ

ങ്ങൾ പഠിച്ചു കൊണ്ടിരിക്കുമ്പോൾ അച്ഛനിങ്ങനെ വയ്യാതായിപ്പോയിരുന്നെങ്കിലോ?'

ആ ചോദ്യത്തിനു മുമ്പിൽ ഞാൻ വീണ്ടും നടന്നു. രണ്ടു പെൺകുട്ടികളുണ്ട്. തൂണ് പോലെ രണ്ടു വശത്തും. സ്ട്രോങ്ങ് ആൻഡ് സ്റ്റെഡി!

ആശുപത്രിയിൽ കിടക്കുമ്പോൾ ഒരു ദിവസം ഞാൻ വെറുതെ ശ്രീയോട് ചോദിച്ചു 'എന്നെ ഒന്നും വിളിക്കുന്നില്ല ല്ലോ... എത്രനാളായി എന്നെ ഒന്ന് പേരെടുത്തു വിളിച്ചിട്ട്.. എന്തെങ്കിലുമൊന്നു പറഞ്ഞിട്ട്... ഇനി എന്നെ എന്ത് വിളിക്കും?'

വെറുതെ ഒരു മനഃസമാധാനത്തിന് തനിയെ ശ്രീയുടെ അടുത്തിരുന്നപ്പോൾ പറഞ്ഞതായിരുന്നു ഞാൻ.

എന്നാൽ അപ്പോൾ ഒരു അത്ഭുതം സംഭവിച്ചു.

'നിന്നെ ഞാനെന്തു വിളിക്കും എന്നാത്മചൈതന്യമെന്നോ? നിന്നെ ഞാൻ എന്ത് വിളിക്കും?' ശ്രീ പാടുന്നു..

എനിക്കൊന്നും മനസ്സിലായില്ല. സ്വപ്നം കാണുകയാണോ? ഒരു വാക്ക് പറയാൻ പറ്റാത്ത ആളാണ്.

ഡോക്ടറെ വിളിച്ചു. 'ശ്രീ പാടി..' ഞാൻ പറഞ്ഞു. 'നല്ല അക്ഷരശുദ്ധി'യോടെ.. ഒരു പാട്ടുപാടി'

'ഇഷ്ടമുള്ള ഒരു പാട്ടു കൂടെ തനൂജ പാടി തുടങ്ങൂ' ഡോക്ടർ ദിലീപ് എന്നോട് പറഞ്ഞു

'അല്ലിയാമ്പൽ കടവിലന്നരയ്ക്ക് വെള്ളം' ഞാൻ തുടങ്ങിയ പാട്ട് ശ്രീ ഏറ്റുപാടുന്നു. ഒരു തെറ്റും ഇല്ലാതെ, നല്ല ശുദ്ധിയോടെ...

ഡോക്ടർ പറഞ്ഞു ബ്രെയിനിന്റെ വലതു വശത്താണ് കല അഥവാ ആർട്ട്. ഇടതുവശത്താണ് ലാംഗ്വേജ്! അതിനാണ് പ്രശ്നം വന്നത്. ഒരു കാര്യം ചോദിച്ചാൽ അത് മനസ്സിലാക്കി അതിനു ഉത്തരം പറയുക ലാംഗ്വേജ് ഉള്ള ഭാഗമാണ്. അതിനു തടസ്സം ഉണ്ട്. അതേ സമയം കാണാതെ പഠിച്ച പാട്ടുകളും മറ്റും ഫ്ളോ ആയി വരും.'

പക്ഷെ അതോടുകൂടി പഴയ അനുഭവങ്ങൾ ഉപയോഗിച്ചു സ്പീച്ചിനുള്ള ട്രീറ്റ്മെന്റ് തുടങ്ങി. പാട്ടുരൂപത്തിൽ പലതും പറയിപ്പിക്കാൻ ശ്രമിച്ചു. എഞ്ചുവടി, എബിസിഡി ഒക്കെ പാട്ടുരൂപത്തിൽ പറയിപ്പിക്കാനായി.

സ്പീച്ച് തെറാപ്പി കൂടുതൽ അങ്ങനെ ഫോക്കസ്ഡ് ആക്കി. താമസിയാതെ ചില വാക്കുകൾ അർത്ഥമില്ലാത്തതെങ്കിലും ശ്രീ പറഞ്ഞു തുടങ്ങി. പുലി എന്നും എലിയെന്നും പ്രാന്തിയെന്നുമൊക്കെ ഞങ്ങൾ മൂന്നുപേരെയും മാറി മാറി വിളിച്ചു .

എന്തുപറയാൻ തുടങ്ങിയാലും ഈ വാക്കുകളാണ് വരിക.ഞങ്ങൾ ഇത് പറഞ്ഞു ചിരിയോടു ചിരിയായി! ഇതിൽ എന്തോ അപാകതയുണ്ടെന്നു തോന്നിയതുകൊണ്ടാവാം ഈ വാക്കുകൾ പറഞ്ഞശേഷം കുട്ടികളെ പോലെയിരുന്നു ശ്രീ ചിരിക്കും. മുറിയിലേക്ക് മാറ്റിയതിനുശേഷം ഫിസിയോതെറാപ്പിസ്റ്റ് പഠിപ്പിക്കാൻ വന്നു തുടങ്ങി.

എന്റെ കൈ പിടിച്ചായിരുന്നു നാളുകൾക്ക് ശേഷം ആദ്യമായി ശ്രീ ചരിഞ്ഞ് ചരിഞ്ഞ് പിച്ച വെച്ച് നടന്നുതുടങ്ങിയത് നാലുമാസം കഴിഞ്ഞ് ആശുപത്രി വിടുമ്പോഴും ഓർമ്മ ശരിയായിട്ടില്ല. എല്ലാത്തിനും സഹായം വേണം.

മുഴുവൻ സമയവും ഞാൻ കൂടെ നിന്നു. 9 മാസം നീണ്ടുനിന്ന അവധിയിലായിരുന്നു ഞാൻ. രണ്ടു മക്കളും, അച്ഛൻ ആശുപത്രി വിടുന്നതുവരെ കൂടെനിന്നു. വർക്ക് ഫ്രം ഹോം എന്നത് വർക്ക് ഫ്രം ഹോസ്പിറ്റൽ ആയിരുന്നു അവർക്കപ്പോൾ.

വീട്ടിൽ ഡിസ്ചാർജ് ആയി എത്തിയപ്പോൾ അവരെ നിർബന്ധമായും തിരിച്ചയച്ചു ഞാൻ. എനിക്ക് ഉറപ്പായിരുന്നു ശ്രീയ്ക്ക് എല്ലാം ശരിയാവുമെന്ന്. എനിക്ക് എല്ലാം പഴയതുപോലെ ആയേ പറ്റൂ. സ്നേഹം കൊണ്ട് മാത്രമല്ല, കരുതൽ കൊണ്ട് കൂടിയാണ് അങ്ങനെ തോന്നുന്നത് എന്നെനിക്കു തോന്നി. ഒരു മനുഷ്യന് മറ്റൊരു മനുഷ്യനോട് തോന്നുന്ന കരുതൽ!

പിന്നീട് യുദ്ധ ദിവസങ്ങളായിരുന്നു. അതായത്, ആൾ അപകടനില തരണം ചെയ്തു എന്നറിയാം. ഡോക്ടർമാർ ചെയ്യാനുള്ളതൊക്കെ ചെയ്തു കഴിഞ്ഞു , ഇനി ലൈഫ് ക്വാളിറ്റി വർധിപ്പിക്കാൻ പരിശീലനമാണ് ആവശ്യം!

ഫിസിയോതെറാപ്പി, സ്പീച്ച് തെറാപ്പി, ഒക്യൂപേഷണൽ തെറാപ്പി, ആയുർവേദ ചികിത്സകൾ, തിരുമ്മലുകൾ, എണ്ണതേക്കൽ, ഇങ്ങനെ പലതരം കാര്യങ്ങൾ.

പലപല തെറാപ്പി സെന്ററുകളിൽ മാറിമാറി കൊണ്ടുപോയി.അതിനനുസരിച്ചു ഗുണവും കിട്ടിതുടങ്ങി. ശ്രീ മലയാളഅക്ഷരങ്ങളും ഇംഗ്ലീഷ് അക്ഷരങ്ങളും ഒക്കെ മറന്നുപോയിരുന്നു

അക്കങ്ങൾ മുഴുവൻ മറന്നിരുന്നു. കൂട്ടാനും കുറയ്ക്കാനും അറിയില്ല. രൂപ എണ്ണാനും കണക്കുകൂട്ടാനും ഒന്നുമറിയില്ല.

ഒരു ഗ്രാമർ മിസ്റ്റേക്ക് പോലും എഴുതുമ്പോൾ ഒരിക്കലും വരുത്താത്ത ആളാണ്. കണക്കിൽ എന്നും ഒന്നാമൻ. എന്തെങ്കിലും പഠിക്കാനും പഠിപ്പിക്കാനും എപ്പോളും താല്പര്യം. ഇംഗ്ലീഷിലും മലയാളത്തി

ലും തർജ്ജമ ചെയ്യുന്നയാൾ. അടുക്കളയിൽ പാചകം ചെയ്യുന്നയാൾ

5 വിഷയങ്ങളിൽ എം.എ. ഉള്ളയാൾ .. എൽ.എൽ.ബി., എൽ.എൽ.എം. ഡിഗ്രി ഉള്ളയാൾ, എത്രവിഷയത്തിൽ ഡിപ്ലോമയുണ്ടെന്നു എനിക്കുപോലുമറിയില്ല.. ഇത്രയേറെ വർഷങ്ങൾ തുടർച്ചയായി പഠിച്ചയാളെ കാണാൻ സാധിക്കുക അപൂർവ്വമാണ്.

21 വയസിൽ ജോലിക്ക് കയറി 58 വയസിൽ വിരമിക്കുന്നതുവരെ നിരന്തരമായി വിവിധ വിഷയങ്ങൾ പഠിച്ചു പാസ്സായികൊണ്ടേയിരുന്നു. എല്ലാം റെഗുലർ ക്ലാസ്സുകളിലിരുന്ന്. FACTലെ ജോലി എക്സ്ട്രാ സമയം ചെയ്ത്...

റിട്ടയർ ചെയ്തതിനു ശേഷം ഹൈക്കോടതിയിൽ പ്രാക്ടീസ് ചെയ്തു. ഇപ്പോൾ മിണ്ടാനാകാതെ ഒന്നും ചെയ്യാനാകാതെ തളർന്നു കിടക്കുന്നു. വീട്ടിൽ വന്നു രണ്ടാഴ്ച്ചത്തെ ഫിസിയോതെറാപ്പിസ്റ്റിന്റെ പരിശ്രമം കൊണ്ട് കൈവിരലുകളിൽ ഒന്ന് പതിയെ അനങ്ങി. സന്തോഷം കൊണ്ട് വീട്ടിലെല്ലാരും തുള്ളിച്ചാടി. നമുക്ക് ഓടാനും ചാടാനും ഒക്കെ പറ്റുമ്പോൾ അതൊരു അത്ഭുതമല്ല. പറ്റാതാവുമ്പോൾ അതുപോലൊരു അത്ഭുതം മറ്റൊന്നില്ല എന്ന് തോന്നും.

ഒരുദിവസം പേര് എന്താണെന്ന് ചോദിച്ചപ്പോൾ, 'ചീന പാറ്ററി' (ശ്രീനാരായണ ഭട്ടതിരി) എന്ന് പറഞ്ഞപ്പോൾ ഞങ്ങൾ അന്തം വിട്ടിരുന്നു. ഇംപ്രൂവ്മെന്റ് കണ്ടു അതിശയിച്ചു. ഞാൻ കൈപിടിച്ച് വായിക്കാനും എഴുതാനും പരിശീലിപ്പിച്ചുതുടങ്ങി.

എ.ബി.സി.ഡി, അ ആ ഇ ഈ, ... ചെറിയ വാക്കുകൾ കൂടി പഠിപ്പിച്ചു തുടങ്ങി. Cat, apple ഒക്കെ സ്പെല്ലിങ് പഠിപ്പിക്കാൻ ശ്രമിച്ചു തോറ്റുകൊണ്ടിരുന്നു ഞാൻ. കുട്ടികൾ ശനി ഞായർ ദിവസങ്ങളിൽ മാറിമാറി വന്നു എനിക്ക് വിശ്രമം തന്നു. രണ്ടും രണ്ടും കൂട്ടിയാൽ പത്തും അഞ്ചിൽ നിന്നു ഒന്ന് പോയാൽ പത്തും ആകുമെന്ന് ഞങ്ങൾക്ക് സമ്മതിക്കേണ്ടി വന്നു. ഞങ്ങൾ കരയുകയും ചിരിക്കയും ചെയ്തു.

ഇളയമകൾ ഒരിക്കൽ കണക്ക് പഠിപ്പിച്ചു കൊണ്ടിരുന്നപ്പോൾ, അച്ഛൻ ഉത്തരം തെറ്റി പറഞ്ഞു പതിവുപോലെ. ഇനി ശരിക്ക് പറഞ്ഞില്ലെങ്കിൽ അടികിട്ടും എന്ന് അവൾ പറഞ്ഞു അപ്പോൾ. ഒരു വലിയ കരച്ചിൽ കേട്ടാണ് ഞാൻ ഓടിച്ചെന്നത്. മോളുടെ വഴക്ക് കേട്ട് അച്ഛൻ കരയുകയാണ്. അതോടെ അവളും വലിയ മൂഡ് ഔട്ട് ആയി.അച്ഛൻ പഠിക്കാൻ വേണ്ടി പറഞ്ഞതല്ലേ എന്നാണ് അവളുടെ ചോദ്യം. ഇതേ രംഗം മകൾ പഠിക്കാൻ വേണ്ടി അച്ഛൻ വഴക്കു പറയുന്നത് ഞാൻ കണ്ടിട്ടുണ്ട്. കാലം മനുഷ്യരെ ഓരോ സ്ഥലത്ത് മാറ്റി നിർത്തുന്നത് കണ്ട് ഞാൻ

അത്ഭുതപ്പെട്ടു.

മറ്റൊരു ദിവസം മൂത്തവൾ അച്ഛൻ ഭക്ഷണം കഴിക്കുമ്പോൾ പറഞ്ഞു 'അച്ഛാ.. അച്ഛനിപ്പോൾ നല്ല ബെറ്റർ ആയി ഇനി ശ്രദ്ധിച്ചാൽ മുഖത്ത് മുഴുവൻ ഭക്ഷണം തേക്കാതെ കഴിക്കാൻ പറ്റും. അച്ഛൻ ശ്രദ്ധിക്കാത്തതുകൊണ്ടാണ് ഇപ്പോഴും.' അപ്പോഴും ശ്രീ കരഞ്ഞു.

ഞാൻ മക്കളെ വഴക്ക് പറഞ്ഞു. 'അച്ഛനിഷ്ടമുള്ളപോലെ എല്ലാം ചെയ്യും. അച്ഛനെ കരയിക്കാൻ പറ്റില്ല'.

കരച്ചിൽ നല്ലതാണെന്നും, കാര്യങ്ങൾ തിരിച്ചറിഞ്ഞു തുടങ്ങിയത് കൊണ്ടാണ് ഇങ്ങനെ സംഭവിക്കുന്നത് എന്നും ഡോക്ടർ പറഞ്ഞപ്പോൾ അതൊരു ആശ്വാസമായി .

മറ്റൊരു പ്രശ്നമുണ്ടായിരുന്നു. എന്തെങ്കിലും ചെയ്യാൻ തുടങ്ങിയാൽ അത് നിർത്താൻ ശ്രീക്കു സാധിക്കുന്നില്ല എന്ന് എനിക്ക് മനസ്സിലായി. ദേഷ്യം വന്നാൽ നിയന്ത്രിക്കാൻ സാധിക്കാതെ വരിക, ചിരി തുടങ്ങിയാൽ നിർത്താൻ സാധിക്കാതെ വരിക അങ്ങനെ. എന്തെല്ലാം അനുഭവങ്ങൾ ഉണ്ടായി എന്നത് എഴുതിയാൽ തീരില്ല ഇപ്പോഴൊന്നും. ഒരു വർഷം കൊണ്ട് ഒരു ജീവിതകാലം മുഴുവനായതുപോലെ. ഒരു കുഞ്ഞിനെ വളർത്തിയെടുത്തപോലെ

ഒരു വർഷം കഴിഞ്ഞപ്പോൾ ശ്രീ,സ്റ്റേബിൾ ആയി എങ്കിലും വലിയ ഡിപ്രെഷനിലേക്ക് വീണു. എപ്പോളും ഓടിനടന്ന ആൾക്ക് ഈ അവസ്ഥ താങ്ങാനാവുന്നില്ല. മരിക്കണം എന്ന് പറയാൻ തുടങ്ങി

എന്നാലും ആരോഗ്യം മെച്ചപ്പെട്ടു. കടയിൽ പോയി സാധനങ്ങൾ വാങ്ങി വരും. കാറോടിക്കാൻ തുടങ്ങി. ചില വാക്കുകൾക്ക് ക്ലാരിറ്റി കുറവുണ്ട് എങ്കിലും സംസാരിക്കാൻ തുടങ്ങി. ചില സമയം വാക്കുകൾ കിട്ടാതെ വിഷമിക്കുന്നുണ്ടായിരുന്നു.

എന്നിട്ടും കണക്കുകൾ കൂട്ടാനും കുറക്കാനുമൊന്നും ഒട്ടും സാധിച്ചില്ല. അതുകൊണ്ട് പരിചയമുള്ള കടകളിൽ മാത്രമേ ഒറ്റയ്ക്ക് പോയുള്ളു. ഇത്തരം അവസ്ഥകളിൽ ഏറ്റവും പ്രയാസം ഡിപ്രഷൻ നേരിടാനാണ്. പോസിറ്റീവ് ആക്കാൻ വളരെ ബുദ്ധിമുട്ടായിരുന്നു.

മരിക്കാനായി വീടിനടുത്തുള്ള ട്രെയിൻ പാളത്തിലേക്കു ഓടുന്ന ശ്രീയെ പുറകെ ഓടിപോയി പിടിച്ചോണ്ട് വരേണ്ടിവന്നു പലതവണ.

ഒരു ഘട്ടത്തിൽ ശ്രീയ്ക്ക് എന്നോട് അകാരണമായി വളരെ ദേഷ്യമായി. പണ്ടും അങ്ങനെയുള്ള സമയം ഉണ്ടായിട്ടുണ്ടെങ്കിലും അത് രണ്ടു സാധാരണ മനുഷ്യർ തമ്മിൽ ഉള്ള പ്രശ്നങ്ങളായിരുന്നു. പക്ഷെ ഇപ്പോൾ ശരീരവും മനസ്സും വയ്യാത്ത ആളോട് അതേ ലോജിക് വെച്ച്

ഒന്നും ചെയ്യാനോ പറയാനോ ആവില്ലായിരുന്നു..

ഇത്തരം സന്ദർഭങ്ങളിൽ ഒതുങ്ങിയിരുക്കാനുള്ള മരുന്നൊക്കെയുണ്ട് എന്ന് ഞാൻ മനസിലാക്കിയിട്ടുണ്ട്.. പക്ഷെ അതൊന്നും കൊടുക്കാതെ തന്നെ ശ്രീയെ സാധാരണ ജീവിതത്തിലേക്ക് കൊണ്ടുവരണമെന്നെനിക്കുണ്ടായിരുന്നു അതുകൊണ്ട് ഒരിക്കലും ഞാൻ തോറ്റുകൊടുത്തില്ല

തിരികെ ഞാൻ ജോലിയിൽ പ്രവേശിച്ചപ്പോൾ അവിടെയുള്ള രോഗികളെ കൂടുതൽ ശ്രദ്ധയോടെ നോക്കാൻ എനിക്ക് അതുകൊണ്ട് സാധിച്ചു. വീണ്ടും ജോലിക്ക് പോയിത്തുടങ്ങുകയും എല്ലാം സാധാരണ നിലയിലേക്ക് കുറെയെങ്കിലും ആവുകയും ചെയ്തു.

മാസങ്ങൾക്ക് ശേഷം ശ്രീക്ക് വീണ്ടും വെർടിഗോ എന്ന അസുഖം കഠിനമായി വരികയും, ചെയ്തുകൊണ്ടിരുന്ന പലതും ചെയ്യാൻ സാധിക്കാതെ വരികയും ചെയ്തു

ജീവിതം ഒരു അത്ഭുതം തന്നെയാണ്. ഒരാൾ പിടിച്ചാൽ മാത്രം നടക്കാൻ സാധിക്കുമായിരുന്ന ശ്രീ എങ്ങനെയാണ് ആ സമയങ്ങളിൽ വളരെ വേഗതയിൽ റെയിൽവേ പാളത്തിലേക്കു ഓടിയത് എന്ന് ചോദിച്ചാൽ എനിക്കുത്തരമില്ല. അസുഖം വന്ന സമയം, അതിൽനിന്നും തിരിച്ചുപിടിക്കുന്ന സമയം, ഈ സമയമെല്ലാം കൂടെയുള്ളവർക്ക് അതിഭീകര കാലമായിരുന്നു. ഇന്ന് വളരെ ശാന്തനാണ് ശ്രീ. പഴയ വഴക്കുകൾ ഒന്നും ഓർമ്മയില്ല. ഞങ്ങളുടെ രണ്ടുപേരുടെയും ഓർമ്മയിൽ ഒരുപാട് നല്ല കാര്യങ്ങളുണ്ട്.

സമക്കാരായ ആളുകളോടും ആരോഗ്യമുള്ളവരോടുമേ വഴക്ക്, എതിർപ്പ് ഒക്കെ സാധിക്കൂ എന്ന് ഞാൻ മനസ്സിലാക്കി ആശുപത്രിയിൽ പലരുടെയും ജീവിതം കണ്ടെങ്കിലും വിചിത്രമായ പല അനുഭവങ്ങളിൽ കൂടി കടന്നുപോയെങ്കിലും, സ്വന്തം ജീവിതത്തിൽ അനുഭവിക്കുമ്പോൾ തിരിച്ചറിയുന്നത്, ശാശ്വതമായി നമ്മുടെ കൂടെ നിലനിൽക്കുന്നു എന്നതാണ്.

എന്റെ ആശുപത്രിയും അവിടെ കൂടെയുണ്ടായിരുന്ന മനുഷ്യരും കാരണമാണ് ഈ കടമ്പ കടക്കാൻ എനിക്കായത്. ശ്രീയുടെ അസുഖം എന്നെ പഠിപ്പിച്ച മറ്റൊരുപാടു കാര്യങ്ങളുണ്ട്.

ഭർത്താവ് സുഖമില്ലാതെ വന്നാൽ, പ്രത്യേകിച്ച് ശരീരത്തിന് ബലക്ഷയം സംഭവിക്കുന്ന ഒരസുഖം വന്നാൽ, സമൂഹത്തിനു വലിയ പ്രശ്നമാണ്.

ആളുടെ രോഗത്തേക്കുറിച്ചല്ല, ഭാര്യയുടെ ജീവിതത്തെക്കുറിച്ചോർത്ത്. 30 വർഷത്തെ ദാമ്പത്യം കഴിഞ്ഞിരിക്കുന്ന സമയത്തും ആ സ്ത്രീ

ഇനി ഈ രോഗിയായ ഭർത്താവിനെയും കൊണ്ട് എങ്ങനെ ജീവിക്കും എന്നാണ് സംശയം. കുറച്ചുപേർ സിംപതി, കുറച്ചുപേർ തുടരമ്പേഷ ണം..!

ആ പെണ്ണിന്റെ ജീവിതത്തിൽ രഹസ്യങ്ങളുണ്ടോ എന്നറിയാനുള്ള എത്തിനോട്ടം..!

കൃത്യമായി ഭാര്യയെ നിരീക്ഷിക്കാൻ ഭർത്താവിനായില്ലെങ്കിൽ, അവളുടെ തണലിൽ അയാൾ ആയിപോയാൽ, അവൾക്ക് ഭയക്കാൻ ആരുമുണ്ടായില്ലയെങ്കിലോ? അവളെ ആരു നിലക്ക് നിർത്തും?

ഇനി ഇപ്പൊ ആ ഭാര്യ ചിരിച്ചു കൊണ്ട് സന്തോഷത്തോടെ ഒരുങ്ങി, നന്നായി വസ്ത്രം ധരിച്ച് പതിവുപോലെ ഒന്നും സംഭവിക്കാത്ത മട്ടിൽ നടന്നാലോ...?

തീർന്നു.! സർവ്വവും തീർന്നു!

സത്യം പറഞ്ഞാൽ ഒന്നും തീർന്നില്ല..! വിഷയം ഇവിടെ തുടങ്ങുന്നേയുള്ളു.! അതിനി മറ്റൊരിക്കൽ എഴുതണമല്ലോ!

മരിക്കാത്ത ഓർമ്മകൾ

നാലപ്പാടം പത്മനാഭൻ

1984ൽ ഞാൻ ശൈലജയെ അടുത്ത് പരിചയപ്പെട്ടത് മുതൽ ഇന്നുവരെ ഒരു ദിവസം പോലും അവളെ ഓർമ്മിക്കാതിരുന്നിട്ടില്ല. അതിനാൽ ഇന്ന് ശൈലജയുടെ ഓർമ്മ ദിനം എന്ന വാചകത്തിനു തന്നെ പ്രസക്തിയില്ല. കഴിഞ്ഞ വർഷം ഡിസംബർ 7 ന് അവൾ എന്നെ വിട്ടുപോയപ്പോൾ ആശുപത്രിക്ക് മുമ്പിൽ തലതല്ലിക്കരഞ്ഞ നിമിഷത്തിന്റെ അത്രയും ദു:ഖം എന്റെ ജീവിതത്തിൽ അതിനു മുമ്പ് ഉണ്ടായിട്ടില്ല. ഇനി ഉണ്ടാവുകയുമില്ല. ഞാൻ പുതിയകണ്ടം ജി.എൽ.പി.സ്ക്കൂളിൽ മൂന്നാം ക്ലാസ്സിൽ പഠിക്കുമ്പോഴാണ് ശൈലജയെ ആദ്യമായി കണ്ടത്. അന്ന് അവൾ ഒന്നാം ക്ലാസ്സിലായിരുന്നു. മഞ്ഞപ്പൂക്കളുള്ള ഫ്രോക്കിട്ട് സ്ക്കൂൾ മുറ്റത്തുള്ള ആലിന്റെ വേര് വാശിയോടെ മറികടന്ന് ചാടുന്ന പെൺകുട്ടിയുടെയും കൈയ്യടിച്ച് പ്രോത്സാഹിപ്പിക്കുന്ന എന്റെയും ചിത്രമാണ് ആദ്യത്തെ ഓർമ്മച്ചിത്രം. ശൈലജയുടെ അമ്മ മൂന്നാം ക്ലാസ്സിലെ എന്റെ ക്ലാസ്സ് ടീച്ചറായിരുന്നു. ടീച്ചറോടൊപ്പം സ്റ്റാഫ് റൂമിൽ ചെന്ന് ഇൻറർവെൽ നേരത്ത് അവൾ സുഖിയനും, ഉണ്ടക്കായയും ഒക്കെ തിന്നുന്നത് ഞാൻ കൊതിയോടെ നോക്കി നിന്നിട്ടുണ്ട്. നാലാം ക്ലാസ് കഴിഞ്ഞ് ഞാൻ ദുർഗ്ഗാ ഹൈസ്ക്കൂളിലേക്ക് മാറി. അവൾ വെള്ളിക്കോത്തും. പിന്നീട് അവളെ കാണുന്നത് ഞാൻ നെഹ്റു കോളേജിൽ ഒന്നാം വർഷ ഡിഗ്രിക്ക് പഠിക്കുമ്പോൾ, അവൾ പ്രീഡിഗ്രിക്ക് ചേർന്ന സമയത്താണ്. പെൺകുട്ടികളോട് സംസാരിക്കാൻ ധൈര്യമില്ലാതെ അന്തർമുഖനായി നടന്ന എന്നെ നിരന്തരം സംസാരിച്ച് ബഹിർമുഖനാക്കിയത് അവളാണ്. ആ വർഷം മടിക്കൈയ്യിൽ നടന്ന എൻ.എസ്.എസ്.ക്യാമ്പ് ഞങ്ങളെ നല്ല സുഹൃത്തുക്കളാക്കി. അന്ന് മോഹൻകുമാർ സാറിന്റെ ചിത്ര പ്രദർശനം വിവരിച്ചു കൊടുക്കാൻ ഞങ്ങളെയാണ് ചുമതലപ്പെടുത്തിയത്. ഗർഭിണിയായ ഒരമ്മയുടെയും രണ്ടു കുഞ്ഞുങ്ങളുടെയും ചിത്രത്തിന് ഒരമ്മയും മൂന്ന് കുഞ്ഞുങ്ങളും എന്ന അടിക്കുറിപ്പ് കണ്ട് ആൾക്കാർ ഒരു കുഞ്ഞ് എവിടെ? എന്ന് ചോദിക്കുമ്പോൾ ലജ്ജയാൽ അതിന് മറുപടി

പറയാൻ പറ്റാതെ, എന്റെ അടുത്തേക്ക് ചിരിച്ചു കൊണ്ട് ഓടിവന്ന് പപ്പേട്ടാ, അവർ 'ഒരു കുഞ്ഞെവിടെ എന്ന് ചോദിക്കുന്നു' എന്ന് പറയും. ഒരു കുഞ്ഞ് വയറ്റിലുണ്ട് എന്ന് ഞാൻ അവരോട് പോയി പറയും. അന്നു മുതൽ ഞാൻ അവളെ shy (ലജ്ജ) എന്ന് കളിയാക്കിത്തുടങ്ങി. പിന്നീട് അവൾ കോഴിക്കോട് ലോ കോളേജിൽ ചേർന്നു. അപ്പോഴാണ് എന്റെ സമയവൃത്തം എന്ന കവിത മാതൃഭൂമി ആഴ്ചപ്പതിപ്പിൽ അച്ചടിച്ചു വന്നത്. അവൾ എന്റെ പപ്പേട്ടന്റെ കവിത എന്ന് പറഞ്ഞ് ഹോസ്റ്റലിലെ പെൺ സുഹൃത്തുക്കളെയെല്ലാം കവിത പാടികേൾപ്പിച്ചു. പിന്നീട് ഞാൻ കോഴിക്കോട് ആകാശവാണിയിൽ കവിത വായിക്കാൻ പോകുമ്പോഴെല്ലാം അവളെ കണ്ട് ഏല്പിക്കാൻ അവളുടെ അച്ഛൻ, കവിയും അദ്ധ്യാപകനുമായ ഗോപാലൻ മാസ്റ്റർ എന്റെ കൈവശം പണം തന്ന് വിടാറുണ്ടായിരുന്നു. അത് ഞങ്ങളുടെ കൂടിക്കാഴ്ചയ്ക്ക് കാരണമായി. എന്റെ കവിതാ സമാഹാരം പ്രകാശനത്തിന് കൈതപ്രം ദാമോദരേട്ടനെ ക്ഷണിക്കാൻ കോഴിക്കോട് മാതൃഭൂമി ഓഫീസിലേക്ക് അവളും കൂടെ വന്നിരുന്നു. അപ്പോഴെല്ലാം ഞങ്ങൾ നല്ല സുഹൃത്തുക്കൾ മാത്രമായിരുന്നു. അന്നത്തെ കാലത്ത് ഒരാണിനും പെണ്ണിനും സുഹൃത്തുക്കളായി ജീവിക്കാൻ സാധിക്കില്ലായിരുന്നു. അത് മനസ്സിലാക്കിക്കൊണ്ട് വിവാഹം ചെയ്ത് നല്ല സുഹൃത്തുക്കളായി ജീവിക്കാൻ വേണ്ടി അവളാണ് എന്നോട് ആദ്യമായി ഇഷ്ടം തുറന്നു പറയുന്നത്. ഞാൻ ജീവിതത്തിൽ ഏറ്റവും സന്തോഷിച്ച ദിവസമായിരുന്നു അത്. പിന്നീടെല്ലാം വഴിപോലെ, വിവാഹം എന്ന സ്വപ്നം യാഥാർത്ഥ്യമായി, ജീവിതത്തിന്റെ കയ്പും മധുരവും കുടിച്ച് 27 വർഷങ്ങൾ കടന്നു പോയി. അവളുടെ ആത്മാംശമായ രണ്ട് പെൺമക്കളെ എന്നെ ഏല്പിച്ച് കഴിഞ്ഞ ഒരു വർഷമായി അവളെന്റെ കൈയ്യകലത്തിൽ നിന്നും മാറി നിൽക്കുകയാണ്. മൂത്തമോൾ അധ്യാപികയും ലേണേർസ് ഫ്രണ്ട്‌ലി സെറ്റ് ഓൺലൈൻ കോച്ചിങ്ങിന്റെ ഉടമയും ചലച്ചിത്ര താരവുമായ, തിങ്കളാഴ്ച നിശ്ചയത്തിലെ സുരഭി ഉണ്ണിമായ നാലപ്പാടം. ഇളയമോൾ പിലിക്കോട് ആർ.എ.ആർ.എസിലെ ഉദ്യോഗസ്ഥ പത്മപ്രിയ നാലപ്പാടം. ഒരു കൈ പ്രഹരിക്കവെ മറുകൈ കൊണ്ട് തലോടുന്ന വിധിയുടെ നിയോഗം പോലെ ഇന്നേ ദിവസം തന്നെ ഉണ്ണിമായ ഒരാൺകുഞ്ഞിന് ജന്മം നൽകി എന്നത് ജീവിതത്തിൽ ദൈവത്തിന്റെ ഇടപെടൽ സാർത്ഥകമാക്കുന്നു. എന്നാലും ഇതൊന്നും കാണാൻ അവൾ കൂടെയില്ലല്ലോ എന്ന സങ്കടം ബാക്കി. എനിക്കവളെ കാണാം, അവളുടെ ശബ്ദം കേൾക്കാം, അവളോട് സംസാരിക്കാം. ഇതു പോലെ അടുത്തിരുത്തി ചേർത്ത് പിടിക്കാൻ മാ

ത്രം സാധിക്കുന്നില്ല. ജീവിച്ചിരിക്കുക എന്നതിന്റെ തെളിവ് സ്പർശം മാത്രമാണ് എന്ന് ഞാൻ തിരിച്ചറിയുകയാണ്. അവൾ എന്നെ ഏല്പിച്ച കാര്യങ്ങൾ, കടമകൾ ചെയ്ത് തീർക്കാൻ വേണ്ടി മാത്രം ഞാനും ജീവിച്ചിരിക്കുന്നു... മരിക്കാത്ത ഓർമ്മകളോടെ.

അൽ തവാറിലെ 'ഒളിജീവിതം'

സാദിഖ് കാവിൽ

മഹാമാരിയുടെ വൈറസുകൾ കലിതുള്ളാൻ തുടങ്ങിയിട്ട് നാളുകളേ ആയുള്ളൂ. ദുബായ് രാജ്യാന്തര വിമാനത്താവളത്തോട് ചേർന്നുകിടക്കുന്ന പ്രദേശമായ അൽ തവാർ മൂന്നിലെ ബീച്ച് നിറമുള്ള ഈ വലിയ വില്ല നിശ്ശബ്ദത ഭക്ഷിച്ചാണ് ജീവിക്കുന്നത്. ഇതടക്കം ചുറ്റുവട്ടത്തെ നൂറോളം വില്ലകളെ തട്ടിയുണർത്താൻ സെക്കന്റുകൾ ഇടവിട്ട് ആകാശത്ത് മൂളിപ്പറക്കാറുള്ള 'എൻജിൻപറവകൾ' നിലച്ചിട്ട് കുറേ നാളുകളായി. തൊട്ടടുത്ത വൃക്ഷങ്ങളിൽ കൂടൊരുക്കിയ പക്ഷികളുടെ കളകളാരവം കാതുകളിൽ മധുരമായി കേൾക്കാം എന്നതാണ് വില്ലയിലെ അന്തേവാസികളുടെ ഇപ്പോഴത്തെ ഏക ആശ്വാസം. പരിസര പ്രദേശത്തെ നാലോളം പള്ളികളിൽ നിന്ന് കൃത്യസമയത്ത് ഒന്നിച്ച് ബാങ്കുവിളി ഉയരുമ്പോൾ മാത്രമേ പക്ഷികളുടെ കലപിലകൾ അകലുന്നുള്ളൂ. ഹിന്ദുസ്ഥാനി സംഗീതം കേൾക്കുന്ന സുഖമുള്ള ഇമ്പമാർന്ന ബാങ്കുവിളിയിൽ ഇപ്പോൾ ഇത്തിരി ശോകം കലർന്നിട്ടുണ്ട്. ചിലപ്പോൾ ഇതെന്റെ തോന്നലായിരിക്കാം. ഏകാന്തതയ്ക്ക് അത്രയ്ക്കും പീഡിത സ്വഭാവമാണല്ലോ. മനസ്സിന്റെ സ്വസ്ഥതകൾ കെടുന്ന കാലത്ത് കേൾക്കുന്നതെല്ലാം എനിക്ക് മധുരമായി തോന്നാറുണ്ട്.

ഈ വില്ലയ്ക്ക് ചുറ്റും അവയോട് കിടപിടിക്കുന്ന വലിയ സ്വദേശി വില്ലകളാണ്. എല്ലാത്തിനും പക്ഷേ, ഞങ്ങളുടെ 'കൊട്ടാരം' പോലെ ശാന്ത സ്വഭാവം തന്നെ. സ്വദേശിയിൽ നിന്ന് വാങ്ങിയ വില്ല പാക്കിസ്ഥാനി ഷാജി ഞാനടക്കം പത്തോളം പേർക്ക് വാടകയ്ക്ക് തന്നിരിക്കുകയാണ്. ക്ലീൻഷേവ് ചെയ്ത്, എപ്പോഴും പുഞ്ചിരി പൊഴിയുന്ന വെളുത്തുതുടുത്ത മുഖമുള്ള ഷാജിഭായിയെ കണ്ടാൽ പഴയ ഹിന്ദി നടൻ ധർമേന്ദ്രയെ പോലെ തോന്നും. അറബികൾ ധരിക്കുന്ന കന്തൂറയാണ് പതിവ് വേഷം. വിലപിടിപ്പുള്ള ഫോർവീലറിൽ ഇടയ്ക്കിടെ വന്നു പോകുന്ന മധ്യവയസ്കൻ. താമസസ്ഥലം തേടിയെത്തിയ ദിവസം പരിചയപ്പെട്ടപ്പോൾ ഷാജി എന്ന പേര് അങ്ങ് പാക്കിസ്ഥാനിലും എത്തിയിട്ടുണ്ടെന്ന

റിഞ്ഞ് എനിക്കത്ഭുതം തോന്നി. കുശലാന്വേഷണങ്ങൾക്കിടെ ഒരിക്കൽ ഞാനദ്ദേഹത്തോട് പറഞ്ഞു, ഞങ്ങളുടെ കേരളത്തിലെ ഏറ്റവും പ്രചാരമുള്ള പേരുകളിലൊന്നാണിതെന്ന്. അതു കേട്ടപ്പോൾ അദ്ദേഹത്തിന്റെ മുഖം വികസിച്ചു. അതുകണ്ട് ഞാനൊന്നുഷാറായി, ഷാജി വിവരണം മുന്നോട്ടുപോയി. ആ പേരിൽ ഞങ്ങളുടെ ഭാഷയിൽ 'മേരാ നാം ഷാജി' എന്നൊരു സിനിമ തന്നെ ഇറങ്ങിയിട്ടുണ്ടെന്ന് പറഞ്ഞത് കേട്ട് അദ്ദേഹത്തിന്റെ ആവേശം ആകാംക്ഷയായിത്തീർന്നു. ഞാനപ്പോൾ മൊബൈലിലെ യു ട്യൂബ് തിയറ്റർ തുറന്ന് ആ സിനിമയുടെ ട്രെയിലർ കാണിച്ചുകൊടുത്തു. നാദിർഷാ സംവിധാനം ചെയ്ത മേരാ നാം ഷാജിയിൽ ബിജു മേനോനും ആസിഫലിയും സന്തോഷും ഷാജി എന്ന തങ്ങളുടെ പേര് പറഞ്ഞ് പരിചയപ്പെടുത്തുന്ന രംഗം കണ്ട് ഷാജിഭായ് പൊട്ടിച്ചിരിക്കുകയും ആ മുഖം ചുവന്നുതുടുക്കുകയും ചെയ്തു. തിരിഞ്ഞുനടക്കുമ്പോൾ കൂടെയുണ്ടായിരുന്ന സുഹൃത്ത് സോബിൻ പതുക്കെ, ജയനെപ്പോലെ നീട്ടിപ്പറഞ്ഞു:

"അലവലാതി ഷാജീ..."

ഏറ്റവും ചെറിയ മുറിയിലാണ് എന്റെ 'ഒളിജീവിതം'. കൂട്ടിന് കുറേ പുസ്തകങ്ങളും 'ആകാശവാണി' ഓൺലൈൻ ലൈവും മാത്രം. ആകാശവാണിയുടെ ഗൃഹാതുരതയെ തകർക്കാൻ ഇന്നും ഒരു എഫ് എമ്മിനും സാധിച്ചിട്ടില്ലെന്ന് തോന്നുന്നു. വാർത്താബുള്ളറ്റിനുകളും നാടകവും ശ്രോതാക്കൾ ആവശ്യപ്പെട്ട ചലച്ചിത്രഗാനങ്ങളുമായി 'രഞ്ജിനി'യും എത്തുമ്പോൾ അതെന്നെ പോയകാലത്തേയ്ക്ക് കൈപിടിച്ചുകൊണ്ടുപോകുന്നു. ഇപ്പോൾ, ഈ കൊറോണ വൈറസ് കാലത്ത് 'ഹമാരേ ദേശ് വാസിയോം..' എന്ന അഭിസംബോധനയോടെ തുടങ്ങുന്ന പ്രധാനമന്ത്രിയുടെ 'ജനതാകർഫ്യൂ' മാർഗനിർദേശങ്ങൾ ഇടയ്ക്കിടെ കേട്ട് കോൾമയിർ കൊള്ളാൻ സാധിക്കുന്നു എന്ന വ്യത്യാസം മാത്രം. മറ്റെല്ലാം പണ്ടുമുതലേ കേൾക്കുന്ന പരിപാടികൾ തന്നെ. 'വർക്ക് ഫ്രം ഹോം' എന്ന ആശയത്തിൽ യുഎഇയിൽ മിക്കവരും മുഴുകുമ്പോൾ അതങ്ങ് വല്ലാതെ പോയാൽ മുഷിച്ചിലിന്റെ സൂചിമുനയിലായിപ്പോകുമെന്ന് ഇപ്പോൾ തിരിച്ചറിയുന്നു. മലയാളികളടക്കം ലക്ഷക്കണക്കിന് ഇന്ത്യക്കാരെയും മറ്റു ദേശവാസികളെയും ഉൾക്കൊള്ളുന്ന ദുബായ് അക്ഷരാർഥത്തിൽ നിശ്ചലമാണിപ്പോൾ. കൊറോണ വൈറസ് വ്യാപനം കാരണം ആദ്യം ഭാഗിക നിയന്ത്രണത്തിലായിരുന്ന, മലയാളി പ്രവാസികളുടെ ഏറ്റവും പ്രിയപ്പെട്ട എമിറേറ്റ് ഇപ്പോൾ ഇരുപത്തിനാല് മണിക്കൂറും ലോക് ഡൗണിലാണ്.

കൊറോണ ഒരുപാടു പാഠങ്ങളാണ് നൽകിയിരിക്കുന്നത്. എത്ര വലിയ കൊമ്പുകുത്തിയവനും ഫ്ളാറ്റെന്ന നാലു ചുമരുകൾക്കുള്ളിൽ ഒതുങ്ങിയിരിക്കുന്നു. മുംബൈയിലെ 'വടാപാവ് ജീവിതം' പോലെ ഒരു രൂപ വരുമാനമുള്ളവനും ഒരുലക്ഷം രൂപ വരുമാനമുള്ളവനും ഇപ്പോൾ തുല്യരാണ്. നഗരം നിശ്ചലം. വാഹനങ്ങളുടെ പ്രളയമുണ്ടായിരുന്ന പാതകളെല്ലാം ശ്മശാന മൂകതയിലാണ്.

ആഡംബര കാറുകളിൽ അഹന്തയോടെ പറന്നിരുന്നവൻ കാർ പാർക്ക് ചെയ്ത് ചുരുണ്ടുകൂടിയിരിക്കുന്നു. പാഠശാലകളിൽ ആരവങ്ങളകന്നു. ഇ ലേണിങ് എന്ന നവീന വിദ്യാഭ്യാസത്തെ ഉൾക്കൊള്ളാൻ വിദ്യാർഥികളും അധ്യാപകരും രക്ഷിതാക്കളുമെല്ലാം കിണഞ്ഞു ശ്രമിക്കുന്നു. ജനങ്ങളുടെ കുത്തൊഴുക്കുണ്ടായിരുന്ന മാളുകളെല്ലാം അടഞ്ഞു കിടക്കുന്നു. നിശാ ക്ലബുകളിലും മദ്യശാലകളിലും പാട്ടും കൂത്തും അവസാനിച്ചിരിക്കുന്നു. അത്യാവശ്യ കാര്യത്തിന് വെളിയിൽ പോകണമെങ്കിൽ പൊലീസിൽ നിന്ന് തക്കതായ കാരണം ബോധിപ്പിച്ച് ഓൺലൈനിലൂടെ അനുമതി വാങ്ങിക്കണം. ഭക്ഷ്യവസ്തുക്കൾക്കും മരുന്നിനും മാത്രമേ ആളുകളെ നിരത്തിലിറങ്ങാൻ അനുവദിക്കുന്നുള്ളൂ. അല്ലാത്തവരെല്ലാം തങ്ങളുടെ വീടുകളിലിരുന്ന് ജോലി ചെയ്തോളാനാണ് അധികൃതരുടെ നിർദേശം. വിദേശികൾ പലരും നിരാശയിലും ആശങ്കയിലും കൂനിക്കൂടിയിരിക്കുന്നു. ജോലിയില്ലാത്തവർക്ക് ചുമ്മാ ഇരിക്കാം. ഉള്ളവനാണെങ്കിലോ, അത് ഇനി എത്രകാലത്തേയ്ക്ക് എന്ന ആശങ്കയും. പലരുടെയും പണി ഇതിനകം നഷ്ടമായി. മറ്റു പലർക്കും മാസശമ്പളത്തിൽ കുറവുവന്നു. താഴ്ന്ന വരുമാനമുള്ളവരും തുച്ഛവരുമാനക്കാരായ കെട്ടിട നിർമാണ തൊഴിലാളികളുമൊക്കെയാണ് ഏറ്റവും പ്രതിസന്ധിയിൽ. ഭാവിയെന്ന വലിയൊരു ശൂന്യതയെ ഓർത്ത് അവർ നടുങ്ങുന്നു. നല്ല കാലം മുഴുവൻ മരുഭൂമിയിൽ ചെലവഴിച്ച്, മക്കളെ പഠിപ്പിച്ച് ഉന്നത നിലയിലെത്തിച്ച്, പെൺമക്കൾക്ക് മികച്ച ജീവിതം നൽകി ഒടുവിൽ ബാലൻസ് ഷീറ്റിൽ ഒന്നുമില്ലാതെ, പതിറ്റാണ്ടുകൾക്ക് ശേഷം മടങ്ങുമ്പോൾ എങ്ങനെയായിരിക്കും കുടുംബവും സമൂഹവും തങ്ങളെ സ്വീകരിക്കുക എന്ന മുതിർന്ന പ്രവാസികളുടെ ആധി ഇപ്പോൾ ചെറുപ്പക്കാരെയും പിടികൂടിയിരിക്കുന്നു. എങ്കിലും 'ഈ സമയവും കടന്നുപോകും; എന്ന പ്രത്യാശ കൈവിടരുതെന്ന് അവരെല്ലാം സ്വയം തീരുമാനിക്കുന്നു.

വില്ലയിലെ എന്റെ താമസയിടം 'കോട്ടയം അയ്യപ്പാസ്' പോലെയാണ്. കൊച്ചുമുറിയിൽ നിന്ന് പുറത്തേയ്ക്ക് നോക്കിയാൽ അവിടെയെല്ലാം വിശാലമായ ഹാളുകളും വലിയ മുറികളും കാണാം. പ്രവേശന

കവാടത്തിനരികിലെ ഇരിപ്പുമുറിയാണ് ബഹുകേമം. എങ്കിലും അവിടെയിപ്പോൾ ആളനക്കമില്ല. ഇടയ്ക്കിടെ ഷാജിഭായിയെ കാണാൻ സുഹൃത്തുക്കളും മറ്റുമെത്തിയാൽ വട്ടംകൂടിയിരുന്ന് ഉറുദുവിൽ നാട്ടുവിശേഷങ്ങൾ പറഞ്ഞ് പൊട്ടിച്ചിരിക്കുന്നത് കാണാമായിരുന്നു. അതുകഴിഞ്ഞാൽ അടുക്കളയാണ് ഏറ്റവും വിശാലം. ഏതു സ്ത്രീ കണ്ടാലും അതിനെയൊന്ന് സ്നേഹിച്ചുപോകും. ഞാനടക്കം അഞ്ചോളം താമസക്കാർ അടുത്തടുത്തായി സ്റ്റൗവുകളും കുക്കിങ് റേഞ്ചും പാത്രങ്ങളുമൊക്കെ അടുക്കളയിൽ ക്രമീകരിച്ചിട്ടുണ്ട്. കോമണായി വാഷ് ബേസും ഓവനും റഫ്രിജറേറ്ററും. എന്നാൽ മിക്കവരും പാചകം ഒരു ചടങ്ങിന് മാത്രമേ നടത്തുന്നുള്ളൂ. ഞാനിടയ്ക്ക് കഞ്ഞിവയ്ക്കും, മുട്ടപൊരിക്കും.. കൂടിപ്പോയാൽ സാൽമൻ മീനിന്റെ തലകൊണ്ടുള്ള കറിയുമുണ്ടാക്കും. പ്രവാസി മലയാളികളുടെ വീക് നെസ്സായ ദേശീയമത്സ്യം, മത്തി വറുക്കണമെന്ന് പലപ്പോഴും തോന്നുമെങ്കിലും വില്ല മുഴുവൻ 'സുഗന്ധപൂരിത'മാക്കും എന്ന ആശങ്കയാൽ, ആ ആഗ്രഹം അടക്കിവയ്ക്കും. ആഴ്ചയിലൊരിക്കലെങ്കിലും മത്തി വറുത്തത് തിന്നാത്ത മലയാളിയുണ്ടെന്നറിഞ്ഞാൽ അടി പാർസലായി വരും എന്ന് ആരോ പറഞ്ഞതോർത്ത് ചിരിക്കാറുണ്ട്.

എന്റെ തൊട്ടടുത്തായി ഒരു സുഡാനി ബാച്ചിലറാണ് പാചകസ്ഥലം ഒരുക്കിയിട്ടുള്ളത്. വളരെ മാന്യനായ ഒരമ്പത്തഞ്ചുകാരൻ. ദുബായ് ഗവൺമെന്റിന്റെ ഏതോ വിഭാഗത്തിലാണ് ജോലി. എന്നാൽ അതിന്റെ ഗൗരവമോ മറ്റോ ഇല്ലാത്ത സാധുമനുഷ്യൻ. എന്നെ കണ്ടാൽ സലാം നീട്ടിപ്പറഞ്ഞ ശേഷം 'കൈഫൽ ഹാൽ യാ, ഹബീബി?'(എന്തുണ്ട് പ്രിയപ്പെട്ടവനേ?) എന്ന് കുശലാന്വേഷണം നടത്തും. പിന്നെയും പ്രത്യേക താളത്തിലുള്ള അറബികിൽ എന്തെല്ലാമോ പറയും. പണ്ട് സൗദിയിൽ നിന്ന് പഠിച്ച മുറി അറബിക്കിൽ ഞാൻ, 'ഖുവൈസ്, തമാം, സെയിൻ...'(സുഖമായിരിക്കുന്നു) എന്നതിന്റെ പല വകഭേദങ്ങൾ പറഞ്ഞ് പിടിച്ചുനിൽക്കും. പറയുന്നതൊന്നും എനിക്ക് പൂർണമായും മനസ്സിലാകാറില്ല, അത് മറച്ചുവെച്ചാണ് ഇടയ്ക്ക് 'നയം നയം' (അതെയതെ) എന്നു മാത്രം പറഞ്ഞ് ഇളിച്ചുകൊണ്ട് മുന്നിൽനിൽക്കുന്നതെന്ന് അദ്ദേഹം എന്നെങ്കിലുമൊരിക്കൽ അറിഞ്ഞാലുള്ള എന്റെയവസ്ഥ ആലോചിച്ച് ഞാനിടയ്ക്കിടെ നടുങ്ങാറുണ്ട്. വാക്കുകളുടെ പ്രവാഹത്തിന് വിരാമമിടുമ്പോൾ അദ്ദേഹം എണ്ണക്കറുപ്പുള്ള മുഖത്തെ ചോരനിറമുള്ള തന്റെ തടിച്ച ചുണ്ടുകൾ വിടർത്തി മനോഹരമായി പുഞ്ചിരിക്കും. അപ്പോൾ ഞാൻ, ശുക്രൻ.. ശുക്രൻ പറഞ്ഞു പതുക്കെ ഉൾവലിയും. സുഡാനിയോട് ചേർ

ന്നു കെട്ടിടത്തിലെ നാഥൂറി(വാച്ച്മാൻ)ന്റെ കൂടി റോളുള്ള ഷാജി ഭായിയുടെ ശിങ്കിടി, പാക്കിസ്ഥാനി തന്നെയായ മുനീം ആണ് പാചക പരീക്ഷണം നടത്താറ്. പൊതുവേ പാക്കിസ്ഥാനികൾക്കുള്ള ഭീമൻ ആകാരം ഇല്ലെങ്കിലും സുന്ദരനും ചെറുപ്പക്കാരനുമാണ് അയാൾ. വയസ്സ് മുപ്പതാണ്ടുകൾ കയറിപ്പോയിട്ടുണ്ടെങ്കിലും ഇതുവരെ വിവാഹം കഴിച്ചിട്ടില്ല. ഒരുദിവസം ഞാൻ അതേക്കുറിച്ച് ചോദിച്ചപ്പോൾ മുനീം പുഞ്ചിരിച്ചുകൊണ്ട് ചോദിച്ചു:

"താങ്കൾക്ക് എത്ര ഭാര്യമാരുണ്ട്?"

അതുകേട്ട് ഞാൻ ഞെട്ടി. വല്ലാത്തൊരു ചോദ്യമായിപ്പോയി. കാര്യം, നാല് കെട്ടാമെന്നൊക്കെ പലരും പറഞ്ഞ് കൊതിപ്പിക്കാറുണ്ടെങ്കിലും എന്നോടിത് ചോദിക്കാൻ എങ്ങനെ തോന്നി ചങ്ങാതീ എന്ന് ചിന്തിച്ച് തകർന്നുപോയി. എന്റെ വിളറിയ മുഖം കണ്ടായിരിക്കാം, മുനീം തുടർന്നു:

"ഞങ്ങളുടെ നാട്ടിലൊക്കെ താങ്കളുടെ പ്രായത്തിലുള്ള മിക്കവർക്കും ചുരുങ്ങിയത് രണ്ട് ഭാര്യമാരുണ്ട്.."

എന്നിട്ട് ഭാവിയിലെ സ്വപ്നസമാനമായ ആ രംഗം ഓർത്തായിരിക്കാം, മുനീം മതിമറന്ന് ചിരിച്ചു. പിന്നെ, രഹസ്യം പോലെ പറഞ്ഞു:

"അതേ, ഞാൻ ആർടിഎ ഇന്റർവ്യൂവിൽ പാസായിട്ടുണ്ട്.. ദുബായ് ടാക്സിയിൽ ഡ്രൈവറായി ഉടൻ നിയമിതനാകും.."

ഗൾഫിലുള്ള നമ്മുടെ അയൽരാജ്യക്കാരുടെ ജീവിതാഭിലാഷമാണ് ടാക്സി ഡ്രൈവർ തസ്തിക. ഈ മേഖലയിലാണ് ഇവരെ ഏറ്റവും കൂടുതൽ കാണുക. ഡ്രൈവർ ജോലി കിട്ടിയിട്ട് കല്യാണം കഴിക്കുമ്പോൾ തന്റെ നല്ല പ്രായം കഴിയാണ്ടിരുന്നാൽ മതിയായിരുന്നു എന്ന് ഞാൻ ആത്മഗതം ചെയ്തു. അടുത്തകാലത്ത് പുതിയ നിയമനമൊന്നും നടക്കില്ലെന്ന് കേട്ടിരുന്നു. എന്താണ് പറഞ്ഞത് എന്നർഥത്തിൽ മുനീം എന്നെ നോക്കി. ഞാൻ ചിരിച്ചുകൊണ്ട്, 'അച്ഛാ.. ബഹുത് അച്ഛാ' പറഞ്ഞു. അതുകേട്ടപ്പോൾ അവന്റെ മുഖത്ത് ചിരിവിടർന്നു, ആശ്വാസത്തിന്റെ നറുപുഞ്ചിരി.

മല്ലിയില കുറേയേറെ ഉപയോഗിച്ചാണ് മുനീം ഭക്ഷണമുണ്ടാക്കുക. എന്തുണ്ടാക്കുമ്പോഴും മല്ലിയില തുരുതുരെ മുറിച്ചിടാൻ അവന് വലിയ ആക്രാന്തമാണെന്ന് തോന്നിയിട്ടുണ്ട്. മല്ലിയിലയെങ്ങാനും ഇവിടെ നിരോധിക്കപ്പെട്ടാൽ മുനീം പട്ടിണിയിലായിപ്പോകുമല്ലോ എന്ന് ഞാൻ വെറുതെ ഓർത്ത് ബേജാറാകും. പാചകം കഴിഞ്ഞാൽ ഇലകളുടെ അവശിഷ്ടം വാഷ്ബേസിൽ നിറയെ കാണാം. കുറേക്കഴിഞ്ഞാണ് മുനീം ത

ന്നെ വന്ന് അതെല്ലാം വൃത്തിയാക്കുക. മിക്കപ്പോഴും പാക്കിസ്ഥാനി സൂപ്പർമാർക്കറ്റുകളിൽ മാത്രം ലഭിക്കാറുള്ള പല തരം പച്ചക്കറികളും ഇലക്കറികളുമാണ് പാചകം ചെയ്യുക. പലതും ഞാൻ ആദ്യമായി കാണുന്നവയായിരുന്നു. സൺഫ്‌ളവർ ഓയിൽ യഥേഷ്ടം ഉപയോഗിക്കും. പക്ഷേ, സംഭവം കിടിലൻ തന്നെ!. എപ്പോൾ എന്തു വിഭവമുണ്ടാക്കിയാലും നിർബന്ധിച്ച് എനിക്ക് കുറച്ച് തന്നിരിക്കും. എന്നിട്ട് അതിന്റെ ഔഷധ ഗുണങ്ങൾ വിവരിക്കും. ദുബായ് അൽ നഹ്ദയിൽ എൻഎംസി ആശുപത്രിക്കടുത്തുള്ള ഒരു സൂപ്പർമാർക്കറ്റിൽ ചെന്നാൽ സ്പെഷ്യൽ പാക് പച്ചക്കറികൾ കിട്ടുമെന്ന് വിശദീകരിച്ചു തരും. കറിയുമായി പോകുമ്പോൾ ആത്മസുഹൃത്തിനെപ്പോലെ ആരായും:

"കൂടെ കഴിക്കാൻ ഖുബ്ബൂസുണ്ടോ ഭായി?"

ഉണ്ടെന്ന് ഞാൻ തലയാട്ടും. നടന്നുനീങ്ങുമ്പോൾ അവൻ ഓർമിപ്പിക്കും:

"കഴിച്ച് കഴിഞ്ഞ് രാത്രി വാട്സാപ്പിൽ അഭിപ്രായം അറിയിക്കണേ.."

"പിന്നല്ല."

മറുപടി കേട്ട് തന്റെ സുറുമയെഴുതിയ കണ്ണുകളിൽ പ്രകാശം പരത്തി ചിരിക്കും. ചെറിയൊരു 'ചാന്തുപൊട്ടാ'ണോ അയാളെന്ന് എനിക്കപ്പോൾ തോന്നാതില്ല. എന്റെ അഭിപ്രായം അറിഞ്ഞാലേ അവന് തന്നിലെ പാചകക്കാരനെ സന്തോഷിപ്പിക്കാനാകൂ. അങ്ങനെ ഒരുദിവസത്തെ അത്താഴം കൂടി ആഡംബരമായി കഴിഞ്ഞുപോകും. കുറച്ച് കഴിഞ്ഞ് ഒരു പത്ത് 'തംസപ്പു'കൾ ഒന്നിച്ച് വാട്സപ്പിൽ അയച്ചുകൊടുത്താൽ കണ്ണുകളിൽ പ്രണയചിഹ്നം നിറഞ്ഞ ഇമോജി തിരിച്ചയച്ച് സന്തോഷം അറിയിക്കും.

കുറേ നാളായി മുനീമിനെ കാണാനേയില്ല. സാധാരണ ഇരിപ്പുമുറിയിലെ സോഫയിൽ ഇരുന്നും നിന്നും ചാരിക്കിടന്നും മൊബൈൽ ഫോൺ തോണ്ടി സമയം കളയാറുണ്ടായിരുന്ന അയാളുടെ പൊടിപോലുമില്ല. ഷാജിഭായിയെ കണ്ടിരുന്നേൽ ചോദിക്കാമായിരുന്നു. പക്ഷേ, അദ്ദേഹവും മുന്നിൽപ്പെടുന്നില്ലല്ലോ. ഹിന്ദി ഹാസ്യതാരം ഹിമാനി ശിവപുരിയുടെ മുഖവും പ്രകൃതവുമുള്ള, ഇടയ്ക്കിടെ ബഹളം വച്ച് പോകാറുള്ള ഷാജി ഭായിയുടെ രണ്ടാം പ്രിയതമയെ കണ്ടാലും അന്വേഷിക്കാമായിരുന്നു. ആവശ്യമുള്ളപ്പോൾ അവരും മുന്നിൽ പ്രത്യക്ഷപ്പെടുന്നില്ലല്ലോ. ഞാൻ മുനീമിന്റെ നമ്പരിലേയ്ക്ക് വിളിച്ചപ്പോൾ സ്വിച്ഡ് ഓഫ്. വാട്സാപ്പിലും അദൃശ്യനാണ്. അടുത്തുള്ള ഗ്രോസറിയിലേയ്ക്കും എമിറേറ്റ്സ് കോപ്പിലേയ്ക്കും കൃത്യം അഞ്ചുനേരം പള്ളിക്കുമെല്ലാം പോകാൻ

ഉപയോഗിക്കാറുള്ള സ്കൂട്ടിയെക്കുറിച്ച് ഓർത്തപ്പോൾ എനിക്ക് പ്രതീക്ഷയായി. ഓടിച്ചെന്ന് നോക്കിയപ്പോൾ, ഷെയ്ഡ് പാർക്കിങ്ങിൽ അത് സ്വസ്ഥമായി വിശ്രമിക്കുന്നു. നാട്ടിൽ എന്തെങ്കിലും അത്യാവശ്യത്തിന് പോയതായിരിക്കുമെന്ന് കരുതി ഞാനെന്നെ സമാധാനിപ്പിച്ചു. പിന്നെയോർത്തു, എന്തിനാണ് നമ്മുടെ ശത്രുരാജ്യക്കാരന് വേണ്ടി ഞാൻ അസ്വസ്ഥനാകുന്നത്? അയാൾ എവിടേക്കെങ്കിലും പോയാൽ എനിക്കെന്താണ്?. പാക്കിസ്ഥാനിയാണെങ്കിലും മനുഷ്യനല്ലേ, ഒരു സഹതാപമൊക്കെ ആകാമല്ലോ എന്ന് പുനർചിന്തനം നടത്തിയപ്പോൾ മനസ്സിലേയ്ക്ക് വീണ്ടും മരുക്കാറ്റടിച്ചു.

പിന്നീട്, ജോലിത്തിരക്കിൽപ്പെട്ട് ഞാൻ മുനീമിനെ മറന്നു. പക്ഷേ, നാളുകൾക്ക് ശേഷം നേരിൽ കണ്ടപ്പോഴോ, അയാൾ എന്നെ ഞെട്ടിച്ചുകളഞ്ഞു!. അന്നൊരു ശനിയാഴ്ചയായിരുന്നു. ഖിസൈസ് വരെ പോയി തിരിച്ചുവന്ന് റിമോട് കൺട്രോളിന്റെ ബട്ടൺ ഞെക്കി വില്ലയുടെ കൂറ്റൻ ഗേറ്റ് തുറന്നപ്പോൾ മുന്നിലതാ താടിയും മുടിയുമൊക്കെ ഒപ്പിച്ച്, ജാക്കറ്റും പുതിയ കാൻവാസ് ഷൂസുമൊക്കെ ധരിച്ച് മുനീം സ്റ്റാർട്ടാക്കിയ സ്കൂട്ടിയിൽ പുറത്തുപോകുവാൻ തയ്യാറായിരിക്കുന്നു. എന്നെ കണ്ടപ്പോൾ ആ മുഖത്തൊരു നാണം. ഇത് അതു തന്നെ.. കല്യാണം! ഞാനുറപ്പിച്ചു.

"കുറേ ദിവസമായി കാണാനേ ഇല്ലല്ലോ മുനീം ഭായി?"

ഞാൻ പറഞ്ഞപ്പോൾ അയാൾ സ്കൂട്ടി ഓഫാക്കി. പിന്നെ നാണം വിടാതെ എന്നെ നോക്കിക്കൊണ്ട് ജാക്കറ്റിന്റെ സിപ്, ശസ്ത്രക്രിയ നടത്തുന്ന ഡോക്ടറുടെ ജാഗ്രതയോടെ പതുക്കെ വലിച്ചു താഴ്ത്തി. അത് രണ്ടു കൈകൊണ്ടും വകഞ്ഞുമാറ്റിക്കൊണ്ട് ഇത്തിരി അഭിമാനത്തോടെ സ്വന്തം ദേഹത്തേയ്ക്കും പിന്നെ എന്നെയും നോക്കി. ഞാനും ചെറുതായൊന്നു ഞെട്ടാതില്ല ദുബായ് ടാക്സി ഡ്രൈവറുടെ യൂണിഫോം!. മുനീമിനെ ആർടിഎ സ്വന്തമാക്കിയിരിക്കുന്നു!. അത് കൊറോണയ്ക്ക് മുൻപായതിനാൽ മബ്റൂക് (അഭിനന്ദനം) പറഞ്ഞു കൈ പിടിച്ചുകുലുക്കാനും നെഞ്ചോടു ചേർത്ത് സ്നേഹം പ്രകടിപ്പിക്കാനും സാധിച്ചു. സന്തോഷം തുളുമ്പിയ മുഖത്തോടെയും ശരീരഭാഷയോടെയും സ്കൂട്ടിയിലെ മുനീമിന്റെ അന്നത്തെ ആ പോക്ക് ജീവിതത്തിലൊരിക്കലും മറക്കാനാവില്ല.

ഇപ്പോൾ, ഈ കൊറോണക്കാലത്ത് ദുബായ് ടാക്സി ഡ്രൈവറുടെ യൂണിഫോമിട്ട മുനീമിനെ വില്ലയിൽ പലയിടത്തും കാണാം. അയാളുടെ, മണവാട്ടിയെപോലെ ചമഞ്ഞൊരുങ്ങിയ പുത്തൻ ഹൈബ്രിഡ് ടാ

ക്സി പുറത്ത് ഏകനായി കിടക്കുന്നു. ഡ്യൂട്ടിക്ക് കയറാൻ ഓഫീസിൽ നിന്ന് ഉടൻ ഫോൺവിളിയെത്തുമെന്നാണ് അവന്റെ പ്രതീക്ഷ. ഇടയ്ക്ക് സ്കൂട്ടി ഓണാക്കി നോക്കുന്നു, പിന്നെ, ഗേറ്റ് തുറന്ന് പുറത്തിറങ്ങി രണ്ടുചുവട് നടക്കുന്നു, തിരിച്ചുവന്ന് ടാക്സിയിൽ ചാരിനിൽക്കുന്നു, അതിനെ തൊട്ടുതലോടുന്നു, വില്ലയ്ക്കകത്ത് കയറി ഇരിപ്പുമുറിയിലെ സോഫയിൽ മലർന്നുകിടക്കുന്നു... ജോലി കിട്ടുന്നതിന് മുൻപ്, പാചകം ചെയ്യുമ്പോൾ പോലും ഇടയ്ക്കിടെ മൊബൈലിൽ കണ്ണുനടാറുള്ള അവന് ഇപ്പോൾ ആ വസ്തുവിനെക്കുറിച്ച് ചിന്ത പോലുമില്ല. കൊറോണയ്ക്ക് മുൻപ് രാപ്പകൽ ഭേദമന്യേ മുനീം ജോലിയെ പുണർന്നിരുന്നു. എന്നാലിപ്പോൾ, മോഹിപ്പിച്ച കിട്ടിയ ജീവിതോപാധിയിൽ പ്രവേശിച്ച് അധികം വൈകാതെ എല്ലാ പ്രതീക്ഷകളും കെട്ടുപോകുന്നതുപോലെ. ജീവിതത്തിന്റെ എൻജിൻ പാതിവഴിയിൽ നിലച്ചുപോകുമോ എന്നായിരിക്കുമോ അവന്റെ ഉൾഭയം?

ഇന്ന് വെള്ളിയാഴ്ചയാണ്. പള്ളിക്ക് പോകാനില്ലാത്തതിനാൽ ഈ ദിവസത്തെ പതിവുചിട്ടകളെല്ലാം തെറ്റിയിരിക്കുന്നു. കുളിയും ചായകുടിയും ക്ലീനിങ്ങുമെല്ലാം വൈകി. എല്ലാ വെള്ളിയാഴ്ചയും രാവിലെ കൃത്യസമയത്ത് വില്ലയിൽ പ്രത്യക്ഷപ്പെട്ട്, ഇരിപ്പുമുറിയിൽ മണിക്കൂറുകളോളം പരസ്പരം മിണ്ടാതെ, നിഗൂഢത തോന്നിപ്പിച്ച് ഇരിക്കാറുള്ള പാക്കിസ്ഥാനി സാഹിബ്ബിനെയും കണ്ണുകൾ മാത്രം പുറത്തു കാണുന്ന തരത്തിൽ പർദ ധരിച്ച അദ്ദേഹത്തിന്റെ സാഹിബയെയും കൊറോണക്കാലം തുടങ്ങിയതിൽപ്പിന്നെ കണ്ടിട്ടേയില്ല. ദീർഘചതുരാകൃതിയിലുള്ള വില്ലാമുറ്റത്താണെങ്കിൽ താമസക്കാരുടെ കാറുകൾ നിറഞ്ഞിരിക്കുന്നു. അതിനോട് ചേർന്ന ഔട്ട്ഹൗസിലെ പൊണ്ണത്തടിയനായ താമസക്കാരൻ തന്റെ അരുമകളായ ലൗ ബേർഡ്സും പൂച്ചക്കുട്ടികളുമായി എങ്ങോ മറഞ്ഞിരിക്കുന്നു...

കുഞ്ഞു ഗേറ്റ് തുറന്നു ഞാൻ പുറത്തേയ്ക്ക് നോക്കിയപ്പോൾ, അറബ് വില്ലകളുടെ മുൻപിലെല്ലാം വിലകൂടിയ ഫോർവീലറുകളും മറ്റും കിടന്നുറങ്ങുന്നത് കണ്ടു. നേരെ മുൻപിലത്തെ വില്ലയിലെ, വലിയ ബഹുവർണ്ണ പൂക്കളുടെ ചിത്രമുള്ള നൈറ്റിധരിച്ച ഇന്തോനേഷ്യൻ വീട്ടുജോലിക്കാരി വീട്ടുമുറ്റത്തെ തണൽ മരങ്ങൾക്ക് പതിവുപോലെ പൈപ്പിലൂടെ വെള്ളമൊഴിക്കുന്നു. ആ യുവതിയുടെ നിസ്സഹയാവസ്ഥയോർത്ത് അവരെ തന്നെ നോക്കിയിരിക്കെ !ഞങ്ങളുടെ കണ്ണുകൾ ഉടക്കി. അവർ പെട്ടെന്ന് തലതാഴ്ത്തി തന്റെ ജോലിയിൽ മുഴുകി. ഖിസൈസിലെ കോഴിക്കോട് സ്റ്റാർ റസ്റ്റോറന്റിലെ ചായക്കടയിൽ നിന്ന് പതിവുള്ള

വൈകിട്ടത്തെ ചായയുടെ രുചി ഇടയ്ക്കിടെ തികട്ടിവരുമ്പോഴാണ് ഈ ഒളിജീവിതത്തിന് എത്രമാത്രം വേദനയുണ്ടെന്ന് മനസിലാകുന്നത്. വില്ലയ്ക്ക് തൊട്ടടുത്ത മലയാളിയുടെ ഗ്രോസറിക്കടുത്തുകൂടെ നടന്ന്, അവധി ദിവസങ്ങളിൽ പതിവുള്ളതുപോലെ, കൊട്ടാരംപോലുള്ള അറബ് വില്ലകൾ കണ്ടാസ്വദിച്ച് ഒന്നു കറങ്ങി വന്നാലോ എന്ന് വിചാരിച്ചതേയുള്ളൂ, തൊട്ടപ്പുറം ഒരു പൊലീസ് വാഹനം വന്നു നിന്നു. അവർ എന്നെയാണ്, എന്നെ മാത്രമാണ് നോക്കുന്നത് എന്ന് തോന്നിയപ്പോൾ ഉള്ളിലൊരു ഭയം ചിറകടിച്ചു. അനാവശ്യമായി പുറത്ത് ചുറ്റിയടിക്കല്ലേ എന്ന് അധികൃതർ ആവർത്തിച്ച് മുന്നറിയിപ്പ് നൽകിയിട്ടുണ്ട്; ഞാൻ പെട്ടെന്ന് തന്നെ വില്ലയിലേയ്ക്ക് വലിഞ്ഞു.

പൊടുന്നനെയാണ് ഞാനാ കുഞ്ഞുമുഖം ഓർത്തത്. സാന്ത്വനത്തിന്റെ മന്ദസ്മിതം. ഓടിച്ചെന്ന് എന്റെ മുറിയുടെ വലിയ ചില്ലുവാതിലുള്ള ജനാലയിലൂടെ പുറത്തേയ്ക്ക് നോക്കി. തൊട്ടടുത്തുള്ളത് വാഷിങ് മുറിയും അതിനോട് ചേർന്ന്, സ്വദേശികൾ താമസിച്ചിരുന്നപ്പോൾ ജോലിക്കാരികൾക്ക് കിടന്നുറങ്ങാനുള്ള അധികമുറിയുമാണ്. അലക്കാൻ ചെല്ലുമ്പോൾ, കൈയ്യിൽ ബാർബിഗേൾ പാവയുമായി വാതിൽക്കൽ പ്രത്യക്ഷപ്പെടുകയും 'ഹലോ.. ഹലോ' എന്ന് പതുക്കെ മൊഴിഞ്ഞ് എന്നെ നോക്കി ചുണ്ടിൽ പൂവിടർത്താറുമുള്ള കൊച്ചുസുന്ദരിയെ പക്ഷേ, കാണാനായില്ല. എങ്കിലും, വില്ലയിലെ പൂച്ചകൾ ഇത്തിരി സ്വാതന്ത്ര്യക്കൂടുതലോടെ തലങ്ങും വിലങ്ങും പാഞ്ഞുനടക്കുന്നു. ചുറ്റുമതിലിൽ നിഴലുകൾ വീഴ്ത്തുന്ന, ആയിരമായിരം ശാഖകൾ മേൽപോട്ടുയർത്തി ധ്യാനമഗ്നരായിരിക്കുന്ന വൃക്ഷങ്ങളിലെ കിളികളും സന്തോഷത്തോടെ ചിലച്ചുകൊണ്ടിരിക്കുന്നു.

ലുക്കാചുപ്പി

നിജു ആൻ ഫിലിപ്പ്

കുടിവെള്ളത്തിന്റെ ഇരുപത് ലിറ്റർ ക്യാനും തലയിലേറ്റി നാരംഗ് കോളിംഗ് ബെൽ അടിച്ചപ്പോൾ ലോകം മുന്നൂറ്റി അറുപത് ഡിഗ്രി കറങ്ങി. എനിക്ക് പഴയതെല്ലാം ഓർമ്മ വന്നു. ഞാൻ പൊടുന്നനെ പത്ത് വർഷങ്ങൾ പിന്നോട്ട് നടന്നു.

ഹോസ്റ്റൽ വരാന്തയിൽ ഞാൻ മൂടിപ്പുതച്ചിരുന്നു. ക്ലോക്കിൽ സമയം നാല് കഴിഞ്ഞിരുന്നു. തണുത്തു വിറയ്ക്കുന്നത് കൊണ്ട് ഞാൻ കുറേക്കൂടി കൂനിപ്പിടിച്ചിരുന്നു. സെക്യൂരിറ്റി നീട്ടിയ കട്ടൻ ചായ ഊതിക്കുടിച്ചു. അയാൾ സംഭാഷണത്തിന് ഒരുങ്ങുകയാണെന്നു മനസ്സിലായത് കൊണ്ട് ഞാൻ പോക്കറ്റിൽ നിന്നും ഫോണെടുത്ത് മറുതലയ്ക്കൽ ആരും ഇല്ലാതിരുന്നെങ്കിലും സംസാരിച്ചു. മാത്യു അയച്ച മെസ്സേജ് ഒന്ന് കൂടി വായിക്കാൻ തോന്നി.ഇത്തവണയും എന്നെ പറ്റിക്കുമോ എന്ന ഭീതിയിൽ ഞാൻ വീണ്ടും വീണ്ടും അതിലേക്ക് ഉറ്റുനോക്കി.നാല് മണിക്ക് ഹോസ്റ്റലിൽ എത്തും എന്ന് തന്നെയല്ലേ എന്ന് ഒരിക്കൽ കൂടി വായിച്ചുറപ്പിച്ചു.ആ നമ്പറിലേക്ക് ഒരിക്കൽ കൂടി വിളിച്ചു നോക്കി.സ്വിച്ച്ഡ് ഓഫ് എന്ന സന്ദേശം കേട്ട് എനിക്ക് തല പിളരും പോലെ തോന്നി.പുറത്ത് ഇരുട്ട് കട്ടപിടിച്ചു കിടന്നു.

മാത്യുവിനെ കാണാതായിട്ട് ഏതാണ്ട് പത്തുദിവസം പിന്നിട്ടിരുന്നു.അവനെന്നെ ഒടുവിൽ വിളിച്ചിട്ട് പതിനൊന്ന് ദിവസവും.ജോലിയിലിരിക്കെ പെട്ടെന്ന് ആരോടും പറയാതെ ഒരവധി പോലും എടുക്കാതെ അവനിറങ്ങി പോവുകയായിരുന്നു.തലേന്ന് എന്നെ വിളിക്കുമ്പോൾ അല്പം അസ്വസ്ഥനായിരുന്നു.പതിവില്ലാതെ അവനെന്നോട് ദേഷ്യപ്പെട്ടു.ഹൈദരാബാദിലെ ജോലി മതിയാക്കണമെന്നും വേഗം ഡൽഹിക്ക് കയറിപ്പോരണമെന്നും വാശി പിടിച്ചു. ഞാൻ പുതിയ ആശുപത്രിയിൽ ജോലിക്ക് കയറിയിട്ട് ആറു മാസം തികഞ്ഞിരുന്നില്ല.ആറു മാസത്തിന് ശേഷം ഞാൻ വരാമെന്ന് പറഞ്ഞിട്ട് അവനത് തീരെ മനസ്സിലാകുന്നുണ്ടായിരുന്നില്ല.എപ്പോഴും ശാന്തനായി മാത്രം പെരുമാറുന്ന അവനെന്നോട് പൊട്ടിത്തെറിച്ചു.നിന്നെ എനിക്ക് നഷ്ടപ്പെടുമോ എന്നെനിക്ക് ഭയമാണെന്ന്

പറഞ്ഞു നിലവിളിച്ചു.ഞാൻ പേടിച്ചുപോയി. പെട്ടെന്ന് ഫോൺ വെച്ചു.പിറ്റേന്ന് വൈകിട്ടാണ് അവന്റെ കൂട്ടുകാർ എന്നെ വിളിച്ച് അവനെ ഡ്യൂട്ടിക്കിടയിൽ കാണാതായി എന്ന് പറയുന്നത്.അവനെവിടാണെന്നെനിക്ക് അറിയില്ലെന്ന് പറഞ്ഞത് അവരാരും വിശ്വസിച്ചില്ല.അന്നങ്ങനെ കടന്ന് പോയി.പിറ്റേന്ന് പോലീസ് വിളിച്ചു.അവനെക്കുറിച്ച് എനിക്ക് ഒന്നും അറിയില്ല എന്ന് ഞാൻ ആവർത്തിച്ചു.പിന്നീട് അവന്റെ വീട്ടുകാർ വിളിച്ചു.'എന്റെ മകനെ കൊലയ്ക്ക് കൊടുത്തോടീ നീ' എന്ന് അവന്റെ അമ്മ എന്നോട് അലറിക്കരഞ്ഞു ചോദിച്ചു.ഞാൻ ഒന്നും പറഞ്ഞില്ല.അവന്റെ അമ്മാവൻ വിളിച്ചു.'ഞാനെത്ര രൂപ അവന്റെ കയ്യിൽ നിന്ന് ഊറ്റിയെടുത്തു' എന്ന് ആക്രോശിച്ചു അതിനും ഞാൻ മറുപടി ഒന്നും പറഞ്ഞില്ല.ഇന്നലെയാണ് അവന്റെ മെസ്സേജ് വരുന്നത്.'അവൻ എന്റെ അടുത്തേക്ക് വരുന്നു കാത്തിരിക്കണം.'അയച്ചത് അവനാണോ എന്നെനിക്ക് ഉറപ്പില്ല.ഇത് വരെ ഞാൻ കണ്ടിട്ടില്ലാത്ത ഒരു നമ്പർ.അതേ നമ്പറിൽ തിരികെ വിളിക്കുമ്പോൾ സ്വിച്ച്ഡ് ഓഫ്.ആരോടെങ്കിലും പറയാൻ എനിക്ക് ഭയം തോന്നി.പറഞ്ഞാൽ അവനെന്റെ അടുത്തേക്ക് വന്നില്ലെങ്കിലോ എന്ന് ഞാൻ ഭയന്നു.നാല് മണി കഴിഞ്ഞുള്ള ഓരോ നിമിഷവും ഓരോ യുഗങ്ങൾ പോലെ എനിക്ക് തോന്നി.എനിക്ക് ഛർദ്ദിക്കാൻ വന്നു.

പെട്ടെന്ന് ഒരു ഓട്ടോ ഗേറ്റിൽ വന്നു നിന്നു.ഞാൻ പുറത്തേക്ക് ഓടി.സെക്യൂരിറ്റി എന്റെ പിന്നാലെ വന്നു.ഞാൻ അയാളോട് സൂപ്രണ്ടിന്റെ പെർമിഷൻ ഉണ്ട് എന്നൊക്കെ പുലമ്പി.അയാൾ ഒന്നും പറഞ്ഞില്ല.മാത്യു ഓട്ടോയിൽ നിന്നും ഇറങ്ങി.തമ്മിൽ കണ്ടിട്ട് ഒന്നര മാസം കഴിഞ്ഞിരുന്നു.അവനാകെ മെലിഞ്ഞിരുന്നു.മുഷിഞ്ഞ വസ്ത്രങ്ങൾ,നീട്ടിയ താടി. ഞാനൊരിക്കലും അവനെ അങ്ങനെ കണ്ടിട്ടില്ല.അവനെന്നെ കണ്ട് വിടർന്നു ചിരിച്ചു.ആ ചിരി മാത്രം പഴയ അവനെ ഓർമ്മിപ്പിച്ചു.ഓട്ടോ പറഞ്ഞുവിട്ട് അവനെന്നെ ചേർത്തു പിടിച്ചു.എങ്ങോട്ട് പോകണം എന്ന് ഞാൻ കുറേ നേരം ആലോചിച്ചു.അവനെ വിസിറ്റിങ് ലോബിയിൽ ഇരുത്താൻ ഞാൻ പെർമിഷൻ എടുത്തിരുന്നെങ്കിലും രാവിലത്തെ ഡ്യൂട്ടിക്ക് പോകാൻ അത് വഴി വരുന്നവരോടെല്ലാം മറുപടി പറയണമെന്നോർത്ത് ആകെ പേടിച്ചു

പുറത്തു ഫ്ളാറ്റെടുത്തു താമസിക്കുന്ന സുഹൃത്തിനെ വിളിച്ചു.അങ്ങോട്ട് ചെല്ലാൻ പറഞ്ഞതനുസരിച്ച് ഞാനവന്റെ പെട്ടിയും താങ്ങി നടന്നു.അവനാകെ ക്ഷീണിച്ചിരുന്നത് കൊണ്ട് പെട്ടി എന്റെ കയ്യിൽ നിന്നും വാങ്ങാൻ ശ്രമിച്ചിട്ടും ഞാൻ കൊടുത്തില്ല.ഞങ്ങൾ പരസ്പരം ഒ

ന്നും സംസാരിച്ചില്ല.ഈ കോലാഹലങ്ങൾ മുഴുവൻ ഉണ്ടാക്കിയത് എന്തിനാണെന്ന് ചോദിച്ചില്ല. അവനെന്റെ പിന്നാലെ അനുസരണയുള്ള ആട്ടിൻകുട്ടിയെ പോലെ നടന്നു.എന്റെ കണ്ണിൽ നിന്നും കണ്ണുനീർ കുടുകുടെ ചാടി.അവനത് കാണാതിരിക്കാൻ ഞാൻ പെടാപ്പാട് പെടുക തന്നെ ചെയ്തു.

ഒറ്റമുറി ഫ്ളാറ്റ് ആയിരുന്നു അത്.തീരെ ചെറിയ ഒരു അടുക്കള, ഒരാൾക്ക് കഷ്ടി നിവർന്നു നിൽക്കാവുന്ന തരം ഒരു കുളിമുറി. എന്റെ സുഹൃത്തിന്റെ ഭാര്യ തന്ന ചായ അവൻ വലിച്ചു കുടിച്ചു. ദോശയും ചമ്മന്തിയും ആക്രാന്തത്തോടെ വിഴുങ്ങി. എനിക്ക് വല്ലാതെ നാണക്കേട് തോന്നി. കയ്യിലുള്ള പൈസ മുഴുവൻ അവൻ എന്റെ കയ്യിൽ തന്നു. എനിക്കൊന്നും മാനേജ് ചെയ്യാൻ പറ്റില്ല എന്നൊക്കെ പുലമ്പി. അക്കൗണ്ടിൽ ഇനി പൈസ ഇല്ലെന്നും, എടിഎംൽ നിന്ന് പണം പിൻലിക്കുമ്പോൾ ഒരാൾ തട്ടിപ്പറിച്ചു കൊണ്ട് ഓടിയെന്നും അവനെന്നോട് പറഞ്ഞു. മഞ്ഞുറയുന്ന തണുപ്പത്ത് അവർക്ക് ആകെയുള്ള മെത്തയും തലയിണകളും ആ രാത്രി ഞങ്ങൾക്ക് തന്നു. ഞാൻ അവനെ തൊടാതെ മുഖം അവന് നേരെ തിരിക്കാതെ ആ രാത്രി ഉറങ്ങിയും ഉറങ്ങാതെയും കടത്തി വിട്ടു.

പിറ്റേന്ന് നേരം വെളുക്കുമ്പോൾ തന്നെ ഞങ്ങൾ അവിടെ നിന്നിറങ്ങി.എന്റെ സർട്ടിഫിക്കറ്റുകൾ ഞാൻ തിരികെ വാങ്ങിയിരുന്നു. എക്സ്പീരിയൻസ് സർട്ടിഫിക്കറ്റ് അവർ തന്നില്ല.ഞാൻ ഏതോ ട്രാൻസിൽ തന്നെ ആയിരുന്നു.ഒന്നും വേണം എന്ന് തോന്നിയില്ല.അവൻ വിളിച്ചു.ഞാൻ കൂടെ പോന്നു. ഡൽഹിയിലേക്ക് സ്ലീപ്പർ ടിക്കറ്റ് എടുത്തു.സീറ്റ് ഒഴിവില്ലായിരുന്നു.ട്രെയിനിൽ നിലത്തു കുത്തിയിരുന്ന് ആദ്യമായി ഞാൻ യാത്ര ചെയ്തു.എനിക്ക് പലപ്പോഴും അരിശം വന്നു.മാത്യു എന്റെ കൈ വിടുവിക്കാതെ സ്വന്തം കയ്യിൽ ചേർത്തു പിടിച്ചിരുന്നു.എനിക്ക് അവനോട് ഒന്നും പറയാൻ തോന്നിയില്ല.

ഒന്നരദിവസത്തെ ട്രെയിൻ യാത്ര കൊണ്ട് ഞാൻ ആകെ അവിഞ്ഞിരുന്നു. ശരീരത്തിൽ നിന്നും ദുർഗന്ധം വമിക്കുന്നത് അറിയാമായിരുന്നു. ന്യൂഡൽഹി റയിൽവേ സ്റ്റേഷൻ ചീഞ്ഞു നാറിക്കിടന്നു. ചുമടെടുക്കുന്നവർ ഞങ്ങളെ പൊതിഞ്ഞു. വൃത്തികേടും നാറ്റവും നിറഞ്ഞ സ്റ്റേഷൻ. വല്ലപാടും ഞങ്ങൾ പുറത്തിറങ്ങി. മെട്രോ സ്റ്റേഷൻ തൊട്ടടുത്തായിരുന്നു. അവിടെ ആളുകൾ മര്യാദയോടെ ക്യൂ നിൽക്കുന്നു. വൃത്തിയും വെടിപ്പുമുള്ള മറ്റൊരു ലോകം. ഒരു ചുവരിനപ്പുറം രണ്ട് തരം ലോകങ്ങൾ.

ഞാൻ അവനോട് ഒന്നിച്ച് ജീവിക്കാൻ ഇപ്പോൾ എനിക്ക് സമ്മതമ

ല്ലെന്ന് പറഞ്ഞു.അവൻ സമ്മതിച്ചു.തൽക്കാലം ഞാൻ കൂട്ടുകാരുടെ അടുത്തേയ്ക്ക് പോയി. പിറ്റേന്ന് തന്നെ അവർ ജോലി ചെയ്യുന്ന കോർപറേറ്റ് ഹോസ്പിറ്റലിൽ ഇന്റർവ്യൂവിന് പോയി.ആ ജോലി കിട്ടി. അവർക്കൊപ്പം താമസമായി. വൈകുന്നേരങ്ങളിൽ മാത്യു എന്നെ വന്നു കണ്ടു.ഒഴിവ് ദിവസങ്ങളിൽ ഞങ്ങൾ ഡൽഹി കണ്ടു. രാത്രി വൈകുവോളം തെരുവുകളിൽ പാനിപ്പൂരിയും, ബേൽപ്പൂരിയും, മോമോസും കഴിച്ചു. പെട്ടെന്ന് മാത്യുവിന്റെ ഒരു വിവരവുമില്ലാതെയായി. ആ തകർച്ചയിൽ നിന്ന് കരകയറി, ഒന്നും പ്രതീക്ഷിക്കാതെ ഇരിക്കുമ്പോൾ അവൻ വീണ്ടും വന്നു. എനിക്ക് മുൻപിലിരുന്നു കരഞ്ഞു. എനിക്ക് അവന്റെ അത്തരം പതിവുകൾ ശീലമായി. ഒരുതരം ഉപാധികളും വെക്കാതെ, ഒരു പാത്രത്തിലുമളക്കാതെ അവനോടുള്ള പ്രേമം കൊണ്ട് ഞാൻ ഉരുകി. മറുവശത്ത് ജീവിതം വല്ലാതെ സങ്കീർണ്ണമായിരുന്നു.

ആറരയ്ക്ക് രാവിലത്തെ ഷിഫ്റ്റ് തുടങ്ങും.ആറ് മണിയ്ക്ക് അലാറം അടിയ്ക്കും.അത് സ്നൂസ് ചെയ്ത് വെച്ച് പത്തുമിനിറ്റ് കൂടി കിടക്കും.പിന്ന പല്ലു തേച്ചെന്ന് വരുത്തും.വാങ്ങി വെച്ച ക്യാനിൽ നിന്ന് വെള്ളം പകർന്ന് കട്ടൻ ചായ അനത്തും. ഓടിപ്പിടിച്ച് യൂണിഫോം ഇടും.അതിദ്രുതം ഒന്ന് കുരിശു വരയ്ക്കും. ബാഗെടുത്ത് ആശുപത്രിയിലേക്ക് ഓടും. പ്രഭാതഭക്ഷണം കഴിക്കില്ല. ഉച്ചവരെ മുഴുപ്പട്ടിണി.

നവംബർ മാസം മുതൽ ഏഴുമണി എങ്കിലും കഴിയാതെ സൂര്യൻ തല പുറത്തു കാണിക്കില്ല. ലിഫ്റ്റ് ഇല്ലാത്ത ഒരു കെട്ടിടത്തിന്റെ അഞ്ചാം നിലയിലെ ഒറ്റ മുറിയിലാണ് ഞങ്ങൾ താമസിച്ചിരുന്നത്. മുകളിലേയ്ക്ക് കയറും തോറും അതിന്റെ ഗോവണി വീതി കുറഞ്ഞു വന്നു.

നാലഞ്ചു പെൺകുട്ടികൾ ഒറ്റയ്ക്ക് താമസിക്കുന്ന ചൊരുക്ക് കൊണ്ടോ എന്തോ അതിരൂക്ഷമായ പോരാണ് മക്കാൻ മാലിക് ഞങ്ങളോട് എടുത്തത്. പലപ്പോഴും മക്കാൻ മാലിക് ഞങ്ങളുടെ ടാങ്കിൽ വെള്ളം നിറയ്ക്കാതെ കഷ്ടപ്പെടുത്തി. അയാളുടെ വാതിലിൽ മുട്ടുമ്പോൾ കഴുത്തു കുറുകിയ ഭാര്യ തല മാത്രം പുറത്ത് കാണിച്ച് ഞങ്ങളെ ചീത്ത വിളിച്ചോടിച്ചു.ടെറസിൽ പോയി വലിയ ടാങ്കുകളിൽ നിന്ന് ഹോസിട്ട് വെള്ളം വായ കൊണ്ട് വലിച്ച് ഞങ്ങൾ ഞങ്ങളുടെ ടാങ്ക് നിറച്ചു. പലപ്പോഴും കുളിയും പല്ലുതേയ്ക്കലും ഒക്കെ ആശുപത്രിയിൽ പോയി നിർവ്വഹിച്ചു. വല്ലാത്ത ഒരു കാലമായിരുന്നു അത്.

അടിവസ്ത്രങ്ങൾ വെയിലത്തിട്ടുണക്കുന്നതായിരുന്നു അതിലും വലിയ ആഭ്യന്തരസുരക്ഷാപ്രശ്നം. തൊട്ടപ്പുറത്തെ ഫ്ളാറ്റുകളിലെ വല്യമ്മമാർ അക്കാര്യത്തിൽ അതീവ ജാഗ്രത പുലർത്തിപ്പോന്നു. ഒടുവിൽ

അവിടെ നിന്നും മാറാൻ ഞങ്ങൾ തീരുമാനിച്ചു.കൊടുത്ത അഡ്വാൻസ് തുക തിരികെ തരാതെ അയാൾ ഞങ്ങളെ കുറെ നടത്തി.ഒടുവിൽ രാത്രി പതിനൊന്നു മണിയോടെ സമവായ ചർച്ചകൾക്ക് ഒടുവിൽ മുക്കാൽ തുക തിരികെ തന്നു. ഈ നിമിഷം ഫ്ളാറ്റ് ഒഴിഞ്ഞു കൊടുക്കണം എന്ന് കടുംപിടുത്തം പറഞ്ഞു.

ഡിസംബറിലെ മരം കോച്ചുന്ന തണുപ്പത്ത് മെത്തയും രജായിയും പാത്രങ്ങളും തലയിൽ വെച്ച് അഞ്ചു പെൺകുട്ടികൾ ഇടുങ്ങിയ ഗലികളിൽ കൂടി നടന്നു.ചാവാലിപ്പട്ടികൾ ഞങ്ങളുടെ നേരെ കുരച്ചു ചാടി.ഗലികളിൽ അപ്പോഴും തിരക്ക് ഒഴിഞ്ഞിരുന്നില്ല.ഇറച്ചിക്കടകളിൽ മാംസം കൊറക് തിരിച്ചു തൂക്കിയിട്ടിരുന്നു.വലിയ കലങ്ങളിൽ മസാലക്കൂട്ടുകളിൽ ഇറച്ചി തിളയ്ക്കുന്ന മദിപ്പിക്കുന്ന മണം.ആ രാത്രി ഞാൻ ഒരിക്കലും മറക്കില്ല.

പുതിയ ഫ്ളാറ്റിലേയ്ക്കുള്ള ഞങ്ങളുടെ ഘോഷയാത്ര അങ്ങനെ വൻ സംഭവമായി. സാമാന്യം വലിയ രണ്ട് മുറികളും നല്ല ബാത്ത്റൂമും കൊച്ചൊരു അടുക്കളയും. സാധനങ്ങൾ ഇറക്കി വെച്ച് ഒന്ന് ശ്വാസം വിട്ടു.അന്ന് രാത്രി ഞങ്ങൾ ഒന്നും കഴിച്ചില്ല.നേരം വെളുത്തപ്പോഴേക്കും ഡ്യൂട്ടിക്ക് ഓടി.തിരികെ വരുമ്പോൾ ഞാൻ കാണുന്നത് കൂട്ടത്തിൽ ഒരുത്തി അടുക്കളയുടെ സ്ലാബിന്റെ അടിയിൽ ഇരുന്ന് നിലവിളിക്കുന്നു.അകത്തേയ്ക്ക് വരല്ലേ എന്നുറക്കെ പറയുന്നുണ്ട്.അടുക്കളയിൽ കുക്കർ വിസിലടിച്ചു വട്ടം ചുറ്റുന്നു. പെട്ടന്ന് അത് ഉത്തരത്തിൽ ഇടിച്ചു താഴെ വീണ് രണ്ട് വട്ടം കറങ്ങി നിശ്ചലമായി. ഞാൻ ആകെ തരിച്ചു നിന്നു.ഭക്ഷണം കഴിച്ചിട്ട് ഇരുപത്തിനാല് മണിക്കൂർ കഴിഞ്ഞിരുന്നു. രാവിലെ പാൻട്രിയിൽ നിന്ന് ഒരു ചായ കുടിച്ചതിന്റെ ബലത്തിലാണ് ഞാൻ നിൽക്കുന്നത്. ഞാൻ അവളെ കൂട്ടി വെളിയിലിറങ്ങി.പുറത്ത് വഴിയിൽ ആലൂ പൊറോത്ത വിൽക്കുന്ന ഉന്തുവണ്ടിയിൽ നിന്ന് അൻപത് രൂപയ്ക്ക് അഞ്ചെണ്ണം വാങ്ങി.തൈരും പച്ചമുളകും കൂട്ടി വലിച്ചു വാരിത്തിന്നു.ഞങ്ങൾക്ക് കരച്ചിൽ വന്നു.തിരികെ ചെന്ന് അടുക്കള വൃത്തിയാക്കി മെത്ത നിലത്തു വിരിച്ചുറങ്ങി.അങ്ങനെ എത്രയെത്ര പകലുകൾ, രാത്രികൾ. രാവിലെയും വൈകിട്ടും ഒരാൾ ആടുകളെ തെളിച്ചു കൊണ്ട് സ്റ്റെയർക്കേസ് കയറിപ്പോകുന്നത് എങ്ങോട്ടാണെന്നു കണ്ടുപിടിക്കാൻ ഞങ്ങളുടെ ഫ്ളാറ്റിന്റെ മുകൾ നിലയിൽ എത്തിയ ഞാൻ കണ്ടത്,തൊട്ടു മുകളിലത്തെ നിലയിൽ ഒരു ആട്ടിൻകൂട്.ആടിന്റെ ചൂരടിച്ചു പലപ്പോഴും എനിക്ക് ഓക്കാനം വന്നു.

എനിക്ക് ജീവിതത്തോട് വലിയ വാശി തോന്നി. മാത്യുവിനോട് വെ

റുപ്പും സ്നേഹവും ഒരേ അളവിൽ തോന്നി.

ഞാൻ നിരന്തരം ടെസ്റ്റുകൾ എഴുതി.എനിക്ക് സർക്കാർ ജോലി കിട്ടി.ജീവിതം അല്പം കൂടി മെച്ചപ്പെട്ടു.

ഞാൻ പുതിയ ഫ്ളാറ്റിലേക്ക് താമസം മാറി. വൃത്തിയുള്ള,ഭംഗിയുള്ള ബാൽക്കണിയുള്ള ചെറിയ ഫ്ളാറ്റ്. അപ്പോഴൊക്കെ മാത്യു എന്നെ വന്നു കണ്ടു. അവൻ ഹൃദയമുരുകിത്തന്നെ എന്നെ പ്രേമിച്ചു. എപ്പോൾ അവൻ പ്രത്യക്ഷപ്പെടുമെന്നോ എപ്പോൾ അവൻ ഇല്ലാതെയാകുമെന്നോ എനിക്ക് ഒരുറപ്പും ഇല്ലായിരുന്നു. ഒന്നിച്ചു ജീവിക്കാം എന്ന് അവനെന്നെ പറഞ്ഞു ബോധ്യപ്പെടുത്താൻ നോക്കിയപ്പോളെല്ലാം ഞാൻ ഒഴിഞ്ഞു മാറി. എന്റെ ഫ്ളാറ്റിന്റെ വാതിലും മനസ്സിന്റെ വാതിലും, ഞാൻ അവന് മുൻപിൽ ഒരിക്കലും അടച്ചില്ല. ഇഷ്ടമുള്ളപ്പോഴെല്ലാം അവൻ കയറി വന്നു. ഇഷ്ടമുള്ളപ്പോൾ അവനെന്നിൽ നിന്നും ഇറങ്ങിപ്പോയി. ചിലപ്പോൾ ഒരാഴ്ച്ച, ചിലപ്പോൾ ഒരുമാസം, മറ്റു ചിലപ്പോൾ ആറു മാസം.. ഇതിപ്പോൾ മൂന്ന് വർഷം കഴിഞ്ഞിരിക്കുന്നു. പെട്ടന്ന് എനിക്കവനെ ഓർമ്മ വന്നു. കുടിവെള്ളത്തിന്റെ ക്യാനുകളുമായി വന്ന നാരംഗിന്റെ ചിരി അവന്റേത് പോലെ തന്നെ.

എനിക്ക് നൊന്തു.

ഞാൻ വാവിട്ട് നിലവിളിച്ചു.

കേണു. ദിവസങ്ങളോളം ആഹാരം കഴിച്ചില്ല.വായിൽ കൊഴുത്തു വരുന്ന ഉമ്മിനീർ ചേർന്ന മഞ്ഞവെള്ളം ഞാൻ ഛർദ്ദിച്ചു.അതിൽ തന്നെ കിടന്നു.

മുടിയിഴകൾ പരസ്പരം ഒട്ടിപ്പിടിച്ചു ജടകെട്ടി. ഞാൻ ഒരു ചിതൽപ്പുറ്റായി മാറിപ്പോകുമെന്നു എനിക്ക് തോന്നിക്കൊണ്ടിരുന്നു. പുറത്തു മഞ്ഞോ മഴയോ വെയിലോ പകലോ രാത്രിയോ എന്നറിയാതെ ഞാൻ ദിവസത്തോളം കിടന്നു. എന്നെ സഹായിക്കാൻ ആരും ഉണ്ടായിരുന്നില്ല.ശാസിക്കാനോ, ഭക്ഷണം കഴിക്കൂ എന്ന് പറയാനോ ആരും ഉണ്ടായിരുന്നില്ല. ബോധാബോധങ്ങൾക്കിടയിൽ ഞാൻ എങ്ങനെയോ ദിവസങ്ങൾ കഴിച്ചു കൂട്ടി. എന്നെ ഇങ്ങനെ ഒഴിവാക്കി അവൻ എവിടേക്ക് ഓടിപ്പോയെന്നോർത്തെന്റെ തല പെരുത്തു.

പിന്നീട് എനിക്ക് വെളിപാടുണ്ടായി. ഒരു തരത്തിൽ ഞാൻ തലപൊക്കി. ഇഴഞ്ഞ്, അക്ഷരാർത്ഥത്തിൽ ഇഴഞ്ഞ് കുളിമുറിയിൽ കയറി. പൈപ്പ് വെള്ളം മടമടാ കുടിച്ചു.പിന്നെയും ഛർദ്ദിച്ചു. തൊണ്ട പൊട്ടി ചോരയും മഞ്ഞയും ചേർന്ന നേർത്ത വെള്ളമാണ് ഇക്കുറി പോയത്. ഒരു വിധത്തിൽ കുളിച്ചു. കാപ്പി ഉണ്ടാക്കി ആർത്തിയോടെ കുടിച്ചു. അപ്പോൾ

എനിക്കിത്തിരി ജീവൻ വെച്ചു. ഉണങ്ങിയ റൊട്ടി ഞാൻ കടിച്ചു തിന്നു. ബിസ്ക്കറ്റ് പാട്ടയിൽ ബാക്കി വന്ന രണ്ട് ആരോറൂട്ട് ബിസ്ക്കറ്റുകൾ രുചിയോടെ തിന്നു. അലമാരയിൽ നിന്ന് ഉണങ്ങിയ ഉടുപ്പുകൾ എടുത്തണിഞ്ഞു.

ഞാൻ പാട്ട് കേട്ടു. സിനിമ കണ്ടു. പൊട്ടിച്ചിരിച്ചു. ഒടുവിൽ അവനെന്നെ തേടി വരികയും.'നീയില്ലാതെ ഞാനില്ലെ'ന്നെന്റെ മുൻപിൽ ഇരുന്ന് കരയുകയും ചെയ്തു. കണ്ണുനീര് കൊണ്ടെന്റെ കാല്കഴുകി. പെട്ടന്ന് ഞാൻ അശക്തയും ദുർബലയുമായി. ഞാൻ നിന്റേത് മാത്രമാണെന്ന് പുലമ്പി അവന്റെ മാറിൽ പറ്റിക്കിടന്നു. എപ്പോൾ വേണമെങ്കിലും ഉപേക്ഷിക്കപ്പെടുമെന്ന് ഉറപ്പിച്ചു തന്നെ ഞാൻ അവന്റെ പട്ടുതൂവാലയായി. അവന്റെ കണ്ണുനീർ ഉമ്മ വെച്ചാറ്റി.

തിരക്കിൽ എന്റെ കയ്യും വിടുവിച്ചോടി പോകാൻ നിൽക്കുന്ന കുട്ടിയാണ് അവനെന്നെപ്പോഴുമെപ്പോഴും ഞാനെന്നെ പഠിപ്പിച്ചു കൊണ്ട് ആഞ്ഞാഞ്ഞു പ്രണയിച്ചു.

അവനെക്കുറിച്ചോർക്കുമ്പോൾ ഞാൻ അതിശക്തയും അനിഷേധ്യയും ആകുന്നു.

അവനിൽ ഞാൻ അധൈര്യപ്പെടുകയും തകർന്ന് തരിപ്പണമാകുകയും ചെയ്യുന്നു.

ഒരേ സമയം അവനെനിക്ക് വെയിലും തണലുമാകുന്നു
ഒരേ നേരത്തു ഞാൻ വിടരുകയും കൊഴിയുകയും ചെയ്യുന്നു
പ്രണയിക്കുമ്പോൾ ഞാൻ പുഴയും കടലുമാകുന്നു.
ഓളങ്ങളും ചുഴികളും ഒഴുക്കുമാകുന്നു
ഓടി കരയിലേയ്ക്കണയാനും
ചുരുണ്ട് തിരികെ പായാനും തോന്നുന്ന തിരയാകുന്നു.
ആർത്തലയ്ക്കാനും ആർത്തുചിരിക്കാനും,
തലതല്ലി പാറക്കെട്ടിൽ വീണ് ചിതറാനും തോന്നുന്നു.
ഒരേ സമയം ഞാൻ പ്രഭാതവും പ്രദോഷവുമാകുന്നു.
എന്റെ ആകാശങ്ങളിൽ ചോരപടർത്തുന്നു.

ഉന്മാദത്തിന്റെ മലമുകളിൽ, ആകാശം തൊട്ട് നിന്ന് പ്രണയത്തിൽ ഞാനെന്നെ തലകീഴായി തൂക്കിയിട്ടിരിക്കുന്നു.

ഒടുവിൽ ഞാനിങ്ങനെ സമാധാനിക്കുന്നു.

പ്രണയത്തിലായിരിക്കുന്നവർ മേൽക്കൂര ഇല്ലാത്ത വീടുകളാണ്

മഴയും മഞ്ഞും വെയിലും ഇരുട്ടും തണുപ്പും അനുവാദം ചോദിക്കാതെ കയറി വരും.

അല്പം പോലും സ്വാസ്ഥ്യമില്ലാതെ വീട്ടിനുള്ളിൽ അന്തേവാസികൾ വീർപ്പുമുട്ടും.

വീടുപേക്ഷിച്ചിറങ്ങി നടക്കാനാവാതെ

ചുവരുകൾക്കുള്ളിൽ ശ്വാസം മുട്ടും.

ഒടുവിലൊരുനാൾ വീട് പൊളിഞ്ഞ്

വീട്ടുകാർ പൊലിഞ്ഞു പോകും വരെ

പ്രണയം മേൽക്കൂരകളില്ലാത്ത വീടുകളായി തന്നെ നിലനിൽക്കും.

പ്രിയപ്പെട്ടവനേ.. ഉപേക്ഷിക്കപ്പെട്ടവരുടെ ആകാശങ്ങൾക്ക് നീയിനിയുമെന്നെ തീറെഴുതി കൊടുക്കരുത്.

ഒറ്റയായിരിക്കുക എളുപ്പമല്ല

ലിഖിത ദാസ്

പെരുമഴയുള്ള ഒരു രാത്രിമുഴുവൻ ആളുകൾ വളഞ്ഞ ഒരു വീടിനുള്ളിൽ ഇരുന്ന് ഏറ്റവുംവലിയ അരക്ഷിതാവസ്ഥ അനുഭവിച്ച ഒരു ഞാനുണ്ടായിരുന്നു.

രണ്ടാഴ്ചക്കാലത്തേയ്ക്ക് ആരോടും ഒന്നും മിണ്ടാനോ പങ്കുവയ്ക്കാനോപോലും കഴിയാത്തവിധം സദാചാരഗുണ്ടായിസത്തിന്റെ തീവ്രമായ മുഖം എന്നെ അസ്വസ്ഥപ്പെടുത്തിയിരുന്നു.

ഒരു ഗ്രാമം മുഴുക്കെ വളർന്ന് പന്തലിച്ച സദാചാര ബോധത്തിലേയ്ക്കാണ് ഞാൻ നാലുവർഷം മുൻപെ താമസിക്കാൻ ഒരു വീടന്വേഷിച്ചു ചെന്നത്. അധ്യാപികയും അവിവാഹിതയുമാണെന്നും ഒറ്റയ്ക്ക് താമസിക്കാനാണെന്നും സുഹൃത്തുക്കളും ബന്ധുക്കളും വരുമെന്ന് പ്രത്യേകം പറഞ്ഞുമാണ് മലപ്പുറം ജില്ലയിലെ ഒരു ഗ്രാമത്തിൽ (സ്ഥലപ്പേര് ബോധപൂർവം ഒഴിവാക്കുന്നു) ഒരു വീടിന്റെ മുകൾനില വാടകയ്ക്ക് എടുത്തത്.

വന്നദിവസം കൊണ്ട്തന്നെ കാര്യങ്ങൾ ഏകദേശം വ്യക്തമായിരുന്നു. തുറിച്ചു നോട്ടങ്ങൾക്കും, മുകളിലെ എന്റെ മുറിയിലേക്കുള്ള നിരത്തിലെ ഏറുകണ്ണുകൾക്കും നേരെ ചിരിച്ചുകൊണ്ട് മാത്രം ഞാൻ ഏകദേശം ഒരാഴ്ചക്കാലം അവിടെ താമസിച്ചു. അത്തരം നോട്ടങ്ങളെയൊക്കെ നിസ്സാരമായിക്കാണാനും കൈകാര്യം ചെയ്യാനും അതിനകം ഞാൻ പഠിച്ചിരുന്നു. എന്റെ താമസസ്ഥലം അറിഞ്ഞത് മുതൽ ആ ഇടം നന്നായി അറിയാവുന്ന സുഹൃത്തുക്കൾ എന്നെ നിരുത്സാഹപ്പെടുത്തിയെങ്കിലും നിലനിൽപ്പിനു വേണ്ടി താമസം തുടരണമെന്ന വാശിയിൽ ഞാനതൊക്കെ തള്ളിക്കളഞ്ഞു.

വീടിന്റെ മുതലാളി ദിവസവും രാത്രി ഒരു 8 മണി സമയത്ത് എന്നെ വിളിച്ചു സുഖവിവരം അന്വേഷിച്ചിരുന്നത് എന്നോടുള്ള വാത്സല്യം കൊണ്ടല്ലെന്നും വീട്ടിൽ ആരെങ്കിലും വന്ന് കിടപ്പുണ്ടോ എന്ന സംശയം കൊണ്ടാണെന്നും എനിക്കാദ്യമേ മനസ്സിലായിരുന്നു. ചുറ്റും വീടുകൾ ഉണ്ടായിരുന്നിട്ടു കൂടി അയൽവാസികളിൽ ആരുംതന്നെ എന്റെ മുഖ

ത്ത് നോക്കുകയോ മിണ്ടുകയോ ചെയ്തിരുന്നില്ല. എന്നാൽ വഴിയിലൂടെ നടന്നുപോകുമ്പോ കിണറ്റിങ്കരയിൽ നിന്നും ജനലഴികളിലൂടെയും നീണ്ടുവരുന്ന കണ്ണുകളും അടക്കിയ സംസാരങ്ങളും ഒരു പരിധിയിൽ കൂടുതൽ ശ്രദ്ധിക്കാൻ ഞാനും മെനക്കെട്ടില്ല.

2016 ജൂൺ 1 വൈകുന്നേരം യൂണിവേഴ്സിറ്റിയിൽ ചില്ലറ ആവശ്യങ്ങൾക്കും പിന്നീട് എന്റെ പങ്കാളിയെയും കാണാൻ പോയി വൈകിട്ട് 9 മണിയോടെ തിരിച്ചെത്തിയ ഞാൻ എന്റെ വീടിന്റെ മുൻപിൽ മഴയത്ത് രണ്ടുപേർ കുട ചൂടി നിൽക്കുന്നത് കണ്ടു.

ഗേറ്റ് തുറക്കാൻ താക്കോലെടുക്കാൻ ഞാൻ ബാഗ് തുറക്കുമ്പോ വന്നു പ്രതീക്ഷിച്ച ചോദ്യം

അവർ :ആരാ...?

ഞാൻ: ഇവിടെ താമസിക്കുന്ന ആളാ

അവർ:ന്താ പണി..?

ഞാൻ:അധ്യാപിക

അവർ:അധ്യാപികയെന്താ ഈ രാത്രീല്..!!??

ഞാൻ:പുറത്തു കുറച്ചു ജോലി ഉണ്ടായിരുന്നു

അവർ:ആ ചെല്ല്.. നമുക്കൊന്ന് കാണേണ്ടിവരും

ഞാൻ:ആ കാണാ..

അന്ന് ഏതാണ്ട് 11 മണിവരെ അവരാ ഗേറ്റിനു വെളിയിൽ നിന്നു

ജൂൺ 2 : വൈകിട്ട് ആറ് മണിയോടെ വീടിന്റെ മുതലാളിയെ വിളിച്ചു എന്റെ ഒരു പെൺസുഹൃത്ത് വരുന്നുണ്ടെന്നും താമസിപ്പിക്കാൻ പ്രശ്നമുണ്ടോ എന്നും ചോദിച്ചു.യാതൊരെതിർപ്പും ഇല്ലെന്ന് അവർ പറഞ്ഞപ്രകാരം യൂണിവേഴ്സിറ്റിയിൽ നിന്ന് അവളെയും കൂട്ടി ഞാൻ റൂമിൽ വന്നു. വന്നപാടെ ഓണറെ വിളിച്ചു പറഞ്ഞു.

സമയം ഒമ്പതര. ഓണർ വിളിച്ചു. പുറത്ത് ആള് കൂടിയിരിക്കുന്നുവെന്നും ഒരു കാരണവശാലും വാതിൽ തുറക്കരുതെന്നും പറഞ്ഞു.പുറത്തു കാറും 2 ബൈക്കും കിടന്നിരുന്നു. മഴയത്ത് ആറോ ഏഴോ പേര് കൂടി നിൽക്കുന്നു. ഉറക്കെ ബഹളം വയ്ക്കുന്നു. ഞാൻ വാടക കൊടുക്കുന്ന വീട്ടിൽ ആർക്കാ പ്രശ്നം എന്നറിയാൻ ഞാൻ രണ്ടും കല്പിച്ചു വാതിൽ തുറന്നു. ഈ സമയത്തിനുള്ളിൽ പൂട്ടിയിട്ട ഗേറ്റിനു മുകളിൽ കൂടി ചാടിക്കടന്ന് വീട്ടുടമയുടെ മകൻ എന്നും അനന്തിരവൻ എന്നും പറഞ്ഞ് രണ്ടുപേരെന്റെ വാതിൽക്കലെത്തി. ആരാ മുറിയിൽ കേറിയതെന്ന ചോദ്യത്തിന് ഞാൻ അവളെ വിളിച്ചു മുൻപിൽ നിർത്തി. സമനില തെറ്റിയെങ്കിലും താഴെ നിലയിൽ ആൾക്കാരുണ്ടെന്ന ബോധ്യത്തിൽ

ഞാൻ സ്വയം നിയന്ത്രിച്ചു.

എന്റെ കിടപ്പുമുറിയിൽ ജൂൺ 1 ന് വൈകിട്ട് 7 മണിയ്ക്ക്(അതായത് തലേദിവസം 9 മണിയ്ക്ക് വന്നതാണ് ഞാൻ എന്നോർക്കണം)

രണ്ട് പുരുഷന്മാരെ കണ്ടുവെന്നും നാട്ടുകാർ ശ്രദ്ധിക്കുന്നുവെന്നു കണ്ട അവർ പെട്ടെന്ന് പൊയ്ക്കളഞ്ഞുവെന്നും ഉടമസ്ഥനെ ഫോണിൽ വിളിച്ചു പറഞ്ഞുവത്രെ.മാത്രമല്ല പല രാത്രികളിലും പലരും വരാറുണ്ടത്രേ. ഇത് പിടിക്കാൻ നാട്ടുകാർ തീരുമാനിച്ചു എന്ന്. തലേ ദിവസത്തെ 'കാണാം..'ന്നുള്ള മറുപടിയിലെ ഭീഷണി ഞാൻ തിരിച്ചറിഞ്ഞത് അപ്പോഴാണ്.

ഞാൻ സംഭവിച്ച കാര്യങ്ങൾ പറഞ്ഞു നിൽക്കെ അവരത് കൂടി കൂട്ടിച്ചേർത്തു. 'ഇത് മുഴുവൻ ആരോപണങ്ങൾ മാത്രമാണെന്ന് അവർക്ക് അറിയാമെന്നും ഒരു പെണ്ണിനെ ഒറ്റയ്ക്ക് താമസിക്കാൻ നാട്ടുകാർ ഇവിടെ പൊതുവെ സമ്മതിക്കില്ലെന്നും, അതാണിവിടത്തെ നടപ്പുരീതിയെന്നും'.

വെടക്കാക്കി പുറത്താക്കുക ആണ് അവരുടെ ലക്ഷ്യം എന്ന് ബോധ്യമായി.ഞാൻ അവിടെ തുടരുന്നതിൽ ഓണർക്ക് കുഴപ്പമില്ല എന്നും പക്ഷെ 'കടകളിൽ നിന്ന് സാധനങ്ങൾപോലും തരാതെ നാട്ടുകാർ ഊരുവിലക്ക് ഏർപ്പെടുത്തുമെന്നും'എനിക്ക് മുന്നറിയിപ്പ് കിട്ടി.

ആദ്യഘട്ടത്തിൽ മതില് ചാടി കയറി വന്ന അവർ മോശമായി പെരുമാറി എങ്കിലും പിന്നീട് കാര്യങ്ങൾ ചോദിച്ച് മനസിലാക്കുകയും ഇവിടെത്തന്നെ തുടർന്നോളൂ എന്നും പറഞ്ഞു മടങ്ങി.

എന്നാൽ അതിനുശേഷം മുറിക്കു പുറത്തു നിന്ന് ആക്രോശങ്ങളും ഭീഷണികളും മുറയ്ക്ക് നടന്നു. ഇത് ഏതാണ്ട് പുലർച്ചെ 3 വരെ തുടർന്നു.ഇത്രയോക്കെ സംഭവിച്ചിട്ട് പോലും താഴത്തെ താമസക്കാർ മുറിയും പൂട്ടി അകത്തിരുന്നു. ഒരു രാത്രി മുഴുവൻ നീണ്ട അരക്ഷിതാവസ്ഥ, ഒരു തുള്ളി വെള്ളം പോലും കുടിക്കാതെ,ഉറങ്ങാതെ ഞങ്ങൾ മുഖത്തോട് മുഖം നോക്കിയിരുന്നു.

10 കിലോമീറ്ററുകൾക്ക് അപ്പുറം എന്റെ പങ്കാളിയും എന്റെ സുഹൃത്തുക്കളും ഉണ്ട്. വിളിച്ചു വരുത്തിയാൽ പോലും നാട്ടുകാർ വീണ്ടും കലാപം തുടരും എന്നറിയുന്നതിനാൽ എല്ലാ വഴിയും അടഞ്ഞ് ഞങ്ങൾ നേരം വെളുപ്പിച്ചു. നേരം വെളുത്ത പാടെ ഞാനുമവളും മറ്റൊരു വീടന്വേഷണം തുടങ്ങി.

കൃത്യമായ അജണ്ടകളുള്ള ഒരു വലിയ കൂട്ടത്തിൽ എനിക്ക് ചെയ്യാനുള്ളത് വിപ്ലവം ഉണ്ടാക്കലല്ല, അവരെ അവരുടെ വിധികൾക്ക് വിട്ട് ആ

പൊട്ടക്കിണർ ഉപേക്ഷിക്കുക എന്നത് മാത്രമാണ്.അത് എന്നോട് സംസാരിക്കാൻ വന്ന house owner വീടിന്റെ മുതലാളിയോടും മറ്റു ചിലരോടുംമാത്രം വ്യക്തമാക്കി ഞാൻ വീടുമാറി. ഒറ്റയ്ക്ക് താമസിക്കുന്ന ഒരു പെണ്ണിനെ ഭയപ്പെടുകയും തന്റെ മകനോ, ഭർത്താവോ, അച്ഛനോ അവളുടെ കെണിയിൽ വീഴുമെന്ന് കരുതുന്ന അവിടത്തെ സ്ത്രീകളോടും, ആൺ തുണയില്ലാത്ത ഒരു പെണ്ണ്, വൈകി വീട്ടിൽകയറുന്ന ഒരു പെണ്ണ് കറതീർന്ന ഒരു വെടിയാണെന്ന് കരുതുന്ന അവിടത്തെ പുരുഷന്മാരോടും തികഞ്ഞ സഹതാപം മാത്രം ഇപ്പൊ ബാക്കിയാവുന്നു.

പോലീസിൽ പരാതി നൽകാത്തത് ഭയം കൊണ്ടല്ല, തിരിച്ചറിവ് കൊണ്ടാണ്. വിവരമോ സാമൂഹ്യ ബോധമോ, നീതിയോ തൊട്ടുതീണ്ടാത്ത ഒരുകൂട്ടം കഴുതകളെ നന്നാക്കാമെന്ന വ്യാമോഹം ഒട്ടുമില്ലാത്തതു കൊണ്ട്.

പാമ്പും കോണിയും

അസി

കടൽത്തീരത്ത് തിരയിൽ ചവിട്ടി നിന്നിട്ടുണ്ടോ? തിരകൾ വന്ന് കാലുകൾ നനച്ച് തിരിച്ചു പോകുമ്പോൾ കാലിനടിയിലെ മണൽത്തരികളും കൂടെ കൊണ്ടുപോകും. കാലിനടിയിൽ ഒരു തരിപ്പ് അനുഭവപ്പെടും, നല്ല ശക്തിയുള്ള മണലൊഴുക്കിൽ നമ്മൾ വീണു പോകുമെന്ന് തോന്നും. ഇത്തരമൊരു അവസ്ഥയായിരുന്നു ബിസിനസ്സ് പാർട്ണർ അപ്രത്യക്ഷമായിരിക്കുന്നുവെന്ന അപ്രതീക്ഷിത വാർത്ത കേട്ടപ്പോൾ എനിക്ക് തോന്നിയത്.

നഷ്ടത്തിലേക്ക് കൂപ്പുകുത്തികൊണ്ടിരിക്കുന്ന ബിസിനസ്സ്, കേരളത്തിൽ പത്തോളം ബ്രാഞ്ചുകൾ, നൂറിലധികം വരുന്ന സ്റ്റാഫ്, സപ്ലയേഴ്സിന് നൽകാനുള്ള ബാധ്യത, ബിസിനസ്സ് നിലനിർത്താൻ വാങ്ങിയ ലോൺ, കൂടാതെ ശക്തരായ ബിസിനസ്സ് എതിരാളികളുമായുള്ള മത്സരവും. മുങ്ങിക്കൊണ്ടിരിക്കുന്ന കപ്പലിലെ രണ്ട് കപ്പിത്താൻമാരിൽ നിന്ന് ഒരു കപ്പിത്താൻ കടലിലേക്ക് ചാടി രക്ഷപ്പെട്ടാൽ മറ്റെയാൾ എന്ത് ചെയ്യും?

ഒന്നുമില്ലായ്മയിൽ നിന്ന് കേരളത്തിൽ പത്തോളം ബ്രാഞ്ചുള്ള ഒരു മാർക്കറ്റിങ് സ്ഥാപനം ഞങ്ങൾ രണ്ടുപേരും കൂടിയാണ് വളർത്തിയെടുത്തത്. യൂറേക്കാ ഫോബ്സിനെ പോലെ കസ്റ്റമർക്ക് ഉല്പന്നങ്ങൾ നേരിട്ട് വിൽക്കുന്ന ഡയറക്ട് മാർക്കറ്റിങ് കമ്പനിയിൽ സെയിൽസ് എക്സിക്യൂട്ടിവായി ജോലി ചെയ്യുമ്പോഴാണ് ആദിയെ പരിചയപ്പെട്ടത്. ഒരേ കമ്പനിയിലെ രണ്ട് സെയിൽസ് ടീം മാനേജ് ചെയ്യുന്നവരാണ് ഞങ്ങൾ. ആദിക്ക് കുറെ സ്വപ്നങ്ങളുണ്ടായിരുന്നു, ഒരു വലിയ ബിസിനസ്സ് സ്ഥാപനം തുടങ്ങണം, പണമുണ്ടാക്കണം, എന്നിട്ട് അവന്റെ കളിക്കൂട്ടുകാരിയായ പെൺകുട്ടിയെ വിവാഹം കഴിക്കണം ഇതായിരുന്നു അവന്റെ സ്വപ്നം, എന്റെ സ്വപ്നത്തിൽ ആദ്യത്തെ രണ്ട് കാര്യങ്ങളും കൂടാതെ തിരക്കഥാകൃത്ത് ആകണമെന്നതുമായിരുന്നു . ഓഫീസിൽ പരസ്പരം മത്സരിക്കുന്ന രണ്ട് ടീമിനെ ലീഡ് ചെയ്തിരുന്ന ഞങ്ങൾ ജോലി കഴി

ഞാൽ ഒന്നിച്ചാണ്,.ഒരു കാര്യം ഞങ്ങൾക്ക് പൊതുവായുണ്ടായിരുന്നു. എന്തെങ്കിലും നേടിയിട്ടേ വീട്ടിലേക്കു തിരിച്ചു ചെല്ലൂ എന്ന് നിശ്ചയിച്ച് വീട് വിട്ടു ഇറങ്ങിയവരായിരുന്നു ഞങ്ങൾ രണ്ടു പേരും.

കമ്പനി എനിക്ക് അർഹമായ പ്രമോഷൻ നിഷേധിച്ചപ്പോൾ ഞങ്ങൾ ഒന്നിച്ച് കമ്പനി വിട്ടു . ആദി പറഞ്ഞു 'നമുക്ക് ഒരു കമ്പനി തുടങ്ങാം, നിന്റെയും എന്റെയും സെയിൽസ് ടീം മാത്രം മതി ഏത് ടാർഗെറ്റും അച്ചീവ് ചെയ്യാൻ . പക്ഷേ പണവും പ്രൊഡക്ടും കിട്ടണം' വീട്ടുകാരോട് വാശിപിടിച്ച് ഇറങ്ങിയവരാണ് , അന്നന്നത്തെ ചെലവ് കഴിഞ്ഞാൽ കയ്യില് ബാക്കിയൊന്നുമില്ല, അപ്പോഴാണ് എനിക്ക് ഒരാളെ ഓർമ്മ വന്നത്, അയാൾ ഞങ്ങൾ വിൽക്കുന്ന അതേ പ്രൊഡക്ടുകൾ വിൽക്കുന്ന കമ്പനിയുള്ളയാളാണ് ആ കമ്പനിയിൽ ജോലി ചെയ്യുവാൻ താല്പര്യമുണ്ടോ എന്ന് മുൻപ് എന്നോടു ചോദിച്ചിരുന്നു.ഇല്ല എന്ന് അന്ന് മറുപടിയും പറഞ്ഞു. അദ്ദേഹത്തെ പോയി കണ്ടു. അയാളുടെ കമ്പനിയിൽ ജോയിൻ ചെയ്യാൻ വന്നിരിക്കുകയാണെന്ന് വിചാരിച്ച അദ്ദേഹത്തോട് ഞങ്ങൾ ഒരു ചോദ്യം ചോദിച്ചു .

'നിങ്ങളുടെ കമ്പനിയുടെ ഒരു മാസത്തെ സെയിൽ എത്രയാണ് ? അയാൾ ഉത്തരം പറഞ്ഞു. ഞാൻ പറഞ്ഞു 'നിങ്ങൾക്ക് അതിൽ കൂടുതൽ സെയിൽ ഞങ്ങൾ ഉണ്ടാക്കി തരാം. സാറിന് ഞങ്ങളെ ഹെൽപ്പ് ചെയ്യാൻ പറ്റോ?

'നിങ്ങൾ എത്ര സെയിൽ കാണിക്കും?' അദ്ദേഹം ചോദിച്ചു. ആദി ആവേശത്തോടെ അദ്ദേഹത്തിന്റെ കമ്പനിയുടെ ഇരട്ടി സെയിൽ തട്ടിവിട്ടു. ആദി ഇങ്ങനെയാണ് ആകാശത്തോളം സ്വപ്നം കാണും ഒന്നിനും ഒരു പരിധിവെക്കാറില്ല. സാറിന്റെ കമ്പനി ഇപ്പോൾ ചെയ്യുന്നതിനേക്കാൾ കൂടുതൽ ചെയ്യാമെന്ന് ഞാൻ പറഞ്ഞു.

'എന്നാൽ നിങ്ങളുടെ പഴയ കമ്പനിക്ക് കിട്ടുന്ന വിലയിൽ പ്രൊഡക്ട് ഞാൻ നിങ്ങൾക്ക് തരാം. വിറ്റു കഴിഞ്ഞ് ക്യാഷ് തന്നാൽ മതി'. സത്യത്തിൽ ഞങ്ങളുടെ മനസ്സിൽ ലഡു പൊട്ടേണ്ടതാണ്, വെറും പത്ത് ശതമാനം കമ്മീഷൻ കിട്ടിയിരുന്ന സ്ഥാനത്ത് നാൽപതു ശതമാനം ലാഭം കിട്ടുന്ന വിധത്തിലാണ് പ്രോഡക്ട് കിട്ടുന്നത്, പക്ഷെ ഞങ്ങളുടെ സ്വപ്നങ്ങൾക്ക് അത് മതിയാകില്ലല്ലോ ഞങ്ങൾ ഒരു ഡിമാന്റ് കൂടി വെച്ചു ഒരു മാസം ഈ ടാർഗറ്റ് അച്ചീവ് ചെയ്യുകയാണെങ്കിൽ ഞങ്ങൾക്ക് ഒരു ഓഫീസും സ്റ്റാഫ് അക്കൊമൊഡേഷൻ സൗകര്യങ്ങളും ചെയ്തു തരണം. പകരം നിങ്ങളുടെ കയ്യിൽ നിന്ന് മാത്രമെ ഞങ്ങൾ പ്രൊഡക്ട് വാങ്ങിക്കുകയുള്ളൂ. അയാൾ സമ്മതിച്ചു. പിന്നെയൊരു അശ്വമേധമാ

യിരുന്നു, മനസ്സിൽ ഈ ലക്ഷ്യം മാത്രം. ഞങ്ങൾ അദ്ദേഹത്തോട് പറഞ്ഞ ടാർഗെറ്റിലും കൂടുതൽ സെയിൽ നടത്തി.

ഒരു ബ്രാഞ്ച് അദ്ദേഹം ഇട്ടു തന്നതിൽ നിന്ന് രണ്ടു വർഷം കൊണ്ട് പത്ത് ബ്രാഞ്ചുകൾ ഞങ്ങൾ തുടങ്ങി. നൂറിലധികം സ്റ്റാഫും പത്തിലധികം അസിസ്റ്റന്റ് മാനേജറുമൊക്കെയായി. ബൈക്കും കാറും വാങ്ങി, കംപ്യൂട്ടർ, മൊബൈൽ (അന്ന് പ്രചാരത്തിൽ വരുന്നേ ഉണ്ടായിരുന്നുള്ളൂ) ഇവയൊക്കെ സ്വന്തമാക്കി, ആദി അവന്റെ അടുത്ത സ്വപ്നം, 'റീന'യെ സ്വന്തമാക്കുവാൻ ചരട് വലി തുടങ്ങി . 'റീന'യോട് ആദിക്ക് ഒരു വൺവേ പ്രേമമായിരുന്നു, അവർ ജാതിയിൽ ആദിയേക്കാൾ കുറച്ചു ഉയർന്നവരായിരുന്നു ഇതൊക്കെ തടസ്സമാണ് . ആദി നാട്ടിൽ പോകുമ്പോൾ പുതിയ കാറുകളുമായി (പലതും സുഹൃത്തുക്കളുടേതും വാടകക്കുമായിരുന്നു) പോകാൻ തുടങ്ങി,അവൻ ആത്മവിശ്വാസത്തോടെ റീനയോട് പ്രപ്പൊസ് ചെയ്തു, റീനയും ആദിയും തമ്മിൽ ഇഷ്ടമായി.

ജാതി പ്രശ്നമാകുമോ എന്ന ഭയം കാരണം രജിസ്റ്റർ മാരേജ് നടത്താമെന്ന് ഞങ്ങൾ നിർബന്ധിച്ചപ്പോൾ , അച്ഛനും അമ്മയുടെയും സമ്മതത്തിലെ കല്യാണം നടക്കൂ എന്ന് റീന ഉറച്ചു നിന്നു. ഞങ്ങൾ ആദിയുടെ വീട്ടിൽ കാര്യം അവതരിപ്പിച്ചു.ആദിയുടെ അച്ഛനും അമ്മയും പെണ്ണ് ചോദിച്ചു റീനയുടെ വീട്ടിൽ ചെന്നു, അവരുടെ ഭാഗത്ത് നിന്ന് പ്രതീക്ഷിച്ച എതിർപ്പ് ഒന്നും ഉണ്ടായില്ല.

ഇതിനിടെ എന്റെ വിവാഹവും ഉറപ്പിക്കുന്ന ഘട്ടമെത്തി, ആദി എല്ലാ കാര്യത്തിലും മുൻപന്തിയിലുണ്ടായിരുന്നു. ആദിയുടെ വിവാഹ നിശ്ചയം ഉടൻതന്നെ നടത്താമെന്ന് അച്ഛൻ തീരുമാനിച്ചു, റീനയെ വരവേൽക്കാൻ വീടൊക്കെ മാറ്റം വരുത്തി, വിവാഹ നിശ്ചയത്തിന് ഡേറ്റ് തീരുമാനിക്കുന്നതിന് മുന്പ് തന്നെ ആദി താലിയും പുടവയുമൊക്കെ വാങ്ങി. വിവാഹനിശ്ചയത്തിന് നാട്ടിൽ പോയ ആദിയെ എതിരേറ്റത് ഞെട്ടിപ്പിക്കുന്ന വാർത്തയായിരുന്നു. റീനയെ അവർ മറ്റൊരിടത്തേക്ക് മാറ്റിയിരിക്കുന്നു, സത്യത്തിൽ അവർക്കു റീനയെ ആദിക്ക് കല്യാണം കഴിച്ചു കൊടുക്കുവാൻ താല്പര്യമില്ലായിരുന്നു, അവർ സമർത്ഥമായി ഈ കാര്യം മറച്ച് വെച്ചു. അവളുടെ മനസ്സ് മാറ്റാനായി ദൂരെയുള്ള ബന്ധു വീട്ടിലേക്കയച്ചു.

ഞങ്ങൾ പല ശ്രമങ്ങൾ നടത്തിയിട്ടും കണ്ടെത്താനായില്ല. അതിനിടെ എന്റെ വിവാഹം നടന്നു. ആദി പതുക്കെ മദ്യത്തിൽ അഭയം തേടാൻ തുടങ്ങി. കല്യാണം കഴിഞ്ഞ് കുറച്ചു ദിവസത്തെ അവധി കഴിഞ്ഞു തിരിച്ചെത്തിയ ഞാൻ കാണുന്നത് പിടിവിട്ടു പോയ ആദിയേയും നഷ്ടത്തിലേക്ക് കൂപ്പു കുത്തുന്ന കമ്പനിയേയുമാണ്.. വലിയ മാറ്റമൊ

ന്നും ഇല്ലാതെ ഒരു വർഷം കടന്നുപോയി, ഇതിനിടെ റീനയുടെ കല്യാണം ഒരു പട്ടാളക്കാരനുമായി നടന്നു.

നഷ്ടത്തിൽ പോകുന്ന കമ്പനി ബാധ്യത കൂട്ടും, ബ്രാഞ്ചുകളും കാറുമൊക്കെ ഒഴിവാക്കി നമുക്ക് വീണ്ടും ഒന്നിൽ നിന്ന് തുടങ്ങാമെന്ന് ഞാൻ പറഞ്ഞെങ്കിലും ആദിക്ക് അവയെയൊക്കെ കയ്യൊഴിയുന്നത് പരാജയത്തെ അംഗീകരിക്കുന്നത് പോലെയായിരുന്നു. ബാധ്യത തീർക്കേണ്ട ഒരു ചർച്ചയുടെ അടുത്ത ദിവസമാണ് ആദിയെ കാണാതെയാകുന്നത്. ആദിയുടെ വീട്ടുകാരോടും മറ്റും സംസാരിച്ചതിൽ നിന്ന് ഒരു കാര്യം മനസ്സിലായി. ആൾ ജീവനോടെയുണ്ട്, അവർ പോലീസിൽ പരാതി കൊടുക്കുവാൻ തയ്യാറല്ല.

ഒറ്റപ്പെട്ടത് ഞാനാണ്

ബ്രാഞ്ചുകൾ ഒന്നൊന്നായി ക്ലോസ് ചെയ്തു ,കാറ്, ബൈക്ക് ,കമ്പ്യൂട്ടർ ഓരോന്നും സപ്ലയേഴ്സിന് നൽകി കടം തീർത്തു, ചില ബ്രാഞ്ചുകളുടെ എഗ്രിമെന്റുകൾ ആദിയുടെ പേരിലായിരുന്നു അവയൊന്നും കിട്ടിയില്ല, കാശ് തരാനുള്ളവർ മനഃപ്പൂർവ്വം തരാതെയായി, ക്ലോസ് ചെയ്യാൻ പോകുന്ന ഒരു ബിസിനസ്സുകാരന്റെ കാശ് എന്തിനു കൊടുക്കണം എന്ന് ചിന്തിച്ചു കാണും, ആളുകളുടെ ചിരിയുടെയും സ്നേഹത്തിന്റെയും യഥാർത്ഥ നിറം അറിയാൻ തുടങ്ങി. എല്ലാം വിറ്റു കൊടുത്തിട്ടും ചില ബന്ധുക്കൾക്ക് വീണ്ടും കടം ബാക്കിയായി.

ആദി പോകുന്നതിനു തൊട്ട്മുൻപുള്ള മാസങ്ങളിൽ കമ്പനിയിൽ ചില മാറ്റങ്ങൾ നടന്നിരുന്നു. മുങ്ങി കൊണ്ടിരുന്ന കമ്പനിക്ക് പിടിവള്ളിയായി ഒരു പുതിയ പ്രൊഡക്ട് കിട്ടിയിരുന്നു. ഒരു പോർട്ടബിൾ വാഷിങ് മെഷീൻ! കൊണ്ട് നടക്കാവുന്ന, ബക്കറ്റിൽ ഫിറ്റ് ചെയ്ത് തുണിയലക്കാവുന്ന ഒരു വാഷിങ് മെഷീൻ. തൃശ്ശൂരിലെ സാജൻ എന്ന ഹോം അപ്ലയൻസു ഡിസ്ട്രിബ്യൂട്ടറുടെ ഗോഡൗണിൽ ഈ പോർട്ടബിൾ വാഷിങ് മെഷീൻ ഒരു സാമ്പിൾ കിടന്നിരുന്നു. ആർക്കും താല്പര്യമില്ലാതിരുന്ന ഈ പ്രോഡക്ട്, ഞങ്ങൾ ടെസ്റ്റ് ചെയ്തു നോക്കി. നല്ല ഫലപ്രദമാണെന്നു കണ്ടപ്പോൾ, സാജനോട് കുറച്ചു ഓർഡർ ചെയ്യാൻ പറഞ്ഞു. ഞങ്ങളുടെ എക്സിക്യൂട്ടീവ്സ് മുഖേന അത് മാർക്കറ്റിങ് ചെയ്തു, സംഭവം ക്ലിക്കായി. നല്ല ഓർഡർ കിട്ടാൻ തുടങ്ങിയതോടെ ഡിസ്ട്രിബ്യൂട്ടറുടെ സ്വഭാവം മാറി. ഞങ്ങൾക്ക് എന്തിന് 40% ലാഭം തരണം? സ്വന്തമായി ചെയ്താൽ ആ ലാഭം കൂടി കയ്യിലിരിക്കുമല്ലോ. സാജൻ സമർത്ഥമായ ഒരു ബിസിനസ്സ് നീക്കം നടത്തി, ആദിയെ സോപ്പിട്ട്, ഞങ്ങളുടെ ബിസിനസ്സ് ഡവലപ്മെന്റ് മാനേജർ അനസിനെ കുറച്ച് ദിവ

സത്തേക്ക് വിട്ടു തരാമോ എന്ന് അയാൾ ചോദിച്ചു, ഞങ്ങൾ സമ്മതിച്ചു, കൂടാതെ ഞങ്ങളുടെ തൃശൂരുള്ള സ്റ്റോർ അയാൾ വാങ്ങി. പിന്നീടാണ് ഇതിലെ ചതി മനസ്സിലായത് ഇത്രയും നാൾ സാജൻ പോർട്ടബിൾ വാഷിങ് മെഷീൻ ഡിസ്ട്രിബ്യൂഷൻ മാത്രമായിരുന്നു ചെയ്തിരുന്നത്, അയാൾ അനസിനെ ഉപയോഗിച്ച് ഞങ്ങൾ നല്കിയ സ്റ്റോറിൽവെച്ചു തന്നെ പോർട്ടബിൾ വാഷിങ് മെഷീൻ നേരിട്ട് വിൽക്കാൻ തുടങ്ങി, മാത്രമല്ല ഞങ്ങളുടെ കസ്റ്റമർക്ക് കൊടുക്കുന്ന റിപ്പയറിങ് സർവീസ് മനഃപ്പൂർവ്വം വൈകിക്കുവാനും തുടങ്ങി.എന്റെ ഉത്തരവാദിത്വത്തിലുള്ള തൃശൂർ ബ്രാഞ്ചിനെയാണ് ഇത് ബാധിക്കുവാൻ തുടങ്ങിയത്, നിവൃത്തിയില്ലാതെയായപ്പോൾ ഞാൻ ഡൽഹിയിൽ പോയി ഇത് നിർമിക്കുന്ന കമ്പനിയിൽ നിന്ന് നേരിട്ട് പ്രോഡക്ട് ഇറക്കുമതി ചെയ്തു. ഇത് ഞാനും സാജനും തമ്മിലുള്ള ശത്രുതക്ക് കാരണമായി , ആദി രണ്ടു പേരുടെയും ഇടയിൽ ന്യൂട്രൽ ആയി നിന്നു. ഈ സാഹചര്യത്തിലാണ് ആദി അപ്രത്യക്ഷനാകുന്നത്.

എന്റെ വീഴ്ച സാജനും അനസും ശരിക്കും ആഘോഷിച്ചു, തൃശ്ശൂർ ബ്രാഞ്ച് കൂടി അടച്ചതോടെ ഞങ്ങളുടെ എക്സിക്യൂട്ടീവുകൾ അവരുടെ ബ്രാഞ്ചിൽ ചേർന്നു. എന്റെ കയ്യിൽ കുറച്ചു വാഷിങ് മെഷീൻ മാത്രം അവശേഷിച്ചു. ഭാര്യ ഷെഹിയുടെ പാദസരവും മാലയുമൊക്കെയാണ് ഈ വാഷിങ് മെഷീൻ ആയി കിടക്കുന്നത്. ഒരു വർഷം മുൻപ് കല്യാണം കഴിക്കുമ്പോൾ ഞാൻ പത്ത് ബ്രാഞ്ചുകളുള്ള ഒരു ബിസിനസ്സ് സ്ഥാപനത്തിന്റെ ഉടമയായിരുന്നു, ഇൻവിറ്റേഷൻ കാർഡിൽ ഈ സ്ഥാപനങ്ങളുടെ ആശംസകൾ അഭിമാനപൂർവ്വം പ്രിന്റു ചെയ്തിരുന്നു. ഇപ്പോൾ കയ്യിൽ കാശില്ല. കാറില്ല, അടവ് തെറ്റിയ ബൈക്കിലാണ് യാത്ര, ഏതു നിമിഷവും അതും കൊണ്ട് പോകും. വിവരങ്ങൾ അറിഞ്ഞപ്പോൾ ഗൾഫിലുള്ള അളിയൻ പറഞ്ഞു ഇങ്ങോട്ട് പോര്, എന്റെ കമ്പനിയിലേക്ക് ഒരു അക്കൗണ്ടന്റിന്റെ വേക്കൻസിയുണ്ട്. ഞാൻ ഏറ്റവും വെറുത്തിരുന്ന ഒന്നായിരുന്നു പ്രവാസം അത് കൊണ്ട് നാട്ടിൽ തന്നെ പിടിച്ചു നിൽക്കണമെന്ന് തോന്നി. ഒരു ജോലി നോക്കണം. കുഞ്ഞിന്റെ കയ്യിലുള്ള ഒരു മോതിരമെടുത്ത് വിറ്റു, ഭാര്യ തന്റെ സ്വർണ്ണമെല്ലാം കടം വന്നപ്പോഴേ സ്വമനസ്സാലെ ഊരിത്തന്നിരുന്നു, എല്ലാവരുടെയും ഉപദേശം ഗൾഫിൽ പോകാനായിരുന്നു. മനസ്സില്ലാ മനസ്സോടെ അതിനു സമ്മതിക്കുവാൻ നിൽക്കുമ്പോളാണ് ഒരു സംഭവമുണ്ടാകുന്നത്.

തൃശ്ശൂർ ബ്രാഞ്ച് ക്ലോസ് ചെയ്തപ്പോൾ ചില എക്സിക്യൂട്ടീവുകൾ എന്റെ മുൻ സ്റ്റാഫായിരുന്ന അനസിന്റെ കമ്പനിയിൽ ചേരാൻ തയ്യാറാ

യിരുന്നില്ല. ഒരു പക്ഷേ അവൻ ചെയ്ത നെറികേട് കൊണ്ടാകും. പക്ഷേ ഈ എക്സിക്യൂട്ടീവുകൾക്ക് അഡ്വാൻസ് കിട്ടിയ കുറച്ചു ഓർഡറുകളുണ്ട്, മാസവസാനം ആളുകൾക്ക് ശമ്പളം കിട്ടുമ്പോളാണ് ഈ ഓർഡറുകൾ ഡെലിവെറി ചെയ്യേണ്ടത്, അതു വരെ ഒരു ലോഡ്ജിൽ താമസിച്ച് കൊണ്ട് ഞങ്ങൾ വർക്ക് ചെയ്യാമെന്ന് അവർ പറഞ്ഞു. സത്യത്തിൽ കണ്ണ് നിറഞ്ഞു പോയി, കയ്യിലുള്ള വാഷിങ് മെഷീനുകൾ വിറ്റു കിട്ടിയാൽ എക്സിക്യൂട്ടീവുകൾക്ക് കമ്മീഷനും ഈ അവസ്ഥയിൽ എനിക്ക് വലിയ സഹായവുമാകും. അവരുടെ നല്ല മനസ്സിനെ മനസാ നന്ദി പറഞ്ഞു.

പക്ഷെ എക്സിക്യൂട്ടീവുകൾ തങ്ങളുടെ ഓർഡർ കൊടുക്കാൻ പോയപ്പോഴാണ് കാര്യമറിയുന്നത്, അനസ് എല്ലാ കസ്റ്റമറെയും വിളിച്ച് ,ഞങ്ങൾ പൂട്ടി പോയെന്നും ഇനി അവരുടെ കയ്യിൽ നിന്ന് വാങ്ങേണ്ട എന്നും പറഞ്ഞ കാര്യം അറിയുന്നത്. എക്സിക്യൂട്ടീവുകൾ ആകെ കലിപ്പിലാണ് അവനെ വെറുതെ വിടരുത് എന്നാണ് ഭാവം. ഞങ്ങൾ കൂടെയുണ്ട്. 'സാറെന്തിനാ ബിസിനസ്സൊക്കെ ഒഴിവാക്കി പോകുന്നത് .ഞങ്ങളുണ്ട് കൂടെ' ഇവരുടെ വാക്കുകൾ കേട്ടപ്പോൾ സന്തോഷം തോന്നിയെങ്കിലും, എന്റെ തീരുമാനത്തിൽ മാറ്റമൊന്നും ഉണ്ടായില്ല. ഞാൻ പറഞ്ഞു 'ഞാൻ അനസിനെ ഒന്ന് നേരിൽ പോയി കാണട്ടെ , നിങ്ങളുടെ ഓർഡറുകൾ കൊടുക്കുവാനുള്ള വഴിയുണ്ടാക്കാം'.

അനസ് ജീവിതത്തിൽ വളരെ ബുദ്ധിമുട്ടി നിൽക്കുന്ന സമയത്താണ് ഞങ്ങൾ അവന് ജോലി നല്കിയത്, എല്ലാ ബ്രാഞ്ചിന്റെയും ബിസിനസ്സ് പ്രമോഷൻ ചുമലതയും നല്കി. അവന്റെ പെങ്ങളുടെ കല്യാണത്തിന്റെ തലേന്ന് സ്വർണ്ണം തികയാതെ ഞങ്ങളെ വിളിച്ചു പറഞ്ഞപ്പോൾ, അന്ന് അഞ്ചു പവൻ സ്വർണ്ണവുമായി എത്തിയപ്പോൾ അവന്റെ കണ്ണിൽ കണ്ട നനവിന്റെ വിശ്വാസത്തിൽ ഞാൻ അവന്റെ ഓഫീസിൽ,അല്ല എന്റെ മുൻ ഓഫീസിൽ പോയി. ഞാനിരുന്ന കസേരയിൽ അവനും അവന്നിരുന്നിടത്ത് ഞാനുമാണ് എന്ന ബോധത്തോടെ പറഞ്ഞു 'അനസ്.. നീ ഇത് ചെയ്തത് ശരിയായില്ല. ആ എക്സിക്യൂട്ടീവുകൾ അവർക്ക് ഇപ്പോൾ ഉള്ള ഓർഡറുകൾ കൊടുക്കട്ടെ. എന്റെ ലാഭം വേണ്ടന്ന് വെക്കാം. അത് നിനക്കു തരാം പക്ഷേ അവരുടെ ഓർഡർ ഇല്ലാതാക്കരുത്.. '

എക്സിക്യൂട്ടീവ് ചെയറിൽ കറങ്ങി , വിരലുകൾ കൊണ്ട് പേന കറക്കി കൊണ്ട് അവൻ പറഞ്ഞു 'അസീ .ഇത് എന്റെ തീരുമാനമല്ല സാജൻ സാറിന്റേതാണ്.. എനിക്ക് ഒന്നും ചെയ്യാൻ കഴിയില്ല.' ഈ നിമി

ഷം അവൻ വല്ലാതെ ആസ്വദിക്കുന്നുവന്നു തോന്നി.

'അനസ്.. ഞാൻ എല്ലാം അവസാനിപ്പിച്ചു് ഗൾഫിൽ പോവുകയാണ്.. ആകെ പത്ത് പ്രോഡക്ട് മാത്രം എന്റെ കയ്യിലുള്ളൂ അത് വിൽക്കുന്നതിൽ നിനക്കെന്താണ് പ്രശ്നം.. നീയെന്തിനാണ് തടയുന്നത്?

'പോർട്ടബിൾ വാഷിങ് മെഷീൻ സാജൻ സാറിന് കേരള ഡീലർഷിപ്പ് ഉള്ളതാണ്. ഞങ്ങൾ വേറെ ആരെയും വിൽക്കാൻ അനുവദിക്കില്ല.'

സാജൻ സാറിന്റെ കയ്യിൽനിന്ന് ഞങ്ങൾ വാങ്ങിയ മുന്നൂറിലധികം വരുന്ന വാഷിങ് മെഷീനിന്റെ ഗ്യാരണ്ടിയിൽ ഉൾപ്പെടുത്തിയാൽ മതി എന്നും പറഞ്ഞു നോക്കിയെങ്കിലും അവന്റെ മുട്ട് ന്യായങ്ങളിൽ മറുത്തു പറയാതെ അവന്റെ ഓഫീസിൽ നിന്നിറങ്ങുമ്പോൾ ആദ്യം തീരുമാനിച്ച കാര്യം. അളിയനെ വിളിച്ചു ഗൾഫിൽ പോക്ക് ക്യാൻസൽ ചെയ്യുക എന്നതായിരുന്നു. എക്സിക്യൂട്ടിവ്സിനെ വിളിച്ചു നിങ്ങൾ നന്നായി വർക്ക് ചെയ്യൂ നമുക്ക് ഒരു കൈ നോക്കാം എന്ന് പറഞ്ഞു.

ഇതിനിടെ വേറൊരു സംഭവം കൂടി ഞാനറിഞ്ഞു. സാജൻ വലിയൊരു ബിസിനസ്സ് ഡീൽ നടത്താനുള്ള ഒരുക്കത്തിലായിരുന്നു ,അയ്യായിരം പോർട്ടബിൾ വാഷിങ് മെഷീൻ ഒരു കമ്പനി ഓർഡർ നല്കിയിട്ടുണ്ട്. ഏകദേശം ഒരു കോടി രൂപയുടെ ഓർഡർ ആണെന്ന് മാത്രമല്ല പകുതിയിലധികം ലാഭമുള്ള ഡീൽ കൂടിയാണ്. കേരളത്തിൽ മുഴുവൻ സർവീസും വേറെ ആരും ഈ പ്രോഡക്ട് വിപണനം ചെയ്യാൻ പാടില്ല എന്നതായിരുന്നു കരാർ, ഞാൻ ബിസിനസ്സ് അവസാനിപ്പിച്ചാൽ മാത്രമേ ഈ ഡീൽ നടക്കുകയുള്ളൂ, ആദിയുടെ തിരോധാനത്തിന് കാരണം സാജൻ ആണെന്ന ഞെട്ടിപ്പിക്കുന്ന സത്യവും അറിഞ്ഞപ്പോൾ തകർന്നുപോയി. സാജൻ എന്നെ വിളിച്ചു 'നീ ഗൾഫിലേക്ക് പൊക്കൊ, എന്തിനാ ഇവിടെ കിടന്നു ബുദ്ധിമുട്ടുന്നത്, ഞാൻ നിന്നെ ഒരു അനിയനെ പോലെയാണ് കരുതുന്നത്' എന്ന ഉപദേശവും കിട്ടി.

ദേഷ്യവും പകയും എന്റെ മനസ്സിൽ തിളച്ചു, ഈ ബിസിനസ്സ് ഡീലിന് വേണ്ടിയാണ് അയാൾ എന്റെ ബിസിനസ്സ് തകർത്തത്, എന്റെ പാർട്ണറെ മുങ്ങാൻ പ്രേരിപ്പിച്ച് എന്നെ ഒറ്റപ്പെടുത്തിയത്, എന്റെ ബിസിനസ്സ് പ്രൊമോട്ടറെ തന്നെ എനിക്ക് നേരെ ഉപയോഗിച്ചത്. അയാൾ ആഗ്രഹിച്ച പോലെ ഞാൻ ബിസിനസ്സ് എല്ലാം അവസാനിപ്പിച്ചു, എന്റെ മാർക്കറ്റിങ് ടീമിലധികം പേരും അയാളുടെ കീഴിൽ, സാമ്പത്തികമായും, പോലീസ്, രാഷ്ട്രീയ ബന്ധങ്ങളിലും അയാൾ തൊടാൻ ആവാത്തയത്ര ഉയരത്തിലും. എന്നാലും പരാജയം സമ്മതിച്ച് ഗൾഫിൽ അഭയം തേടാൻ മനസ്സ് സമ്മതിക്കുന്നില്ല.

ഒന്നേകാൽ കോടിയുടെ ഡീൽ ഒപ്പ് വെക്കുവാനായുള്ള അവസാന ലാപ്പിലാണ് അയാൾ, വിട്ടു കൊടുക്കില്ല എന്ന മനസ്സ് ഒഴിച്ചാൽ എല്ലാം എനിക്കെതിരാണ് ഞാൻ ആകെ പോസിറ്റീവ് ആയി കണ്ടത് എനിക്ക് ഇനിയൊന്നും നഷ്ടപ്പെടാൻ ഇല്ല എന്നത് മാത്രമാണ്.

ഇവിടെയാണ് പൗലോ കൊയ്‌ലോയുടെ വാക്കുകൾ ഓർമ്മ വരുന്നത്. നമ്മൾ എന്തെങ്കിലും അതിയായി ആഗ്രഹിച്ചാൽ ലോകം മുഴുവൻ അത് നേടിയെടുക്കുവാൻ നമ്മളെ സഹായിക്കുന്നുവെന്ന വാക്യം എന്റെ ജീവിതത്തിൽ സത്യമായി വന്നത് ഒരു വക്കീലിലൂടെയാണ്.

എനിക്ക് കിട്ടുവാനുള്ള പണത്തിന് കേസ് കൊടുക്കുവാനും എനിക്കെതിരെയുള്ള കേസിന് മറുപടി കൊടുക്കുവാനൊക്കെയായി ജോഷി വക്കീലിന്റെ ഓഫീസിൽ ഇരിക്കുമ്പോൾ, വക്കീൽ എന്നെ ഒരാൾക്ക് പരിചയപ്പെടുത്തി. 'സന്തോഷ്' എന്ന ബിസിനസ്സ്കാരൻ റിയൽ എസ്റ്റേറ്റും സിനിമാ ഫൈനാൻസിങ്ങും ആണ് പുള്ളിയുടെ മേഖല, എന്റെ കഥ ജോഷി സാറിൽ നിന്ന് കേട്ടപ്പോൾ അദ്ദേഹം പറഞ്ഞു

'അസീ.. താല്പര്യമുണ്ടെങ്കിൽ ബിസിനസ്സിൽ ഞാൻ ഇൻവെസ്റ്റ് ചെയ്യാം ലാഭത്തിൽ 25% ശതമാനം അസിക്കെടുക്കാം 75% ശതമാനം ഞാനെടുക്കും. റെഡിയാണോ? ഒന്നും ആലോചിച്ചില്ല റെഡിയാണെന്ന് പറഞ്ഞു. പുള്ളിയുടെ ഓഫീസിൽ ഒരു ക്യാബിൻ വിട്ടു തന്നു. സാജനോ അനസോ അറിയാതെ എനിക്ക് വിശ്വസ്തരായ എക്സിക്യൂട്ടീവുമായാണ് തുടങ്ങിയത്, രണ്ടാഴ്ച കൊണ്ട് കയ്യിലുള്ള എല്ലാ മെഷീനുകളും വിറ്റപ്പോൾ സന്തോഷ് സാറിന് ഹരമായി, എത്ര മെഷീൻ വേണമെന്ന അദ്ദേഹത്തിന്റെ ചോദ്യത്തിന് ഉത്തരമായി നൂറെണ്ണം ആദ്യം ഓർഡർ ചെയ്യാൻ പറഞ്ഞു.

ഓർഡർ ചെയ്തപ്പോൾ ഒരു പ്രശനം. കേരളത്തിലേക്കാണെങ്കിൽ പോർട്ടബിൾ വാഷിംഗ് മെഷീൻ തരില്ലെന്ന് അവർ തീർത്ത് പറഞ്ഞു, സാജൻ എന്ന ആൾക്കാണ് ഡീലർഷിപ്പ്, അയാളിൽനിന്ന് വാങ്ങീച്ചോളാൻ പറഞ്ഞു. ഞങ്ങൾ ചെന്നൈയിലെ ഒരു കമ്പനി മുഖേനെ തമിഴ്നാട്ടിലേക്ക് ഓർഡർ ചെയ്തു. പ്രൊഡക്ട് തൃശ്ശൂർ എത്തിച്ചു, എനിക്ക് ബിസിനസ്സ് ചെയ്യുവാനോ ലഭമുണ്ടാക്കുവാനോ ആയിരുന്നില്ല മനസ്സിൽ, എന്റെ ബിസിനസ്സ് തകർത്തവനോട് പകരം വീട്ടണം! സന്തോഷ് സാറിന്റെ പിന്തുണയോടെ ഞാനൊരു വെടി പൊട്ടിച്ചു.

സാജൻ രണ്ടായിരം രൂപയ്ക്കാണ് ആ കമ്പനിക്ക് പോർട്ടബിൾ വാഷിംഗ് മെഷീൻ വിൽക്കുവാനുള്ള എഗ്രിമെന്റ് ഉണ്ടാക്കുന്നത്, ഡൽഹിയിലെ ഫാക്ടറി വിലയിൽ വെറും നൂറു രൂപ മാത്രം ലാഭമെടുത്ത് തൊ

ള്ളായിരം രൂപയ്ക്ക് പോർട്ടബിൾ വാഷിംഗ് മെഷീൻ ലഭ്യമാണെന്ന് ഞങ്ങൾ പത്രപരസ്യം കൊടുത്തു. ബ്രാൻഡിന്റെ പേരുമാത്രം കൊടുത്തില്ല. സാജനുമായി കരാറുണ്ടാക്കുവാൻ നിന്ന കമ്പനി പിൻവാങ്ങി. സാജൻ സ്വപ്നം കണ്ടിരുന്ന അറുപത് ലക്ഷം രൂപയുടെ ലാഭമാണ് പൊലിഞ്ഞത്. ഞങ്ങൾക്കെതിരെ കേസ് കൊടുത്തു, ഗുണ്ടായിസമൊക്കെ പ്രയോഗിച്ചു നോക്കി. പരസ്യത്തിൽ ബ്രാൻഡിന്റെ പേര് വെക്കാതിരുന്നതിനാൽ അവരുടെ കേസ് കോടതി തള്ളി. വധ ഭീഷണിയുണ്ടെന്ന് തൃശ്ശൂർ എസ്. പി യെ കണ്ടു പരാതി കൊടുത്തതോടെ പോലീസ് സാജനെ വിളിപ്പിച്ചു, അതോട് കൂടി ഗുണ്ടകളെ അയച്ചുള്ള കളിയും അവസാനിപ്പിച്ചു. പുള്ളിയുടെ അവസാനത്തെ അടവ് എന്റെ ഭാര്യവീട്ടിൽ വന്ന്, ഭാര്യയുടെ ഉമ്മയോടുള്ള അഭ്യർത്ഥനയായിരുന്നു അയാളും കുടുംബവും ആത്മഹത്യ ചെയ്യേണ്ടി വരുമെന്ന അവസ്ഥയിലാണത്രെ!

പത്ത് മാസം തികയാറായി പ്രസവം ഇന്നോ നാളെയോ എന്ന് പ്രതീക്ഷിക്കുന്ന ഭാര്യയെ ഹോസ്പിറ്റലിൽ കൊണ്ട് പോകുവാൻ കാശില്ലാത്ത അവസ്ഥയിൽ കയ്യിലുള്ള മെഷീൻ വിൽക്കാനാണ് ഞാൻ അയാളുടെ കാലുപിടിച്ചത്, എനിക്കും ഒരു കുടുംബമുണ്ടെന്ന ബോധമില്ലാതെയാണ് അയാൾ ഈ നീക്കങ്ങളൊക്കെ നടത്തിയത്. മാത്രമല്ല എനിക്ക് അയാളുടെ മുതലക്കണ്ണീരിന് മുന്നിൽ പിൻവാങ്ങാൻ പറ്റില്ലായിരുന്നു. എന്നെ വിശ്വസിച്ച്പണം മുടക്കിയ സന്തോഷ് സാറിനെ ചതിക്കാൻ പാടില്ല.

ഞങ്ങൾ തൃശ്ശൂർ വിപണി കീഴടക്കി, സന്തോഷ് സാർ സ്വന്തം ബ്രാന്റിൽ പോർട്ടബിൾ വാഷിംഗ് മെഷീനിന്റെ പ്രൊഡക്ഷൻ കമ്പനി മുംബൈയിൽ തുടങ്ങി. അയ്യായിരം മെഷീനിന്റെ ഓർഡർ പോയതോട് കൂടി സാജൻ തളർന്നു. ഞങ്ങൾ വളർത്തിയെടുത്ത ബിസിനസ്സ് മാനേജ് ചെയ്തു മാത്രം ശീലിച്ച അനസിന്, പൂജ്യത്തിൽ നിന്ന് ബിസിനസ്സ് ഉണ്ടാക്കിയെടുക്കുവാനുള്ള കഴിവില്ലായിരുന്നു. ജോലി നഷ്ടപ്പെട്ട അനസ് ഒരു റെസ്റ്റോറന്റിൽ വെയ്റ്ററായി ജോലി ചെയ്യുന്നുവെന്ന് അറിഞ്ഞ് അവന്റെ ടേബിളിൽ ഭക്ഷണം കഴിച്ചു, ടിപ്പ് കൊടുത്തു, ഇതിൽ കൂടുതൽ അവൻ അർഹിക്കുന്നില്ല.

ഈ സംഭവത്തിനു ശേഷം ബിസിനസ്സ് തകർന്ന എല്ലാവരോടും എനിക്ക് പറയാനുള്ളത് ഒരേ ഒരു കാര്യമായിരുന്നു. ബിസിനസ്സ് എന്നത് ഒരു പാമ്പും കോണിയുമാണ് ചിലപ്പോൾ ലാഭമെന്ന കോണിയിലൂടെ ഉയരങ്ങളിലെത്താം മറ്റു ചിലപ്പോൾ നഷ്ടമെന്ന പാമ്പു വിഴുങ്ങി താഴെ പതിക്കാം. പക്ഷെ നമ്മളെന്ന വ്യക്തി തകരാൻ പാടില്ല, നമുക്ക് ചുറ്റുമു

ള്ള സൗകര്യങ്ങളും പൊള്ളയായ ബന്ധങ്ങളും നമ്മുടെ തന്നെ അഹങ്കാരങ്ങളും ഒഴിഞ്ഞു പോയ ഒരു നമ്മളെ നമുക്ക് കാണാൻ കഴിയും. നമ്മൾ നേടിയെടുത്ത അനുഭവം, നമ്മുടെ കഴിവുകൾ ഇതൊന്നും ആർക്കും നശിപ്പിക്കുവാനാകില്ല. പക്ഷേ 'ക്ഷമ' യെന്ന വജ്രായുധം കൈവെടിയരുത്, പീഡനങ്ങളും അപമാനങ്ങളും ഊർജ്ജമാക്കുന്നവർ ഒരിക്കലും ആത്മഹത്യയിൽ അഭയം തേടില്ല. പോരാടാൻ മനസ്സുള്ള കാലത്തോളം ഏതൊരാൾക്കും തിരിച്ചു വരവ് എന്നത് സുനിശ്ചിതമായ ഒന്നാണ്. ഒരു രാത്രിക്ക് ഒരു പകൽ എന്ന പോലെ സുവ്യക്തമായ സത്യം.

വിഷാദത്തിൽനിന്നും അതിജീവനത്തിലേക്ക്

ശ്രീകല പ്രകാശൻ

സൂര്യകാന്തി പൂക്കൾ കാണുമ്പോഴൊക്കെ വാൻഗോഗിനെ ഓർമ്മവരും. Lust for Life എന്ന സിനിമയിലൂടെയാണ് ആ ഭ്രമാത്മക ചിത്രകാരന്റെ കൂടുതൽ വിവരങ്ങൾ അറിയുന്നത്. അൽറസിലെ ഗ്രാമ സൗന്ദര്യങ്ങൾക്കകത്തു വിഷാദം മൂടിയ, ബ്രെഷ് ഏന്തിയ കലാകാരൻ. എല്ലാ ഉന്മാദികളുടെയും പിന്നിൽ മൂടിക്കെട്ടിയ മേഘം പോലെ ഡിപ്രഷൻ ഉണ്ടായിരുന്നു. സ്വന്തമായൊരു മുറിയും അഞ്ഞൂറ് പൗണ്ടും ഉണ്ടെങ്കിൽ സ്ത്രീയുടെ സർഗാത്മകത കൂടുതൽ ഉയരുമെന്ന് പറഞ്ഞ വിർജീനിയ വൂൾഫ് പോക്കറ്റിൽ കല്ലുകൾ നിറച്ചു ഊസ് നദിയിലേക്ക് ചാടുമ്പോഴും അതൊപ്പം ഉണ്ടായിരുന്നു.

വിഷാദം ഒരിക്കലെങ്കിലും പ്രാപിക്കാത്ത മനസ്സുകൾ ഉണ്ടാവില്ല. വലിച്ചെറിയാൻ കഴിയാത്ത വിധത്തിലൊട്ടിച്ചേർന്ന് കൊണ്ട് നിരന്തരം ഓർമ്മിപ്പിക്കും നീ ഈ ലോകത്തിന്റെയല്ലയെന്ന്. ഏതു സമയത്തു വേണമെങ്കിലും അവസാനിപ്പിച്ച് കടന്നു പോകാൻ വിഷാദം നിർബന്ധിച്ചു കൊണ്ടിരിക്കും.

വിഷാദം തന്നെയായിരുന്നു ചുറ്റിനും. കേറിയും ഇറങ്ങിയും ഉള്ള ജീവിതത്തിന്റെ യാത്രാവഴികളിൽ മിക്കവാറുമൊക്കെ വിഷാദം തൊട്ടുവിളിക്കുകയും പിടി കൊടുക്കേണ്ടതില്ലെന്ന വാശിയിൽ മുന്നോട്ട് നടക്കുകയും ചെയ്തിട്ടുണ്ട്. ഒരു പ്രത്യേക അനുഭവം കോറിയിട്ട ജീവിതമായിരുന്നില്ല എന്റേത്. അന്നത്തെ ഭൂരിപക്ഷത്താൽ അംഗീകരിക്കപ്പെടാൻ കഴിയാത്ത ഇഷ്ടമായിരുന്നു അമ്മയുടേതും അച്ഛന്റേതും. 'അമ്മ, അച്ഛനെക്കാൾ എട്ടു വയസിനു മൂതിർന്ന സ്ത്രീ ആയിരുന്നു. ആ കാലഘട്ടത്തിൽ സമൂഹത്തിനു അപ്രിയമായൊരു ബന്ധം പേറുന്നവർ എന്ന അവജ്ഞയിലൂടെയാണ് അവർ മുന്നോട്ട് പോകുന്നത്. സ്കീസോഫ്രേനിയ ഉൾപ്പെടെ മാനസികമായ പ്രശ്നങ്ങൾ അഭിമുഖീകരിച്ചിരുന്നു' അമ്മ. അമ്മയോടെന്നും അവഗണനയോടെ പെരുമാറുന്ന അച്ഛനും. അ

വർ ഒരുമിച്ചു ജീവിക്കാൻ തീരുമാനിച്ചതു എന്തിനെന്നു ഓർത്തു തള്ളി നീക്കിയ ബാല്യം ആയിരുന്നു എന്റേത്.

ചുറ്റുമുള്ളവരുടെ കളിയാക്കലുകൾ ചെറുപ്പത്തിൽ ഭീകരമായിരുന്നു. ഒളിഞ്ഞും തെളിഞ്ഞും വരുന്ന വാക്കുകൾ. എതിർക്കണം എന്നുണ്ടെങ്കിലും നിശ്ശബ്ദമായി ഈഗോ കോംപ്ലക്സുകൾ കീഴടക്കി വലിഞ്ഞകത്തേക്ക് പോയിക്കൊണ്ടിരുന്നു.

മുതിർന്നവരെ ഫേസ് ചെയ്യാൻ ആ കാലത്തെനിക്ക് പേടിയായിരുന്നു. അവരുടെ താരതമ്യങ്ങൾ, എന്റെ നിവർത്തിയില്ലായ്മകളെ ഭേദിച്ച് കളയും. ഞാനൊന്നിനും കൊള്ളില്ലെന്നു ആവർത്തിച്ച് പറയുന്ന ഏറ്റവും അടുത്തവരും അതൊക്കെ ശരിവച്ച് നിൽക്കുന്ന അമ്മയും കൂടെ ആയപ്പോൾ ഞാൻ എനിക്ക് ചുറ്റും മുള്ളുവേലികൾ കെട്ടിയുണ്ടാക്കി അതിനകത്തേക്കു കയറി. എല്ലാ മനുഷ്യരിൽനിന്നും ഡിറ്റാച്ഡ് ആയി ഒരു മാജിക്കൽ ലോകം എന്റെയുള്ളിൽ പണിതുയർത്തി. അതിനകത്തു എനിക്ക് കിട്ടിയ സൗഹൃദങ്ങൾ, സ്നേഹം, കരുതലുകൾ, ചേർത്ത് പിടിക്കലുകൾ. ചിലപ്പോൾ എങ്കിലും ഇരുട്ടിൽ ആരും കാണാതെ കരഞ്ഞു പോയി.

അത്തരം ഒരു ലോകത്തു നിന്നും വേരുകൾ പറിഞ്ഞു തുടങ്ങിയത് വായനയിലൂടെയാണ് . പ്രീഡിഗ്രി കഴിഞ്ഞു വീട്ടിൽ നിൽക്കുമ്പോൾ ലൈബ്രറിയിൽ നിന്നും ധാരാളം പുസ്തകങ്ങൾ എടുത്തു. പുതിയ ചിന്താധാരകളുമായി ഒരു ഇഴയടുപ്പം ഉണ്ടായി തുടങ്ങി.

ഏതെങ്കിലും അടുക്കളക്കുള്ളിൽ തേഞ്ഞു തീരേണ്ട ഒരു സ്ത്രീയല്ല ഞാനെന്ന തോന്നൽ ഏതു കാലത്തും എന്നോടൊപ്പം സഞ്ചരിച്ചിരുന്നു. എന്നാലത് എക്സിക്യൂട്ട് ചെയ്യേണ്ട വിധം അജ്ഞാതമായിരുന്നു. ഞാൻ തേടിക്കൊണ്ടിരുന്ന ചോദ്യങ്ങളുടെ ഉത്തരമെന്നോണം എന്നിലേക്ക് കടന്നു വന്നത് ഒരു പുസ്തകത്തിന്റെ രൂപത്തിൽ ആയിരുന്നു. ഫ്രഞ്ച് ഫിലോസഫർ സിമോൺ ഡി ബുവ്വെ എഴുതിയ 'സെക്കൻഡ് സെക്സ്' എന്ന പുസ്തകം.

ജീവിതത്തെ define ചെയ്യുക ആണെങ്കിൽ സെക്കൻഡ് സെക്സ് വായിക്കുന്നതിനു മുന്നേയെന്നും വായിച്ചതിനു ശേഷമെന്നും ഉള്ള സ്ത്രീയെന്ന നിലയിൽ ഞാനെന്നെ രേഖപ്പെടുത്തി വയ്ക്കും.

പുസ്തകങ്ങളിലൂടെ സ്വയം കണ്ടെത്തലുകൾ നടത്തുകയും സ്വയമൊരു പുനർവായനക്ക് വിധേയ ആവുകയും ചെയ്തുകൊണ്ട് എന്നിലെ എന്നെ റിവൈവ് ചെയ്യുകയെന്ന ചെറുതല്ലാത്ത കാര്യത്തിലേക്ക് ഞാൻ നടന്നു. യുദ്ധം ചെയ്യേണ്ടത് എന്നോട് തന്നെയാണെന്ന തിരിച്ച

റിവ് ഉണ്ടായ ആ നിമിഷം മുതൽ ആണ് ജീവിതം തിരിച്ചു പിടിച്ചു വിഷാദത്തിൽ നിന്നും കര കയറണം എന്ന ചിന്ത ഉണ്ടായതും. ആദ്യം വേണ്ടത് ഭൂതകാലത്തെ തുടച്ചു നീക്കുകയെന്നതായിരുന്നു. ഒരു പരിധി വരെ വിജയിച്ചു തുടങ്ങുമ്പോൾ ആയിരുന്നു വിവാഹം.

വിവാഹത്തിന്റെ ആദ്യ കാലഘട്ടം തികച്ചും മുറിപ്പെടുത്തലുകൾ ആയിരുന്നു. സമൂഹം ചേർത്ത് പിടിക്കാത്ത ഒരു ബന്ധത്തിലെ പെൺകുട്ടിയെന്ന നിലയിൽ അവിടെയും നിരാകരണങ്ങൾ ഉണ്ടായി. ആ ഒരു വ്യക്തിയുടെ ജീവിതത്തിലേക്കും കുടുംബത്തിലേക്കും വലിഞ്ഞു കയറി ചെന്ന ഒരു സ്ത്രീയെന്ന ലേബൽ വീണ്ടും ഡിപ്രഷന്റെ നദിയുടെ ആഴങ്ങൾ കാണിച്ചു. ചിലപ്പോഴൊക്കെ വെറുതെ കരയാൻ തോന്നി. ആശ്വാസമായത് പഠിക്കാൻ പോകുന്നുവെന്നുള്ളതായിരുന്നു.

കുറേ വർഷങ്ങൾക്ക് ശേഷം ബഹ്റൈനിൽ എത്തുമ്പോൾ ആണ് വീണ്ടും ജീവിതത്തിൽ ശുഭാപ്തി വിശ്വാസം ഉണ്ടാകുന്നത്. ബഹ്റൈൻ കേരളീയ സമാജം അതിനു വഴികൾ ഒരുക്കുകയും ചെയ്തു. സ്പീക്കേഴ്സ് ഫോറം, സാഹിത്യ വേദി പോലെയുള്ള ഇടങ്ങളിലൂടെ ഞാൻ എന്റെ സാന്നിധ്യം അറിയിക്കുകയും സ്ത്രീയെന്ന നിലയിൽ എന്റേതായ പ്രിവിലേജ് തെളിയിക്കുകയും ചെയ്തു.

അവിടെ ഫുൾ സ്റ്റോപ്പ് ഇട്ടുകൊണ്ട് ഖത്തറിലേക്ക് ഒരു പറിച്ചു നടൽ. ഇഷ്ടമായ ജോലി, വളരെ ശാന്തമായ ഒരു ഇടവും നദി ഒഴുകുന്നത് പോലെ അത്രയും സുന്ദരമായി ഒഴുകി തുടങ്ങി.

എന്നാൽ വീണ്ടും വേദനയുടെ ലോകം തുറന്നു മുന്നിലേക്ക് അഡിനോമയോസിസിന്റെ രൂപത്തിലായിരുന്നു. നിരന്തരമായ ബ്ലീഡിങ് കാരണം ഹെർട്ടിൻ ലെവൽ താഴ്ന്നു എഴുന്നേൽക്കാൻ കഴിയാത്ത വിധത്തിലേക്ക് എത്തി. ജോലിക്ക് കൂടുതൽ നാളൊന്നും പോകാൻ കഴിയില്ലെന്ന് ബോധ്യമായി. പല ചികിത്സകൾ പ്രയോഗിച്ചു നോക്കി. ഒരു സർജറി ചെയ്തു കഴിഞ്ഞാൽ ചെറിയ കുട്ടിയെ ഏൽപ്പിക്കാൻ ഒരിടമില്ലെന്ന അറിവിൽ അത് താൽക്കാലികമായി വേണ്ടെന്നു വച്ചു. സ്കൂളിൽ ഉണ്ടായ പ്രശ്നങ്ങളിൽ പെട്ട് ജോലി റിസൈൻ ചെയ്തു മറ്റൊന്ന് നോക്കാൻ തുടങ്ങിയിരുന്നു. ഫെയിസ് ബുക്കിൽ എന്തെങ്കിലും എഴുതി വിഷാദത്തെ മറി കടക്കാൻ തീരുമാനിച്ചു. പുതിയ സുഹൃത്തുക്കൾ ഉണ്ടായി. വീണു പോകുന്ന ഇടങ്ങളിൽ കൂടെ നിൽക്കാൻ ഒരു മകനെയും കിട്ടി.

മുന്നോട്ടുള്ള പോക്കിൽ ഒരു സുഹൃത്തിന്റെ രൂപത്തിലാണ് അടുത്ത പ്രശ്നം എന്റെ മുന്നിലേക്ക് എത്തുന്നത്. ഏതു കാലത്തും സൗഹൃദം

മുതലെടുക്കുന്ന മനുഷ്യർ ഉണ്ടാവും. സ്ത്രീയുടെ അലിവുകൾ മനസ്സിലാക്കി അവളുടെ മാനവികതയെ പിൻപറ്റി വളർന്നു വരുന്ന വിഷങ്ങൾ, അത് പുരുഷന്റെ രൂപത്തിലോ സ്ത്രീയുടെ രൂപത്തിലോ ആവാം. അവനുമായി പൊരുതിയ ഒന്നര വർഷങ്ങൾക്കിടയിൽ വീണ്ടും വിഷാദം തൊട്ടു വിളിക്കുന്നുണ്ടായിരുന്നു. ഏതൊരു മനുഷ്യനും അവസാന ആശ്രയം എന്നുള്ള നിലയിൽ പോയി നിൽക്കാൻ ഒരിടമുണ്ടാവും 'അമ്മ'. അമ്മയുടേതായ മാനസിക പ്രശ്നങ്ങളിൽ പെട്ട് സ്വയം മുറിവേൽപ്പിച്ചു കൊണ്ടിരിക്കുന്ന ഒരിടത്തു നിന്നും എനിക്ക് ഒന്നും കിട്ടാൻ പോകുന്നില്ല. സ്നേഹത്തിന്റെ കാര്യത്തിൽ അദൃശ്യയായ അമ്മയോട് എനിക്കൊന്നും പറയാൻ കഴിഞ്ഞില്ല. ഒറ്റക്ക് നിന്ന് കൊണ്ട് പൊരുതാൻ തന്നെ തീരുമാനിച്ചു.

കാഫ്കയുടെ മെറ്റമോർഫോസിസ് പകുതി വായിച്ചു വച്ചിരുന്നത് മുഴുമിപ്പിക്കാൻ എടുത്തതാണ് അന്ന്. വേർതിരിച്ചെടുക്കാൻ കഴിയാത്തൊരു ടെൻഷൻ തലേ ദിവസം മുതൽ ഉണ്ടായിരുന്നു. ഒരു സംഘർഷം രാത്രിയിലും ഉണ്ടായിരുന്നു. ഒരുറക്കത്തിൽ നിന്നും ഉണർന്നെഴുന്നേൽക്കുമ്പോൾ insect ആയി മാറിയ ഗ്രിഗർ സംസയിലേക്ക് കണ്ണുകൾ തുറക്കുമ്പോൾ മനസ്സിലായി പതിവില്ലാത്ത വിധം കാഴ്ച മങ്ങിപ്പോകുന്നു. കണ്ണുകൾ ഒന്ന് കൂടെ തിരുമ്മി നോക്കി. പൊടി പോയതാണോ

അതോ തലേ ദിവസത്തെ ഉറക്ക ക്ഷീണത്തിൽ സംഭവിച്ചതാണോ അക്ഷരങ്ങൾ ഒന്നും തന്നെ കണ്ണുകൾക്ക് വഴങ്ങുന്നില്ല. വൈകുന്നേരം ഡോക്ടറെ കാണുന്നത് വരെയും പ്രതീക്ഷകൾ ഉണ്ടായിരുന്നു.

വളരെ അപൂർവമായി മാത്രം കണ്ണുകളെ ബാധിക്കുന്ന രോഗമാണ് CSR (Cetnral serous retinopathy). റെറ്റിനയിൽ ഫ്ളൂയിഡ് അടിഞ്ഞു കാഴ്ച നഷ്ടപ്പെടുന്ന രോഗം. സ്കാൻ ചെയ്തു ഉറപ്പിച്ചു.

സ്ട്രെസ് ആണ് കാരണം എന്ന് ഡോക്ടർ എടുത്തു പറയുമ്പോൾ ഞാൻ ആകെ ആലോചിച്ചത് ഇനിയെനിക്ക് വായിക്കാൻ സാധിക്കില്ല, സിനിമ കാണാനും. മങ്ങിയ കാഴ്ചകളുമായി ഞാൻ പൊരുത്തപ്പെടേണ്ടതുണ്ട്. ഇടതു കണ്ണിനെയാണ് ബാധിച്ചിരിക്കുന്നത്. ഇത്വരെ കണ്ട വർണ്ണങ്ങളെ കുറിച്ച് ചിന്തിച്ചു. വലതു കണ്ണിലൂടെ പരിമിതപ്പെട്ട കാഴ്ചകളിലൂടെ ജീവിക്കാൻ തീരുമാനിച്ചു. ശാന്തമായി ഞാൻ എന്റെ കഴിഞ്ഞ ജീവിതത്തെ നോക്കി. ഒരാളുടെയും ജീവിതത്തെ കറക്റ്റ് ചെയ്യാനോ മാറ്റാനോ എനിക്ക് കഴിയില്ല എന്നാൽ എന്നെ മാറ്റാൻ എനിക്ക് കഴിയും.

കാഴ്ച പൂർണ്ണമായും നഷ്ടപ്പെട്ടിട്ടില്ല. ഒരു തിരിച്ചു വരവിനു സാധ്യ

തയും ഉണ്ട്. ഫെയിസ്ബുക്കിൽ നിന്നും കിട്ടിയ സൗഹൃദങ്ങളെ ചേർത്ത് പിടിച്ചു. ദോഹയുടെ സാംസ്കാരിക രംഗത്തേക്ക് പതുക്കെ ഇറങ്ങി ചെന്നു. ഇടതുപക്ഷ പൊളിറ്റിക്സ് പറയുന്ന സ്ത്രീവാദിയെ എല്ലാ സ്നേഹത്തോടെയും അവർ ചേർത്ത് പിടിച്ചു. എന്റെ എല്ലാ സ്പീച്ചുകളുടെയും തയ്യാറെടുപ്പുകൾക്കുള്ള വായനയിൽ വലതു കണ്ണ് മാത്രമേ ഉള്ളൂവെന്ന യാഥാർത്ഥ്യം ഞാൻ മറച്ചു. എന്റെ രോഗങ്ങളോട്, partial അന്ധതയോട്, എനിക്ക് നേരെ വന്ന sexual അധിക്ഷേപങ്ങളോട്, അകത്തു നിന്ന് പെയ്യുന്ന മഴകളോട്, വീട്ടിലെ അച്ഛന്റെയുമമ്മയുടെയും വഴക്കുകളോട്, ഒരു സപ്പോർട്ടും ഇല്ലാത്ത വീട്ടുകാരോട് ഒക്കെ സമരം ചെയ്യേണ്ടതുണ്ട്.

ഡിപ്രഷനെ ആദ്യം ഒരിടത്തേക്ക് മാറ്റി വച്ചു. ഏകദേശം രണ്ടു വർഷം കഴിയുമ്പോൾ ഇടതു കണ്ണ് കനിവ് കാട്ടി തുടങ്ങി. കാഴ്ചയുടെ മുക്കാൽ ഭാഗം തിരിച്ചു കിട്ടി. സ്വന്തമായി ഞാൻ ഒരിടം കണ്ടെത്തി. ആരൊക്കെയോ എവിടെയൊക്കെയോ ഇരുന്നു എന്റെ ചെറിയ കുറിപ്പുകൾ വായിക്കുന്നുണ്ട് . മനുഷ്യൻ എന്ന നിലയിൽ നന്നാവാനുള്ള എല്ലാ സാധ്യതകളെയും ഞാൻ പ്രയോജനപ്പെടുത്തുന്നുണ്ട്.

ആദ്യം ചേർത്ത് പിടിക്കേണ്ടത് എന്നെത്തന്നെയാണെന്ന് ബോധ്യമായി. ഒരാളുടെയും ഒരു മുറിവും അപരന് മനസ്സിലാവില്ല. അതിന്റെ ആഴം അവനവനു മാത്രം ഉള്ളതാണ്. തലയുയർത്തിപ്പിടിച്ചു നടന്നു തുടങ്ങിയാൽ ഒപ്പമോ പിറകിലോ നടക്കാൻ മനുഷ്യർ ഉണ്ടാവും. സത്യസന്ധമായി നടന്നു തുടങ്ങുക അതി ജീവനം അവർക്കുള്ളതാണ്.

ആത്മാവ് നഷ്ടപ്പെട്ട വാക്കുകൾ
ദിൻഷ ദിലീപ്

ആഴത്തിലും പരപ്പിലും മുറിവേൽക്കപ്പെടുന്ന മനുഷ്യരോടൊക്കെ എനിക്ക് വല്ലാത്തൊരു തന്മയീഭാവം തോന്നാറുണ്ട്. ലോകത്ത് എല്ലാ പെണ്ണുങ്ങളേയും ബന്ധിപ്പിക്കാൻ കഴിയുന്ന ഒരു Essential truth ഉണ്ടെന്ന് എനിക്ക് തോന്നാറുള്ളതു പോലെ നിരാസങ്ങളുടെ, അവഗണനകളുടെ, ഉപേക്ഷിക്കപ്പെടലുകളുടെ കണക്കുകൾ എന്നും പെരുക്കപ്പട്ടികകൊണ്ടു മാത്രം കണക്കാക്കാൻ പറ്റുന്ന ഒന്നാണ്.

അച്ഛനും അമ്മയും ഇപ്പോഴും നിയമപരമായി ബന്ധം വേർപെടുത്തിയിട്ടില്ല. അവരുടെ ആ അകൽച്ചയിലും വിള്ളലിലും എനിക്ക് നഷ്ടമായത് ഒരു കുട്ടിക്കു കിട്ടിയേക്കാവുന്ന 'സാധാരണ' ജീവിതമാണല്ലോ എന്ന വിഷമം ബോധം വെക്കുന്ന കാലത്തോളം കൊണ്ടു നടന്നിരുന്നു. എന്തുകൊണ്ടോ ജീവിതത്തിലുടനീളം അത്തരത്തിലൊരു അസാധാരണത്വം നിലനിന്നിരുന്നു എന്ന് തോന്നാറുണ്ട്. അഞ്ചിലോ ആറിലോ ഒക്കെ പഠിക്കുന്നതുവരെ അച്ഛന്റേയും അമ്മയുടേയും വിവാഹബന്ധത്തെ പ്രതിയുണ്ടായിരുന്ന കോംപ്രമൈസ് ചർച്ചകളൊക്കെ ഉണ്ടായിരുന്നു. അച്ഛന്റെ വീട്ടിൽ അമ്മയോടൊപ്പം ഞാൻ കഴിഞ്ഞിട്ടുള്ള ഒരു കാലം എന്റെ ഓർമ്മകളിൽ പോലുമില്ല.

അമ്മയുടെ വീടിനടുത്തുള്ള ഗവൺമെന്റ് സ്കൂളിൽ മലയാളം മീഡിയത്തിൽ എന്നെ ചേർത്തു. സർവ്വപ്രതാപികളായ അമ്മാവന്മാരുടെ മക്കളൊക്കെ അന്നത്തെ മുന്തിയ സ്കൂളുകളിൽ ഇംഗ്ലീഷ് മീഡിയത്തിൽ പഠിച്ചു. എന്നേക്കാൾ നാലോ അഞ്ചോ വയസ്സിന് ഇളപ്പമുള്ള രണ്ടാമത്തെ അമ്മാവന്റെ മക്കളുടെയൊപ്പം ടീച്ചറും കുട്ടിയും കളിക്കുമ്പോഴാണ് 'മെ ഐ ഗോ ടു ടോയ്‌ലെറ്റ്?' എന്ന ആദ്യ ഇംഗ്ലീഷ് സെന്റൻസ് ഞാൻ പഠിക്കുന്നത്. അന്ന് ആ വാക്കുകൾക്ക് എന്തൊരു കൗതുകമായിരുന്നു!

ഇടയ്ക്ക് ചില വേനലവധിക്കാലങ്ങളിൽ അച്ഛന്റെ വീട്ടിൽ നിന്ന് ആരെങ്കിലുമൊക്കെ എന്നെ കൊണ്ടു പോവാൻ വരും. എന്നുവെച്ചൽ ഒരിക്കൽപോലും മകളെ കാണാനോ കുറച്ചു ദിവസം അവളെ കൂടെ കൊ

ണ്ടുപോയി നിർത്താനോ ആയി അച്ഛൻ ഒരിക്കലും വന്നിട്ടില്ല. അതുണ്ടാക്കിയ വൈകാരിക അനാഥത്വം എന്നിൽ ഇപ്പോഴും ഉണ്ട്. ഏതെങ്കിലും ഒരുച്ചനേരത്ത് സ്കൂളിൽ എന്നെ കാണാൻ എത്തുന്ന ഒരു അച്ഛന്റെ രൂപം സങ്കൽപ്പിച്ചു നോക്കാറുണ്ടായിരുന്നു. അവധിക്കാലങ്ങളുടെ ഓർമ്മകളിൽ അച്ഛന്റെ വീട്ടിലെ വരാന്തയുടെ ഒരറ്റത്ത് സിഗരറ്റും വലിച്ചിരിക്കുന്ന അധികം സംസാരിക്കാത്ത പ്രകൃതക്കാരനായ ആ മനുഷ്യൻ എന്റെ അച്ഛനാണല്ലോ എന്ന് വിചാരിച്ച് ഒളിഞ്ഞും തെളിഞ്ഞുമൊക്കെ നോക്കി നിന്നിട്ടുണ്ട്. അച്ഛന്റെ കണ്ണിൽപ്പെടാനായി ആ ശ്രദ്ധയൊന്ന് കിട്ടാനായി അങ്ങോട്ടുമിങ്ങോട്ടും വെറുതേ നടന്നിട്ടുണ്ട്. പക്ഷെ ഒരിക്കൽ പോലും മടിയിലിരുത്തി ഓമനിച്ചിട്ടില്ല. നിനക്കെന്തെങ്കിലും ആവശ്യങ്ങളുണ്ടോ എന്ന് ചോദിച്ചറിഞ്ഞിട്ടില്ല. ചെറിയമ്മയോ അച്ഛന്റെ പെങ്ങളോ ഒക്കെ മനഃപ്പൂർവ്വം എന്റെ കയ്യിൽ ചായ തന്നുവിടും. അച്ഛനു കൊണ്ടുപോയിക്കൊട്ക്ക്, എന്നിട്ട് എന്തെങ്കിലുമൊക്കെ സംസാരിക്ക് എന്നൊക്കെ പറയും. മടിച്ചാണെങ്കിലും ഞാനത് ചെയ്യും. എന്തെങ്കിലുമൊക്കെ സംസാരിച്ച് അച്ഛനെന്നോട് സ്നേഹം തോന്നി എന്നോടും അമ്മയോടും ഒപ്പം താമസിക്കാൻ വന്നെങ്കിലോ എന്നൊക്കെ വിചാരിച്ചാണ് അടുത്തേക്ക് ചെല്ലുക. വളരെ ഔപചാരികമായി മാത്രം അന്നേരം എന്നോട് മിണ്ടും. നീയിപ്പൊ ഏത് ക്ലാസിലാണെന്നോ അല്ലെങ്കി അമ്മാവന്മാരുടെ എന്തെങ്കിലും കാര്യമോ മാത്രം ചോദിക്കും. ചോദിച്ചതിനുമാത്രം ഞാനും ഉത്തരം കൊടുക്കും. കുറ്റകരമായ ഒരു മൗനത്തിന് ഇടകൊടുനായി ഞാനൊരിക്കലും അച്ഛന്റെ അരികിൽ നിൽക്കാനും ആഗ്രഹിച്ചില്ല.

ഞങ്ങള് തമ്മില് എന്ത് പ്രശ്നമുണ്ടെങ്കിലും സ്വന്തം മകളെ ഒന്ന് കാണാൻ വരേ അവൾടെ കാര്യങ്ങൾ ഒന്നന്വേഷിക്ക്യേ ചെയ്യാലോ എന്ന് അമ്മ പലരോടും പരാതിപ്പെടുന്നത് കേട്ടിട്ടുണ്ട്. സ്നേഹിക്കാനറിയാത്ത സ്നേഹം പ്രകടിപ്പിക്കുന്നതിൽ നിസ്സഹായനായിത്തീർന്ന മനുഷ്യനായിരിക്കുമോ അയാൾ!

അച്ഛനില്ലെന്നു കരുതി അമ്മ കുറച്ചധികം സ്നേഹിച്ച് വഷളായിപ്പോയ കുട്ടിയും ആയിരുന്നില്ല ഞാൻ. പത്തൊൻപതാമത്തെ വയസ്സിൽ കല്യാണം കഴിഞ്ഞു അച്ഛന്റെ വീട്ടിലെത്തിയ അമ്മയ്ക്ക് അവിടുത്തെ സാഹചര്യങ്ങളോടോ അച്ഛനോടോ ഒരിക്കലും പൊരുത്തപ്പെടാൻ കഴിഞ്ഞില്ല. ഞാനവരുടെ ദാമ്പത്യത്തിനിടയിൽ സംഭവിക്കരുതായിരുന്ന ഒരു തെറ്റു പോലെ കടന്നുവന്നവളായിരിക്കണം. എന്തുകൊണ്ടോ അമ്മ ലാളനയിറ്റുന്ന ഒരു വാക്കു പോലും എനിക്ക് ഓർമ്മിച്ചെടുക്കാൻ പാകത്തിൽ പറഞ്ഞിട്ടില്ല. വളരെ കുഞ്ഞായിരുന്ന എന്നെ അമ്മ എന്ത് പറഞ്ഞാവും

എങ്ങനെയാവും ഓമനിച്ചിട്ടുണ്ടാവുക എന്നൊക്കെ ചിന്തിക്കാറുണ്ടായിരുന്നു. എന്തെങ്കിലും ചെല്ലപ്പേരോ അല്ലെങ്കിൽ മോളേ എന്നോ എന്തിന് എന്റെ പേര് പോലും വിളിച്ച് ഞാൻ കേട്ടിട്ടില്ല. എടീ എന്നോ ടീ എന്നോ അല്ലാത്ത 'ട്യേ' എന്ന വിളി മാത്രമാണ് എന്റെ കാതിൽ ഇന്നോളം മുഴങ്ങിയിട്ടുള്ളത്.

ഒരു ഹൈസ്കൂൾ കാലത്തിലൊക്കെയാണ് ഇതെന്താ ഇങ്ങനെ എന്നു ചിന്തിച്ചു തുടങ്ങിയത്. അമ്മയോട് എന്താ എന്നെ ഇങ്ങനെ മാത്രം വിളിക്കുന്നേ എന്ന് ചോദിക്കാനും മടിയായിരുന്നു. ഒരു ദിവസം ഞാനമ്മയോടു പറഞ്ഞു എന്റെ കൂട്ടുകാരാരെങ്കിലും വീട്ടിൽ വരുമ്പോഴോ അല്ലെങ്കിൽ അവരുടെ ഫോൺ വിളി എനിക്ക് കൈമാറുമ്പോഴോ ഒക്കെ എന്നെ അന്നേരമെങ്കിലും പേരു വിളിക്കണേന്ന് പറഞ്ഞിട്ടുണ്ട്. പക്ഷെ അമ്മ ആ പറഞ്ഞത് ശ്രദ്ധിച്ചു കാണുമോ എന്നറിയില്ല. എന്തായാലും ആ വിളി ഒരു മാറ്റവും ഇല്ലാതെ തുടർന്നു. അമ്മയ്ക്ക് ആൺകുട്ടികളെയാണിഷ്ടം എന്നെ ഗർഭം ധരിച്ചിരുന്നപ്പൊ അമ്മ ആഗ്രഹിച്ചു കാണണം ഒരു ആൺകുട്ടിയാവണേന്ന്. അത് നടക്കാതെ വന്നതുകൊണ്ടോ എന്തോ എന്റെ അക്കാലത്തെ ഫെമിനൈൻ ആഗ്രഹങ്ങളെയൊന്നും അമ്മ ഒരിക്കലും നിറവേറ്റി തന്നിട്ടില്ല. അക്കാലത്തെ എന്റെ പ്രധാന ആകർഷണം ഉത്സവകാലങ്ങളിൽ കുപ്പിവളക്കൊട്ടയും തലയിലേന്തിവരുന്ന ചെട്ടിച്ചികളായിരുന്നു. വീടിന്റെ വഴിയിൽ അവരെ കാണുന്ന നേരമൊക്കെ ഞാൻ വാങ്ങിത്തരണമെന്ന് പറഞ്ഞ് എത്രയോ കരഞ്ഞിരിക്കുന്നു. അമ്മയുടെ അഭിപ്രായത്തിൽ എന്റെ അത്തരം ആഗ്രഹങ്ങളൊക്കെ അനാവശ്യ ചിലവുകളുടെ കോളത്തിലായിരുന്നു. വല്യമ്മാവന്റെ മോൾടെ വള നിറച്ചുവച്ചിരിക്കുന്ന ഒരു ചെറിയ കൊട്ടയിലേക്ക് എന്തോരം കൊതിയോടെ നോക്കി നിന്നിട്ടുണ്ട്. ഇടയ്ക്ക് അമ്മായീടെ ഔദാര്യം കൊണ്ട് അതിൽ ചേച്ചിക്കു പാകമാവാത്തതോ അളവിൽ ചെറിയതോ ആയ വളകളൊക്കെ എനിക്ക് കിട്ടി. എന്തായാലും അമ്മ പുനർവിവാഹമൊന്നും ചെയ്തില്ല. ഒരു പക്ഷെ എനിക്കുവേണ്ടിയോ അല്ലെങ്കിൽ അമ്മ അമ്മയ്ക്കു വേണ്ടിയോ തന്നെ ജീവിച്ചു പോന്നു. പക്ഷെ അച്ഛൻ മറ്റൊരു ജീവിതത്തിലേക്കും പോയി. ഓമനപ്പേര് ചൊല്ലി വിളിച്ച് മക്കളെ കെട്ടിപ്പിടിക്കുന്ന അച്ഛനും അമ്മയുമൊക്കെ എനിക്ക് മറ്റാരുടേയോ ജീവിതാനുഭവങ്ങളും സിനിമയിൽ കാണുന്ന കാഴ്ചകളുടെ പരിസരങ്ങളുമായിത്തീർന്നു.

'മർത്യജീവിതം പ്രതി ജനഭിന്നമാർഗ്ഗ'മെന്നല്ലേ...

ഒന്ന് കണ്ണുരുട്ടിയാൽ പേടിക്കുന്നത്രയും ഒരു ചീത്ത വാക്കുകേട്ടാൽ

നോവുന്ന അത്രയും അതിവൈകാരികതയോടെ വളർന്നു. കൺതടങ്ങളിലെപ്പോഴും അലയടിക്കുന്നൊരു സമുദ്രം ഇരമ്പിപ്പാർത്തു. ബന്ധുക്കളായ കുട്ടികളുടെ ഇടയിലൊക്കെ കറുത്ത് മെലിഞ്ഞ അനാകർഷണ രൂപം എന്ന നിലയിൽ പാടേ അവഗണിക്കപ്പെട്ടു. ആരു കണ്ടാലും മോഹിക്കുന്ന സൗന്ദര്യം ഉണ്ടാവാനായി എത്രയോ സന്ധ്യകളിൽ ലളിതാസഹസ്രനാമം ചൊല്ലി. അന്നെപ്പോഴോ ടി.വിയിൽ കണ്ട ഭരതന്റെ 'വൈശാലി'യിൽ വൈശാലിയുടെ സൗന്ദര്യത്തെക്കുറിച്ച് കൊട്ടാര ഗുരുവായ നെടുമുടി വേണു, രാജാവായ ലോമപാദനോട് പറയുന്ന ഒരു ഡയലോഗ് ഉണ്ട്, 'വൃദ്ധരേപ്പോലും അസ്വസ്ഥരാക്കുന്ന സൗന്ദര്യമാണ് അവളുടേത്' എന്ന്. പിന്നീട് അതായി പ്രാർത്ഥന. വൈശാലിയേപ്പോലെ, ഗന്ധർവ്വൻ പോലും മോഹിക്കുന്ന സൗന്ദര്യമുള്ള ഭാമയേപ്പോലെ ആവണേ എന്നായി പിന്നത്തെ പ്രാർത്ഥനകൾ.

അവഗണന ഒരു ചെറിയ വാക്കല്ല എന്നും അതിന് മനുഷ്യജീവിതങ്ങളെ അത്രയ്ക്കാഴത്തിൽ വിഷാദഭരിതമാക്കാൻ തക്ക ശക്തിയുള്ള മൂർച്ചയേറിയ ആയുധമാണെന്നും പിന്നീട് തിരിച്ചറിഞ്ഞിട്ടുണ്ട്. അവിടെ നിന്ന് പത്തൊൻപതാമത്തെ വയസ്സിൽ വിവാഹം കഴിഞ്ഞപ്പോഴും പഠിച്ച് ഒരു ജോലി നേടണം എന്നുമാത്രമേ ആഗ്രഹിച്ചുള്ളു. ജീവിതത്തിലേറ്റ അവഗണനകളിൽ നിന്ന് ഉപേക്ഷിക്കപ്പെടലുകളിൽ നിന്ന് കരേറാൻ ആരെയൊക്കെയോ ജയിക്കാൻ സ്വയം പരിശ്രമിച്ചുകൊണ്ടേയിരുന്നു. തിരഞ്ഞെടുത്ത ജീവിതം ഒരു തെറ്റായിപ്പോയെന്ന് പല തവണ തോന്നിയെങ്കിലും അത് സമ്മതിക്കാൻ വയ്യായിരുന്നു. ഒരിറങ്ങിപ്പോക്ക് ഒരിക്കലും സാധ്യമായില്ല. തിരികെ ചെന്ന് കയറാൻ ഒരിടമോ സ്വീകരിക്കാൻ ആളുകളോ ഇല്ല എന്നുള്ള തിരിച്ചറിവിൽ ചുട്ടുപൊള്ളുന്ന ആലയിലെന്ന പോലെ ജീവിതത്തെ തളച്ചിടേണ്ടി വന്നു. ഭ്രാന്ത് വന്നെങ്കിലെന്ന് ആഗ്രഹിച്ചിട്ടുണ്ട്. പക്ഷെ അങ്ങനെ ഭ്രാന്തിയായിരിക്കാനും ഒരൽപം പ്രിവിലേജ് വേണം മനുഷ്യർക്ക്. പരിചരിക്കപ്പെടാനും ശുശ്രൂഷിക്കപ്പെടാനും സ്നേഹിക്കപ്പെടാനും ചുറ്റും ആളുകൾ വേണ്ടേ... അതുകൊണ്ട് ആവുന്ന പോലെയൊക്കെ മുന്നോട്ട് നടന്നു. NET പരീക്ഷ എഴുതി ജയിച്ച അവസാന കോയമ്പത്തൂർ യാത്ര ഇന്നും ഓർമ്മയുണ്ട്. രണ്ടും മൂന്നും തവണ എഴുതി പരാജയപ്പെട്ട പരീക്ഷയ്ക്കുവേണ്ടി വീണ്ടും വണ്ടിക്കൂലി ചിലവാക്കുന്നതിൽ വീട്ടിൽ അമർഷങ്ങളും പൊട്ടിത്തെറികളും മാത്രമാണ് കൂട്ടിന്. പരീക്ഷാഹാളിലിരുന്ന് ഉള്ളുരുകി കരഞ്ഞു പ്രാർത്ഥിച്ചിട്ടുണ്ട് ഇനിയും ഒരിക്കൽക്കൂടി എന്നെ ഇങ്ങോട്ട് വരുത്തല്ലേ എന്ന്. കണ്ണുനിറഞ്ഞ് മങ്ങിയ ചോദ്യങ്ങളും കണ്ണീർപ്പാട് വീണ് ഭൂഖണ്ഡം തീർത്ത

ചോദ്യപ്പേപ്പറുകൾക്കുമിടയിൽ നിന്ന് എനിക്ക് എന്നേത്തന്നെ ജയിപ്പിക്കേണ്ട ഉത്തരങ്ങൾ കണ്ടെത്തേണ്ടതുണ്ടായിരുന്നു. ഉള്ളു നീറുമ്പോഴും കൂടുതൽ ചിരിച്ചും വായാടിയായും നീ എന്തൊരു ചിരിക്കുടുക്കയാടാ എന്ന് അതിശയിച്ച സൗഹൃദങ്ങൾ ചുറ്റിലുമുണ്ട്. ഭൂമിയിൽ കയറിച്ചെല്ലാൻ സ്വന്തമായൊരിടമില്ലാത്ത, മേൽവിലാസമില്ലാത്ത പെണ്ണെന്ന സ്വത്വത്തിൽ നിന്ന് 28 വയസ്സിനിടയ്ക്ക് സ്വന്തമായി വീടുവെച്ചു താമസിക്കാൻ കഴിഞ്ഞു എന്നതുകൊണ്ടു മാത്രം ആത്മാവ് നഷ്ടപ്പെട്ട വാക്കുകൾ കൊണ്ട് ദരിദ്രരായ ഒരു കൂട്ടം മനുഷ്യരുടെ മുന്നിൽ ഞാനെന്നെ അതിസമ്പന്നയെന്ന് രേഖപ്പെടുത്തുന്നു.

അതിജീവനം എന്ന മധുരമായ അസ്വാസ്ഥ്യം

നിഷ പൊന്തത്തിൽ

നിത്യസന്ദർശകരില്ലാത്ത ഒരു വായനാമുറിയിൽ ജീവിതത്തെ കാത്തുനിൽക്കുന്നവർ, വായുസഞ്ചാരമോ മനുഷ്യഗന്ധമോ ഇല്ലാത്ത ഉള്ളകങ്ങളിൽ വായിച്ചവ തന്നെ വീണ്ടും വായിച്ച് വല്ലാതെ വരണ്ടു പോകുന്നവർ, വിഷാദിയെന്ന് വിളിക്കപ്പെടാം. അത്തരമൊരനുഭവം അനിയന്ത്രിതമായി കൈപ്പറ്റേണ്ടി വരുന്നവരെ സ്ത്രീകളെന്നും. മുകളിലെ സ്ഫടിക മേൽക്കൂരകളോരോന്നും ഉടച്ചെറിഞ്ഞ് വേണം ജീവിതത്തിന്റെ 360 ഡിഗ്രി കാഴ്ചയിലേക്കെത്താൻ. പുരുഷമേധാവിത്വം പോൽ പരുഷമായതൊന്നും തന്നെ ഇല്ലെന്ന ബോധ്യത്തിലേക്കെത്തുന്നവർ; അവരുടെ നിശ്ശബ്ദസഞ്ചാരങ്ങൾ അശാന്തിയായും പിന്നീട് ജീവിതാന്ത്യമായും പറഞ്ഞു തീർക്കപ്പെടുമ്പോൾ, അതിജീവനത്തിന്റെ മറുകരയിൽ ആത്മവിശ്വാസത്തോടെ നിന്നു കൊണ്ട് എത്ര വലിയ ആകാശവും ഭൂമിയേക്കാൾ വിശാലമല്ല എന്ന് ഞാൻ ഉറക്കെപ്പറയും.

കഴിവും തന്റേടവും ധൈര്യവുമുള്ള ഒരു സ്ത്രീയ്ക്ക്, ജീവിതം എന്നത് അവളുടെ സ്വത്വബോധം തന്നെയാണെന്ന് കാട്ടിത്തന്നത് എന്റെ അമ്മമ്മ കമലാക്ഷിയാണ്. ആൺതണലില്ലാതെ സ്വന്തം അധ്വാനം കൊണ്ട് കുടുംബം പുലർത്തുകയും മക്കളെ നല്ല നിലയിൽ വളർത്തുകയും ചെയ്ത അമ്മമ്മ തന്റെ അവസാന കാലത്തേക്കുപോലും ആരെയും ആശ്രയിക്കാതെ ജീവിക്കാൻ ആഗ്രഹിക്കുകയും അതിനുള്ള പണം കരുതിവെയ്ക്കുകയും ചെയ്തിരുന്നു. എക്കാലവും പെൺകരുത്തിന്റെ പെരുക്കപ്പട്ടികയായിരുന്നു അമ്മമ്മ.

ദാമ്പത്യത്തിലുണ്ടാകുന്ന നിസ്സാരമായ പരിഭവങ്ങൾക്ക് പോലും തന്റെ ഒരേയൊരു മകൾ വേദനിക്കരുതെന്ന് അമ്മമ്മ ശഠിച്ചിരുന്നു. മകളുടെ ഭർത്താവിനോട്, അതായത് എന്റെ അച്ഛനോട്, 'അവൾക്ക് സന്തോഷമുള്ളൊരു ജീവിതം കൊടുക്കാൻ പറ്റില്ലെങ്കിൽ, അവളെ എന്റെ വീ

ട്ടിൽ കൊണ്ട് വിട്ടേക്ക്, ഞാൻ നോക്കിക്കോളാം' എന്ന് അരനൂറ്റാണ്ട് മുമ്പ് അമ്മമ്മ പറയാൻ കാണിച്ച ധൈര്യം ഇന്നും പലർക്കും ഇല്ലാതാവുമ്പോഴാണ് പെൺജീവിതങ്ങൾ ഒരു തുണ്ടു കയറിൽ അവസാനിക്കുന്നത്. പതിനാലാം വയസ്സിൽ മാതാപിതാക്കളും പത്തൊൻപതാം വയസ്സിൽ ഭർത്താവും നഷ്ടപ്പെട്ട അമ്മമ്മക്കഥയുടെ ആദ്യ ഗുണപാഠം, തണല് തരാൻ ആൺമരങ്ങൾ ഇല്ലാതെയാകുന്നത് വിശാലമായ ആകാശക്കാഴ്ചയിലേക്കുള്ള സാധ്യത മാത്രമാണെന്നാണ്. വയനാട്ടിലെ ആ സാധാരണ കർഷക കുടുംബത്തിൽ അസാധാരണമായി ഒന്നും തോന്നിപ്പിക്കാതെ ഞാൻ കടന്നുവരുമ്പോൾ അമ്മമ്മയിലേക്ക് നീണ്ടുകിടക്കുന്ന ഒരു പൊക്കിൾക്കൊടി ബന്ധമായിരുന്നു അതെന്ന് ആരും കണ്ടെത്തിയില്ല.

ഇക്കാലമത്രയും, ഇപ്പോഴും, അമ്മമ്മയിലെ ഇരുത്തം വന്ന സ്ത്രീയെ ഓർക്കാറുണ്ട്. പൊന്ന് കൊടുത്ത് പുരുഷഗൃഹങ്ങളിലേക്ക് പിന്നാമ്പുറപ്പണിയെടുക്കാൻ വിടുന്ന പെണ്മക്കളുടെ കഥകൾ ചുറ്റിനും അസ്വസ്ഥതകളായി നിറയുമ്പോൾ അമ്മമ്മയിലേക്ക് ഉറ്റുനോക്കാറുണ്ട്. ഇക്കാലത്തിന്റെ പ്രതിനിധികളായി നമുക്ക് അത്തരത്തിൽ എത്ര പേരുണ്ടാകും?

ഒറ്റപ്പെടലുകളിൽ ഇരയാക്കപ്പെട്ട് തളർന്നു തുടങ്ങുമ്പോൾ, വേട്ടയ്ക്കിറങ്ങാനും ഒരവസരം ജീവിതം തരാതിരിക്കില്ല. അതിനായി ഒരുങ്ങിത്തന്നെയിരിക്കണം. 'ചിനാർ ഗ്ലോബൽ അക്കാദമി' എന്ന ഓൺലൈൻ വിദ്യാഭാസ സംരംഭം ഒരു വയസ് പൂർത്തിയാക്കുമ്പോൾ, വർഷങ്ങളോളം ഭ്രൂണാവസ്ഥയിൽ കൊണ്ട് നടക്കേണ്ടി വന്ന ഏതൊക്കെയോ ചില മോഹങ്ങൾ ഉണർന്നെണീറ്റ് വരികയാണ്. ഇത്രയേറെ കാലം ചിന്തകളുടെ ഒഴിഞ്ഞ കോണുകളിൽ പോലും ഇടം കിട്ടാതിരുന്ന സ്വപ്നങ്ങൾക്ക് പറയാനേറെയുണ്ട്. അതിനാദ്യം ചുരം കയറി വയനാട്ടിലേക്ക് തന്നെ പോകണം.

ആണധികാരങ്ങളുടെ ആറാമിന്ദ്രിയത്തിനപ്പുറത്തേക്ക് തീവ്രമായ വികാര വായ്പുകളൊന്നും തന്നെ ഒരിക്കലും വളർന്നു പന്തലിക്കാതിരുന്ന അച്ഛന്റെ ലോകം അമ്മമ്മയുടേതിൽ നിന്നും തീർത്തും വൈരുധ്യാത്മകമായിരുന്നു. പുരുഷാധിപത്യ സമൂഹത്തിന്റെ കലർപ്പില്ലാത്ത പ്രതിനിധിയെന്നിരിക്കിലും അച്ഛൻ എല്ലാവരെയും സ്നേഹിച്ചിരുന്നു, നന്നായി കുടുംബം പുലർത്തിയിരുന്നു. ചിലപ്പോഴൊക്കെ സമൂഹം വരച്ചിട്ട ഏതൊക്കെയോ അതിർവരമ്പുകളിൽ തട്ടി മുന്നോട്ടുള്ള വഴി കാണാതെ അച്ഛന്റെ സ്നേഹം മടങ്ങിപ്പോയിരുന്നു എന്ന് മാത്രം.

നമ്മുടെ കാഴ്ചപ്പാടുകൾ നമ്മെ വ്യത്യസ്തരാക്കും. സോഷ്യൽ കണ്ടിഷനിംഗിന് വിധേയരായ കുടുംബത്തിലെ മറ്റു സ്ത്രീകളെപ്പോലെ ചിന്തിക്കാനാകുമായിരുന്നെങ്കിൽ, 'ലോകത്തിലെ ഏറ്റവും നല്ല അച്ഛൻ' സ്ഥാനം എന്റെ അച്ഛന് മാത്രമായി ഒഴിച്ചിടാൻ കഴിയുമായിരുന്നു. എന്നാൽ, 'എന്തുകൊണ്ട് നിനക്ക് മറ്റുള്ളവരെപ്പോലെ ആയിക്കൂടാ' എന്ന അച്ഛന്റെ ചോദ്യം പലപ്പോഴായി എന്നെ വിഷാദിയാക്കിയിരുന്നു. മൗനത്തിലേക്ക് പിന്തിരിഞ്ഞു നടക്കുമ്പോഴും എന്റെ വഴികളിൽ ഞാൻ കണ്ടുമുട്ടിയവരിൽ പലരും അവരുടെ ജീവിതം അപരിചിതയായ എനിക്കു മുന്നിൽ തുറന്നു വെച്ച്, അവർക്ക് ഉണർവ്വേകുന്ന ഒന്നായി എന്റെ ജീവിതത്തെ ചൂണ്ടിക്കാട്ടുമ്പോൾ നഷ്ടങ്ങളൊന്നും നഷ്ടങ്ങളേയല്ലെന്ന് തോന്നാറുണ്ട്.

ഒരു പ്രണയ വിവാഹത്തിന്റെ കൗതുകങ്ങൾ വിട്ട് കുടുംബ ജീവിതമെന്ന കടങ്കഥയിലേക്ക് കൂടുമാറ്റം നടത്താൻ തയാറായി വന്ന മകളോട്, 'ഇനി മുതൽ ഭർത്താവിന്റെ സന്തോഷമാണ് നിന്റേയും. നിനക്ക് മാത്രമായി ഇഷ്ടങ്ങളും താൽപര്യങ്ങളും ഒന്നും വേണ്ട, അവന്റെ ഇഷ്ടങ്ങൾക്കനുസരിച്ചു വേണം ജീവിതം മുന്നോട്ട് കൊണ്ടുപോകാൻ' എന്ന ഒറ്റ ഡയലോഗിൽ അച്ഛൻ തന്റെ വിശ്വാസപ്രമാണങ്ങളെ ഉയർത്തിക്കാട്ടി. ആദ്യമായി അങ്ങനെയൊന്ന് കേട്ടപ്പോഴുണ്ടായ സ്വാഭാവികമായ ഞെട്ടലൊഴിച്ച് പ്രതിഷേധാർഹമായി ഒന്നും തന്നെ അന്നത്തെ ഇരുപത്തിമൂന്നുകാരിക്ക് തോന്നിയതുമില്ല. മാതൃകാ ദാമ്പത്യത്തിന്റെ ഇത്തരം പാരമ്പര്യ ശിലകൾ വ്യക്തിജീവിതത്തിന്റെ സ്വസ്ഥമായ നീരൊഴുക്കിൽ പലപ്പോഴായി വന്നുവീണ് ഓളം വെട്ടിക്കുകയും അവ പിന്നെ അലയടിക്കുകയും കൂറ്റൻ തിരമാലകളായി ഭയപ്പെടുത്തുകയും ചെയ്യുമെന്ന് ഘട്ടം ഘട്ടമായി തിരിച്ചറിയപ്പെടേണ്ടതുണ്ടായിരുന്നു. വീടിന്റെ നാല് ചുവരുകളോട് ചേർത്ത് വെച്ച് ഒച്ച കേൾപ്പിക്കാതെ ഞെരിച്ചു കളയപ്പെടുന്ന പെൺമനസ്സുകളുണ്ട്. ശാരീരിക പീഡനങ്ങളെക്കാൾ ക്രൂരമാണത്. തെളിവില്ലാത്ത കുറ്റകൃത്യം പോലെ അത് അനുഭവിച്ചവന്റെ മാത്രം സത്യമായി നിലകൊള്ളും...

ദാമ്പത്യ ജീവിതം പല തരം അനിശ്ചിതത്വങ്ങളുടെ മിനിറ്റ്സ് ബുക്ക് മാത്രമായിരുന്നു. അനുവാദമില്ലാതെ പറ്റിപ്പിടിക്കുന്ന പരാദങ്ങളെപ്പോൽ അവ ഊർജം മുഴുവൻ ഊറ്റിയെടുത്തുകൊണ്ടിരുന്നു. സ്വസ്ഥമായ സഹജീവനം ചെറിയ ചില ഇടവേളകളിൽ മാത്രമായി ചുരുങ്ങി. അപ്പോഴൊക്കെയും അമ്മമ്മ കൊച്ചുമകൾക്ക് വേണ്ടി കലഹിക്കുകയും പണ്ടൊരിക്കൽ മകൾക്ക് ആവശ്യാനുസൃതം ആശ്രയിക്കാൻ സ്വഗൃഹ

ത്തിൽ ഉറപ്പുവരുത്തിയിരുന്ന അഭയസ്ഥാനം പോലൊന്ന് ഒരുക്കിയിട ണമെന്ന് ശഠിക്കുകയും ചെയ്തിരുന്നു. എന്നാൽ അച്ഛൻ എന്നും ഭയ ന്നിരുന്നത് അത്തരമൊരു അഭയസ്ഥാനം തേടിയുള്ള എന്റെ വരവായി രുന്നു. അങ്ങിനെ വന്നാൽ ഒപ്പമുണ്ടാകില്ലെന്നു പറയുവാൻ മാത്രമല്ല ആ വരവ് തടയാൻ സാധ്യമായതെല്ലാം ചെയ്യുകയും വേണമെന്ന ശുഷ് കമായ ബോധങ്ങളിൽ അച്ഛനെ കൊണ്ടെത്തിച്ച സമൂഹത്തോടു മൊ ത്തം വെറുപ്പാണ് തോന്നിയത്.

ജീവിതത്തിന്റെ കാണാച്ചരടിൽ ഒരു നിമിഷം കൂടി കടിച്ചു തൂങ്ങാൻ ശ്രമിക്കുമ്പോഴും 'ആത്മഹത്യക്കു പകരം എന്ത്കൊണ്ട് നമ്മുടെ പെൺ കുട്ടികൾ സ്വന്തം വീടിനെ പറ്റി ചിന്തിക്കുന്നില്ല?' എന്ന ചോദ്യത്തിന് ഒ റ്റ ഉത്തരമേയുള്ളൂ. വിവാഹശേഷം സ്വന്തമെന്ന് കരുതപ്പെടുന്ന ഇടങ്ങ ളിൽ നേരിടേണ്ടി വരുന്ന ഭ്രഷ്ട്, അധികമായി ആഗ്രഹിക്കുന്ന ഓരോ നി മിഷത്തെയും വെട്ടിച്ചുരുക്കാനുള്ള കാരണമാക്കപ്പെടും.

അച്ഛൻ എല്ലാമറിഞ്ഞിരുന്നു. പലതും ചോദ്യം ചെയ്ത് മടുത്ത്, ജീ വിതത്തിന്റെ അന്ധബിന്ദുവിൽ കുടുങ്ങിക്കിടക്കുമ്പോഴുണ്ടാകുന്ന ഇരു ട്ടിനെക്കാൾ മൂർച്ചയുള്ളതായിരുന്നു അച്ഛന്റെ പ്രതികരണം അന്നുണ്ടാ ക്കിയിരുന്ന മരവിപ്പ്. എനിക്ക് വേദനിച്ചാൽ അച്ഛനും വേദനിക്കും എന്ന് വിശ്വസിച്ചിരുന്ന ഒരു മകളിൽ നിന്നും എനിക്ക് വേദനിച്ചാൽ എന്റത്ര ആർക്കും വേദനിക്കില്ലെന്നുള്ള തിരിച്ചറിവ് ഒരു വലിയ വിശ്വാസത്തകർ ച്ചയായി മാറി. അന്നുമുതൽ ഇന്നുവരെ ഒരു പുരുഷനെയും സംരക്ഷക രായി കാണുകയോ പൂർണ്ണമായി വിശ്വസിക്കുകയോ ചെയ്യാൻ കഴിഞ്ഞി ട്ടില്ല.

ദാമ്പത്യത്തിലെ പൊട്ടിത്തെറികളെക്കുറിച്ച് ഒന്നും ചോദിക്കാനോ പറയാനോ നിൽക്കാതെ വലിയൊരു നിശ്ശബ്ദത കൊണ്ട് അച്ഛൻ ഹൃദ യം തുളയ്ക്കുമായിരുന്നു. നമ്മുടെ സംരക്ഷകരെന്ന് ലോകം ചൂണ്ടിക്കാ ണിക്കുന്നവർക്കു പോലും സ്വാർത്ഥതയുടെ മുഖമുണ്ടെന്നും നമ്മുടെ സന്തോഷത്തേക്കാൾ അവരുടെ അഭിമാനത്തിനാണ് അവർ മുൻതൂക്കം കൊടുക്കുന്നതെന്നും മനസ്സിലാവുമ്പോൾ സങ്കീർണമായ ഉത്തരങ്ങളിൽ ചെന്നെത്തുമെന്നറിയാവുന്ന ചോദ്യങ്ങൾ

ചോദിക്കാതിരിക്കാൻ ശ്രമിച്ചിരുന്നു. പണ്ടത്തെ അതേ ചട്ടക്കൂടുക ളിൽ ഇന്നും ചുരുണ്ടു കൂടുന്ന മനുഷ്യരെ കാണുമ്പോൾ അദ്ഭുതമില്ല. 'വിസ്മയ'മാകുമായിരുന്ന പല പെൺജീവിതങ്ങളും അകാലത്തിൽ പൊ ലിഞ്ഞു പോകാനിട വരുന്നത് അവരുടെ ഉത്തരങ്ങൾ ശ്രദ്ധയോടെ കേൾ ക്കാൻ ഉറ്റവർ പോലുമില്ലാതെ വരുമ്പോഴാണ്.

നമ്മുടെ വ്യവസ്ഥിതികൾ പലതും ഒരു ആഹാര ശൃംഖല പോലെ ചുറ്റിപ്പിണഞ്ഞു കിടക്കുകയാണെന്ന് തോന്നിയിട്ടുണ്ട്. ഒരാളുടെ വ്യക്തിത്വത്തെ തിന്നുന്ന വീട്ടുകാർ, വീട്ടുകാരെ തിന്നാൻ കാത്തിരിക്കുന്ന സമൂഹം. ഓരോ കണ്ണിയിലും ഉപഭോക്താക്കൾ പുരുഷന്മാർ തന്നെ. തിന്നുകയും തിന്നപ്പെടുകയും ചെയ്യേണ്ടതിന്റെ ആവശ്യകത അവർ ഇടയ്ക്കിടെ ഓർമ്മിപ്പിക്കും. എങ്ങാനും തിരിഞ്ഞു കടിച്ചാൽ ചവിട്ടിയരയ്ക്കപ്പെടും. ആണുങ്ങളില്ലാത്ത വീട്ടകങ്ങളിൽ ചിലതെങ്കിലും ഉറക്കെ പാടാറുണ്ട്, 'സ്വാതന്ത്ര്യം തന്നെ അമൃതം, സ്വാതന്ത്ര്യം തന്നെ ജീവിതം.'

ഒപ്പമുണ്ടെന്നുള്ള ഒരു ഉറപ്പിന് എന്റെ വിഷാദകാലങ്ങളെ അകലേക്ക് പായിക്കാമായിരുന്നു. നമ്മുടെ ഫുൾ ടൈം വിഷാദങ്ങളും വേദനകളും നമ്മളെ തീവ്രമായി സ്നേഹിക്കുന്നു എന്നവകാശപ്പെടുന്നവരുടെ പോലും പാർട് ടൈം അസ്വസ്ഥത മാത്രമാണെന്ന തിരിച്ചറിവിൽ നിന്നും പിന്നീട് ആർക്ക് വേണ്ടിയും കാത്തുനിൽക്കാതെയായി. ആരെന്ത് ചിന്തിക്കും എന്ന ചിന്തകൾക്ക് വേണ്ടി കളഞ്ഞിരുന്ന സമയമത്രയും എന്നെ രക്ഷിക്കാൻ എനിക്കെന്തു ചെയ്യാൻ കഴിയും എന്ന ചിന്തയിലേക്ക് തിരിച്ചു വെച്ചപ്പോൾ ഞാൻ എന്റെ അമ്മമ്മയിലേക്കുള്ള പൊക്കിൾക്കൊടിയുടെ വേരുകൾ കണ്ടെത്തുകയായിരുന്നു. സ്വപ്നങ്ങൾ മാത്രമല്ല, സ്വസ്ഥമായ ജീവിതവും വിലപേശി വാങ്ങാനുണ്ട് സ്ത്രീകൾക്ക് എന്ന് കൂട്ടിച്ചേർക്കുകയായിരുന്നു. വിവാഹമെന്നാൽ സ്ത്രീയുടെ സഹനവും നോവുകളും അവഹേളനങ്ങളും കൂടിച്ചേർന്നതാണെന്ന മോറൽ സയൻസ് ക്ളാസ്സുകൾക്ക് ഒരിക്കലും ചെവികൊടുക്കരുതെന്ന് കാലം പഠിപ്പിച്ചു. സന്തോഷവും സമാധാനവും നിറഞ്ഞ അന്തസ്സുള്ള ജീവിതം എല്ലാവരുടെയും അവകാശമാണ്, അത് വിലക്കപ്പെടുന്ന ഇടങ്ങളിൽ നിന്നും ഇറങ്ങി പോരുക തന്നെവേണം.

ദാമ്പത്യബന്ധം വേർപിരിഞ്ഞു നിന്ന നാളുകളിൽ മകനിലേക്കുള്ള അടഞ്ഞ പാതകൾ വലിയ തോതിൽ മാനസിക ക്ഷതമേല്പിച്ചു. കൂടെ നിർത്താൻ എനിക്ക് കഴിയുമായിരുന്നില്ല. സ്വന്തം വീട് അക്കാലത്ത് എനിക്കുള്ള കൗൺസിലിംഗ് സെന്റർ മാത്രമായിരുന്നു. ഉറപ്പില്ലാത്ത ജോലിയും സ്വസ്ഥമെന്നോ സുരക്ഷിതമെന്നോ പറയാനാകാത്ത ഭൗതിക സാഹചര്യങ്ങളും കുറച്ചു സുഹൃത്തുക്കളും മാത്രമായിരുന്നു കൂട്ടിനുണ്ടായിരുന്നത്. കോടതിയിൽ സമർപ്പിക്കപ്പെട്ട ഏതൊക്കെയോ രേഖകളിൽ അതിനാൽ ഞാൻ ഭർത്താവിനെയും കുട്ടിയെയും ഉപേക്ഷിച്ചു പോയവളായി, വിഷാദം ഭ്രാന്തെന്ന് മാറ്റിയെഴുതപ്പെട്ടു. ജീവിതത്തിൽ ഒരു ഡിലീറ്റ്ബട്ടൺ ഉണ്ടായിരുന്നെങ്കിൽ ഏറ്റവുമാദ്യം മായ്ച്ചു കളയുന്നത്

മകനെ കാണാൻ കഴിയാത്ത ആ നാളുകളിൽ അനുഭവിച്ച ഒറ്റപ്പെടലിന്റെയും, നിരാസതയുടെയും, നിസ്സഹായതയുടെയുടെയും എപ്പിസോഡുകൾ ആയിരുന്നേനെ.

രക്ഷപ്പെടലിനൊരിടം എന്ന ചിന്തയുടെ തുടക്കവും ഒടുക്കവും ഗൾഫ് നാട് തന്നെയായിരുന്നു. അച്ഛനിൽ നിന്ന് കേട്ടറിഞ്ഞ അറബിക്കഥകളായിരുന്നു കുട്ടിക്കാലത്തിന്റെ ഏറ്റവും പ്രിയപ്പെട്ട ഗൃഹാതുരത. 'എന്റെ മകൾക്ക് ഞാൻ നൽകിയ സ്ത്രീധനം നിന്റെ പെങ്ങന്മാരെ കെട്ടിച്ചയക്കാനുള്ളതല്ല, അവർക്കുള്ളത് നീ സ്വന്തമായി അധ്വാനിച്ചുണ്ടാക്കണം' എന്ന് താക്കീത് നൽകി അച്ഛന്റെ ആണത്തത്തിന് മുറിവേൽപ്പിച്ച അമ്മമ്മയോടുള്ള വാശിക്ക്, നാടുവിട്ട് പുതുജീവിതം തേടി വന്ന അച്ഛന് അഭയം നൽകിയ യൂ എ ഇ വർഷങ്ങൾക്കിപ്പുറം എനിക്കുമൊരു ദിശാസൂചിയായി. അന്നേവരെയുള്ള നഷ്ടപരിഹാരവുമായി പുതിയൊരു ജീവിതം കാത്തുവെയ്ക്കപ്പെട്ടിരുന്നു. പുതിയ ജോലി, പുതിയൊരു സൗഹൃദം. അധികം വൈകാതെ പുതിയൊരു ദാമ്പത്യവും മുന്നോട്ടു നീക്കിവെയ്ക്കപ്പെട്ടു. കയറ്റങ്ങൾ കിതച്ചു കയറി വരുന്നതിനിടയിൽ വശങ്ങളിലെ വലിയ താഴ്ചകളിലേക്ക് എത്തിനോക്കുംപോലെ ആയിരുന്നു എനിക്ക് മറ്റൊരു വിവാഹം. എന്നാൽ, കഴിഞ്ഞകാല അനുഭവങ്ങൾ കൃത്യമായ നിഗമനങ്ങളിലേക്കുള്ള അളവുകോലാകില്ല എന്ന ബോധ്യത്തിലേക്ക് പുതിയ പങ്കാളി പ്രശാന്ത് ചുരുങ്ങിയ കാലയളവിനുള്ളിൽ തന്നെ കൊണ്ടെത്തിച്ചു. പരസ്പരം ചേർത്ത് പിടിക്കപ്പെട്ട് ജീവിക്കുമ്പോൾ പങ്കാളികൾ എന്ന പദം ഞങ്ങൾക്കിടയിൽ കൂടുതൽ ചേർച്ചയുള്ളതാകുന്നു.

പുതിയ ജീവിതത്തോടൊപ്പം കിട്ടിയത് ഒരു വലിയ പാക്കേജ് ആണ് സന്തോഷം സമാധാനം, സ്വാതന്ത്ര്യം, സമയം. തെറ്റിപ്പോയവയ്ക്ക് മുകളിലൂടെ വീണ്ടും വീണ്ടും എത്ര തന്നെ വരച്ചാലും അവ വിരൂപമായ അടയാളങ്ങളായി മാത്രം അവശേഷിക്കും. പുതുതായൊന്ന് മാറ്റിവരയ്ക്കുന്നത് തന്നെയാണുചിതം.

സമാധാനമുള്ളൊരു ജീവിതം നമുക്ക് മുന്നിൽ തുറക്കുന്നത് അനന്തമായ സാധ്യതകളാണ്. ഒരു കാശ്മീർ യാത്രയ്ക്കിടയിൽ കനവുകളിലേക്ക് പൊഴിഞ്ഞു വീണ ചിനാർ മരത്തിന്റെ ഇലകൾ കൊണ്ട് സ്വപ്നങ്ങളെ അടയാളപ്പെടുത്തണമെന്ന ആഗ്രഹം വീണ്ടും ഉയർത്തെണീറ്റു. ഓരോ ഋതുവിലും പല നിറങ്ങളിൽ പിറവിയെടുത്തു കൊണ്ട് മനസ്സിന്റെ ഓരോ അടരുകളിലേക്കും നിറഞ്ഞിറങ്ങുന്ന ചിനാറിന്റെ ഇലകളിൽ മറ്റൊരു സ്വപ്നം പൂവിട്ടു.

തൊഴിലിടങ്ങളിലൊന്നാകെ കോവിഡ് പടർത്തിയ ആശങ്കകൾ, പു

തിയ ആശയങ്ങളിലേക്കുള്ള അവസരങ്ങളാക്കി മാറ്റിയ പലരിൽ ഒരാളായി മാറുമ്പോൾ, സ്വന്തമായി ഒരു വിദ്യാഭ്യാസ സ്ഥാപനം എന്ന സ്വപ്നം 'ചിനാർ ഗ്ലോബൽ അക്കാഡമി'യായി പരിണമിക്കുമ്പോൾ അതിജീവനത്തിനപ്പുറത്തേക്കുള്ള ആകാശഗോളങ്ങളെ നഗ്നനേത്രങ്ങൾ കൊണ്ട് കണ്ടുതുടങ്ങുകയാണ്. ഒരു സാധാരണ ജീവനക്കാരിയിൽ നിന്ന് സംരംഭകയിലേക്കുള്ള ആയാസമേറിയ ദൂരങ്ങൾ വെട്ടിച്ചുരുക്കി തന്നത് ഈ നാടും ഇവിടുത്തെ പുതിയ നിയമങ്ങളുമാണ്. യാദൃശ്ചികം എന്നു തന്നെ പറയാമെങ്കിലും 'ചിനാറി'ന്റെ വഴികളിൽ വന്നു ചേർന്നവരെല്ലാം, ആഗ്രഹങ്ങളും കഴിവുകളുമുണ്ടായിട്ടും അവസരങ്ങളില്ലാതെ പോയ ഒരു പറ്റം സ്ത്രീകളായിരുന്നു. ശാക്തീകരണമെന്നതിന്റെ കൃത്യമായ നിർവ്വചനം സാമ്പത്തികമായ സ്വയംപര്യാപ്തത ആണെന്ന തിരിച്ചറിവിൽ മൂല്യബോധത്തോടെ ജീവിക്കാൻ ചിനാറിലെ പെൺകൂട്ടായ്മയ്ക്ക് ഇന്ന് കഴിയുന്നുണ്ട്. ഭാഷാപഠനത്തിൽ തുടങ്ങി സാഹിത്യത്തിലേക്കും സർഗ്ഗാത്മകതയിലേക്കുമുള്ള സ്വപ്നാടനങ്ങൾ സാധ്യമാക്കുകയാണ് 'ചിനാർ' ഇനി വരും നാളുകളിൽ.

നമ്മളിലേക്കോ നമുക്ക് ചുറ്റുമുള്ള ഒന്നോ രണ്ടോ പേരിലേക്കോ ചുരുങ്ങേണ്ടി വരുമ്പോൾ എവിടുന്നെന്ന് പോലുമറിയാതെ വിഷാദമെന്ന വിത്ത് മുളച്ചു പൊങ്ങി വരും. വിളനിലങ്ങൾ വിശാലമാക്കുകയും ഓരോ ദിനവും നമുക്ക് മാത്രമായി പുതുതായി ഒരു ചിന്ത നട്ടുപിടിപ്പിക്കുകയും ചെയ്യുമ്പോഴാണ്, അതിജീവനം വിഷാദത്തെ മണ്ണിനടിയിലേക്ക് വലിച്ചെടുത്ത് ഇല്ലാതെയാക്കുന്നത്. അമ്മമ്മ പലപ്പോഴായി പറഞ്ഞതും പറയാതെ പോയതുമായ ഉള്ളടക്കങ്ങളുടെ ഊർജ്ജമാണ് എന്റെ ഇന്നോളമുള്ള പകലുകൾ. മറ്റാരേക്കാളും എന്നെ സ്നേഹിച്ചിരുന്ന, എന്റെ സങ്കടങ്ങളിൽ എനിക്കൊപ്പം കരഞ്ഞിരുന്ന, എന്റെ നേട്ടങ്ങളിൽ എന്നേക്കാൾ സന്തോഷിച്ച അമ്മമ്മയെ, അവരുടെ ജീവിതത്തെ, എനിക്കേറ്റവും മനസ്സിലാവുന്ന ഈ കാലത്ത് അമ്മമ്മ സൃഷ്ടിക്കുന്ന ശൂന്യത മറ്റൊന്നിനും നികത്താനാവാത്തതാണ്. ഇപ്പോൾ യു.എ. ഇ യിൽ നേരം പുലരാൻ തുടങ്ങുന്നു. ഭിത്തിയിലെ ചില്ലുഫോട്ടോയ്ക്കുള്ളിൽ നിന്ന് ചിനാറിന്റെ ഇലകളിലെ വെളിച്ചം മുറിയിലേക്ക് ചരിഞ്ഞിറങ്ങാൻ തുടങ്ങിക്കഴിഞ്ഞിരിക്കുന്നു.

തലക്കെട്ടില്ലാത്ത ചിലത്

വിപിൻ ദാസ്

'നമുക്കിനിയൊരു യാത്ര പോകണം. ഒരുപാടിടങ്ങൾ കാണണം. ഒരു വഴിക്കാഴ്ച കാണാൻ ഒരുപാട് നേരം കാത്തിരിക്കണം. മ്യൂസിയങ്ങൾ കാണണം, ചിത്രങ്ങളും പഴങ്കഥകളും ഓർത്തെടുക്കണം.. കോഫി ഷോപ്പിലെ മേശക്കിരുപുറം ഇരുന്നു കാപ്പി കുടിച്ചു സാഹിത്യം ചർച്ച ചെയ്യണം.. യാത്രയ്ക്കിടയിൽ ഇഷ്ടമുള്ള പാട്ടുകൾ കേൾക്കണം. കൊതി തീരുംവരെ നിന്നെ ചേർന്നിരുന്നു കടൽ നോക്കിയിരിക്കണം. കാറ്റിനെ അനുഭവിക്കണം, വഴിയോരത്തെ മരത്തണലിലിരുന്ന് പുസ്തകങ്ങൾ വായിക്കണം. സമയത്തെ മറന്നു എനിക്ക് ഓർമ്മകൾ ഉണ്ടാക്കണം. നമുക്കും ജീവിക്കണം, ജീവിക്കാൻ വേണ്ടി മാത്രം തീവ്രമായി ജീവിക്കണം.'

ഞാനൊന്നും മറുപടി പറഞ്ഞില്ല. അവൾക്കെന്നും ഏറെ പ്രിയപ്പെട്ട സംസാരമായിരുന്നു അത്. എവിടെയോ വായിച്ചിട്ടുള്ള അങ്ങനെയൊരു യാത്രയുടെ ആഗ്രഹം അവൾ എപ്പോഴും പറയുമായിരുന്നു.. അവളുടെ കണ്ണുകൾ എന്നത്തെക്കാളും ഊർജ്ജസ്വലമായിരുന്നു അന്നത് പറയുമ്പോൾ. . ജീവിതത്തോടുള്ള സ്നേഹം മുഴുവനും അവളപ്പോൾ എന്നിൽ നിറച്ചു വെച്ചിരുന്നു. അതിനുമപ്പുറം കുറച്ചു ദിവസങ്ങൾ മാത്രമാണ് ബാക്കിയെന്നു അപ്പോൾ ഞാനും അറിഞ്ഞിരുന്നില്ല. ആശുപത്രിയുടെ മഞ്ഞവെളിച്ചത്തെ താണ്ടി ആ മുറിയിൽ കയറിയപ്പോൾ അവൾ ക്ഷീണിച്ച മുഖത്തോടെ എന്നെ നോക്കി. മുറിയിൽ അവളുടെ അമ്മയും അനുവും ഇരിപ്പുണ്ടായിരുന്നു.

തളർന്ന കൈകൾ എന്നെ കണ്ടപ്പോൾ ചെറുതായി അനങ്ങി. വാതിൽപൂർണ്ണമായും തുറന്ന് ഞാൻ അകത്തേയ്ക്ക് കയറിയപ്പോൾ അവൾ കണ്ണുകൾ അമ്മയിലേക്ക് സഞ്ചരിപ്പിച്ചു. അമ്മ അനുവിനെ ഒന്ന് തൊട്ടിട്ട് എഴുന്നേറ്റു പുറത്തേയ്ക്കു നടന്നു, പിന്നാലെ അനുവും. ഞാൻ അമ്മയുടെ മുഖത്തേക്കു നോക്കിയില്ല. ആ കണ്ണുകൾ കലങ്ങിത്തന്നെയായിരിക്കണം അപ്പോഴുമെന്നു എനിക്കറിയാം.

'വാ ഇരി..' അവളുടെ തണുത്ത ശബ്ദം. കറങ്ങുന്ന ഫാനിന്റെ നേർത്ത ശബ്ദം.. ഏസിയുടെ തണുപ്പ്. ഇളം നീലപുതപ്പിൽ അവൾ എന്നെ

നോക്കി കിടക്കുന്നു.. ഫാൻ ഓരോ വട്ടവും തന്റെ ആവൃത്തിയിൽ കറങ്ങിയെത്തുന്ന ശബ്ദം അവളെ വിളിക്കുന്ന പോലെ തോന്നി.. അവൾ.. അവൾ... അവൾ..

നരച്ച പച്ചനിറമുള്ള കുഷ്യനുള്ള കസേരയിൽ ഞാനിരുന്നു.

'ഇവിടെ, അടുത്ത്...' അവൾ കിടക്കയുടെ ഓരം ചൂണ്ടി പറഞ്ഞു.

അടുത്തിരുന്നപ്പോൾ മരുന്നുകളുടെ മണത്തിനും ആശുപത്രിയുടെ ഗന്ധത്തിനുമപ്പുറം സങ്കൽപ്പത്തിൽ ബ്ലാക്ക് ഒപ്പിയം പെർഫ്യൂമിന്റെയും അവളുടെയും സുഗന്ധം എനിക്കു ചുറ്റിനും എന്നിലും വട്ടംചുറ്റി. അവളുടെ മണം.

സിൽക്ക് പർദ്ദയുടെ പട്ടുചിത്രത്തുന്നലുകൾ പോലെ ഒഴുകിനടന്ന അവളുടെ തവിട്ടുകലർന്ന കറുത്ത മുടി അപ്പോഴില്ലായിരുന്നു. മുണ്ഡനം ചെയ്യപ്പെട്ടപോലെ തലയിലോ പുരികത്തിലോ മുടിയിഴകളില്ലായിരുന്നു. അർബുദം ബാധിച്ച് കീമോതെറാപ്പികൾ ഓരോന്നായി ചെയ്തുവന്നപ്പോൾ അവളൊരു നനഞ്ഞ തുണിക്കെട്ട് പോലെ തളർന്നിരുന്നു. എന്നിട്ടും അവൾക്കെന്തു ഭംഗിയാണ്. പതുക്കെ കണ്ണുകൾ അടച്ചുതുറക്കുമ്പോൾ ആ കണ്ണുകളിൽ എന്തു തീഷ്ണതയാണ്. കറുപ്പ് വീണ കൺതടങ്ങളോ മെലിഞ്ഞ ഉടലോ അവളെ തളർത്തിയതേയില്ല.

'എന്താ?' അവൾ നെറ്റി ചുളിച്ചെന്നെ നോക്കി

'ഒന്നുല്ല...എങ്ങനെ ഉണ്ട്...'

'എനിക്കോ .. കണ്ടിട്ട് എന്താ തോന്നുന്നേ...'

'അറിയില്ല...'

'ഇങ്ങനെ മുഖം വീർപ്പിച്ച് ഇരിക്കാനാണേൽ വരണ്ട ഇനി..'

'വരും..'

'വേണ്ട..'

'വന്നാലോ...'

'വന്നാ...' ഒരു നിമിഷം അവൾ എന്തോ ഓർത്തതു പോലെ നിർത്തി അവൾ പറഞ്ഞു; 'വന്നാൽ ഇങ്ങനെ അടുത്തിരുത്തും..കുറേനേരം നോക്കി ഇരിക്കും..എന്തേലും ഒക്കെ പറയും...'

മെല്ലിച്ച കൈകൾ പതുക്കെ കൈയ്യിൽ കരുതി ഞാൻ അവളുടെ ചുണ്ടുകളിൽ അമർത്തിചുംബിച്ചു. കണ്ണുകൾ അഗാധമായി അടച്ചുകൊണ്ട്, മനസ്സിനെ ദൂരെയെവിടെയോ യാത്രയയച്ച്, ചുറ്റുമുള്ള എല്ലാത്തിനെയും ആഴക്കടലിൽ ഒഴുക്കിവിട്ട് ഒരു നിമിഷാർദ്ധത്തിന്റെ ചുംബനം.. നെഞ്ച് വല്ലാതെ മിടിക്കുന്നുണ്ട്, അവൾ.. അവൾ.. അവൾ...

കണ്ണുകൾ തുറന്നപ്പോൾ ലോകം അപ്പോഴും മിടിച്ചുകൊണ്ടിരുന്നു. ഞങ്ങൾ ശ്വസിച്ചുകൊണ്ടിരുന്നു..

'ആ നഴ്സ് കാണണ്ട, ഇൻഫക്ഷൻ എന്നും പറഞ്ഞ് എന്നെ ആരെക്കൊണ്ടും മര്യാദയ്ക്ക് തോടീക്കുന്നില്ല..'

ഞാനുടനെ എന്റെ കൈകളിൽ കോർത്തിരുന്ന അവളുടെ വിരലുകളെ അടർത്തിമാറ്റി. ചൂണ്ടാണിവിരൽ കൊണ്ട് അവളെന്റെ മോതിരവിരലിൽ കൊരുത്തു. ഞാൻ അവളെ നോക്കി. കുസൃതിയുടെ അതേ ചിരി. ഇടത്തെ പുരികം മുകളിലേയ്ക്ക് വളച്ച്, ചുണ്ടുകൾ കൂർപ്പിച്ച്, കണ്ണുകൾ വിടർത്തി അതേ ഭാവം.. എത്രയെത്ര തവണ അതേ നോട്ടങ്ങൾ കഴിഞ്ഞ എത്രയോ വർഷങ്ങളായി കാണുന്നു... ഒരിക്കലും മടുക്കാത്ത അവൾഭാവങ്ങൾ.

'ഈ കൈ ഞാൻ വിടില്ല...' അവൾ ക്ഷീണത്തോടെ പൊട്ടിച്ചിരിച്ചു.

'വിട്ടുകളയരുത്..' ഞാൻ ആ കൈകളെ വല്ലാത്ത ആധിയോടെ ചേർത്തുപിടിച്ചു.

രോഗശയ്യയുടെ തണുത്ത മുറിയിൽ കീമോതെറാപ്പികളുടെ മരവിപ്പിൽ അവളുടെ മെല്ലിച്ചുചടച്ച രൂപത്തെ ഞാനപ്പോൾ കണ്ടതേയില്ല. തോളിൽ കൈവെച്ച് എന്റെ പിന്നാലെ നടക്കുന്ന, സുധ രഘുരാമന്റെ കീർത്തനങ്ങൾക്കൊപ്പം നൃത്തം ചെയ്യുന്ന, ലൈബ്രറിയിൽ എനിക്കൊപ്പം പുസ്തകങ്ങൾ തിരയുന്ന, സദാ നെറ്റിയിലേക്ക് വീഴുന്ന മുടി പുറകിലേയ്ക്ക് കോതിയൊതുക്കുന്ന അവളെ മാത്രമെ ഞാൻ കണ്ടുള്ളൂ.. പതിനൊന്ന് വർഷത്തെ പ്രണയം.

'വിപിൻ, എന്നാ ഇനിയും ആ മലയും മഞ്ഞും നമ്മൾ കാണുക..'

കൊടൈക്കനാലിലെ തണുത്ത സായാഹ്നം. രണ്ടര മണിക്കൂർ മാത്രം കൊടൈക്കനാലിൽ ചെലവഴിച്ച ജീവിതത്തിലെ ഏറ്റവും സുന്ദരമായ ദിവസം.. ഒരു പുലർച്ചെ വീട്ടിൽ നിന്നിറങ്ങി പാതിരാത്രി തിരികെയെത്തിയ നീണ്ട യാത്ര.. ആ ദൂരമത്രയും അവളാണ് ഡ്രൈവ് ചെയ്തത്... വീട്ടുകാരോടും കൂട്ടുകാരോടും ആരോടും പറയാത്ത ഒരു യാത്രയായിരുന്നു അത്.. കൂട്ടുകാരന്റെ അനിയത്തിയുടെ കല്യാണമെന്നു പറഞ്ഞ് ഞാനും അതുപോലെന്തോ ഒരു നുണ അവളും വീട്ടിൽ പറഞ്ഞാണ് ഞങ്ങളന്നു യാത്ര പോയത്. ഞങ്ങളുടെ ലോങ്ങ് ഡ്രൈവ് സ്വപ്നത്തിന്റെ സാക്ഷാത്കാരം.

പുലർച്ചെ അഞ്ചുമണിക്ക് ബസ്സ് സ്റ്റോപ്പിൽ അവളെ കാത്തുനിൽക്കേണ്ടിവന്നില്ല.. ഞാനെത്തുമ്പോഴേക്കും അവളെത്തിയിരുന്നു. കാറിൽ കയറി സീറ്റ് ബെൽറ്റിട്ടപ്പോൾ അവൾ ചിരിച്ചു. കൊല്ലങ്കോട് കഴിഞ്ഞാൽ പൊള്ളാച്ചി വരെ ഇരുപുറവും കാഴ്ച്ചകളുടെ ഭംഗികളാണ്.. തെങ്ങിൻ തോപ്പുകൾ, മാന്തോപ്പുകൾ, കാലത്ത് സ്കൂളിൽ പോകാൻ ബസ്സ് കാത്തു നിൽക്കുന്ന കുട്ടികൾ, ജോലിക്ക് പോകാൻ നിൽക്കുന്നവർ,, ഉണർ

ന്നുവരുന്ന ചായക്കടകളിൽ നിന്നുള്ള കൊതിപ്പിക്കുന്ന മണങ്ങൾ, പുലരിയുടെ തണുത്ത കാറ്റ്, ഗ്രാമക്കാഴ്ച്ചകൾ, നെൽപ്പാടങ്ങൾ, പാടവരമ്പിലെ കള്ളുഷാപ്പുകൾ. അവൾ പറയുന്ന കഥകൾ, അവൾ മൂളുന്ന കീർത്തനങ്ങൾ, നൃത്തത്തെ കുറിച്ച് അവൾ പറയുന്ന അലങ്കാരങ്ങൾ, ഇടയ്ക്കിടെ വഴിയരികിൽ നിർത്തിയുള്ള ക്ഷീണം തീർക്കൽ. അങ്ങോട്ടും ഇങ്ങോട്ടും അവൾതന്നെ ഡ്രൈവ് ചെയ്യണം, അതിനാൽ ഇടയ്ക്കൊരു റസ്റ്റ് ആവശ്യമായിരുന്നു. ഒരിക്കലും ഡ്രൈവിംഗ് പഠിക്കില്ലെന്ന വാശി കൊണ്ട് അവളാണ് എന്നെക്കൊണ്ട് കഷ്ടപ്പെടുന്നത്. അവൾ പറഞ്ഞിട്ട് ഞാൻ അനുസരിക്കാത്ത ഏകകാര്യമാണ് ഡ്രൈവിംഗ് പഠനം.

ചുരം ഓരോ വട്ടം ചുറ്റി മുകളിലേയ്ക്ക് കയറുമ്പോൾ വായുവിനു കനം കുറഞ്ഞു തുടങ്ങി. തണുത്ത കാറ്റ് വീശിയടിച്ചു. ദൂരെ മഞ്ഞിൽ പുതഞ്ഞ പർവ്വതങ്ങളും താഴ്വാരങ്ങളും മുന്നിൽ തെളിഞ്ഞു. ഏതോ കഥയിലെ ദൃശ്യം പോലെ അവളോളം സുന്ദരിയായിരുന്നു അന്ന് കൊടൈക്കനാലും... അവളും കൊടൈക്കനാലും മഞ്ഞുനിറമുള്ള വെളുത്ത വേഷത്തിൽ മേഘപടലരൂപങ്ങൾ പോലെ പ്രണയം നിറച്ചുനിന്നിരുന്നു അന്ന്.. ഏഴര എട്ടു മണിക്കൂറുകൾ കൊണ്ടാണ് കൊടൈക്കനാൽ എത്തിയത്, എന്നിട്ടും ക്ഷീണം തോന്നാതെ ഞങ്ങൾ പരസ്പരം നോക്കി ആനന്ദത്തോടെ പുഞ്ചിരിച്ചു.. ആ നേരമത്രയും പരസ്പരം പറഞ്ഞ കഥകൾക്കിടയിൽ ഞങ്ങളറിയാതെ ഞങ്ങൾ മഞ്ഞുപുതച്ച മലകളുടെ ഉച്ചി കയറിക്കഴിഞ്ഞിരിക്കുന്നു..

‘കൊടൈക്കനാൽ.. എങ്ങോട്ട് പോകും...’

‘ഇത്ര ദൂരം എങ്ങനാ വന്നത്.. അത് പോലെത്തന്നെ.. ചോദിച്ച് ചോദിച്ച് പോകാം...’

ഗുണകേവിനരികിലെ ചായക്കടയിൽ നിന്നാണ് ചായയും ചൂട് മുളക് ബജിയും കഴിച്ചത്.. മുളകു ചാലിച്ച ഒരു ചട്ണികൂടിയുണ്ട്.. മുളക് ബജിയും ചായയും കൊടൈക്കനാലിന്റെ തണുപ്പും അവളും..ലോകം സ്വപ്നം പോലെ സുന്ദരമാക്കിയ ഒരോർമ്മച്ചിത്രമാണത്. ചൂട് ചായ ഊതിയൂതിക്കുടിച്ച്, മുളക് ബജി ചട്ണിയിൽ മുക്കി ഒരു കടി കടിച്ച് തണുപ്പിലേക്ക് നോക്കി, മരങ്ങളെ നോക്കി, ചുറ്റും ഓടിനടക്കുന്ന കുരങ്ങൻമാരെ നോക്കി ഞങ്ങൾ വെറുതെ നടന്നു..

കോക്കേഴ്സ് വാക്ക് സൈറ്റ് സീയിംഗ് വഴിയിലൂടെ കൈകൾ കോർത്ത്, അപ്പോൾ കല്ല്യാണം കഴിഞ്ഞ് മധുവിധുവിനെത്തിയ ദമ്പതികളെന്നപോലെ ഭാവിച്ചാണ് ഞങ്ങൾ നടന്നത്.. അവൾ സധൈര്യം എന്റെ കൈകളിൽ കൈകോർത്തുനടന്നു.. ഇടയ്ക്കിടെ തോളിലേയ്ക്ക് ചാഞ്ഞ് മുടിയിഴകൾ പിന്നിലേയ്ക്ക് കോതിയൊതുക്കി. ദൂരെ മഞ്ഞുപുതപ്പുകൾ

മലകളെ പുതക്കുന്നുണ്ടായിരുന്നു.. മരങ്ങൾ തണുത്ത കാറ്റിൽ തലയാട്ടുന്നുണ്ടായിരുന്നു. ശ്രദ്ധിച്ചാൽ, നാമതുവരെ കേൾക്കാത്ത രാഗത്തിൽ, പതിഞ്ഞ ശബ്ദത്തിൽ പ്രകൃതി അപ്പോഴേതോ അജ്ഞാതമായ പാട്ടു പാടുന്നതുപോലെ തോന്നും...പ്രതിധ്വനികളുടെ സംഗീതം.

'ഇച്ചിരി അവിടിരിക്കാം." അവൾ കോക്കേഴ്സ് വാക്കിലെ മലഞ്ചെരിവിനോട് ചേർന്നുള്ള ഒരു തിണ്ട് ചൂണ്ടിപ്പറഞ്ഞു.

'നമുക്ക് ഇനി അധികം സമയമില്ല.. ഇപ്പോൾ പുറപ്പെട്ടില്ലെങ്കിൽ രാത്രി തിരിച്ചെത്തില്ല.'

'അതൊക്കെ നമ്മൾ എത്തും.. വാ..കുറച്ച് നേരം കൂടി.'

'ശ്രുതീ...'

'കുറച്ച് നേരം... പ്ലീസ്..വാ..'

മുകളിലേയ്ക്ക് പച്ച വിരിച്ച ആ തിണ്ടിൽ ഞങ്ങൾ ഇരുന്നു. ആരൊക്കെയോ ഞങ്ങളെ കടന്നുപോകുന്നുണ്ടായിരുന്നു. ഞങ്ങൾ അത്രയും ചേർന്നാണ് ഇരുന്നത്... തണുത്ത കാറ്റ് വല്ലാതെ വീശിയപ്പോൾ ഞങ്ങളുടെ വിരലുകൾ പരസ്പരം പുണർന്നു. എന്നെ കടന്നുപോയ കാറ്റിൽ അവളുടെ ഗന്ധം നിറഞ്ഞപ്പോൾ, കൊടൈക്കനാലിന്റെ മഞ്ഞുരൂപങ്ങൾ എന്നിൽ തീവ്രമായ പ്രണയം നിറച്ചപ്പോൾ ഞാനവളുടെ മുഖമുയർത്തി അവളുടെ ചുണ്ടുകളിൽ അമർത്തിചുംബിച്ചു.

തിരികെ ചുരമിറങ്ങുമ്പോൾ കുറെ നേരം ഞങ്ങൾ ഒന്നും മിണ്ടിയില്ല. ശ്രദ്ധയോടെ അവൾ ഡ്രൈവ് ചെയ്തു. സന്ധ്യയിലേക്ക് നടന്നടുക്കുന്ന ആകാശത്തിന്റെ ചിത്രത്തുന്നലുകൾ നോക്കിയും കടന്നുപോകുന്ന മരങ്ങളുടെ മഞ്ഞുകാഴ്ച്ചകളും നോക്കി ഞാനിരുന്നു. ആദ്യത്തെ ചുംബനത്തിന് ശേഷം അങ്ങനെയായിരിക്കും. പരസ്പരം കുറെ നേരം ഒന്നും പറയാനുണ്ടാകില്ല. വാക്കുകൾ അന്യം നിന്നുപോകുന്ന ചില നിമിഷങ്ങൾ. കണ്ണുകളും മനസ്സും കൈകളും ചുണ്ടുകളും സംസാരിക്കുമ്പോൾ വാക്കുകൾ ആർഭാടങ്ങളാകുന്ന കുറച്ചു നിമിഷങ്ങൾ. പിന്നീടിപ്പെഴോ ചുരമിറങ്ങിക്കഴിയുന്നതിനിടെ ആ മൗനം ഞങ്ങൾക്കിടയിൽ അലിഞ്ഞില്ലാതായി. രാവേറെ ചെന്നിരുന്നു, ഞങ്ങൾ തിരികെ തൃശ്ശൂർ എത്തുമ്പോൾ.

'നമ്മൾ ഇനിയും ആ മഞ്ഞും മലയും കാണും...നീ അസുഖം മാറി വരട്ടെ.'

'വരും.. എനിക്ക് വന്നേ പറ്റൂ..ജീവിക്കണം.'

'ഒക്കെ ശരിയാകും... ഇങ്ങനൊന്നും പറയണ്ട.'

'വിപിൻ, എന്നെ ഇപ്പൊ കാണാൻ ഭംഗിയില്ല ല്ലേ.'

'ആര് പറഞ്ഞു. അസുഖം പിടിച്ച ആളുകളൊക്കെ മേക്കപ്പ് ഇട്ട പോ

ലെ ഇരിക്കോ. സൂക്കേട് മാറുമ്പോ നമ്മള് പഴയ പോലാകും. അത്രേ ള്ളൂ.'

'അതേ, അത്രേള്ളൂ. എനിക്ക് ജീവിക്കണം, പഴയ പോലെ.' അവൾ എന്റെ കൈകളിലേയ്ക്ക് ചേർന്നിരുന്നു.

ആൽമരങ്ങളുടെ തണുത്ത കാറ്റ് വീശുന്ന വൈകുന്നേരങ്ങളിൽ വട ക്കുംനാഥന്റെ ക്ഷേത്രമൈതാനിയിലൂടെ നടക്കുന്നത് അവൾ എന്നും ഇഷ്ടപ്പെട്ടു. ഒരിക്കൽ അസുഖം ബാധിക്കുന്നതിനും മുൻപ് ഒരു വൈകു ന്നേരം ചൂടുള്ള കപ്പലണ്ടി കൊറിച്ചുകൊണ്ട് അവൾ പറഞ്ഞു;

'വിപിൻ, ചിലപ്പോഴൊക്കെ വല്ലാത്ത ഭയം എന്നെ ബാധിക്കാറുണ്ട്. നീയെനിക്ക് ഇപ്പോൾ എന്റെ ശീലമാണ്. നീയെന്ന ശീലം ഇല്ലാത്ത ഒ രു ദിവസത്തെ ഓർക്കാൻതന്നെ സാധിക്കുന്നില്ല, അങ്ങനെ അല്ലാത്ത ഒ രു ദിവസത്തെക്കുറിച്ച് നീ ഓർത്തിട്ടുണ്ടോ?'

ഞാനതിന് മറുപടിയൊന്നും പറഞ്ഞില്ല. മിക്കപ്പോഴും അവളെ കേൾ ക്കുന്നതായിരുന്നു എനിക്കിഷ്ടം. അവളുടെ ഭ്രാന്തമായ സങ്കൽപ്പങ്ങൾ, പ്രതീക്ഷകൾ, ചിന്തകൾ, സ്വപ്നങ്ങൾ, അങ്ങനെയങ്ങനെ. മിക്കപ്പോ ഴും ഞാൻ മിണ്ടാതെ അവളെ കേട്ടുകൊണ്ട് നിന്നത് അവളെക്കുറിച്ചു ള്ള ഓർമ്മകൾ സ്വരുക്കൂട്ടുവാനായിരുന്നുവെന്ന് ഇപ്പോൾ തോന്നുന്നു.

അന്ന് ആശുപത്രിമുറിയുടെ തണുപ്പിൽ അപ്പോഴും മരവിപ്പുണ്ടായി രുന്നു. അവൾ ചോദിച്ചു;

'വിപിൻ, നിനക്ക് എന്നെ കല്യാണം കഴിക്കാൻ പറ്റോ? ഇപ്പൊ ഈ നിമിഷം?' സ്വരം ദുർബലമായിരുന്നു.

ആശുപത്രിയുടെ നരച്ച വെളിച്ചത്തിൽ ആ മുറിയിൽ വെച്ച് അവളു ടെ അമ്മ നീട്ടിയ ഒരു കയറുപിരിമാല അവളുടെ കഴുത്തിൽ കൊരു ത്തിട്ടപ്പോൾ അവൾ പറഞ്ഞു;

'മരിച്ചു പോകുവാണെങ്കിൽ ഇനി നിന്റെ ഭാര്യയായി തന്നെ മരിക്കാം. അഥവാ ജീവിച്ചാൽ ഇനി ധൈര്യമായി നിന്റെ വീട്ടിലേക്ക് കയറി വരാമ ല്ലോ അല്ലെ?' അതും പറഞ്ഞു അവൾ വിവശതയോടെ പൊട്ടിച്ചിരിച്ചു. അവൾക്കും എനിക്കും അത് ഞങ്ങളുടെ വിവാഹംതന്നെയായിരുന്നല്ലോ. പക്ഷെ അതിന്റെ പത്താംനാൾ അവൾ മരണത്തിലേക്ക് നടന്നുകയറി യപ്പോൾ തീവ്രമായ വിഷാദത്തിലേക്കാണ് ഞാൻനങ്കൂരമിട്ടത്.

ഇടക്കാലത്തൊക്കെ വിഷാദം വിരുന്ന് വരാറുണ്ടായിരുന്നു. ഞാനങ്ങ നെ കാരണമില്ലാതെ വ്യാകുലപ്പെട്ട ആ ദിവസങ്ങളിൽ സദാ ചില ചോ ദ്യങ്ങൾ ഞാൻ എന്നോടുതന്നെ ചോദിച്ചുകൊണ്ടിരിക്കും. എന്തിനാണ് ഞാൻ പുസ്തകങ്ങൾ വായിക്കുന്നത്? സിനിമ കാണുന്നതും യാത്ര ചെയ്യുന്നതും എഴുതുന്നതും എന്തിനാണ്? എന്തിനാണ് ഞാൻ ചുറ്റുമു

ള്ളവരെ ഇഷ്ടപ്പെടുന്നത്? എന്തിനാണ് ശ്വാസം കഴിക്കുന്നത്?

അപ്പോഴൊക്കെ എന്നെ തിരികെ ജീവിതത്തിലേക്ക് നയിച്ചത് അവളായിരുന്നു. എനിക്കെന്നെ നഷ്ടമാകുമെന്ന് തോന്നുന്ന നിമിഷങ്ങളിലെല്ലാം അവൾ എന്നെ ബലമായി തിരികെപിടിച്ചുകൊണ്ടിരുന്നു. പക്ഷേ, പൊടുന്നനെ ഒരുനാൾ അവൾ ജീവിതത്തിൽനിന്നും ഇറങ്ങിനടന്നപ്പോൾ പൂർണ്ണമായും ഏകാന്തമായ മടുപ്പിലേക്കും മരവിപ്പിലേക്കും വിഷാദത്തിലേക്കും ഞാൻ വീണുപോയി.

അതിതീവ്രമായ തരത്തിൽ എന്നെ ആവാഹിക്കുന്ന വിഭ്രാന്തകല്പന പോലെ മരണം സദാ എനിക്ക് ചുറ്റും നിറഞ്ഞുനിൽക്കുന്നത് ഞാൻ അനുഭവിക്കാൻ തുടങ്ങിയപ്പോൾ ആദ്യമായി അവളില്ലാതെ ഞാൻ എന്റെ ഡോക്ടറുടെ അടുത്തേയ്ക്ക് ഓടി. ഇന്നിപ്പോൾ വിഷാദാവസ്ഥയെ മറികടന്നത് വർഷങ്ങൾ നീണ്ട നിരന്തരമായ ചികിൽസകൊണ്ട് മാത്രമാണ്. ഒരർത്ഥത്തിൽ എന്നെ കാർന്നുതിന്നുന്ന ഒന്നായിരുന്നു എന്റെ വിഷാദങ്ങൾ. ആനന്ദത്തോടെ, ചുറ്റുമുള്ള മനുഷ്യർക്കുകൂടി സന്തോഷങ്ങൾ പകർന്നുകൊണ്ട് ജീവിക്കേണ്ടതുണ്ടെന്ന് എന്നെ പഠിപ്പിച്ചത് എനിക്ക് ചുറ്റുമുള്ള മനുഷ്യരാണ്. അവളും അമ്മയും സുഹൃത്തുക്കളും ഡോക്ടറും എല്ലാവരും..

ശ്രുതിയെ ഓർക്കുമ്പോൾ ഇത്ര ഇച്ഛാശക്തിയോടെ ജീവിതത്തെ നേരിട്ട ഒരു പെൺകുട്ടിയെ ഞാൻ കണ്ടിട്ടില്ല. രോഗം ഓരോ നിമിഷവും തന്നെ കാർന്നു തിന്നുമ്പോഴും അവൾ പുഞ്ചിരിച്ചുകൊണ്ടിരുന്നു. കാറ്റിൽ എപ്പോഴും ഒഴുകുന്ന മുടി മുഴുവനും റേഡിയേഷൻ നിമിത്തം കൊഴിഞ്ഞു പോയിരുന്നു, അസ്ഥിയിൽ ജീവൻ സ്വയം പിടിച്ചു നിർത്തി അവൾ ചിരിക്കാൻ പഠിപ്പിച്ചപ്പോൾ ഞാനും ഇപ്പോൾ ജീവിക്കാൻ പഠിച്ചു. അവൾതന്നെ പറഞ്ഞതുപോലെ ജീവിക്കും പോലെ ജീവിക്കാൻ പഠിച്ചു. ഏതൊരു സങ്കടത്തിലും പ്രതീക്ഷയോടെ സന്തോഷിക്കുവാൻ പഠിപ്പിച്ചിട്ടാണ് അവൾ യാത്രയായതെന്ന് എപ്പോഴോ ഞാനും മനസ്സിലാക്കിയിരുന്നു. ഒരായുസ്സിലേക്കുള്ള സന്തോഷം എനിക്ക് ബാക്കി വെച്ചിട്ടാണ് അവൾ ഉറങ്ങുന്നതും. ഇപ്പോൾ ഓർമ്മകൾക്ക് തണുപ്പാണ്. ജീവിതം ആകസ്മികതകളുടെ ഗണിതമാണ്. പക്ഷെ ഒന്നുംതന്നെ ഇപ്പോൾ എന്റെ സന്തോഷത്തെയോ ആത്മസംതൃപ്തിയെയോ ബാധിക്കുന്നതല്ല. ജീവിതം പുഞ്ചിരിക്കാൻ മാത്രമുള്ളതാണ്.. ഞാൻ ചിരിച്ചുകൊണ്ടേയിരിക്കും.

ഓരോരോ പെണ്ണുങ്ങൾ
എച്ച്മുക്കുട്ടി

രാവിലെ എഴുന്നേല്പിച്ചത് പൂനത്തിന്റെ ഫോൺകോളാണ്. ദില്ലിയിൽ കൊടുംചൂടാണ്. അവൾ നാലു മണിക്കേ എഴുന്നേറ്റു കഴിഞ്ഞു. 'ഈ ചൂടിൽ ആർക്കു കഴിയും കിടന്നുറങ്ങാൻ... ദീദി..'

ശരിയാണ്..

പൂനത്തിന് നാലു പെൺകുട്ടികളാണ്. ഞാനവളെ ആദ്യം കാണുമ്പോൾ ഒര് കുഞ്ഞ് മുല കുടിക്കുന്നു, പിന്നെ ഒരു വാവ 'എനിച്ചും വേണം ദുദ്ദൂ അമ്മപ്പാലെ'ന്ന് കരയുന്നു. ഏറ്റവും വലിയ കുഞ്ഞ് മൂക്കീരു നുണഞ്ഞ് ചപ്രത്തലയുമായി എന്തെങ്കിലും തിന്നാൻ കിട്ടുമോന്ന് ചുറ്റും നോക്കുന്നു. തെരുവിൽ വീണു കിടക്കുന്ന ഒരു മിഠായിക്കടലാസ്സു പോലും ആ കുഞ്ഞ് എടുത്ത് നക്കി നോക്കും.. അന്നേരം ആ കുഞ്ഞിക്കണ്ണുകൾ കാണണം.. കൊതി, ആശ, നിരാശ, സങ്കടം.. എല്ലാം ഇങ്ങനെ കണ്ണീരാൽ എഴുതിയിരിക്കും അവയിൽ...

ഇരുപത്തൊന്നു വയസ്സുള്ള പൂനത്തിന് മൂന്നു മക്കൾ.

പൂനമെന്നല്ല ശരിക്കും പേര്, സിക്കിമിൽനിന്ന് ദില്ലിയിൽ വന്നപ്പോൾ പഴയ പേര് വേണ്ടാന്ന് വെച്ചു. ദില്ലിക്കാർക്ക് വിളിക്കാൻ എളുപ്പത്തിൽ പേര് മാറ്റിയതാണ്.

ഭർത്താവ് ഉണ്ട്.. ദില്ലിക്കാരൻ. സിക്കിമിലേക്ക് തിരിച്ചു പോവാൻ പൂനത്തിന് കഴിയില്ല. അവർക്ക് അങ്ങനെയാണത്രേ. അതിപ്പോൾ എല്ലായിടത്തും അങ്ങനെ തന്നെയായിരുന്നല്ലോ. പെണ്ണ് വീട്ടീന്ന് ഇറങ്ങരുത്. നാട്ടീന്ന് ഇറങ്ങരുത്.. പഠിക്കരുത്... ചിരിക്കരുത്.. നോക്കരുത്...

സിക്കിമിന്റെ ഭംഗിയെപ്പറ്റി, അവിടുത്തെ പൂക്കളെപ്പറ്റി, മാസ്ക്കുകളെപ്പറ്റി പൂനം പറ്റുമ്പോഴെല്ലാം എന്നോട് പൊട്ടിപ്പൊളിഞ്ഞ ഹിന്ദിയിലും കൈകാലാംഗ്യത്തിലും വിശദീകരിക്കും..

അതൊരു കാലം.. ദുരിതങ്ങളുടെ, ദണ്ഡങ്ങളുടെ, കണ്ണീരിന്റെ മാത്രം കാലം..

ഒരു ആൺകുട്ടിയെ പെറണമല്ലോ. പൂനം പിന്നേയും ഗർഭിണിയായി. നാലാമത്തെ ആ ഗർഭം സ്വയം അലസിപ്പോയി. അവളുടെ ഭർത്താ

വ് കൊന്നില്ലെന്നേയുള്ളൂ. മണ്ണെണ്ണ ഒഴിച്ചത് അവളുടെമേൽ മാത്രമല്ല, ആ മൂന്ന് പെൺകിടാങ്ങളുടെ ദേഹത്തുമാണ്..

എന്തായാലും കത്തിച്ചില്ല..

പൂനം അടുത്തുണ്ടായിരുന്ന ഫ്ളാറ്റുകളിൽ വീട്ടുജോലിക്ക് പോകും. അങ്ങനെയാണ് കഷ്ടപ്പെട്ട് ജീവിച്ചിരുന്നത്. ഏതുനേരവും ജോലിയാണ്..

അങ്ങനെ അഞ്ചാമത്തെ ഗർഭവും വന്നു. പെണ്ണിനെ പെറ്റാൽ കൊലപ്പെടുമെന്ന ഭീതിയിൽ പൂനം ദണ്ഡപ്പെട്ടു കഴിഞ്ഞു കൂടി..

പെറ്റത് പെണ്ണിനെ ആയിരുന്നു. അന്ന് ആരോടും ചോദിക്കാതെ പൂനം ഗർഭമാവലങ്ങു നിറുത്തിച്ചു. സർക്കാർ ആശുപത്രിയിലെ ഡോക്ടർമാർ ആദ്യമൊന്നും വഴങ്ങിയില്ല. ഭർത്താവ് വന്നാലേ പറ്റൂ ഒപ്പിട്ടു തന്നാലേ പറ്റൂ എന്ന് വാശി കാണിച്ചു. നിയമം അങ്ങനെയാണെന്ന് പറഞ്ഞു. പറ്റാവുന്നത്ര തടസ്സങ്ങൾ ഉന്നയിച്ചു.

എന്നാലും വന്ധ്യംകരണത്തിന്റെ ടാർഗറ്റ് തെകയ്ക്കണമെന്ന ഡോക്ടർമാരുടെ ആവശ്യവും തുണച്ചതുകൊണ്ട് ഒടുവിൽ പൂനം തന്നെ ജയിച്ചു.

നാലു പെൺമക്കളുടെ അമ്മയായ പൂനത്തിന് തിരികെ വന്നപ്പോൾ കിടക്കാൻ പോലും ഇടമുണ്ടായിരുന്നില്ല. ചേരിയിലെ ഒറ്റമുറി ഭർത്താവ് വേറെ ആർക്കോ കൊടുത്തിരുന്നു. കാശും മേടിച്ച് അയാൾ സ്ഥലം വിട്ടിരുന്നു. പെറ്റ പെണ്ണ് അടഞ്ഞു കിടക്കുന്ന ആ മുറിയുടെ വാതിലിനു മുന്നിൽ ഇരുന്നു..

മുറി വാങ്ങിച്ച ആണിനും പെണ്ണിനും പൂനത്തിനെ കണ്ടപ്പോൾ കലി വന്നു. അവർ അവളെ പിടിച്ചുന്തുകയും ചവിട്ടുകയും ചെയ്തു.. ഓടയിലേക്ക് വീണ അവളുടെ തുടയെല്ല് ഒടിഞ്ഞു.

അപ്പോഴും ചത്തില്ല.

അന്നൊക്കെ അവൾ ജീവിച്ചിരുന്നത് കാണുമ്പോൾ ഞാൻ സ്വയം ധൈര്യപ്പെടുമായിരുന്നു. സ്ലം വിങ് ഡെവലപ്മെന്റിന് വേണ്ടി വലിയൊരു കോംപ്ളക്സ് പണിയുന്ന ജോലിയിലായിരുന്നു ഞാൻ. ആ പൂർത്തിയാവാത്ത കെട്ടിടത്തിന്റെ ഒരു വരാന്തയിലാണ് പൂനം പ്ളാസ്റ്ററിട്ട കാലുമായി കിടന്നിരുന്നത്. നാലു മക്കൾ അവളുടെ ശരീരത്തിനു ചുറ്റുമായി എപ്പോഴും ചുരുണ്ട് കിടക്കുന്നുണ്ടാവും..

അതൊരു ബ്രഹ്മാണ്ഡ ചേരിയായിരുന്നതു കൊണ്ടാണ് പൂനം ചത്തുപോവാതിരുന്നത്. ആരെങ്കിലും എന്തെങ്കിലും ഒക്കെ കൊടുക്കും.. ഒരു കൈ സഹായിക്കും.. ഒരു ചായ, കടല വറുത്തത്, കുറച്ചുപ്പ് ചേർത്ത റൊട്ടി, സവാള, ഒരു പിടി ചോറ്.

ഒടുവിൽ അവൾ എഴുന്നേറ്റു.. അല്പം മുടന്തോ ഏക്കമോ നടക്കുമ്പോൾ ഒരു തിരിയലോ.. എന്തോ ഒരു കുഴപ്പമുണ്ടായിരുന്നു..

ഫ്ളാറ്റുകളിലെ ജോലി അവൾ അലഞ്ഞു നടന്നു മേടിച്ചെടുത്തു. എസ് എഫ് എസ് സ്കീമിലെ ഫ്ളാറ്റുകളിൽ പണി കിട്ടിയപ്പോഴാണ് പൂനത്തിന് ഒരു മാറ്റം വന്നത്..

അക്കാലത്ത് തന്നെ മൂന്നും നാലും അഞ്ചും കോടിയൊക്കെ വില മതിച്ചിരുന്നവയായിരുന്നു എസ് എഫ് എസ് ഫ്ളാറ്റുകൾ. കൊടും പണക്കാരാണ് അവിടെ പാർത്തിരുന്നത്. അവിടെ ചിലരുമായി പൂനം അടുത്തു. ഒന്നൊരു മേജർ ജനറലായിരുന്നു. പിന്നൊരാൾ ഒരു സിനിമാക്കാരനും..

അവരുടെ വീട്ടിൽ ഡസ്റ്റിംഗ് ആണ് പൂനം ചെയ്തു പോന്നത്. പുരുഷന്മാരുടെ ഇംഗിതത്തിനു വഴങ്ങിയ പൂനം പണം കൃത്യമായി മേടിച്ചു. ആ സൈനികനോട് അവൾക്ക് ഒത്തിരി ഇഷ്ടമായിരുന്നു.. അയാൾ സുഗന്ധമേറിയ സോപ്പും ഷാംപൂവും നല്ല വസ്ത്രങ്ങളും അവൾക്ക് നല്കി. അയാൾ ഒരു പരമബോറൻ സൈനികനായിരുന്നില്ല. ഒരു സൗന്ദര്യാരാധകൻ കൂടിയായിരുന്നു. അയാളെപ്പറ്റി പറയുമ്പോൾ അവളുടെ മുഖം നവോഢയെപ്പോലെ തുടുക്കും.. അവൾക്ക് ശരീരത്തിന്റെ ലാളനയും ആനന്ദവും പകർന്നു നല്കിയത് അയാളാണ്.. അയാൾ മാത്രമാണ്.

****

പെൺമക്കൾ പഠിച്ചു. മൂന്നുപേരിൽ ഒരാൾ നഴ്സായി, രണ്ടുപേർ സർക്കാർ ഓഫീസുകളിൽ തൂപ്പുകാരായി, മണ്ണെണ്ണയിൽ കുതിർന്ന് മരിക്കാൻ പോയവൾ സ്റ്റേറ്റ് ബാങ്കിൽ ഓഫീസറായി. എല്ലാവരും വിവാഹം കഴിച്ചു.. ഓഫീസർ മകൾ വിവാഹം ചെയ്തത് സിക്കിംകാരനെയാണ്..

ലോക്ഡൗണിനു മുമ്പേ ഓഫീസർ മോളുമൊത്ത് പൂനം അനേക കാലങ്ങൾക്ക് ശേഷം സിക്കിമിലേക്ക് പോയിട്ടു വന്നു. ആ ആഹ്ളാദം അവളുടെ വാക്കുകളെ ആയിരം പാദസരങ്ങളാക്കി..

'ദീദി, എനിക്ക് സിക്കിമിൽ തിമ്പുർ കിട്ടി'യെന്ന് പറയുന്നത് കേൾക്കാൻ തന്നെ എനിക്കു ഒത്തിരി സന്തോഷമായിരുന്നു.. തിമ്പുർ എന്നാൽ ഒരു തരം കുരുമുളക്.. ചൈനയിലുണ്ടാകുന്നത്. എരിവ് കുറവാണ്.. നാരങ്ങയുടെ രുചിയാണ്..

പൂനം എനിക്കുണ്ടാക്കിത്തന്നിട്ടുള്ള രണ്ട് സിക്കിം വിഭവങ്ങൾ തക്കാളി ചുടുക, പച്ചമുളകും, വെള്ളുള്ളിയും ചുടുക. ഒന്നിച്ചരച്ച് ഉപ്പും അല്പം കടുകെണ്ണയും ചാലിക്കുക..

പിഞ്ചു ചൊറിതണം വൃത്തിയാക്കി കഴുകി എടുക്കുക. ചോളപ്പൊടി ചേർത്ത് കൊഴുത്ത് വരുന്ന തരത്തിൽ വെള്ളം തിളപ്പിക്കുക. ചുവന്ന മുളക് വെള്ളത്തിലിട്ട് കുതിർത്തതും വെളുത്തുള്ളിയും വേണ്ടത്ര തിമ്പുർ മണികളും ചേർത്ത് അരച്ചത് തിളക്കുന്ന വെള്ളത്തിൽ ചേർക്കുക, ചൊറിതണവും ചേർക്കുക, ചൊറിതണം പെട്ടെന്ന് വേവും. ഉപ്പും ശകലം മഞ്ഞൾപ്പൊടിയും ചേർക്കുക. ഒരു മത്തെടുത്ത് കടഞ്ഞ് ചൊറിതണവും ചോളപ്പൊടി ചേർത്തവെള്ളവും പരസ്പരം നന്നായി യോജിപ്പിക്കുക. ഇപ്പോൾ അതൊരു കൊഴുത്ത, മഞ്ഞയിൽ പച്ചരാശിയുള്ള സൂപ്പായിട്ടുണ്ടാകും.

വിഭവങ്ങളുടെ പേരുകൾ അവൾ പറഞ്ഞു തന്നിരുന്നു. ഞാൻ മറന്നുപോയി. തിമ്പുറിന് പകരം സാധാരണ കുരുമുളക് ചേർത്ത് എനിക്ക് സൂപ്പുകൂട്ടാൻ തരുമ്പോൾ ഇതല്ല.. 'ദീദി. ഇതല്ല അതിന്റെ രുചി'യെന്ന് അവൾ അമ്പതു വട്ടം പറയുമായിരുന്നു.

അവർ ചോളപ്പൊടി കുറുക്കിയതിനൊപ്പമാണ് ഈ വിഭവങ്ങൾ കഴിക്കുന്നത്. ഞാൻ ചോറിന്റെയും ചപ്പാത്തിയുടേയും ബ്രഡിന്റെയും ഒപ്പം കഴിക്കും.

തക്കാളി ചുടുമ്പോൾ പൂനം പറയും. 'ഇത് പെണ്ണിന്റെ ജീവിതമാണ് ദീദി.'

മോഹനം

സരയൂ മോഹൻ

ഒരു അച്ഛനും മകളും ഉണ്ടായിരുന്നു.

കയ്യുംപിടിച്ച് മൂളിപ്പാട്ടും പാടി വൈകുന്നേരങ്ങളിൽ നടക്കുമ്പോൾ, അവരിങ്ങനെ വഴിനീളെയുള്ള വീടുകളെ നോക്കും,അച്ഛനും മകളും ആ സ്വപ്നത്തെ താലോലിക്കും, സ്വന്തമായൊരു വീട്!

25 വർഷങ്ങളോളം ആണ് അച്ഛനും അമ്മയും വാടക വീടുകളിൽ കഴിഞ്ഞത്. 23 വർഷത്തോളം ഞാനും. കുഞ്ഞു മനസ്സിന് അറിയില്ലായിരുന്നല്ലോ വാടക വീട് ആണെന്ന്. താമസിച്ച ഓരോ വീടിനെയും വലിയ സ്നേഹമായിരുന്നു എനിക്ക്. വാടക മുടക്കം വന്ന് (മിക്കവാറും അതാകും കാരണം) അവിടുന്ന് മാറുമ്പോൾ ഞാൻ വാവിട്ട് കരയും... നാട്ടിൻപുറത്തെ ഒരു വാടക വീട്ടിൽ താമസിക്കുമ്പോൾ എനിക്ക് ഒരു പൂച്ച ഉണ്ടായിരുന്നു, ഓമനിച്ച്, പൊട്ട് കുത്തി ഞാൻ കൊണ്ടുനടന്ന അമ്മിണി പൂച്ച, അവൾക്ക് വാവകൾ ഉണ്ടായി... ആ വീട്ടിൽ നിന്ന് മാറി നഗരത്തിലേക്ക് പോരുമ്പോൾ അവളെ കൊണ്ടുപോരാൻ ആയില്ല... പോരാൻ നേരം വലിയ കറുത്ത പൊട്ടും തൊട്ട്, കുഞ്ഞുങ്ങൾക്ക് പാലും കൊടുത്ത് വേഗം ഇങ്ങ് വന്നേക്കണം എന്ന് പറയുംപോലെ അവൾ മുറ്റത്ത് കിടന്ന് നോക്കിയത് ഇന്നും ഓർമ്മയുണ്ട്. വാടക വീടുകളിൽ വിട്ടുപോന്ന സീനിയ പൂവുകൾ, കൂട്ടുകാർ, ടീവി വെച്ച് തരുന്ന കൊങ്ങിണിയമ്മൂമ്മ, കുഞ്ഞു ഞാൻ ആയാസപ്പെട്ടു ഒക്കത്തെടുത്ത് നടന്നിരുന്ന കിച്ചുക്കുട്ടൻ, ഞാവൽ പഴം പെറുക്കാൻ ഒന്നിച്ചു പോയിരുന്ന അനുവും മിനുവും, ചെത്തിപഴം നിറഞ്ഞ വീട്ടിനരികിലെ കുളം, ഉദയംപേരൂരെ വീടിനുള്ളിലെ ഉടമസ്ഥൻ പൂട്ടിയ ഒരു മുറി എല്ലാം ഓർമകളിൽ നിറം മങ്ങാതെ ഉണ്ട്.

ഓരോ വീട് മാറ്റവും വല്ലാത്ത വേദന ആയിരുന്നു.

എന്നാൽ സ്വന്തമായൊരു വീട് സ്വപ്നത്തിൽ പോലുമില്ല അക്കാലത്ത്... കാരണം അതൊന്നും കൂട്ടിയാൽ കൂടില്ലല്ലോ.... സിനിമയിൽ എത്തിയതിന് ശേഷമാണ് അത് ആലോചിച്ചു തുടങ്ങിയത്.

പറ്റുമോ എന്ന ആശങ്ക ആയിരുന്നു ആദ്യം, പിന്നെ കണക്ക് കൂട്ടലു

കൾ തുടങ്ങി, സ്ഥലം വാങ്ങി വീട് വെക്കൽ എന്തായാലും നടക്കില്ല എന്ന് ഉറപ്പായി, വീട് ആയിട്ട് വാങ്ങുക തന്നെ... ആരോ ഒരിറ്റ് സ്നേഹം പോലും നൽകാതെ വില്പനയ്ക്കായി മാത്രം പണിത് ഉയർത്തിയ ഒരു കെട്ടിടമോ, ഒരാൾ ഒരുപാട് സ്വപ്നങ്ങളോടെ കെട്ടിപ്പൊക്കിയ, നിസ്സഹായനായി ഒഴിഞ്ഞു മാറുന്ന ഒരു വീടോ വാങ്ങുക. ആയിടയ്ക്ക് ഒക്കെ എരൂരെ വാടക വീട്ടിൽ നിന്ന് തൃപ്പൂണിത്തുറ പൂർണത്രയീശ ക്ഷേത്രം വരെ നടക്കും ഞാനും അച്ഛനും. ഞാൻ ഒരുപാട് ആസ്വദിച്ചിരുന്ന വൈകുന്നേരങ്ങൾ ആണത്. ഒരുപാട് സംസാരിച്ചുള്ള നടത്തം. പതുക്കെ സംസാരം നിറയെ വീടുകൾ ആയി. വീടുകൾ, മുറികൾ, നിറങ്ങൾ, ചുമരുകൾ നിറയുന്ന ചിത്രങ്ങൾ, മുറ്റം.

കിട്ടുന്ന പ്രോഗ്രാംസ്, ഉദ്ഘാടനങ്ങൾ ഒക്കെ ചെയ്ത് ഞാൻ പൈസ സ്വരുകൂട്ടി. ബാക്കി ലോൺ എടുക്കാമെന്ന് പ്ലാൻ ചെയ്തു. അറിഞ്ഞവരിൽ പലരും നിരുത്സാഹപ്പെടുത്തി. പത്തിരുപത്തിമൂന്ന് വയസ്സ് ആയി, ഉണ്ടാക്കിയ പൈസ കല്യാണത്തിന് കൂട്ടി വെയ്ക്കണം, വീടെന്നൊക്കെ പറഞ്ഞു ലോൺ എടുത്ത് കൂട്ടിയാൽ പിന്നെ, തിരിച്ചടയ്ക്കൽ ഉണ്ടാവില്ല, സിനിമയൊക്കെ എത്ര നാൾ ഇനി? കല്യാണം കഴിച്ചു കുടുംബം ഒക്കെ ആയി സെറ്റിൽഡ് ആകു വേഗം! ഇഷ്ടംപോലെ ഉപദേശങ്ങൾ!

പക്ഷേ പണ്ടേ വാശി ഉണ്ടെനിക്ക്. ഒരു കാര്യം വിചാരിച്ചാൽ നടത്താതെ ഇരുപ്പ് ഉറയ്ക്കാത്ത സ്വഭാവം. കല്യാണത്തിന് കാശ് കൂട്ടി വെയ്ക്കലും, നെറ്റിപറ്റം കെട്ടിയപോലെ ഒരുങ്ങലും അന്നേ തീരെ താല്പര്യം ഇല്ലായിരുന്നു.

അങ്ങനെ ഞാനും അച്ഛനും വീട് അന്വേഷണം തുടങ്ങി. കുറേ വീടുകൾ കണ്ടു. ഒന്നുമങ്ങ് ശരിയായില്ല. അതിനിടയിൽ ഞാനും അച്ഛനും സ്റ്റേജ് ഷോയുമായി ഒരു ടീമിനോപ്പം ഒരു മാസക്കാലം വിദേശത്ത് പോയി. തിരിച്ചു വരുന്ന യാത്രയിൽ അച്ഛന് പനി.

നാട്ടിൽ എത്തിയിട്ടും കുറയാത്ത ക്ഷീണം. ഡോക്ടറെ കണ്ടു. ഉറക്കമൊക്കെ താളം തെറ്റിയിട്ടും യാത്ര കൊണ്ടും ഒക്കെ ആണെന്ന് പറഞ്ഞ് ഡോക്ടർ മരുന്ന് കൊടുക്കുന്നു. പിന്നെയും പനി. വീണ്ടും ഡോക്ടറിനു മുന്നിൽ. ഇത്തവണ ഡോക്ടർ പറയുന്നു മഞ്ഞപിത്തം ആണെന്ന്. മരുന്നുകൾ.... ഒരാഴ്ചയ്ക്കുള്ളിൽ വീണ്ടും ആശുപത്രി. കടവന്ത്ര ഇന്ദിരഗാന്ധി ഹോസ്പിറ്റലിൽ പോയി സ്കാൻ ചെയ്യാൻ പറയുന്നു. റിസൾട്ടുമായി തൃപ്പൂണിത്തുറ ഹോസ്പിറ്റലിൽ എത്തിയ അച്ഛനോടും അമ്മയോടും മകളെ വിളിക്കാൻ പറഞ്ഞതനുസരിച്ച് ഞാൻ ചെന്നു.

കലങ്ങിയ മനസ്സുമായി കാത്തിരിക്കുന്ന രോഗികളെ നോക്കി തീർക്കേണ്ട ധൃതിയിൽ ഉള്ളിൽ കയറി. കസേരയിൽ ഞാൻ ഒന്ന് അമർന്ന് ഇരുന്നതും അനിത ഡോക്ടർ റിപ്പോർട്ടുകൾ സൈഡിലേക്ക് വെച്ച് പറഞ്ഞു തീർത്തു 'മോളേ അച്ഛന് ക്യാൻസർ ആണ്, ലിവർ ക്യാൻസർ.... ലാസ്റ്റ് സ്റ്റേജ് ആണ്, കൂടുതൽ ഒന്നും ചെയ്യാനില്ല, കൂടി പോയാൽ ഒരാറ് മാസം കൂടെ ഉണ്ടാകും. മാക്സിമം അത്രേള്ളു. അച്ഛൻ അറിയണ്ട ഇപ്പോൾ!

ആ നിമിഷം മരിച്ചു മരവിച്ചത് ഞാൻ ആണ്. ആ ഡോക്ടറുടെ ശരി എന്ത് തന്നെ ആയാലും ആ മുഖത്തടിച്ചപോലെ ഉള്ള വെളിപ്പെടുത്തൽ നൽകിയ ആഘാതം വളരെ വലുതായിരുന്നു. ഇപ്പോഴും ഇതെഴുതുമ്പോൾ കൈകൾ തണുക്കുന്നു. അവിടുന്ന് പിന്നെ ഒരു രണ്ട് മാസം അച്ഛന് മുന്നിൽ ഞാൻ കാഴ്ചവെച്ച അഭിനയം ഒരു സിനിമയിലും ഇതുവരെ വേണ്ടി വന്നിട്ടില്ല. അച്ഛനും അമ്മയും മാത്രമാണ് എന്റെ ലോകം. ആദ്യമായാണ് ഇങ്ങനെ ഒരു അവസ്ഥ നേരിടേണ്ടി വരുന്നത്. അച്ഛനോടും അമ്മയോടും രോഗത്തിന്റെ ഗുരുതരാവസ്ഥ പറയാതെ ഒരു മാസക്കാലം ഞാൻ പിടിച്ച് നിന്നു. അസുഖ വിവരം അറിഞ്ഞതിന്റെ പിറ്റേന്ന് എന്റെ പിറന്നാൾ ആയിരുന്നു. അടുത്ത പിറന്നാളിന് ഉഷാറായി പായസം വെയ്ക്കാനും കവിളിൽ ഉമ്മ തരാനും ഒന്നും അച്ഛൻ ഉണ്ടാവില്ല എന്ന തിരിച്ചറിവിൽ നീറി നീറി അച്ഛനൊപ്പം ഞാൻ പിറന്നാൾ കേക്ക് മുറിച്ചു. പതുക്കെ അമ്മ അറിഞ്ഞു, പിന്നെ അച്ഛനും... തുടക്കം മാത്രമാണെന്നും പറഞ്ഞൊപ്പിച്ചു. കാരണം എനിക്ക് അച്ഛനെ പ്രശസ്ത ഓങ്കോളജിസ്റ് ഗംഗാധരൻ ഡോക്ടറെ കാണിക്കണം എന്നുണ്ടായിരുന്നു. അവസാന പിടിവള്ളി, ഒരു പ്രതീക്ഷ ഡോക്ടറിൽ നിന്ന് കിട്ടിയാലോ. അതുവരെ കാര്യങ്ങൾ ഒന്നും ഒറ്റയ്ക്ക് ചെയ്തിട്ടില്ലാത്ത ഞാൻ പതുക്കെ കാര്യങ്ങൾ അച്ഛന്റെ നിഴലിൽ നിന്ന് മാറി ചെയ്ത് തുടങ്ങി. പഠിച്ചു തുടങ്ങി. ഗംഗാധരൻ ഡോക്ടറുടെ അടുത്തേക്ക് എന്നെ എത്തിച്ചത് സുരേ ലളിതാമ്മയും ഇപ്പോഴത്തെ യുവതാരം നിരഞ്ജനയുടെ അമ്മ നാരായണി എന്ന നാണിയേച്ചിയുമാണ്. പക്ഷേ ഗംഗാധരൻ ഡോക്ടറിന്റെ വാക്കുകളും മറിച്ചായിരുന്നില്ല. പക്ഷേ ഒട്ടും നോവിക്കാതെ, ഒറ്റപ്പെട്ട് നിൽക്കുന്ന പെൺകുട്ടിയോട് സ്നേഹത്തോടെ അദ്ദേഹം സംസാരിച്ചു. തിരക്കിനിടയിലും കാര്യങ്ങൾ വിശദമാക്കാനും നമ്മളുടെ അർത്ഥശൂന്യമായ സംശയങ്ങൾ കേൾക്കാനും അദ്ദേഹം ശ്രദ്ധിച്ചു. എന്നാലും ഇനിയെന്ത്?

അപ്പോഴാണ് ഒരു സുഹൃത്ത് അങ്കമാലിയിൽ ഉള്ള ഒരു ആയുർവേദ

വൈദ്യനെ കുറിച്ച് പറയുന്നത്. ആ ഒരു അവസ്ഥയിൽ നമ്മൾക്ക് ഒന്നും തള്ളി കളയാൻ തോന്നില്ലല്ലോ. അച്ഛനിൽ മുഴുവൻ ആത്മവിശ്വാസമായിരുന്നു. ആയുർവേദം നോക്കാമെന്നു അച്ഛൻ പറഞ്ഞു. താരതമ്യേനെ ചിലവും കുറവാണല്ലോ എന്നും അച്ഛൻ ഓർമ്മിപ്പിച്ചു. ആ അവസ്ഥയിലും അങ്ങനെയൊക്കെ ചിന്തിക്കാൻ അച്ഛന് മാത്രമേ കഴിയുള്ളു. നുള്ളിപെറുക്കി മകൾ സ്വരുകൂട്ടുന്നത് കണ്ട അച്ഛന് മാത്രം. പക്ഷേ തിരികേ കൊണ്ടുവരാൻ കഴിയുമായിരുന്നേൽ അച്ഛനെയും കൊണ്ട് എവിടേക്കും ഞാൻ പോയേനെ.

അങ്ങനെ അച്ഛനും അമ്മയും അങ്കമാലിയിലേക്ക്.

അവിടെ താമസിച്ച് ചികിത്സ.

അതൊരു കർക്കിടക മാസം ആയിരുന്നു.

ഇരുട്ട് കുത്തി പെയ്യുന്ന കർക്കിടക സന്ധ്യകൾ.

അച്ഛനും അമ്മയും അങ്കമാലിയിൽ.. ഞാൻ വീട്ടിൽ. ആരും കൂട്ട് വന്നില്ല, ആരും അവരുടെ വീട്ടിലേക്ക് വരുന്നോ എന്നും ചോദിച്ചില്ല. ഒറ്റയ്ക്ക് എത്ര നാൾ വേണമെങ്കിലും ജീവിക്കാമെന്നും, ഏത് ലോക്ക് ഡൗണിലും വീട്ടിൽ മാനം നോക്കി ഇരിക്കാമെന്നും ആയത് ആ കർക്കിടകത്തിന് ശേഷമാണ്. സങ്കടകടലിലേക്ക് വീണുപോയ നാളുകൾ. ആ മഴയിൽ എനിക്ക് അച്ഛനെ വേണമായിരുന്നു. ഇന്നും വേണം. കട്ടൻ ചായയും കുടിച്ച്, ഏണിയും പാമ്പും കളിച്ച്,അച്ഛനൊത്ത് ഉമ്മറത്തിരിക്കണമായിരുന്നു. വാർത്ത വെയ്ക്കുന്ന അച്ഛനോട് കയർത്ത്, റിമോട്ട് തട്ടിയെടുത്ത് ടീവിയിൽ ഉച്ചത്തിൽ തമിഴ് പാട്ട് വെയ്ക്കണമായിരുന്നു. അച്ഛനേം കെട്ടിപിടിച്ച് മഴയത്ത് കുടക്കീഴിൽ നടക്കണമായിരുന്നു. എനിക്ക് അച്ഛനെ വേണമായിരുന്നു. വീട്ടിൽ ഒറ്റയ്ക്ക് ഇരുന്ന് ഞാൻ പൊട്ടി, പൊട്ടി കരഞ്ഞു. കട്ടിലിൽ തന്നെ രാവിലെ മുതൽ രാത്രി വരെ കണ്ണും മിഴിച്ച് കിടന്നു. വൈകുന്നേരം അച്ഛൻ വിളിക്കും, ഇപ്പോൾ ക്ഷീണം കുറവുണ്ട് എന്നും അസുഖം കുറയുമെന്നും എന്നോട് പറയും. എന്റെ സ്വരം മാറിയാൽ തിരിച്ചറിയുന്ന അച്ഛനെ ചിരിച്ച് സംസാരിച്ച് പറ്റിക്കും.

കർക്കിടകം കഴിഞ്ഞു, ചിങ്ങം വന്നു. ഓണത്തിന്റെ പ്രോഗ്രാമുകൾ വന്ന് തുടങ്ങി. ഒന്നിനും മനസ്സില്ലായിരുന്നു എങ്കിലും ഞാൻ പ്രോഗ്രാമുകൾക്ക് പോയി. പണം വേണമായിരുന്നു. കാറിന്റെ മുൻ സീറ്റിൽ അച്ഛനില്ലാത്ത യാത്രകളുടെ തുടക്കം. ഡാൻസ് നന്നായി കളിച്ചോ, ഏതാ ഉടുപ്പ് ഇട്ടേ, എപ്പോഴാ കഴിച്ചത് എന്നൊക്കെ അച്ഛൻ കൃത്യമായി ചോദിച്ചു കൊണ്ടേയിരുന്നു. അന്നേരം അച്ഛൻ ഒരു ആഗ്രഹം പറഞ്ഞു. അച്ഛന് ദേശാടനം സിനിമയിലെ 'നാവ മുകുന്ദ ഹരേ'എന്ന പാട്ട് കോൾസെന്റർ

ആയി സെറ്റ് ചെയ്ത് കൊടുക്കണം.

എന്തായിരുന്നു അങ്ങനെ ഒരു തോന്നൽ എന്നറിയില്ല. അച്ഛൻ പോയി നാളുകൾ കഴിഞ്ഞും ഞാൻ ആ ഫോൺ എടുത്ത് വെച്ച് എന്റെ ഫോണിൽ നിന്ന് വിളിക്കുമായിരുന്നു. ആ പാട്ട് കേൾക്കും, പാടിനോടുവിൽ അച്ഛൻ കോൾ എടുത്ത് ഹാ മോളെ!എന്ന് പറഞ്ഞാലോ.

അച്ഛനെ ചോറ്റാനിക്കര റ്റാറ്റാ ഹോസ്പിറ്റലിലേക്ക് കൊണ്ടുവന്നു പാലിയേറ്റീവ് കെയറിലേക്ക്. ഡോ. കൃഷ്ണയ്യരുടെ കീഴിൽ. പെയിൻ കില്ലർ മാത്രമാണ്, മരുന്ന് എന്നപേരിൽ കൊടുക്കുന്നത്.

ആ വർഷം തിരുവോണത്തിന് എനിക്ക് ഡാൻസ് പ്രോഗ്രാം ഉണ്ട്. തിരുവനന്തപുരത്ത് പോവണം. ഉത്രാടത്തിന് അച്ഛൻ ഡോക്ടറോട് പറഞ്ഞു പെർമിഷൻ എടുത്ത് വീട്ടിൽ വന്നു. സദ്യ പുറത്ത്ന്ന് മേടിച്ച് ഞങ്ങൾ മൂന്ന് പേരും ഒന്നിച്ച് ഉണ്ടു. ഞാൻ സമ്മാനിച്ച പുതിയ ഷർട്ടും മുണ്ടും ഉടുത്ത് അച്ഛൻ ഇരുന്നു. 'ഉത്രാടവേദന' എന്ന പേരിൽ ഞാൻ ആ ദിവസത്തെ കുറിച്ച് എഴുതിയിരുന്നു.

അവസാനം റ്റാറ്റാ ഹോസ്പിറ്റലിൽ നിന്ന് അച്ഛനെ വീട്ടിൽ കൊണ്ടുവന്നു. അവിടുത്തെ മെയിൽ നേഴ്സ് ആയിരുന്ന സഹജൻ ചേട്ടനെ സ്നേഹപൂർവ്വം ഓർക്കുന്നു. ആ സമയത്ത് വലിയ സഹായവും ആശ്വാസവും ആയിരുന്നു അദ്ദേഹം.

വീട്ടിൽ വന്നൊരു ദിവസം അച്ഛൻ വീണ്ടും അത് ഓർമ്മിപ്പിച്ചു. വീട്! ഞാൻ മനസ്സിൽ നിന്ന് മാറ്റിയിരുന്നു ആ ചിന്ത. പൈസ ചിലവായി പോകരുതെന്ന് അച്ഛൻ ഓർമ്മിപ്പിച്ചു.

അടുത്ത ഓണം പുതിയ വീട്ടിൽ ആകണം എന്ന് അച്ഛൻ ആഗ്രഹം പറഞ്ഞു. അതെന്നെ ഞെട്ടിച്ചു. തളർത്തി. ഞാൻ ഒരു വശത്തൂടെ വീണ്ടും ഓട്ടം തുടങ്ങി. വീട് അന്വേഷണം... പക്ഷേ ഓടി ഞാൻ വീടെത്തിപിടിക്കുന്നത്തിന് മുന്നെ ഒരു സെപ്റ്റംബർ മാസ രാത്രിയിൽ അച്ഛൻ പോയി.

6 മാസക്കാലം ഡോക്ടർ പറഞ്ഞപ്പോൾ ഒരു വർഷമെങ്കിലും കൂടെ ഉണ്ടാകുമെന്ന് കരുതിയ എന്നെ പറ്റിച്ച് മൂന്നാം മാസം അച്ഛൻ പോയി. പറഞ്ഞു പഠിപ്പിച്ച മനസ്സ് അനുസരിച്ചില്ല, അത് പിണങ്ങി. അതിനിടയിൽ സഞ്ചയനം പറഞ്ഞില്ല എന്നും വീട്ടിൽ വന്നിട്ട് ഞാൻ മൈൻഡ് ചെയ്തില്ല എന്നും പറഞ്ഞ് ബന്ധുക്കളും ചില പരിചയക്കാരും പരിഭവിച്ചു. സ്നേഹം എന്ന പേര് ചാർത്തികൊടുത്തിരുന്ന ബന്ധം ഇല്ലാതായി. ശൂന്യത.. ആ ശൂന്യതയിൽ എനിക്ക് അമ്മയും അമ്മയ്ക്ക് ഞാനും താങ്ങായി.

അച്ഛന്റെ സ്വപ്നം എന്റെ ഉള്ളിൽ കിടന്ന് നീറി. അതുപോലെ അച്ഛന്റെ വലിയ ആഗ്രഹമായിരുന്നു ഒരു ടു വീലർ. ആദ്യമായി ഞാൻ സ്വന്തമാക്കിയതും അതാണ്, ഒരു വെള്ള ആക്ടിവ. ഇന്നും കൂടെയുണ്ട് അത്. കുഞ്ഞോൾ എന്ന് പേരിട്ട ആ ആക്ടിവ അച്ഛൻ കഴുകി തുടച്ച് കൊണ്ടുനടക്കുമായിരുന്നു. അതിൽ അച്ഛനെ കെട്ടിപ്പിടിച്ച് ഇരുന്ന് ഞങ്ങൾ തൃപ്പൂണിത്തുറ ശ്രീകല തിയേറ്ററിൽ സിനിമക്ക് പോകുമായിരുന്നു. അച്ഛനെപോൽ ആ തിയേറ്ററും ഇന്നില്ല.

അച്ഛനെ നഷ്ടപ്പെട്ട വേദന ഞാൻ മറികടന്നത് വീണ്ടും വീടിനായുള്ള അന്വേഷണത്തിൽ മുഴുകി ആണ്. അച്ഛന്റെ സാന്നിധ്യമുണ്ടായിരുന്ന ആ വാടക വീട് വാങ്ങണം എന്ന് എനിക്ക് ഉണ്ടായിരുന്നു. പക്ഷെ വില ഒരുതരത്തിലും താങ്ങാനായില്ല.. ഒടുവിൽ വിഷുവിന് മുന്നെ ഞാനൊരു വീട് നേടിയെടുത്തു. ചോറ്റാനിക്കരയിൽ... ഓരോ പേപ്പർ കാര്യങ്ങൾക്കും നെട്ടോട്ടമോടുമ്പോൾ ഒക്കെ ഞാൻ അച്ഛനെ ഓർത്തു. അച്ഛൻ ഉണ്ടായിരുന്നേൽ ഞാൻ അറിയില്ലായിരുന്ന വെയിലുകൾ. വീടിന് മോഹനം എന്ന പേരിട്ടു. മോഹനന്റെ മകൾ നേടിയെടുത്ത മോഹനം. സുന്ദരം.

ഇപ്പോഴും എനിക്ക് കാണാം ഇവിടെ ഈ വീട്ടിൽ വീടിന്റെ ഓരോ കോണും നോക്കി ശ്രദ്ധിക്കുന്ന അച്ഛനെ. യാത്രയിറങ്ങുമ്പോൾ ഗേറ്റിൽ വന്ന് നിൽക്കുകയും, എത്താൻ വൈകിയാൽ വിളിച്ചാൽ ഞാൻ അടികൂടും എന്ന് കരുതി, വിളിക്കാൻ മടിച്ച്, അക്ഷമനായി മുറ്റത്ത് ഉലാത്തുന്ന അച്ഛനെ.

ആ പഴയ വീട്ടിൽ ഒരു ദിവസം ഞാൻ പോയി... ഓർമ്മകൾ ഇരമ്പിയതല്ലാതെ അച്ഛൻ ഇല്ലായിരുന്നു അവിടെ. അതെങ്ങനെ അച്ഛൻ അവിടെ മോഹനത്തിൽ അല്ലേ.

ഒരേ സമയം സമയം മറക്കണമെന്ന് തോന്നുകയും എന്നാൽ മറക്കേണ്ടെന്ന് തോന്നുകയും നമ്മൾക്ക് നമ്മൾ പോലും കരുതുന്നതിന് അപ്പുറം ഊർജ്ജം പകരുകയും ചെയ്തൊരു ഘട്ടം എല്ലാവരുടെയും ജീവിതത്തിൽ ഉണ്ടാകുമല്ലേ!

ആത്മനിയന്ത്രണങ്ങളുടെ യാത്ര

ജിയോ ബേബി

സിനിമയും ജീവിതവും നഷ്ടപ്പെടുമെന്ന് തോന്നിയ ഒരു കാലം എനിക്കുണ്ടായിരുന്നു. ഡിഗ്രി പഠനത്തിന്റെ കാലത്ത് തുടങ്ങിയതാണ് സിനിമയ്ക്ക് പിന്നാലെയുള്ള പാച്ചിൽ, സിനിമ നമുക്ക് പിടിതരാതെ ഏറെ മുന്നിൽ ഓടിക്കൊണ്ടേയിരുന്നു. ഞാൻ ഓടിത്തളർന്നു. അഭിനേതാക്കളോട് നിർമ്മാതാക്കളോട് സംവിധായകരോട് കഥ പറഞ്ഞു തളർന്നു. സിനിമ എന്തായി എന്ന് കുടുംബക്കാരുടെയും പരിചയക്കാരുടെയും ചോദ്യങ്ങളെ നേരിട്ട് നേരിട്ട് അതൊന്നും ഒരു പ്രശ്നവും അല്ലാതെ ആയിക്കഴിഞ്ഞിരുന്നു അപ്പോഴേക്കും.

എല്ലാത്തിനും പരിഹാരമായി വൈകുന്നേരങ്ങളിലെ മദ്യപാനത്തെ ആശ്രയിക്കാൻ തുടങ്ങി. പണം ഉണ്ടെങ്കിലും ഇല്ലെങ്കിലും മദ്യപാനം കൃത്യമായി നടന്നു. രാത്രി കഴിച്ച മദ്യത്തിന്റെ ക്ഷീണം മാറ്റാൻ രാവിലെ വീണ്ടും കുടിച്ചു തുടങ്ങി, പിന്നെ പിന്നെ മദ്യം കഴിക്കാൻ മാത്രം ജീവിക്കുന്ന പോലെയായി എന്റെ ജീവിതം. വരുമാനം ഇല്ലാതായി.

അപ്പോഴേക്കും സിനിമ എന്നിൽനിന്ന് ഏറെ അകലങ്ങളിൽ ആയിക്കഴിഞ്ഞിരിന്നു.. ചാച്ചി എന്നെയോർത്ത് കരഞ്ഞു. എന്റെ പിതാവിനെ ഞാൻ ചാച്ചി എന്ന് ആണ് വിളിക്കുന്നത്. എന്നെ ഉപദേശിക്കാൻ ചാച്ചിക്ക് ആവില്ലായിരുന്നു, കാരണം എന്റെ ജീവിതത്തിൽ എനിക്ക് ആദ്യം മദ്യം ഒഴിച്ചു തന്നത് ചാച്ചി ആയിരുന്നു. സിഗരറ്റ് ഷെയർ ചെയ്തു വലിക്കുന്ന തീവ്രമായി അടുപ്പമുള്ള സുഹൃത്തുക്കളെ പോലെ ആയിരുന്നു ഞങ്ങൾ.

ജീവിതത്തിൽ ആദ്യമായി ചാച്ചിയുടെ കൂടെ അല്ലാതെ മദ്യം കഴിക്കാനുള്ള സാഹചര്യം വന്നത് കേരളോത്സവം സംസ്ഥാന തല നാടക മത്സരത്തിന് കണ്ണൂരിൽ പോയപ്പോൾ ആണ്. എനിക്ക് വയസ്സ് 18. അന്ന് കൂടെയുള്ളവർ മദ്യം കുടിക്കുമ്പോൾ എനിക്കും തോന്നി കുടിക്കാൻ, പക്ഷേ ചാച്ചിയുടെ സമ്മതമില്ലാതെ കുടിക്കാൻ എനിക്ക് തോന്നിയില്ല. ഞാൻ ചാച്ചിയെ ഫോണിൽ വിളിച്ചു, ചാച്ചി പറഞ്ഞു ഒരുപാട് കഴിക്കരുത് കഴിച്ചിട്ട് തനിച്ചെങ്ങും പോകരുത്. അങ്ങനെ പതിനെട്ടുകാരനായ

ഞാൻ ചാച്ചിയുടെ സമ്മതത്തോടെ മദ്യം കുടിച്ചു. ചാച്ചി തരുന്ന സ്നേഹത്തിന്റെയും സ്വാതന്ത്ര്യത്തിന്റെയും സന്തോഷം ഞാനറിഞ്ഞു.

മദ്യം ഉപേക്ഷിച്ചാൽ എന്തൊക്കെയോ നേടാനാവും എന്ന് എനിക്കറിയാമായിരുന്നു പക്ഷേ ഉപേക്ഷിക്കാൻ ആവുന്നില്ല. അമിതമായി മദ്യപിച്ച രാത്രിക്കുശേഷം അടുത്ത ദിവസത്തെ ഹാങ്ങ് ഓവർ ഡിപ്രഷൻ ദിവസങ്ങളായി മാറി. കമൽഹാസൻ ഡേറ്റ് വേണോ മദ്യം വേണോ എന്ന് ചോദിച്ചാൽ ഒരു സംശയവും ഇല്ലാതെ മദ്യം എന്നു പറയുന്നവൻ ആയി മാറി ഞാൻ.

എന്റെ സിനിമകൾ കാണാൻ കാത്തിരിക്കുന്ന ചാച്ചിയേ ഓർത്ത് ഞാൻ കരഞ്ഞു. മദ്യപിച്ചുകൊണ്ട് ഒന്നും ചെയ്യാനാവില്ല എന്ന് എനിക്കറിയാം, പക്ഷേ മദ്യപാനം അവസാനിപ്പിക്കാനും ആവുന്നില്ല.

2012 ൽ കൂട്ടുകാരൻ സെബാന്റെ പെങ്ങൾ ചിന്നുവിന്റെ കല്യാണം കഴിഞ്ഞ് രാവിലെ ഉണർന്ന എന്റെ മുന്നിൽ സെബാന്റെ ഭാര്യ പുഷ്പ ഒരു കപ്പ് കാപ്പി കൊണ്ടുവെച്ചു.. ഒരു കപ്പ് കാപ്പി, കുപ്പിയിൽ ബാക്കിയായ ഒരു പെഗ്. കാപ്പി എടുത്ത് വാഷ്ബേസിനിൽ ഒഴിച്ചു, ആ കപ്പിലേക്ക് മദ്യം ഒഴിച്ചു കഴിച്ചു, ശേഷം വണ്ടിയോടിച്ച് ഞാനെന്റെ വീട്ടിലേക്ക് പോയി.

വീട്ടിൽ അന്ന് ഞാനും ചാച്ചിയും മാത്രമേയുള്ളൂ, രാവിലെ കുടിച്ച മദ്യത്തിന്റെ കെട്ട് ഇറങ്ങികഴിഞ്ഞപ്പോൾ വീണ്ടും കഴിക്കണം എന്നുള്ള മുന്നറിയിപ്പ് ശരീരം നൽകുന്നുണ്ട്, അതിനെ മറികടക്കാൻ എന്റെ ഉള്ളിലെ ഏതോ ഒരു ഞാൻ ശ്രമിക്കുന്നുണ്ട്, ചാച്ചി പറഞ്ഞു തീരെ പറ്റുന്നില്ലെങ്കിൽ അല്പം മദ്യം വാങ്ങി കഴിക്കൂ, ഞാൻ പോയി വാങ്ങിതരണോ? ഞാൻ പറഞ്ഞു വേണ്ട ഞാൻ നിർത്താൻ പോവുക ആണ്. ചാച്ചി ഒന്ന് ചിരിച്ചു... കാരണം ആ ഡയലോഗ് ഞാൻ ആദ്യം പറയുന്നത് അല്ല.

ആ ദിവസം ഞാൻ എങ്ങനെയോ മറികടന്നു.. തൊട്ടടുത്ത ദിവസവും. ഞാൻ രാവിലെ ഉണരാൻ തുടങ്ങി, രാവിലെ നടക്കാൻ പോകാൻ തുടങ്ങി, മെല്ലെമെല്ലെ ജീവിച്ചിരിക്കുന്നതിന്റെ ആനന്ദം ഓരോ നിമിഷങ്ങളിലും അനുഭവിക്കാൻ തുടങ്ങി. മദ്യം വാങ്ങാനുള്ള കാശിന് പുസ്തകങ്ങൾ വാങ്ങി വായിച്ചു. ജീവിതം മാറിമറിയുന്നത് ഞാൻ തന്നെ നോക്കി നിന്നു. ഓരോ നിമിഷങ്ങളും എനിക്ക് സന്തോഷത്തിന്റേതായി. എന്റെ കൊട്ടും പാട്ടും കേൾക്കാൻ ആരേലും മദ്യം കഴിക്കാൻ നിർബന്ധിച്ചാൽ, അവൻ അടി നിർത്തി അവനെ വിട്ടേക്ക് എന്ന് എന്റെ കൂട്ടുകാർ പറയാൻ തുടങ്ങി.

സിനിമ ചെയ്യലല്ല എന്റെ ജീവിതത്തിന്റെ ലക്ഷ്യം, ഇങ്ങനെ ഓരോ നിമിഷവും സന്തോഷവാനായി ജീവിക്കുക എന്നതാണ് പരമപ്രധാനം

എന്ന രഹസ്യം ഞാൻ മനസ്സിലാക്കി. ഞാൻ മതം ഉപേക്ഷിച്ചു. കിടിലൻ മനുഷ്യരെ ഞാൻ പരിചയപ്പെട്ടു. പുതിയ പുതിയ മനുഷ്യരെ പരിചയപ്പെടുന്നത് ജീവിതത്തിന്റെ മറ്റൊരു ആനന്ദം ആയി മാറി.

ട്രെയിനിലും ബസ്സിലും ട്രക്കിലും കയറി ഞാനും കൂട്ടുകാരൻ ഡിജോയും ഇന്ത്യയുടെ പല ഭാഗത്തും സഞ്ചരിച്ചു, ചുട്ടു പൊള്ളുന്ന ചൂടിലും ജയ്പൂർ റെയിൽവേ സ്റ്റേഷനിൽ സുഖമായി കിടന്നുറങ്ങാൻ പറ്റുന്ന ഒരു മനുഷ്യനായി ഞാൻ മാറി.

എന്നിൽ നിന്നും ഏറെ ദൂരം ഓടിപ്പോയ സിനിമ എന്റെ മുന്നിൽ വന്ന് എന്റെ നേരെ കൈ നീട്ടി. രണ്ട് പെൺകുട്ടികൾ എന്ന സിനിമ സംഭവിച്ചു. ഞാനും കൂട്ടുകാരും ചേർന്ന്, രണ്ട് ലക്ഷം രൂപയ്ക്ക് ചെയ്തു തീർത്തതാണ് ആ സിനിമ.

രണ്ടു പെൺ കുട്ടികളുടെ പ്രീവ്യൂ ഷോ കഴിഞ്ഞ തിയേറ്ററിൽ ചാച്ചിയുടെ കണ്ണുനീർ വീണു. എന്നോടുള്ള സ്നേഹം ഇറ്റുവീണതാണ്. ഇതിനിടയിൽ പാർട്ണറായി ബീന ജീവിതത്തിലേക്ക് വന്നു. മദ്യം കഴിക്കുമോ എന്ന് ബീന ചോദിച്ചു. ഞാൻ പറഞ്ഞു കഴിച്ചിരുന്നു പക്ഷേ ഇന്ത്യയിൽ വച്ച് മദ്യം കഴിക്കില്ല. ചുമ്മാ ഒരു ഗുമ്മിന് പറഞ്ഞതാണ് ആ ഡയലോഗ്. പിന്നീട് സൗത്ത് കൊറിയയിലെ പ്രശസ്തമായ ബുസാൻ കുട്ടികളുടെ ചലച്ചിത്രമേളയിലേക്ക് രണ്ട് പെൺകുട്ടികൾ തിരഞ്ഞെടുക്കപ്പെട്ടു.

ഏറെ കാത്തിരുന്ന വിമാനയാത്ര ഇതാ സിനിമ കൊണ്ട് തന്നിരിക്കുന്നു. പോകുന്നതിനു കുറച്ചുദിവസം മുൻപ് ബീന കയ്യിൽ കിടന്ന ഒരു വള ഊരി തന്നിട്ട് പറഞ്ഞു ഒരു സ്മാർട്ട് ഫോൺ വാങ്ങൂ. അങ്ങനെ ആദ്യത്തെ സ്മാർട്ട്ഫോണും ആദ്യത്തെ വിമാന യാത്രയുമായി ഞാൻ ബുസാനിൽ എത്തി.

ഫെസ്റ്റിവൽ സംബന്ധമായ ഒരു പാർട്ടിക്കിടയിൽ വച്ച് ഞാൻ ബീനയെ വിളിച്ചു. ഞാനിപ്പോൾ ഇന്ത്യയിൽ അല്ല. രണ്ട് പെഗ് കഴിക്കട്ടെ? നിങ്ങളുടെ പഴയ ജീവിതത്തിലേക്ക് തിരിച്ചു പോകില്ല എന്ന് ഉറപ്പുണ്ടെങ്കിൽ കഴിക്കുക. തീരുമാനവും ജീവിതവും നിങ്ങളുടേത് ആണ്. അങ്ങനെ മൂന്നുവർഷത്തിനുശേഷം ഞാൻ അല്പം മദ്യം രുചിച്ചു. അല്പം മാത്രം.

അധികമായാൽ അതെന്റെ സന്തോഷങ്ങളെ കെടുത്തും എന്ന ബോധ്യത്തോടെ ജീവിക്കുന്നു.

സ്വപ്നങ്ങളിലേക്ക് വഴിനടത്തുന്നവർ

അൻഷ മുനീർ

ഒരു തലവേദന തോന്നിയതുകൊണ്ടായിരുന്നു അന്നേ ദിവസം ഞാൻ ജോലി കഴിഞ്ഞ് പതിവിലും നേരത്തെ വീട്ടിലേക്കെത്തിയത്. വീട്ടിൽ ആളുണ്ടാകുമെന്ന പ്രതീക്ഷയില്ലാതെയാണ് ഞാനെത്തിയതെങ്കിലും പുറത്ത് ബുള്ളറ്റിരിക്കുന്നതുകണ്ടപ്പോൾ അങ്ങനെ അല്ലെന്ന് മനസ്സിലായി. സാധാരണനിലയിൽ പുലർച്ചെ രണ്ടുമണിയ്ക്കോ മൂന്നുമണിയ്ക്കോ ഒക്കെ മദ്യപിച്ച് ബോധമില്ലാതെ എത്തുന്ന ആളിനെ ആ നേരത്ത് പ്രതീക്ഷിച്ചില്ല എന്നതാണ് സത്യം. രണ്ടു കിടപ്പുമുറികളും ഒരു സന്ദർശകമുറിയും അടുക്കളയും മാത്രമുള്ള, ചെറുതെങ്കിലും പുതിയ വീടായിരുന്നു അത്. വണ്ടിപുറത്തിരിക്കുന്നുണ്ടെങ്കിലും വാതിൽ പൂട്ടിയിരിക്കുകയായിരുന്നു. താക്കോലിട്ട് വാതിൽ തുറന്ന് അകത്തുകയറിയപ്പോൾ ആളനക്കമൊന്നും കാണാത്തതുകൊണ്ട് വസ്ത്രം മാറാമെന്ന് കരുതി കിടപ്പുമുറിയിലെത്തിയ ഞാൻ ഞെട്ടിത്തെറിച്ച് പിന്നിലേയ്ക്ക് മാറി. ആ മുറിയിൽ അയാളും മധ്യവയസ്കനായ മറ്റൊരാളും ഇരിക്കുന്നുണ്ടായിരുന്നു. അടുത്തുതന്നെ മേശപ്പുറത്ത് മദ്യക്കുപ്പിയും ഗ്ലാസ്സുകളും, മുന്നിലെ ലാപ്ടോപ്പിന്റെ സ്ക്രീനിൽ ഏതോ ഒരു അശ്ലീല സിനിമയുടെ രംഗങ്ങളും. അതിനടുത്തായി രാവിലെ മാറിയിട്ടുപോയ എന്റെ അടിവസ്ത്രങ്ങളടക്കം അയയിൽ തൂങ്ങുന്നത് ഞാൻ ഭീതി കലർന്ന അസ്വസ്ഥതയോടെ നോക്കി.

അവിടെ എന്താണ് നടക്കുന്നതെന്ന് വ്യക്തമായില്ലെങ്കിലും അവിശുദ്ധമായതെന്തോ ആണെന്ന കൃത്യമായ ബോധത്തോടെ ഞാൻ അടുത്ത മുറിയിലേയ്ക്ക് പാഞ്ഞു. പിന്നാലെ അയാളും ഓടിയെത്തി. പതിവിലും അര മണിക്കൂർ മുൻപുമാത്രമാണ് ഞാൻ എത്തിയതെങ്കിലും അത് അയാളുടെ പ്രതീക്ഷകളെ ആകെ തകിടം മറിച്ചതായി എനിയ്ക്ക് തോന്നി. അതിന്റെ ഒരു പതർച്ചയും പകപ്പും പെരുമാറ്റത്തിൽ നിന്ന് മനസ്സിലാക്കാൻ കഴിയുന്നുണ്ടായിരുന്നു. പൊതുവേ ഞാൻ ചോദിയ്ക്കുന്ന ചോദ്യങ്ങൾക്ക് ക്രൂരമായ ശാരീരിക പീഡനം കൊണ്ട് മറുപടി തരുന്ന അയാളുടെ രീതി അറിയാവുന്നതുകൊണ്ടുതന്നെ കൈ എത്താത്ത അ

ത്രയും ദൂരത്ത് നിൽക്കാൻ ഞാൻ ശ്രദ്ധിച്ചു. എറണാകുളം കെ എസ് ആർ ടി സി ബസ് സ്റ്റാൻഡിനടുത്ത് അഡ്വാൻസ് കൊടുക്കാതെ ഒരു ഓഫീസ് മുറി ഒപ്പിച്ചെടുക്കാൻ ആ വന്ന ആളിന്റെ സഹായം വേണമെന്നും അയാളെ സന്തോഷിപ്പിക്കാൻ കൊണ്ടുവന്നതാണെന്നും ബഹളം വെച്ച് ആളുകളെ അറിയിയ്ക്കാതെ ആ മനുഷ്യനോട് ഞാൻ ആതിഥ്യ മര്യാദ കാണിക്കണമെന്നും യാതൊരുമടിയുമില്ലാതെ അയാൾ എന്നോട് പറഞ്ഞു. പറഞ്ഞതു വിശ്വസിക്കാനാകാതെ ഞാൻ അയാളെ തുറിച്ചുനോക്കി. കിടപ്പുമുറിയിൽ മദ്യപിച്ചിരിക്കുന്ന അപരിചിതനോട് ഞാനെന്ത് മര്യാദയാണ് കാണിക്കേണ്ടതെന്ന് അലറി ചോദിച്ചു. സ്വന്തം ഭാര്യയായ എന്നെത്തന്നെ വിറ്റ് ജീവിയ്ക്കാനായിരുന്നു അയാളുടെ പദ്ധതി എന്ന് വ്യക്തമായതും കയ്യിൽ കിട്ടിയ ഇസ്തിരിപ്പെട്ടി ഞാൻ അയാൾക്കു നേരെ വലിച്ചെറിഞ്ഞു. ഈ നിമിഷം വീട്ടിൽ നിന്ന് ഇറങ്ങിപ്പോയില്ലെങ്കിൽ ബഹളം വെച്ച് ആളെ കൂട്ടുമെന്ന് പറയുന്നതിനൊപ്പം ഞാൻ ഉറക്കെ നിലവിളിക്കുകയും എന്തെല്ലാമോ പുലമ്പുകയും ചെയ്തു. ഉടനെ തന്നെ ആ അപരിചിതനേയും കൂട്ടി അയാൾ ആ വീട്ടിൽ നിന്ന് ഇറങ്ങിപ്പോവുകയും ചെയ്തു.

ആദ്യത്തെ കുറേ നിമിഷങ്ങളിൽ എന്റെ ചിന്താശേഷി മരവിച്ചുപോയിരുന്നു. അതിൽ നിന്നുണർന്നപ്പോൾ, അയാളെ വിവാഹം ചെയ്തതിന്റെ തൊട്ടടുത്ത ദിവസം മുതൽ കഴിഞ്ഞ കുറേ മാസങ്ങളായി അനുഭവിച്ചുകൊണ്ടിരുന്ന മാനസികവും ശാരീരികവുമായ നിരന്തര പീഡനങ്ങളുടേയും അപമാനങ്ങളുടേയും ഓർമ്മകൾ മനസ്സിൽ വന്നു നിറയാൻ തുടങ്ങി. അയാളുടെ സുഹൃത്തുക്കൾക്കൊപ്പം ഭക്ഷണം കഴിയ്ക്കാൻ ക്ഷണിച്ച് കൂടെ കൊണ്ടുപോവുകയും അതേ റെസ്റ്റോറന്റിൽ സുഹൃത്തുക്കൾക്കു മുന്നിൽ വെച്ച് എന്റെ കരണത്തടിച്ചുമായിരുന്നു ആ മനുഷ്യന്റെ ക്രൂരമുഖം എനിയ്ക്കു മുൻപിൽ ആദ്യം പ്രകടിപ്പിച്ചത്. സ്ത്രീധനമായി തന്ന സ്വർണ്ണാഭരണങ്ങൾ വിവാഹത്തിന്റെ തൊട്ടടുത്ത ദിവസം മുതൽ വിൽക്കാനും പണയം വെയ്ക്കാനും തുടങ്ങിയിരുന്നു. നയപരമായും ഭീഷണിപ്പെടുത്തിയും പണത്തിനുള്ള ആവശ്യം അയാൾ എന്നിലൂടെ നേടിയെടുക്കാൻ തുടങ്ങി. ഇനിയും തുടരാനാകില്ലെന്ന തിരിച്ചറിവിൽ അതിനോടകം പലതവണ ഞാൻ വീട്ടിലേയ്ക്ക് തിരികെ പോയിരുന്നെങ്കിലും ഇരയിൽ കുറ്റബോധമുണ്ടാക്കുന്ന അയാളുടെ ക്രൂരമായ കൗശലത്തിൽ പലപ്പോഴും ഞാൻ വീണു പോയിരുന്നു. വീണ്ടും വിശ്വസിക്കാനും സ്നേഹിക്കാനും ജീവിതം തുടരാനും ശ്രമിച്ചപ്പോഴൊക്കെ വലിയ സാമ്പത്തിക നഷ്ടങ്ങളിലായിരുന്നു എത്തിനിന്നത്. എന്നോ

ടുള്ള വാത്സല്യമെന്ന വാപ്പിച്ചിയുടെ ദൗർബല്യത്തെ അയാൾ വിദഗ്ധമായി മുതലെടുത്തുകൊണ്ടേയിരുന്നു. വിവാഹച്ചെലവിനും സ്ത്രീധനമായി നൽകിയ പണത്തിനും സ്വർണ്ണാഭരണങ്ങൾക്കും പുറമേ ആയിരുന്നു ഈ പറഞ്ഞ നഷ്ടങ്ങൾ. അതിനുപുറമേ ബാങ്കിൽ നിന്നും മറ്റിടങ്ങളിൽ നിന്നും എന്റെ പേരിൽ അയാൾ നിർബന്ധിച്ചെടുപ്പിച്ച കടബാധ്യതകൾ. മുന്നോട്ടുപോകാൻ ഇനിയൊന്നുമില്ലെന്നറിയാമായിരുന്നിട്ടും ജീവിതമെന്ന മൂന്നക്ഷരങ്ങൾ അയാൾ ഒരിയ്ക്കലും അർഹിയ്ക്കാത്ത ക്ഷമ എന്നിൽ അടിച്ചേൽപ്പിച്ചുകൊണ്ടേയിരുന്നു.

പക്ഷെ ഇന്നിങ്ങനെ ഒരു അനുഭവം! കടന്നുപോയ നിമിഷങ്ങളെ വെട്ടിയും തിരുത്തിയും മനസ്സിലിട്ട് രൂപപ്പെടുത്തിയെടുക്കാൻ ശ്രമിച്ചുകൊണ്ടിരുന്നു. അതിനു മുൻപുള്ള ആഴ്ചയിലെപ്പഴോ എന്റെ വീട്ടിൽ നിന്ന് സ്വത്തിന്റെ വീതം വാങ്ങണമെന്നും അതിനായി കേസ്സുകൊടുക്കണമെന്നും നിർബന്ധിച്ചപ്പോൾ സ്വത്തിൽ എനിക്ക് അവകാശം വേണ്ടയെന്ന് മുദ്രപ്പേപ്പറിൽ എഴുതി ഒപ്പിട്ടുകൊടുത്തിട്ടാണ് കഴിഞ്ഞ തവണത്തെ പ്രശ്നങ്ങൾക്കുശേഷം കൂടെ വന്നത് എന്ന് ഞാൻ പറഞ്ഞിരുന്നു. അത് അയാൾക്ക് വലിയ തിരിച്ചടിയായിരുന്നു. പണത്തിനായുള്ള അടുത്ത മാർഗ്ഗമെന്ന നിലയ്ക്ക് കണ്ടെത്തിയതായിരുന്നു ഇന്നത്തെ സംഭവമെന്ന് എന്റെ ബുദ്ധി മനസ്സിനോട് ആവർത്തിച്ച് പറയുന്നുണ്ടെങ്കിലും അതിനെ ഉൾക്കൊള്ളാനാകാതെ ഞാൻ ചിന്തകളോടു മല്ലിട്ടുകൊണ്ടും വിധിയെ പഴിച്ചുകൊണ്ടുമിരുന്നു.

പെട്ടെന്നാണ് ഇനിയും അവർ തിരിച്ചെത്തിയെങ്കിലോ എന്ന തോന്നൽ എന്നെ കൊളുത്തിവലിച്ചത്. അടുത്തനിമിഷങ്ങളിൽ നടന്നേക്കാനിടയുള്ള സംഭവങ്ങളെ കുറിച്ചുള്ള ചിന്തയിൽ ഭയം എന്നിൽ ഇരച്ചുകയറി. അതു നൽകിയ കരുത്തിലും തിടുക്കത്തിലും ഞാൻ കിടപ്പുമുറിയിലെ അലമാര തുറന്ന് കുറച്ച് വസ്ത്രങ്ങളും സർട്ടിഫിക്കറ്റുകളും പാസ്പോർട്ടും ഒരു ബാഗിൽ കുത്തിനിറച്ച് അതുമായി വാതിൽ പൂട്ടി ഇറങ്ങി. പുറത്തെ ഇരുട്ടിൽ കനത്ത് പെയ്യുന്ന മഴയിലൂടെ ഞാൻ എന്റെ വീട്ടിലേയ്ക്ക് സ്കൂട്ടിയോടിയ്ക്കുമ്പോൾ അന്നുവരെയുള്ള വിവാഹജീവിതത്തിൽ നിന്ന് എന്നെന്നേയ്ക്കുമായി ഇറങ്ങുകയാണെന്ന ഉറപ്പും തിരികെ വന്നാൽ ഒരിയ്ക്കലും എന്റെ മുന്നിൽ വാതിലടയ്ക്കില്ല എന്ന വാപ്പച്ചിയുടെ വാക്കുകളുടെ ബലവും മാത്രമായിരുന്നു എന്റെ മനസ്സിലുണ്ടായിരുന്നത്. ഇനി എന്തെന്ന് ചിന്തിക്കാൻ പോലും കരുത്തില്ലാത്തൊരു ജീവിതം എന്റെ മുന്നിൽ നനഞ്ഞൊട്ടിക്കിടന്നു.

അതുവരെയുണ്ടായ സാമ്പത്തിക നഷ്ടങ്ങൾക്കൊപ്പം പലവിധ ആ

വശ്യങ്ങൾ പറഞ്ഞും ഭീഷണിപ്പെടുത്തിയും എന്റെ പേരിലെടുപ്പിച്ച ബാങ്ക് വായ്പകളടക്കം വലിയൊരു തുകയുടെ സാമ്പത്തിക ബാധ്യത കൂടി എനിയ്ക്ക് ഏറ്റെടുക്കണമായിരുന്നു. ഒരു ജോലി കിട്ടിയാൽ പോലും ബാധ്യതകൾ എന്നെ കൊണ്ട് കൂട്ടിയാൽ കൂടുന്നതായിരുന്നില്ല. ബാങ്കിൽ നിന്നുള്ള ഉദ്യോഗസ്ഥരും കളക്ഷൻ ഏജന്റ്സും മറ്റും ഇടയ്ക്കിടെ വരികയും കാര്യങ്ങളുടെ നിജസ്ഥിതി മനസ്സിലാക്കി കുറച്ച് ദിവസങ്ങളുടെ അവധി തന്ന് തിരികെ പോവുകയും ചെയ്യുന്നുണ്ടായിരുന്നു. ഞാൻ ഒരു കൊടിയ വഞ്ചനയ്ക്ക് ഇരയായതാണെന്ന് അറിയാമെങ്കിലും അതിനപ്പുറത്ത് മറ്റ് ഇളവുകൾ അനുവദിയ്ക്കുന്നതിന് അവർക്കും പരിമിതികളുണ്ടായിരുന്നു. ഞാൻ അന്നുവരെ ചെയ്തിരുന്ന ജോലിയിൽ തുടരാൻ ശ്രമിച്ചെങ്കിലും ഓഫീസ് ഫോണിൽ തുടർച്ചയായി അയാൾ വിളിക്കുകയും അസഭ്യങ്ങൾ പറയുകയും ചെയ്തതുകൊണ്ട് അവിടെ നിന്ന് രാജിവെയ്ക്കേണ്ടി വന്നു. എന്റെ വീട്ടിലെ ഫോണിലും അയാൾ നിരന്തരം വിളിക്കുകയും പരിധിയില്ലാത്ത അസഭ്യങ്ങൾ ചൊരിയുന്നതും പതിവായിരുന്നു. ഫോണെടുക്കാതായ അവസരങ്ങളിൽ ഒന്നുരണ്ടു തവണ വീടിനു മുന്നിൽ വന്ന് ബഹളമുണ്ടാക്കാനും വീട്ടിലേയ്ക്ക് അതിക്രമിച്ചുകയറാനും വരെ മുതിർന്നിരുന്നു. അതിനെ തുടർന്ന് പോലീസ് സ്റ്റേഷനിൽ പരാതി കൊടുത്തതുകൊണ്ടാകണം, പിന്നീട് അത്തരമൊന്നിന് അയാൾ ശ്രമിച്ചില്ല. നാണക്കേടോ മാനക്കേടോ എന്തെന്നു പോലും മനസ്സിലാകാത്ത വിധത്തിൽ എന്റെ മനസ്സും ജീവിതവും അപ്പോഴേയ്ക്ക് പരുവപ്പെട്ടുതുടങ്ങിയിരുന്നു. ഏതോ സുന്ദരസ്വപ്നത്തിലേയ്ക്കൊഴുകി ഒടുക്കം നാറുന്ന അഴുക്കുചാലിൽ അടിഞ്ഞ ഒരു മുത്തുപോലെ എന്റെ ജീവിതം ചെളിയിലും ദുർഗന്ധത്തിലും പുതഞ്ഞു.

അക്കാലത്ത് ദുബായിലുണ്ടായിരുന്ന സുഹൃത്താണ് എന്തുകൊണ്ട് അവിടെ ഒരു ജോലിയ്ക്ക് ശ്രമിച്ചുകൂട എന്നൊരു ആശയം മുന്നിലേയ്ക്ക് വെക്കുന്നത്. സന്ദർശക വിസയിൽ വരാൻ സാധിയ്ക്കുമെങ്കിൽ കഴിയാവുന്ന സഹായങ്ങൾ ചെയ്തുതരാമെന്ന് വാഗ്ദാനം ചെയ്യുകയും ചെയ്തു. അപ്പോഴേയ്ക്ക് സമൂഹത്തിൽ നിന്നും ബന്ധുക്കളിൽ നിന്നുമെല്ലാം ചോദ്യങ്ങളും പരിഹാസങ്ങളും കുറ്റപ്പെടുത്തലുമെല്ലാം ഉയർന്നുവരാൻ തുടങ്ങിയിരുന്നു. അതിനിടയിൽ ഭർത്താവിന്റെ അനുവാദമില്ലാതെ വീടുവിട്ടിറങ്ങിവന്ന എന്നെക്കുറിച്ച് പരാതി ലഭിച്ചുവെന്നും അതിന്റെ അടിസ്ഥാനത്തിൽ എന്റെ വിവാഹജീവിതത്തിലുണ്ടായ പ്രശ്നങ്ങളെ കുറിച്ച് ചർച്ച ചെയ്യാനും അത് പരിഹരിയ്ക്കാനുമായി പള്ളികമ്മിറ്റി കൂടുന്നതായും അറിയാൻ കഴിഞ്ഞു. പക്ഷെ ചർച്ചകൾക്കൊടു

ക്കം ഇനിയൊരു ആറു മാസം കൂടി അയാളോടൊപ്പം പരീക്ഷണാർത്ഥം ജീവിക്കട്ടെ, എന്നിട്ടാകാം മറ്റു തീർപ്പുകൾ എന്നായിരുന്നു കമ്മിറ്റിയുടെ തീരുമാനം. പക്ഷെ അങ്ങനെ ഒരു പരീക്ഷണത്തിന് എന്നെ വിട്ടുകൊടുക്കാൻ വാപ്പിച്ചി ഒരുക്കമായിരുന്നില്ല. 'കൊല്ലാൻ കൊടുക്കാൻ എനിക്ക് മക്കളില്ല' എന്ന ഒറ്റ വാചകത്തിൽ തന്റെ തീരുമാനം പറഞ്ഞ് വാപ്പിച്ചി പള്ളികമ്മിറ്റിയിൽ നിന്ന് ഇറങ്ങി വന്നു. മറ്റൊന്നിനുവേണ്ടിയും ഒരിയ്ക്കൽ കൂടി എന്നെ ആ ദുരിതങ്ങളിലേയ്ക്ക് വിട്ടുകൊടുക്കാൻ തയ്യാറാകാത്ത ആ സ്നേഹം അക്കാരണം കൊണ്ടുതന്നെ ചുറ്റുമുള്ള സകലരിൽ നിന്നും മുറിവുകളേറ്റുവാങ്ങി.

തുടർന്നും സമ്മർദ്ദങ്ങളും അനുനയശ്രമങ്ങളും നടന്നേക്കുമെന്ന ചിന്തയിലാകണം വാപ്പിച്ചി എന്നോട് എത്രയും വേഗം ദുബായിലേയ്ക്ക് പോകണമെന്നും അവിടെ ഒരു ജോലി കണ്ടെത്താൻ ശ്രമിയ്ക്കണമെന്നും പറഞ്ഞത്. സ്വന്തം കാലിൽ നിൽക്കുക എന്നതുമാത്രമാണ് ആ അവസ്ഥയിൽ നിന്നും രക്ഷപ്പെടാനുള്ള ഏകവഴിയെന്ന് അപ്പോഴേയ്ക്ക് എനിക്കും വ്യക്തമായിരുന്നു. നിയമപരമായി അയാളെ നേരിടാനെടുക്കുന്ന കാലതാമസം എന്നെ എല്ലാരീതിയിലും തളർത്തിക്കളയുമെന്ന് വാപ്പിച്ചിയ്ക്ക് ബോധ്യമായിക്കഴിഞ്ഞിരുന്നു. അഴിയ്ക്കും തോറും മുറുകുന്ന കുരുക്കുകളിൽ നിന്ന് വിടുവിച്ചെടുത്ത് കണ്ണെത്താ ദൂരേയ്ക്ക് എന്നെ പറഞ്ഞയയ്ക്കാൻ തീരുമാനിക്കുമ്പോൾ ആ നെഞ്ചുപിടയുന്നത് കണ്ണുകളിലെ ദൈന്യതയിൽ നിന്ന് ഞാൻ വായിച്ചെടുത്തു. ഉമ്മച്ചിയുടെ അടുത്ത സുഹൃത്തും കുടുംബവും കുറച്ച് കാലങ്ങളായി ദുബായിൽ ആയിരുന്നു താമസം. ജീവിതം വഴിമുട്ടി നിൽക്കുന്ന ആ സാഹചര്യത്തിൽ ഞാൻ ഏറ്റവും സുരക്ഷിതയായിരിക്കുന്നത് അവരോടൊപ്പമാകും എന്ന ഉറപ്പിന്മേലാണ് എന്റെ വിസയും മറ്റുകാര്യങ്ങളും നോക്കാനായി ആ വീട്ടുകാരെ ഏൽപ്പിച്ചത്. പ്രതീക്ഷിച്ചതിലും വേഗത്തിൽ തയ്യാറെടുപ്പുകൾ പൂർത്തിയായി. എന്റെ എല്ലാ പ്രശ്നങ്ങളുമേറ്റെടുത്ത് 'നീ നിന്റെ കാര്യം മാത്രം ചിന്തിച്ചാൽ മതി, ഒന്ന് ജീവിച്ചാൽ മതി' എന്നുപറഞ്ഞ് എന്നെ യാത്രയാക്കുമ്പോൾ ഇനിതരാൻ ഒന്നും ബാക്കിയില്ലെന്നമട്ടിൽ വാപ്പിച്ചി എന്റെ കയ്യിൽ കുറച്ച് പണം നിർബന്ധപൂർവ്വം ഏൽപ്പിച്ചു. ആ പണമടങ്ങിയ ബാഗും നെഞ്ചോട് ചേർത്ത് എയർപോർട്ടിലെ കസേരകളിലൊന്നിൽ ഞാൻ കാത്തിരുന്നു. ഈ നിമിഷം വരെയും ഇരുണ്ടൊരു കൂടിനുള്ളിൽ മുറിവുകളേറ്റ് പുളഞ്ഞുകിടന്ന പുഴുവായിരുന്നു ഞാനെന്നും ആ മുറിവുകളിൽ നിന്ന് നാളെ എനിയ്ക്ക് ചിറകുകൾ മുളയ്ക്കുമെന്നും സ്വപ്നം കണ്ടു. എനിയ്ക്കുമുകളിലായി ഉ

യർന്നുപറക്കാനുള്ള ആകാശത്തിന് ഞാൻ ജീവിതമെന്ന് പേരിട്ടു.

സെപ്റ്റംബറിന്റെ ചൂടിൽ കത്തിയെരിയുന്ന ദുബായ് നഗരത്തിലേയ്ക്ക് ഞാൻ വിമാനമിറങ്ങി. ഇനിയുള്ള മൂന്നുമാസം എന്റെ മുന്നോട്ടുള്ള ജീവിതം നിർണ്ണയിയ്ക്കുമെന്നത് ഉറപ്പായിരുന്നു. നാട്ടിലെ പ്രശ്നങ്ങളിൽ നിന്ന് രക്ഷപ്പെട്ടെത്തിയെങ്കിലും അതിജീവനം എളുപ്പമായിരുന്നില്ല. മൂന്നുമാസത്തെ വിസാ കാലാവധിയ്ക്കുള്ളിൽ ജോലി കണ്ടുപിടിയ്ക്കുകയും തൊഴിൽ വിസയിലേയ്ക്ക് മാറുകയും ചെയ്യണമായിരുന്നു. കാണുന്ന ഒഴിവുകൾക്കെല്ലാം അപേക്ഷിച്ചുകൊണ്ടിരുന്നു. അന്നേ ദിവസം എനിയ്ക്ക് രാവിലെയും ഉച്ചതിരിഞ്ഞുമായി രണ്ട് ഇന്റർവ്യൂവിന് ഹാജരാകേണ്ടതുണ്ടായിരുന്നു. രാവിലത്തേത് കഴിഞ്ഞപ്പോൾ തന്നെ സമയം ഏതാണ്ട് ഉച്ചയോടടുത്തിരുന്നു. പുറത്ത് റോഡിലേയ്ക്കിറങ്ങി പല വട്ടം കൈ കാണിച്ചെങ്കിലും ആ സമയത്ത് ടാക്സികളൊന്നും നിർത്തുന്നുണ്ടായിരുന്നില്ല. കാത്തുനിന്ന് മടുത്തപ്പോൾ ഞാൻ പതിയെ പോകേണ്ട ദിശയിലേയ്ക്ക് നടക്കാൻ തുടങ്ങി. തലയ്ക്കുമുകളിൽ കത്തിയെരിഞ്ഞ് നിൽക്കുന്ന സൂര്യനും മുന്നിലും പിന്നിലും അനിശ്ചിതമായി നീണ്ടുകിടക്കുന്ന റോഡും തിളവെയിലിൽ അവ്യക്തമാകുന്ന കാഴ്ചകളും കണ്ടപ്പോൾ എനിയ്ക്ക് എന്റെ ജീവിതം പോലെ തോന്നി. സ്നേഹത്തിന്റെയും വാത്സല്യത്തിന്റെയും കരുതലിൽ നിന്ന് എന്റെ ജീവിതമെത്തി നിൽക്കുന്ന കനൽച്ചൂടിനെ ഓർക്കവേ എന്റെ കണ്ണുകൾ നിറഞ്ഞൊഴുകി. എന്റെ യാതനകൾക്ക് അവസാനമില്ലേയെന്ന് ഞാൻ ആരോടെന്നില്ലാതെ കരഞ്ഞുകൊണ്ടുചോദിച്ചു. ആരുമില്ലാത്ത വഴിയോരത്ത് വെയിൽചൂടിൽ തളർന്നു നിൽക്കുന്ന എന്റെ ദയനീയത കണ്ടിട്ടാകണം ജോലി സമയം കഴിഞ്ഞ് താമസസ്ഥലത്തേയ്ക്ക് പോവുകയായിരുന്ന ഒരു പാക്കിസ്ഥാനി ടാക്സി ഡ്രൈവർ വണ്ടി നിർത്തിയത്. പോകേണ്ട സ്ഥലം പറഞ്ഞ് കണ്ണുകളടച്ച് ഞാൻ സീറ്റിലേയ്ക്ക് ചാരിയിരുന്നു.

ഉച്ചയ്ക്ക് ശേഷമുള്ള ഇന്റർവ്യൂ അത്യാവശ്യം വലിയൊരു ഐടി ഗ്രൂപ്പിനുവേണ്ടിയുള്ളതായിരുന്നു. തിടുക്കത്തിൽ കുളിച്ച് വസ്ത്രം മാറി കണ്ണാടിയുടെ മുന്നിൽ നിന്ന് എന്നെത്തന്നെ ഒന്നുനോക്കിയപ്പോൾ ആത്മവിശ്വാസമെല്ലാം ചോർന്നുപോകുന്നത് ഞാനറിഞ്ഞു. വെയിലിൽ വാടിക്കരിഞ്ഞ മുഖത്ത് കുഴിയിൽ വീണതുപോലെ തിളക്കമറ്റ രണ്ടു കണ്ണുകളും അവയിൽ ആർക്കും വായിച്ചെടുക്കാനാവുന്ന യാതനകളും മാത്രം കണ്ടു. പറഞ്ഞ സമയത്തിനു മുൻപ് തന്നെ ഞാനവിടെ എത്തിച്ചേർന്നു. കിട്ടില്ല എന്നൊരു ഉറപ്പുണ്ടായിരുന്നതുകൊണ്ടാകണം പരിഭ്രമമൊന്നും കൂടാതെ ആത്മവിശ്വാസത്തോടെ പെരുമാറാനും മോശ

മല്ലാത്ത രീതിയിൽ സംസാരിയ്ക്കാനും എനിയ്ക്കായത്. അവിടെ നിന്നിറങ്ങി അഞ്ചുമിനിറ്റിനുള്ളിൽ തന്നെ എന്നെ അതേ കമ്പനിയിൽ നിന്നും വിളിക്കുകയും തൊട്ടടുത്ത ദിവസം തന്നെ ജോലിയ്ക്ക് ഹാജരാകണമെന്നും നിർദ്ദേശിയ്ക്കുകയും ചെയ്തു. കുറേ കാലങ്ങൾക്കുശേഷം ആദ്യമായി ജീവിതമെന്നോട് കനിവ് കാണിയ്ക്കാൻ തുടങ്ങിയെന്ന തിരിച്ചറിവിൽ സന്തോഷമെന്റെ കണ്ണുകളെ നനയിച്ചു.

ജീവിതം വീണ്ടും തളിർക്കാൻ തുടങ്ങി; ബാധ്യതകൾ പതിയെ വീട്ടാനാരംഭിച്ചു. ഈ നഗരത്തിന്റെ ചടുലതയും വേഗവും എന്റെ ദിവസങ്ങളിലേയ്ക്കും പടർന്നു. ഇതിനിടയിലെപ്പഴോ ഇസ്ലാമിക നിയമപ്രകാരം വിവാഹമോചനം അയാളെഴുതി അയച്ചെന്നറിഞ്ഞു. എന്നെ നാട്ടിൽ വരുത്താനുള്ള അയാളിലെ കുടിലതയുടെ അവസാന ശ്രമത്തിന്റെ ഭാഗമായിരുന്നു അത്. പക്ഷെ കാത്തിരുന്ന് കിട്ടിയ അനുകൂലവിധി പോലെ ഞാൻ അത് സ്വീകരിക്കുകയും രേഖകളിലാക്കുകയും ചെയ്തു. ഒന്നും ആവശ്യപ്പെടാനോ അവകാശപ്പെടാനോ പോകാതെ ആ അധ്യായം ഞാൻ എന്നെന്നേയ്ക്കുമായി അടച്ചുവെച്ചു. ഞാൻ ജീവിതത്തിലെടുത്ത ഏറ്റവും നല്ല തീരുമാനങ്ങളിൽ ഒന്നായിരുന്നു അത്. ചിലപ്പോഴെങ്കിലും മുറിവുകളിൽ നിന്ന് രക്ഷപ്പെടാനുള്ള ഏകവഴി ആയുധങ്ങളുടെ പരിധിയ്ക്കപ്പുറത്തേയ്ക്ക് നീങ്ങുക എന്നതുമാത്രമാണ്.

സ്നേഹരാഹിത്യത്താൽ മുറിവേറ്റ മനുഷ്യരുടെ വേദനയും നീറ്റലും ഒറ്റനിമിഷംകൊണ്ട് ഒപ്പിമാറ്റാനാകുന്നത് പ്രണയത്തിനു മാത്രമാണല്ലോ. അത് ഏകാന്തമായുലഞ്ഞുനിൽക്കുന്നവർക്ക് വേരാഴ്ത്താൻ മണ്ണും നനവും നൽകുന്നു. അങ്ങനെയൊരിടം എനിയ്ക്കുമുണ്ടായി. എന്നാൽ ആഴങ്ങൾ തൊട്ടെന്ന് തോന്നിയ നിമിഷങ്ങളിലൊന്നിൽ ഏറ്റുവാങ്ങിയവൻ തന്നെ ആ പ്രണയത്തിന്റെ വേരറുത്തുമാറ്റിയപ്പോൾ ഞാൻ വീണുപോയി. അല്ലെങ്കിലും പ്രണയനഷ്ടത്തോളം നമ്മെ തള്ളിയിടാൻ ശക്തിയുള്ള മറ്റൊന്നുമില്ലെന്നുതന്നെ പറയാം. വിഷാദത്തിൽ തിളച്ചൊരു വേനൽക്കാലം മുഴുക്കെ വീണിടത്തു തന്നെ ഞാൻ സ്വയം ഉപേക്ഷിക്കുകയും കടുത്ത നൈരാശ്യത്തിൽ കരിഞ്ഞുണങ്ങുകയുമുണ്ടായി. എന്നാലൊരു വേനലും കാലത്തിന്റെ വരിയിലെ അവസാനമാകുന്നില്ല. നീണ്ട കാലമെന്നെ ചുട്ടുപൊള്ളിച്ച കനലുകളൊക്കെയും കെട്ടൊടുങ്ങും വിധത്തിൽ ഒടുവിൽ പുതിയൊരു വർഷകാലമെന്നെ തേടിവരികതന്നെ ചെയ്തു. എഴുതിക്കൂട്ടിയ വരികളിലെവിടെയോ ജീവിതം വായിച്ചെടുത്ത് മുനീർ എന്നെ കാണാനെത്തിയപ്പോൾ ഹൃദ്യമായ പെരുമാറ്റവും തീർച്ചയുള്ള തീരുമാനങ്ങളുമായിരുന്നു മറ്റെന്തിനേക്കാളും എന്നെ ആകർ

ഷിച്ചത്. പരസ്പരമറിഞ്ഞ് പ്രണയവും ജീവിതവും പകുത്തെടുത്ത് ഞങ്ങളൊന്നിച്ചപ്പോൾ, അതുവരെയും എന്റെ ജീവിതത്തിൽ നിന്നടർത്തിമാറ്റിയ നിറങ്ങൾക്ക് പകരം വെയ്ക്കാൻ കാലം സമ്മാനിച്ചത് വരയിലെ വർണ്ണങ്ങൾകൊണ്ട് മനസ്സുനിറയ്ക്കുന്ന ഒരു കുഞ്ഞു മാലാഖയെ ആണ്.

ഒരിയ്ക്കൽ കൈവിട്ടുപോയ ജീവിതത്തിന്റെ നിസ്സഹായതയുമായി ആശങ്കകളും അനിശ്ചിതത്വങ്ങളും മനസ്സിൽ നിറച്ച് ഞാൻ ഈ നഗരത്തിലെത്തുമ്പോൾ കയ്യിലുണ്ടായിരുന്നത് ജീവിയ്ക്കണമെന്ന തീരാത്ത ആഗ്രഹം മാത്രമായിരുന്നു. അതുതന്നെയാണ്, മുന്നിൽ വന്ന കനലുകളും മുള്ളുകളും ചവിട്ടിക്കടക്കാൻ എനിയ്ക്ക് ഊർജ്ജമായതും. ജീവിതത്തിൽ ചിലപ്പോഴെങ്കിലും ചില പോരാട്ടങ്ങളിൽ നിന്ന് നമുക്ക് പിൻവാങ്ങേണ്ടി വരാറുണ്ട്; അതൊരിക്കലും തോൽവിയല്ല. ജയിക്കുമെന്നുറപ്പില്ലാത്ത യുദ്ധം ചെയ്ത് സ്വയം പൊലിഞ്ഞടങ്ങുന്നതിലും നല്ലത് അതിൽ നിന്ന് ഒഴിഞ്ഞുനിൽക്കുന്നതും പിന്നീടുള്ള മികച്ച വിജയങ്ങൾക്കുവേണ്ടി വർദ്ധിത വീര്യത്തോടെ അവനവനെ കാത്തുവെക്കുന്നതും തന്നെയാണ്. ക്ഷമയും സമയവും നമുക്ക് തരുന്ന കരുത്തിനെ വെല്ലാൻ മറ്റൊന്നിനും കഴിഞ്ഞെന്നും വരില്ല. മാത്രമല്ല, ചില നീതിനടപ്പാക്കലുകൾ നാം കാലത്തിനു വിട്ടുകൊടുത്ത് മുന്നോട്ടു നടക്കുമ്പോൾ കാലം അതിന്റെ പൂർണ്ണതയോടെ പഴുതടച്ച് ആ കർമ്മം നിർവ്വഹിക്കുകയും ചെയ്യും. സന്ദർശക മുറിയിലെ സോഫയിലിരുന്ന് ടെലിവിഷനിൽ കളി ആസ്വദിക്കുന്ന കാണിയുടെ ആലസ്യത്തോടെ നമ്മൾ അത് നോക്കിക്കാണുന്നതും ഒരു കാവ്യനീതിയാണ്.

ആഗ്രഹിച്ചതും സ്വപ്നം കണ്ടതുമൊക്കെ പൊലിയുന്നിടത്തുനിന്നാണ് നമ്മുടെ ശരിയായ ജീവിതം തുടങ്ങുന്നത്. വീണ്ടും നടന്നു തുടങ്ങേണ്ടത് പ്രശ്നങ്ങളുടെ കൊടുമുടിയിൽ നിന്നോ നിസ്സഹായതയുടെ പടുകുഴിയിൽ നിന്നോ ആയേക്കാം. തുടക്കത്തിൽ നാം ഇഴയുകയോ, നിരങ്ങുകയോ, നടക്കുകയോ ഓടുകയോ ചെയ്തേക്കാം. അനിശ്ചിതത്വത്തിന്റെ ഇരുട്ടിലൂടെ നടക്കാൻ സ്വയമുരുകി ജ്വലിക്കേണ്ടിവന്നാലും അത് നമ്മെ സ്വപ്നങ്ങളിലേയ്ക്ക് വഴി നടത്തുകതന്നെ ചെയ്യും. പൊലിഞ്ഞുപോയതിനെ നേടാനുള്ള പോരാട്ടവും നേടിയത് വിട്ടുകളയാതിരിക്കാനുള്ള ചെറുത്തുനില്പുകളും ചേർത്തെഴുതുമ്പോൾ അതിനെ ജീവിതമെന്നല്ലാതെ മറ്റെന്താണ് വായിക്കാനാവുക!

കഥ തുടരും

സച്ചു ആയിഷ

തിരിഞ്ഞു നോക്കുമ്പോൾ ഒരുപാട് സന്തോഷവും അഭിമാനവും ഒക്കെ തോന്നുന്നുണ്ട്. പക്ഷേ ഇവിടം വരെയുള്ള യാത്ര ഒട്ടും എളുപ്പമായിരുന്നില്ല.അതിൽ ഒട്ടും ആത്മവിശ്വാസമില്ലാത്ത ഒരു കുട്ടിക്കാലം ഉണ്ട്. സ്വന്തം കാലിൽ നിൽക്കുന്നത് വരെ നേരിടേണ്ടി വന്ന അപമാനങ്ങളുണ്ട്. മുൻപോട്ട് പോവാൻ പ്രതീക്ഷകളില്ലാതെ വരണ്ട് പോയ അവസ്ഥകളുണ്ട്.

കഴിഞ്ഞ കാലത്തെക്കുറിച്ച് ഓർക്കുമ്പോഴും എഴുതുമ്പോഴും ഒരു കരച്ചിൽ ഇപ്പോഴും തൊണ്ടക്കുഴിയിൽ വന്നു തട്ടി നിൽക്കുന്നുണ്ട്. തിരുത്തലുകളൊന്നും സാധ്യമല്ലാത്ത വിധം കഴിഞ്ഞു പോയ ആ കാലം ഇന്നും എന്നെ വല്ലാതെ വേദനിപ്പിക്കുന്നു.

ഒട്ടും സൗഹാർദ്ദപരമല്ലാത്ത ഒരു കുടുംബാന്തരീക്ഷത്തിൽ ആണ് ജനിച്ചതും വളർന്നതും ജീവിച്ചതും എല്ലാം. ആരും ആരോടും ആവശ്യത്തിനല്ലാതെ സംസാരിക്കാത്ത, ഒട്ടും സ്നേഹം പ്രകടിപ്പിക്കാത്ത, പ്രകടിപ്പിക്കാനറിയാത്ത,ഒരുപാട് നിയന്ത്രണങ്ങളുള്ള വളരെ യാഥാസ്ഥിതികമായ എന്റെ വീട്. ലാളിച്ചാലും ഓമനിച്ചാലും വഴി തെറ്റിപ്പോവുമെന്ന് അവരെല്ലാം വിശ്വസിച്ചിരുന്നു. സ്നേഹത്തിനു വേണ്ടിയുള്ള എന്റെ നിലവിളികളൊന്നും അവരാരും ഒരിക്കൽ പോലും കണ്ടതായി നടിച്ചില്ല.എന്നെ സ്നേഹിക്കാൻ ആരുമില്ല എന്ന തോന്നലിൽ നിന്നുണ്ടായ അരക്ഷിതാവസ്ഥ ഇന്നും വേട്ടയാടുന്നുണ്ട്. അതുകൊണ്ടൊക്കെ തന്നെ കുട്ടിക്കാലത്തെക്കുറിച്ചുള്ള ഓർമ്മകളൊന്നും അത്ര നിറമുള്ളതായിരുന്നില്ല.

നിറത്തിന്റേയും തടിയുടേയും സൗന്ദര്യത്തിന്റേയും പേരിൽ നിരന്തരം പരിഹാസങ്ങളേറ്റ് വാങ്ങിയ ഒരു കാലം കൂടിയായിരുന്നു അത്. കൗമാരക്കാരിയായ ഒരു പെൺകുട്ടിയുടെ ആത്മവിശ്വാസം തച്ചുടച്ചു കളയാൻ മാത്രം പോന്നതായിരുന്നു അതെല്ലാം. ദൂരെ ദൂരെ എവിടേക്കെങ്കിലും നാട് വിട്ട് പോവാനും ചില സമയങ്ങളിൽ മരിച്ചു കളയാനും തോന്നിയിരുന്നു.

പൊതുവേ വായാടിയായിരുന്നെങ്കിലും സംസാരിക്കാനാളില്ലാതെ, നല്ല കൂട്ടുകാരില്ലാതെ, നല്ല ഓർമ്മകളില്ലാതെ എങ്ങനെയോ കടന്നു പോയ കാലം.

കോളേജിലെത്തിയിട്ടും പ്രത്യേകിച്ച് മാറ്റമൊന്നും ഉണ്ടായിരുന്നില്ല. ചെറിയ രീതിയിലെങ്കിലും അതിലൊരു മാറ്റം കൊണ്ട് വരാൻ സാധിച്ചത് ലാലി മിസ്സും ഷീമയും ഒക്കെ ആയിട്ടുള്ള കൂട്ടുകെട്ടിലൂടെയാണ്. ഞാൻ തീരെ മോശമല്ല എന്ന ചിന്ത എന്നിൽ ജനിപ്പിച്ചത് അവരുടെ ഇടപെടൽ കൊണ്ട് കൂടിയാണ്.

പിജി കാലഘട്ടത്തോട് കൂടിയാണ് കുറച്ചെങ്കിലും ആത്മവിശ്വാസം ആർജിച്ചെടുക്കാൻ സാധിച്ചത് എന്ന് പറയാം. അക്കാലത്തെ സൗഹൃദങ്ങളും രാഷ്ട്രീയ നിലപാടുകളും വലിയ രീതിയിൽ തന്നെ സ്വാധീനം ചെലുത്തിയിട്ടുണ്ട്. അതിലെടുത്ത് പറയേണ്ട ഒരു പേര് പ്രിയ കൂട്ടുകാരി ശ്രീനിഷയുടേതാണ്. അത്രയേറെ സ്വാധീനിച്ച അത്രയേറെ ആഴത്തിലുള്ള വേറൊരു സൗഹൃദവും ഇല്ലെന്ന് തന്നെ പറയാം.

സ്വന്തം നിലപാടിൽ ഉറച്ചു നിൽക്കാനും ഇഷ്ടമുള്ള രീതിയിൽ ജീവിക്കാനും അഭിപ്രായങ്ങൾ തുറന്ന് പറയാനും ഒക്കെയുള്ള ധൈര്യം കിട്ടിയത് ഈ ഒരു കാലഘട്ടത്തിൽ ആണ്.

പിജിയോട് കൂടി പഠനം അവസാനിപ്പിക്കണമെന്നും ചെറിയ സാലറിയിലെങ്കിലും ഒരു ജോലി നേടണമെന്നും ഇഷ്ടമുള്ളതെല്ലാം വാങ്ങിച്ചു കൂട്ടി ആഗ്രഹത്തിനനുസരിച്ചു ജീവിക്കണമെന്നുമൊക്കെയായിരുന്നു തീരുമാനിച്ചിരുന്നത്. ആഗ്രഹിച്ചത് പോലെ ഇന്ത്യയിലെ നമ്പർ വൺ സ്ഥാപനമായ IIM കോഴിക്കോടിൽ ജോലി കിട്ടി. ജീവിതത്തിൽ ആദ്യമായി അറ്റൻഡ് ചെയ്ത ഇന്റർവ്യൂ ആയിരുന്നു അത്. അവിടുന്നങ്ങോട്ട് പ്രതീക്ഷകളുടെ ചുവട് വെപ്പായിരുന്നു. സാലറി കുറവായതിന്റെ പേരിലും കുറേ പരിഹാസം കേൾക്കേണ്ടി വന്നിട്ടുണ്ട്.

ജോലിക്കിടയിൽ പഠിച്ചു UGC-JRF നേടി. ആയിടക്ക് കല്യാണം നിശ്ചയിക്കുന്നു. പിന്നീട് എന്റേത് മാത്രമായ കാരണങ്ങളാൽ എനിക്കതിൽ നിന്ന് പിന്മാറേണ്ടി വന്നു. തുടർന്നുണ്ടായ മാനസിക സംഘർഷങ്ങളും അതിനെ അതിജീവിക്കാനുള്ള പരിശ്രമങ്ങളും.

നിശ്ചയിച്ചുറപ്പിച്ച കല്യാണം വേണ്ടെന്നു വെച്ചു Phd ചെയ്യാനെന്നും പറഞ്ഞു യൂണിവേഴ്സിറ്റി ക്യാമ്പസിലേക്ക് വണ്ടി കയറുമ്പോൾ സത്യം പറഞ്ഞാൽ ഓടി രക്ഷപ്പെടുകയായിരുന്നു. പെണ്ണൊരുത്തി സ്വന്തം തീരുമാനത്തിന്റെ പുറത്ത് ഉറപ്പിച്ച കല്യാണം വേണ്ടാന്നു വെക്കുമ്പോൾ നാട്ടിലും കുടുംബത്തിലും വെറുക്കപ്പെട്ടവളാവാൻ കൂടുതലൊന്നും വേ

ണ്ടായിരുന്നു. പെൺകുട്ടികളെ പ്രായമായാൽ കെട്ടിച്ചയക്കണം, പഠിത്തമൊക്കെ പിന്നെയും ആവാലോ, അല്ലെങ്കിൽ തന്നെ ഓളെ പഠിപ്പിച്ചെന്താക്കാനാ, കൂടുതൽ പഠിപ്പിച്ചാൽ വഴിതെറ്റിപ്പോവും... ഇത്തരം ധാരണകളെ മറികടക്കുക എന്നതായിരുന്നു പ്രധാനം.

റിസർച്ചിന് ജോയിൻ ചെയ്തുവെന്നല്ലാതെ അത് പൂർത്തിയാക്കാൻ പറ്റുമെന്ന് ഒരിക്കലും കരുതിയിരുന്നില്ല. പലഘട്ടങ്ങളിലും പഠനം നിർത്തുന്നതിന്റെ വക്കിലെത്തിയിട്ടുണ്ട്.

എന്റെ ഉമ്മ എന്നൊരാളില്ലായിരുന്നെങ്കിൽ ഇത് സംഭവിക്കില്ലായിരുന്നു. 'എന്നാ അനക്ക് ഡോക്ടറേറ്റ് കിട്ടുന്നത് കാണാൻ വരേണ്ടത്?' എന്ന ഇടക്കിടെയുള്ള ഉമ്മയുടെ ചോദ്യത്തോളം എന്നെ പ്രചോദിപ്പിച്ച മറ്റൊന്നുമുണ്ടായിരുന്നില്ല. എന്നെ എല്ലാ കാര്യങ്ങളിലും സപ്പോർട്ട് ചെയ്യുന്നെന്ന് പറഞ്ഞു എന്നും കുറ്റപ്പെടുത്തലുകൾ കേട്ടിരുന്നത് ഉമ്മയ്ക്കായിരുന്നു. ഞാൻ നന്ദി പറഞ്ഞു കൊണ്ടിരിക്കുമ്പോഴെല്ലാം ഉമ്മയുടെ കണ്ണ് നിറഞ്ഞൊഴുകുകയായിരുന്നു എന്ന് അടുത്തിരുന്ന കൂട്ടുകാരി പറഞ്ഞു. സന്തോഷം കൊണ്ടാണെങ്കിലും സങ്കടം കൊണ്ടാണെങ്കിലും വളരെ അപൂർവ്വമായി മാത്രമേ ഉമ്മയുടെ കണ്ണ് നിറയാറുള്ളൂ.എന്റുമ്മ അത്രയേറെ സന്തോഷിച്ചിട്ടുണ്ടാവും.

കർക്കശക്കാരനായിരുന്നെങ്കിലും മോൾക്ക് Phd കിട്ടുന്നത് അഭിമാനമായി കൊണ്ട് നടന്ന ബാപ്പയും എന്നും എന്റെ മുൻപിലുണ്ടായിരുന്നു.ദാരിദ്ര്യം കൊണ്ട് പഠിത്തം നിർത്തേണ്ടി വന്ന വാപ്പക്ക് മോളിലൂടെയെങ്കിലും അത് സാധിപ്പിക്കണമെന്ന ആഗ്രഹവുമുണ്ടായിരുന്നിരിക്കാം. അത് കൊണ്ട് തന്നെ എന്റെ തിസീസിന്റെ ആദ്യ പേജ് അവർക്കുള്ളതായിരുന്നു. നേരത്തേ കോഴിക്കോടിനപ്പുറത്തേക്കു എങ്ങോട്ടും വിടാതിരുന്ന എന്നെ റിസർച്ചിന്റെ ഭാഗമായി അന്യസംസ്ഥാനങ്ങളിലൊക്കെ പോവേണ്ടി വന്നപ്പോഴും ഒന്നും മിണ്ടാതിരുന്നത് മോൾക്ക് ഡോക്ടറേറ്റ് കിട്ടിക്കാണണമെന്നുള്ള അവരുടെ ആഗ്രഹം കൊണ്ടായിരുന്നു. ഇനി ഒരു കല്യാണത്തിനും എന്നെ നിർബന്ധിക്കാതിരുന്നതും നാട്ടുകാരുടേയും കുടുംബക്കാരുടേയും ചോദ്യങ്ങൾക്കു മുൻപിൽ മൗനം പാലിച്ചതുമെല്ലാം ആ ഒരൊറ്റ ആഗ്രഹത്തിന്റെ പുറത്തായിരുന്നു. ഞാൻ PhD ക്കാരിയാവുന്നതോടൊപ്പം തന്നെ അവരുടെ കാഴ്ച്ചപ്പാടിൽ വന്ന മാറ്റങ്ങളാണ് ഇന്നെന്നെ ഏറെ സന്തോഷിപ്പിക്കുന്നത്. 'ഓളെ പഠിപ്പിച്ചത് തെറ്റായിപ്പോയെന്ന്' പറയുന്നവരോട് ഇന്ന് തിരിഞ്ഞു നിന്ന് 'ഓളെ പഠിപ്പിച്ചതാണ് ശരി' എന്ന് അവർ പറയും. ഇന്ന് എത്ര ദൂരത്തേക്കും അവർ എന്നെ ജോലിക്ക് വിടും. എന്റെ ശരികളെ അവർ അംഗീകരിച്ചു തുടങ്ങിയതും പരിഹസിച്ചവർക്കും

അവഗണിച്ചവർക്കും ഒറ്റപ്പെടുത്തിയവർക്കുമിടയിലൂടെ തല ഉയർത്തി നടക്കാനായി എന്നുള്ളത് തന്നെയാണ് ഏറ്റവും വലിയ നേട്ടം.

യൂണിവേഴ്സിറ്റി കാമ്പസിലെ റിസർച്ച് കാലം ഒട്ടനവധി സമരപരമ്പരകളുടേതു കൂടിയായിരുന്നു. രാപ്പകൽ സമരം, white Rose II, 156 ദിവസത്തെ നിരാഹാര സമരം തുടങ്ങി പല സമരങ്ങളുടെയും ഭാഗമാവാനും സാധിച്ചിട്ടുണ്ട്. നിരാഹാര സമരത്തെ തുടർന്നുണ്ടായ 5 മാസത്തെ സസ്പെൻഷൻ, വീട്ടിലറിഞ്ഞാലുള്ള പ്രശ്നങ്ങൾ, ഹോസ്റ്റലിൽ നിൽക്കരുതെന്ന ഉത്തരവ്, എങ്ങോട്ട് പോവുമെന്നറിയാതെ വിറങ്ങലിച്ചു നിന്ന നിമിഷങ്ങൾ, സസ്പെൻഷൻ ഡിസ്മിസലായേക്കുമോയെന്ന ഭയപ്പെടുത്തലുകൾ. തികച്ചും പ്രതിസന്ധിയിലായിപ്പോയ സമയങ്ങൾ.

രാഷ്ട്രീയ നിലപടുകളുടെ പേരിൽ വീട്ടിൽ ഉണ്ടായിട്ടുള്ള സംഘർഷങ്ങളും മർദ്ദനങ്ങളും വീടുമായിട്ടുള്ള ബന്ധം വല്ലാതെ കുറച്ചു.

റിസർച്ച് കാലയളവിൽ യൂണിവേഴ്സിറ്റി ഹോസ്റ്റൽ തന്നെയായിരുന്നു എന്റെ വീട്. ഓണത്തിനും വിഷുനും നോമ്പിനും അങ്ങനെ എല്ലാ അവധിക്കും വെക്കേഷനും എല്ലാവരും വീട്ടിൽ പോവുമ്പോഴും ഞാനിവിടെത്തന്നെയായിരുന്നു, നിപ്പ സമയത്ത് ഹോസ്റ്റൽ അടച്ചു പൂട്ടിയപ്പോഴും സ്പെഷ്യൽ പെർമിഷൻ വാങ്ങി ഒറ്റക്ക് ഇവിടെ നിൽക്കേണ്ടി വന്നിട്ടുണ്ട്. അതായിരുന്നു അന്നത്തെ സാഹചര്യം.അതുകൊണ്ട് തന്നെ മെസ്സിലെ ചേച്ചിമാരും ഹോസ്റ്റൽ മേട്രന്മാരും ഏറെ പ്രിയപ്പെട്ടവരാണെന്നും.

അപമാനിച്ചവരും പരിഹസിച്ചവരും ഏറെയുണ്ട്. കുഞ്ഞുനാൾ മുതലേയുള്ള ആ അപമാനിക്കലിനും പരിഹാസത്തിനും ഇന്നും മാറ്റമൊന്നുമില്ല.ഓടിപ്പോയി ആരും കാണാതെ പൊട്ടിക്കരഞ്ഞ ആ കൊച്ചു കുട്ടിയുടെ വാശിയാണ് ഇവിടം വരെ എത്തിച്ചത്, പരിഹസിച്ചവരെക്കൊണ്ടൊക്കെ തിരുത്തി പറയിപ്പിക്കും എന്ന വാശി. ശാപ വാക്കുകളും കേൾക്കേണ്ടി വന്നിട്ടുണ്ട്. ഏറെ നാളത്തെ ഉറക്കം കെടുത്താൻ മാത്രം അതുണ്ടായിരുന്നു. റിസർച്ച് മുൻപോട്ട് കൊണ്ടു പോവാൻ കഴിയാതെ ബുദ്ധിമുട്ടിയപ്പോഴൊക്കെ അതോർത്ത് വല്ലാതെ ഭയപ്പെട്ടിട്ടുണ്ട്. അന്നും ഉമ്മ തന്നെ ആയിരുന്നു ധൈര്യം.

അതുകൊണ്ടൊക്കെ തന്നെ റിസർച്ച് കാലഘട്ടം എനിക്ക് സമരപോരാട്ടങ്ങളുടെ കാലമാണ്, നിലനിൽപിന് വേണ്ടിയുള്ള സമരം. വീണിട്ടും വീണിട്ടും ലക്ഷ്യം കാണുന്നത് വരെയുള്ള സമരം.

വളരെ വലിയ ഒരു സ്വപ്നമായിരുന്നു PhD. അത്രയും കാലം മുൻപോട്ട് നയിച്ചത് ആ സ്വപ്നം നേടിയെടുക്കാനുള്ള തീവ്രമായ ആഗ്രഹ

മായിരുന്നു. അത് നേടിയെടുത്തതോടെ ഇനിയെന്ത് എന്ന ചിന്തയായി. മുൻപോട്ട് പോവാൻ പ്രതീക്ഷകളൊന്നുമില്ലാതെയായി.

തുടർന്ന് കുറച്ചു കാലം കാലിക്കറ്റ് യൂണിവേഴ്സിറ്റിയിൽ അസിസ്റ്റന്റ് പ്രൊഫസർ ആയി ജോലി ചെയ്തു. ശേഷം ഇന്ത്യക്ക് പുറത്ത് പോയി ജോലി ചെയ്യണമെന്ന ആഗ്രഹത്തിന്റെ ഭാഗമായി UAE യിലേക്ക് പറന്നു. അവിടെ ജോലി ചെയ്ത് കൊണ്ടിരിക്കെ തന്നെ ഒരു മാസത്തിനുള്ളിൽ കേന്ദ്രീയ വിദ്യാലയത്തിൽ ജോലി കിട്ടി. കേന്ദ്ര ഗവണ്മെന്റ് ജോലിയുടെ സുരക്ഷിതത്വം തുടങ്ങിയ പ്രലോഭനങ്ങളിൽ കുടുങ്ങി ജോലി രാജി വെച്ച് ഒഡിഷയിലേക്ക് വണ്ടി കേറി. ഭാഷ അറിയാത്ത, മലയാളികളെ കണി കാണാൻ കിട്ടാത്ത, വളരെ ഉൾപ്രദേശമായ ആ നാട്ടിൽ 2 വർഷം. ഭീകരമായ ഡിപ്രഷനിലൂടെയും മറ്റും കടന്ന് പോയ അവസ്ഥ. തുടർന്ന് ലക്ഷദ്വീപിലേക്ക് ട്രാൻസ്ഫർ കിട്ടുന്നു. അതിമനോഹരമായ, സ്നേഹം കൊണ്ട് സമ്പന്നമായ, പ്രിയപ്പെട്ട നാട്. ഒരുപാട് സൗഹൃദങ്ങളും സ്നേഹങ്ങളുമായി വളരെയേറെ സന്തോഷത്തോടെ, ആത്മസംതൃപ്തിയോടെ ഇവിടുത്തെ ജീവിതം ആസ്വദിച്ചു ഇതാ ഇവിടം വരെ എത്തി നിക്കുന്നു.

വരുമാനമുള്ള സ്ത്രീ എന്ന പദവി സമൂഹത്തിൽ നമുക്ക് ഉണ്ടാക്കിത്തരുന്ന അംഗീകാരവും ആളുകളുടെ മനോഭാവത്തിൽ വരുന്ന മാറ്റവും ശരിക്കും അനുഭവിച്ചറിയാൻ കഴിഞ്ഞിട്ടുണ്ട്. നമ്മുടെ ഐഡന്റിറ്റി തിരിച്ചറിയുകയും നമ്മളെ കേൾക്കാൻ ആളുകളുണ്ടാവുകയും ചെയ്യുന്നു. നമ്മുടെ അഭിപ്രായങ്ങൾ പരിഗണിക്കപ്പെടുന്നു. കൂടുതൽ കൂടുതൽ സ്നേഹവും ബഹുമാനവും സ്വീകാര്യതയും കിട്ടുന്നു.

കല്യാണം കഴിക്കാതെ ഒറ്റക്ക് ജീവിക്കുന്ന പെൺകുട്ടിയെ സംബന്ധിച്ചിടത്തോളം പുരുഷ മേധാവിത്വ സമൂഹത്തിൽ ജീവിച്ചു പോവുക എന്നുള്ളത് വെല്ലുവിളികൾ നിറഞ്ഞതാണ്. ജീവിതത്തിൽ എന്തൊക്കെ നേടിയാലും കല്യാണം കഴിച്ചില്ലല്ലോ എന്ന കുറ്റപ്പെടുത്തൽ എല്ലാ കാലത്തും ഉണ്ടാവും. സ്വന്തം ജീവിതം സ്വയം തിരഞ്ഞെടുക്കാനുള്ള അവകാശത്തെപ്പോലും ആരും തിരിച്ചറിയില്ല. അത്തരം സമ്മർദ്ദങ്ങളും വൈകാരികതകളും ഒരു പരിധിക്കപ്പുറം നമ്മളെ ബാധിക്കുകയേ ചെയ്യാത്ത അവസ്ഥയിലേക്ക് ഇക്കാലം കൊണ്ട് നമ്മൾ മാറിയിട്ടുണ്ടാവും. കുറച്ചു കൂടി നന്നായിട്ട് ജീവിക്കാമായിരുന്നു എന്ന് നാളെ കുറ്റബോധം തോന്നിപ്പിക്കാത്ത രീതിയിൽ ഒരുപാട് യാത്രകളും അനുഭവങ്ങളുമായി ഇന്ന് ജീവിതം ആഘോഷമാക്കുന്നു.

കഥ തുടരും....

മാർഗ്ഗത്തെ വഴിനടത്തുന്ന നേർരേഖയിലൂടെ

പുഷ്പവതി പൊയ്പാടത്ത്

ഞാനൊക്കെ എത്ര തട്ടിത്തടഞ്ഞു വീണാലും കൈപിടിച്ചു എഴുനേൽപ്പിക്കാൻ ഇന്നേവരെ ആരും ഉണ്ടായിട്ടില്ല.. വീഴ്ചയുടെ ആഘാതങ്ങൾ സ്വയം അനുഭവിച്ച് സ്വയം എഴുന്നേറ്റ് വീണ്ടും മുന്നോട്ട് പോകും പടച്ചവനോടല്ലാതെ ആരോടും സ്വന്തം പ്രയാസങ്ങൾ പറഞ്ഞിട്ടില്ല.അങ്ങിനെ ഒരു സേഫ് സോൺ മറ്റാരിലും കണ്ടിട്ടുമില്ല..എന്നിരുന്നാലും അപൂർവ്വമായി വളരെ അടുത്ത സൗഹൃദങ്ങൾ ഉണ്ടായിട്ടുണ്ട്.ഉള്ളിലേക്കെടുത്തവയെ ഇന്നുവരെ ഉപേക്ഷിച്ചിട്ടില്ല അതിന് എന്നും വജ്രത്തിന്റെ വിലയാണ്.. നഷ്ടപ്പെടുത്തിയിട്ടില്ല ഇന്നുവരെ. എനിക്കെന്റെ സംവേദനത്തിന്റെയും ക്രീയേറ്റീവിറ്റിയുടെയും ഭാഗമാണ് സൗഹൃദങ്ങൾ.. അതിനാൽ തന്നെ ഏറ്റവും സന്തോഷകരവുമാണ്. സ്വന്തം കാഴ്ചപ്പാടിന്റെ പ്രതിഫലനങ്ങൾ കൂടിയാണ് സൗഹൃദങ്ങൾ.. ആത്മീയപരമെങ്കിലും രാഷ്ട്രീയപരമെങ്കിലും വ്യക്തിപരമെങ്കിലും..അഭിപ്രായങ്ങൾ മറച്ചു പിടിക്കാറില്ല. അഭിപ്രായസമന്വയം സൗഹൃദങ്ങളിൽ എനിക്ക് പ്രധാനമാണ്. ബോധ്യം വരാത്ത വിഷയങ്ങളിൽ നിന്ന് വിട്ട് നിന്ന് ഒരു കാഴ്ചക്കാരിയാകേണ്ടി വരുന്നത് സൗഹൃദങ്ങളിലെ ഒരു നിസ്സഹായതയാണ്. പരസ്പരം കറക്റ്റ് ചെയ്യാനുള്ള സ്പേസ് അപ്പോഴും അവിടെ ഉണ്ടാകും.

എന്നും ഇൻസ്പിരേഷനും ക്രീയേറ്റീവ് എനർജിയും ഉണ്ടായിട്ടുള്ളത് സ്ത്രീകളിലൂടെയാണ്.. സംഗീത വഴിയിൽ സ്ത്രീ സൗഹൃദങ്ങളുടെ മനഃപ്പൂർവമല്ലാത്ത തീർത്തും ജനുവിൻ ആയ സ്വാധീനം ഉണ്ടായിട്ടുണ്ട്. ബഹുമാനം തോന്നിയിട്ടുള്ളതും നിസ്സീമമായ സ്നേഹം തോന്നിയിട്ടുള്ളതും സ്ത്രീകളോടാണ്.. പുരുഷന്മാരോട് സീമകൾ വച്ചേ എനിക്ക് സൗഹൃദമുള്ളൂ (ജീവിതസഖാവിനോടൊഴികെ)എന്ന് വെച്ച് പുരുഷന്മാരോട് ബഹുമാനം, സ്നേഹം ഇല്ലാ എന്നല്ല.. എല്ലാവരോടും സൗഹൃദമുണ്ട്.. വ്യക്തിപരമായ പരിസരത്തെ കുറിച്ചാവുമ്പോൾ വളരെ അപൂർവമാണത്എന്ന് മാത്രം.സ്ത്രീകളോട് മര്യാദയില്ലാതെ പെരുമാറുന്നവർ ഇനി എത്ര അന്താരാഷ്ട്ര പ്രശസ്തരാണെങ്കിലും യോഗ്യനായി ഞാൻ

കണക്കാക്കാറില്ല. അവർ എന്റെ കണ്ണിൽ വളരെ മോശക്കാരാണ്.. ഇപ്രകാരമൊക്കെയാണ് എന്റെ സ്ത്രീ സ്വത്വം.

പഴയ ചില ഓർമ്മകൾ പങ്കു വെക്കട്ടെ.

RMLP School

ഉച്ചഭക്ഷണത്തിന്നു ബെല്ലടിച്ചപ്പോൾ എല്ലാവരും സ്വന്തം ചോറ്റുപാത്രം തുറന്ന് ഭക്ഷണം കഴിക്കാൻ തുടങ്ങി.. ഞാൻ മാത്രം സ്കൂളിന്റെ ഗേറ്റിലേക്ക് നോക്കി അമ്മ കൊണ്ടുവരാമെന്ന് പറഞ്ഞ ഉച്ച ഭക്ഷണവും കാത്ത് ഒരു തടിച്ച മരത്തൂണും ചാരി നില്കുകയായിരുന്നു. കുറച്ചു നേരം കാത്ത് നിന്ന് വലഞ്ഞപ്പോൾ സ്കൂളിന്റെ കിണറ്റിൽ നിന്നും വെള്ളം കോരി കുടിക്കുന്ന നാലാം ക്ലാസുകാരിയായ എന്നെ സ്നേഹത്തോടെ വിളിച്ചു കാര്യം അന്വേഷിച്ച സരോജിനി ടീച്ചർ അന്നുച്ചയ്ക്ക് കഴിക്കാൻ അവർ അവരുടെ ചോറ്റ് പത്രത്തിൽ കരുതിയ ഇഡ്ഡലിയും ചമ്മന്തിയും സാമ്പാറും പാത്രത്തിന്റെ അടപ്പിൽ വെച്ച് തന്ന്.. മോള് കഴിച്ചോളോ.. ട്ടാ എന്നും പറഞ് തലയിൽ തലോടി തന്ന ഓർമ്മയാണ് ഗുരുനാഥയെ കുറിച്ചുള്ള ആദ്യ ഓർമ്മ. ആ അധ്യാപിക തന്നെയാണ് എന്നോട് ഒരിക്കൽ പറഞ്ഞത്.. 'സൽകർമ്മം ചെയ്യുക. മരിച്ചു പോയാൽ നമ്മുടെ കർമ്മം മാത്രമേ ബാക്കിയുണ്ടാകൂ'

എൽ.പി. സ്കൂളിൽ നിന്നും വേലൂർ ഹൈസ്കൂളിലേക്ക് 5മുതൽ 10വരെ ആണ് അവിടെ ഉണ്ടായിരുന്നത്. ഇന്നത്തെ +1, +2 ഇല്ലായിരുന്നു . 5 മുതൽ 7വരെയും എന്റെ കാര്യം പോക്കായിരുന്നു.. കാരണം ആരും പ്രത്യേകം വാത്സല്യമൊന്നും തന്നില്ല.. എന്നിരുന്നാലും പാട്ടിൽ മാത്രം ഞാൻ എല്ലാവരെക്കാളും മുൻപന്തിയിലായിരുന്നു. ക്ലാസ്സ് മുറിയിൽ പക്ഷെ ഒരു വിധം എല്ലാ വിഷയത്തിലും (കണക്കിന് സ്ഥിരമായി) അടി വാങ്ങി സംസ്കാരമില്ലാത്ത ശകാര വർഷം ഏറ്റു വാങ്ങി.. അക്കാലത്തൊക്കെ എന്റെ വീട്ടിലെ അന്തരീക്ഷം ആകെ കലങ്ങി മറിഞ്ഞതായിരുന്നു.. അച്ഛന്റെ മദ്യപാനം തന്നെ പ്രശ്നം.സ്കൂൾ വിട്ടാൽ പുസ്തകക്കെട്ട് കൊണ്ടിട്ട് പശുവിന്റെ കയറഴിച്ചുഅവയെ പുല്ല് മേയാൻ വിടുകയും അതോടൊപ്പം കൂട്ടുകാരോടൊത്ത് ഏറും പന്തും ഫുട്ബോളും സൈക്കിൾ ചവിട്ടിയും കളിച്ചു നടക്കും.. പശുവാണെങ്കിൽ ഏതെങ്കിലും കാട്ടിലോ കാണാത്തിടത്തോ പുല്ല് തിന്ന് മറഞ്ഞിട്ടുമുണ്ടാകും അമ്മ പാടത്തെ പണി കഴിഞ്ഞ് വന്ന് പശു എവിടെ? എന്ന് ചോദിക്കുമ്പോൾ ആണ് പശുവിനെ കുറിച്ച് ഓർമ്മ തന്നെ വരുന്നത് പിന്നെ പരക്കം പാച്ചിലാണ്..

ഒരിക്കൽ ഇതുപോലെ പശുവിനെ കാണാതെ ഞാനും ചേച്ചിയും(ഗീത) കാടുപിടിച്ച ഒരു വലിയ മാവിൻ തോട്ടത്തിൽ അതിനെ തേടി പോ

യി.. കുറച്ച് മുന്നോട്ട് പോയപ്പോൾ.. ഞാൻ പറഞ്ഞു.. ഇനിയങ്ങോട്ട് പോണോ.. നിക്ക് പേടീണ്ട്.. അവിടെ നല്ല മൂർക്കമ്പാമ്പ് ഉണ്ടെന്ന് അമ്മ പറഞ്ഞത് ഓർമ്മല്യേ? അപ്പോൾ അവൾ പറഞ്ഞു.. നിക്കൊരു പേടീംല്യ.. എന്റെ നക്ഷത്രം ആയില്യമാണ് എന്നെ പാമ്പ് ഉപദ്രവിക്കില്ലെന്ന്.. ഞാനാണെങ്കിൽ പേടിച്ച് അവൾ പോയ കാട് പിടിച്ചവഴിയിലേക്ക് കണ്ണും തുറുപ്പിച്ചു നോക്കി നിന്നു ഒരു മിനിറ്റ് ആകുമ്പോഴേക്കും ഗീത ശരവേഗത്തിൽ പാഞ്ഞു വരുന്നു.. ഉണ്ണ്യേ... ഓടിക്കോ... മൂർക്കൻ പാമ്പ്.. പിന്നെ അനിക്സ്പ്രെയുടെ പരസ്യം പോലെ പൊടിപോലും ഇല്ലായിരുന്നു കണ്ട് പിടിക്കാൻ.

വേലൂർ ആർ.എസ്.ആർ.വി.എച്ച്.എസിൽ ഒമ്പതാം ക്ലാസിൽ പഠിക്കുമ്പോഴാണ് മീനാക്ഷിടീച്ചർ സ്കൂളിൽ ഇംഗ്ലീഷ് അധ്യാപികയായി വരുന്നത്. അത് ക്ലാസിൽ ചർച്ചയായിരുന്നു. സാധാരണ എല്ലാ അധ്യാപകരും കൈയിലൊരു ചൂരലും കൊണ്ടാണ് വരാറ്?. പക്ഷെ മീനാക്ഷി ടീച്ചർ വടിയില്ലാതെ നിറഞ്ഞ ചിരിയോടെ വന്നു കയറിയപ്പോൾ എല്ലാ കുട്ടികളും ഒരുമിച്ച് വലിയ ശബ്ദത്തിൽ ഗുഡ്മോണിങ് ടീച്ചർ എന്ന് പറഞ്ഞു. അതുകേട്ട് ചിരിച്ച് ചെവിപൊത്തി നിന്ന ടീച്ചറെ ഇപ്പോഴും കണ്മുന്നിൽ കാണാം.

ആയിടക്കാണ് സ്കൂളിൽ യൂത്ത് ഫെസ്റ്റിവൽ അരങ്ങേറിയത്. ഞാൻ ഒരുവിധം എല്ലാ പാട്ടിനങ്ങളിലും മത്സരിക്കാനുണ്ടായിരുന്നു. അന്നത്തെ കാലത്ത് സ്കൂളിൽ ഗാനമേള മത്സരം ഉണ്ടായിരുന്നു. പക്ഷെ പെൺകുട്ടികൾ പങ്കെടുക്കാറില്ല. കാരണം തബല, കീബോർഡ്, ഡ്രംസ് ഇതൊന്നും അന്ന് പെൺകുട്ടികൾ വായിക്കുന്നത് കുറവാണ്. ഞാനാണെങ്കിൽ മലയാളം, ഹിന്ദി, ഇംഗ്ലീഷ്, സംസ്കൃതം എന്നീ വിഷയങ്ങളിൽ പദ്യം ചൊല്ലലിനും ലളിതഗാനം, ശാസ്ത്രീയ സംഗീതം, സംഘഗാനം, ദേശഭക്തിഗാനം, ഗാനമേള, എന്നിവയിലും മത്സരത്തിനുണ്ട്. കൂടാതെ, തിരുവാതിര കളിക്കുന്ന കുട്ടികൾക്കും സംഘനൃത്തത്തിനുള്ള കുട്ടികൾക്കും പിന്നണി പാടാനും ഒക്കെയായി ആകെ ജഗപൊക.

ഇതിലൊക്കെ നല്ല മിടുക്ക് കാണിച്ചിരുന്ന ഞാൻ നല്ല ഒന്നാംതരം പഠിക്കാത്ത കുട്ടിയുമായിരുന്നു. അങ്ങനെ മത്സരങ്ങൾ പൊടിപൊടിക്കുന്നു. മൂവ്വായിരത്തോളം കുട്ടികൾ പഠിക്കുന്ന സ്കൂളാണ്, കുട്ടികളും കുടുംബാംഗങ്ങളും നാട്ടുകാരും എല്ലാം കാണികളായി സ്കൂൾ മുറ്റം നിറഞ്ഞിരിക്കുന്നു. ഓരോ ഐറ്റവും കഴിയുന്നു.. .അവസാനം ഗാനമേള...

കർട്ടൻ പൊങ്ങുന്നതിനു മുൻപേ അണിയറയിൽ ആര് ഡ്രംസ് വായിക്കും, ആര് തബല വായിക്കും, ആര് ഹാർമോണിയം വായിക്കും എന്ന ചർച്ച.

ആർക്കും ഒന്നും വായിക്കാനറിയില്ല. മറ്റുള്ള കുട്ടികൾ പാടുമ്പോൾ ഞാൻ ട്രിപ്പ്ൾ ഡ്രം വായിച്ചു. ഞാൻ പാടുമ്പോൾ ആർക്കും വായിക്കാൻ അറിയില്ല. ചുമ്മാ അതിന്റെ മേലൊന്ന് കൈവക്കാൻ പോലും ഈ പെൺ കുട്ട്യോൾക്ക് നാണമായിരുന്നു.

പക്ഷെ ഞാൻ വിട്ടില്ല. 'പുഴയോരത്തിൽ പൂന്തോണി എത്തിലാ'... ഞാൻ സ്വയം കൊട്ടി പാടി. മത്സരം ഒരുവിധം തീർത്തപ്പോൾ ആൺകുട്ടികളുടെ കൂവൽ വയറു നിറച്ചു കിട്ടി. സ്റ്റേജിന്റെ പുറകുവശത്ത് വന്നപ്പോൾ കാണികളുടെ മുൻനിരയിൽ നിന്ന് മീനാക്ഷിടീച്ചർ ഓടി വന്നെന്നെ ഇറുക്കെ കെട്ടിപ്പിടിച്ച് നെറ്റിയിൽ അമർത്തിയൊരുമ്മ തന്നിട്ട് പറഞ്ഞു; "നല്ല മിടുക്കിയാണല്ലോ... ഇതേപോലെ തന്നെ ക്ലാസിൽ എടുക്കുന്ന വിഷയങ്ങളും നല്ല പോലെ പഠിക്കണം ട്ടാ..."

ആദ്യമായാണ് ഒരു അധ്യാപിക ഇത്ര വാത്സല്യത്തോടെ എന്നെ കെട്ടിപ്പിടിച്ചതും ഉമ്മവച്ചതും. അതെന്നിൽ ഉത്തരവാദിത്തബോധമുണ്ടാക്കി. ഞാൻ പഠിച്ചില്ലെങ്കിൽ ടീച്ചറിന്റെ സ്നേഹം നഷ്ടപ്പെടുമോ എന്ന് ആകുലപ്പെട്ട് അതുവരെ കാര്യമായി ഒന്നും പഠിക്കാതിരുന്ന, എന്നും തല്ലു വാങ്ങിയിരുന്ന പുഷ്പവതി എന്ന കുട്ടി ഇംഗ്ലീഷ് മെനക്കെട്ട് പഠിക്കാൻ തുടങ്ങി. പത്താം ക്ലാസിലെത്തിയപ്പോൾ കൂടുതൽ ശ്രദ്ധയോടെ പഠിക്കാൻ തുടങ്ങി. അപ്പോഴൊക്കെ ടീച്ചറായിരുന്നു മനസ്സുനിറയെ.

എന്നും ആദ്യം എത്തുന്ന ടീച്ചറെ കാത്ത് നേരത്തെ സ്കൂളിലെത്തി ടീച്ചേർസ് റൂമിനുമുന്നിൽ ഞാൻ നിൽക്കും. ഒരു പിടി പൂവും ഉണ്ടാകും കയ്യിൽ, ടീച്ചർക്ക് കൊടുക്കാൻ. ടീച്ചർ അതുവാങ്ങി എന്റെ മുടിയിലും വച്ചു തരും, വാത്സല്യത്തിൽ തലോടും. ഇംഗ്ലീഷ് പീരിയഡിൽ ടീച്ചർ വരുമ്പോഴെങ്ങാനും ചെറിയ ചാറ്റൽ മഴ പെയ്താൽ ഞാൻ കുടയുമെടുത്ത് ഓടിച്ചെല്ലും, ചൂടിക്കാൻ.

ക്വാർട്ടർലി എക്സാം കഴിഞ്ഞ് മാർക്ക് വന്നപ്പോൾ ഇംഗ്ലീഷിൽ നല്ല മാർക്കുണ്ടായിരുന്നു. എല്ലാ വിഷയത്തിലും ജയിച്ചവർ എഴുന്നേറ്റുനിൽക്കാൻ ടീച്ചർ പറഞ്ഞപ്പോൾ എനിക്ക് എഴുന്നേറ്റുനിൽക്കാനായില്ല, ഞാൻ അപ്പോഴും കണക്കിൽ തോറ്റിരുന്നു. എങ്ങനെ തലകുത്തി മറിഞ്ഞിട്ടും ഈ $(a+b)^2 \times (a-b)^2$ ഒന്നും മനസ്സിലായില്ല. കൂടാതെ ജീവിതത്തിൽ ഒരുപകാരവും ഇല്ലാത്ത, കോഴിത്തീറ്റ കാലിത്തീറ്റ എന്നൊക്കെ കളിയാക്കി വിളിച്ചിരുന്ന ചില കണക്ക് ഫോർമുലകളും. എങ്ങനെയോ ഞാൻ ഫൈനൽ എക്സാമിൽ കണക്കിന് ജയിച്ചു.

പഠനം കഴിഞ്ഞ് പോന്നശേഷവും ഇടക്ക് ടീച്ചറെ കാണാൻ സ്കൂളിൽ ചെല്ലാറുണ്ടായിരുന്നു. അപ്പോഴേക്കും ടീച്ചർ പ്രിൻസിപ്പലായി. ചെന്നുകഴിഞ്ഞാൽ രണ്ട് ചായ വരുത്തിക്കും; ഒന്ന് എനിക്കും ഒന്ന് ടീച്ചർ

ക്കും. മെല്ലെ അത് കുടിച്ച് വർത്തമാനം പറഞ്ഞിരുന്ന് സന്തോഷത്തോടെ മടങ്ങും. വർഷങ്ങൾക്കു ശേഷം ഞാനും പ്രിയനും മോളും കൂടി ടീച്ചറുടെ വീട് തേടിപ്പിടിച്ചു; ചെന്നുകാണാൻ. ഒരുപാട് സന്തോഷത്തോടെ പഴയ കാര്യങ്ങൾ പറഞ്ഞു, ഓർമ്മിച്ചു.

കഴിഞ്ഞ ദിവസം ഞാൻ compose ചെയ്തു പാടിയ ആനന്ദം എന്ന മ്യൂസിക് ആൽബം അയച്ചുകൊടുത്തത് ഇഷ്ടപ്പെട്ടോ ടീച്ചറേന്ന് ചോദിച്ചപ്പോൾ പറയാണ് പുഷ്പയുടെ എല്ലാപാട്ടുകളും എനിക്ക് ഒരുപാടിഷ്ടമാണ്. എന്റെ മാനസ പുത്രിയല്ലേ.. ന്ന്. അതിയായ സന്തോഷം കൊണ്ട് ഞാൻ ആ പഴയ ഒൻപതാം ക്ലാസ് കാരിയായി.

പണ്ട് ടീച്ചർ പഠിപ്പിച്ച വില്യം വേർഡ്സ്‌വർത്തിന്റെയും (daffodils), റോബർട്ട് ഫ്രോസ്റ്റിന്റെയും (Stopping by woods on a snowy evening) ഇംഗ്ലീഷ് കവിതകൾ എനിക്കിപ്പോഴും ബൈ ഹാർട്ട് ആണ്. അന്ന് ടീച്ചർ ആ poem ചൊല്ലേണ്ടത് എങ്ങിനെയാണ് എന്നും കൂടി ചൊല്ലി തന്നിരുന്നു...

'ഡിടാ ഡിടാ ഡിടാ ഡിടാ... ഡിടാ ഡിടാ ഡിടാ ഡിടാ.. ??...

I wandered lonely as a cloud.?

മീനാക്ഷി ടീച്ചർ അന്ന് ചേർത്ത് നിർത്തിയതു കൊണ്ട് മാത്രം ഒന്നും പഠിക്കാതിരുന്ന ഞാൻ എന്തെങ്കിലും നാലക്ഷരം പഠിച്ചു . ജയിച്ചു.

പ്രീഡിഗ്രി രാഷ്ട്രീയത്തിൽ കുളിച്ചതായിരുന്നു. എന്റെ 16 വയസിലാണ് കേരളവർമ കോളേജിൽ പ്രീഡിഗ്രി പഠിക്കുന്ന കാലം. ഞങ്ങൾ ഇടത് വിദ്യാർത്ഥിസംഘടനകളിലെ സുഹൃത്തുക്കൾ ഒത്തു കൂടി ഇരിക്കുന്നിടത്തേക്ക് വന്ന് വലിയ അടുപ്പമൊന്നും ഇല്ലാത്തൊരുവൻ എന്നെ 'ചരക്കെ' എന്ന് തമാശ രൂപത്തിൽ വിളിച്ചു. അക്കാലത്ത് പൊതുവെ സ്ത്രീകളെ സാധാരണക്കാർക്കിടയിൽ വളരെ സാധാരണ മട്ടിൽ എന്നോണം ഉപയോഗിക്കപ്പെട്ടിരുന്ന ഒരു വാക്കായിരുന്നു അത്.

പക്ഷെ ആ പ്രയോഗം എങ്ങിനെ ഉണ്ടാകുന്നു എന്ന് അഭിമാനമുള്ള സ്ത്രീക്ക്, സ്ത്രീകളുടെ ഭാഷ തിരിച്ചറിഞ്ഞ സ്ത്രീക്ക് മനസ്സിലാകും. അതുകൊണ്ട് തന്നെ ഇത്തരം അനാദരവ് ഉള്ള വാക്കുകൾ സഹിക്കാൻ കഴിയില്ലതന്നെ.അതു തമാശക്കാണെങ്കിൽ പോലും.

ഞാൻ ആ പയ്യനോട് പറഞ്ഞു ഇനിമേലാൽ അങ്ങനെയൊരു വാക്ക് എന്നോട് പറയരുത് അപ്പോൾ അയാൾ എന്നോട്, എന്താ പറഞ്ഞാൽ? വീണ്ടുംഅയാൾ ആ വാക്ക് ആവർത്തിച്ചു.

കവിളത്ത് ആഞ്ഞൊന്ന് കൊടുത്തു.. ഇനി വിളിക്കുമോടാ നീ എന്നെ?

വിളിക്കും അയാൾ.. ഒരെണ്ണം കൂടി പൊട്ടിച്ചു

അപ്പോഴേക്കും വിദ്യാർത്ഥി സഖാക്കൾ ഇടപ്പെട്ട് അവനെ പിടിച്ചുമാറ്റി പറഞ്ഞു മനസ്സിലാക്കി.

കേരളവർമ്മയിൽ നിന്ന് അന്ന് കിട്ടിയ സൗഹൃദങ്ങൾ ഇന്നും അതുപോലെ തുടരുന്നു. Comradeship സഖാത്വം എന്താണെന്ന് മനസ്സിലാക്കിത്തന്ന കോളേജാണ്. SKVC.

പാലക്കാട് സംഗീത കോളേജിൽ ചേർന്ന് ഹോസ്റ്റലിൽനിന്ന് പഠിക്കാൻ തുടങ്ങിയപ്പോൾ എല്ലാ അർത്ഥത്തിലും നല്ലൊരു വിദ്യാർഥിയാകാൻ കഴിഞ്ഞു. സംഗീതമായതുകൊണ്ട് അറിയാതെ തന്നെ അതിൽ ലയിച്ചു.. മറ്റെല്ലാ കാലുഷ്യങ്ങളും അകന്ന് പഠനത്തിൽ മാത്രം ശ്രദ്ധിച്ചു. അധ്യാപകരുടെ പ്രധാനമായും അധ്യാപികമാരുടെ സ്നേഹവുംശ്രദ്ധയും നേടി.. (പങ്കജം ടീച്ചർ, സുജാത ടീച്ചർ, രാജലക്ഷ്മി ടീച്ചർ, ഭുവനേശ്വരി ടീച്ചർ.. ലതിക എൻ. കുമാരി ടീച്ചർ) ലതിക ടീച്ചറാണ് സംഗീത കുലപതിയായ ശ്രീ മങ്ങാട് നടേശൻ സാറിന്റെ അടുക്കൽ പ്രത്യേക പരിശീലനത്തിന് ചേരാൻ എന്നെ ഉപദേശിച്ചത്.

ആദ്യരണ്ട് വർഷത്തെ പരീക്ഷയിൽ തന്നെ ഉയർന്ന മാർക്ക് നേടിയപ്പോൾ ക്യാഷ് അവാർഡും ഒരു ശ്രുതി ബോക്സുംമധുരൈ സംഗീത കലാനിധി ടി.എൻ. ശേഷഗോപാലിനിൽ നിന്നും സമ്മാനമായി കിട്ടി. അന്ന് കിട്ടിയ ക്യാഷ് അവാർഡ് തുകയായ നൂറ്റിയൊന്ന് രൂപ കൊണ്ടാണ് ഞാൻ ദക്ഷിണേന്ത്യൻ സംഗീതവും നല്ലൊരു നോട്ട് ബുക്കും പേനയും വാങ്ങിയത്. അതുവരെ ശ്രുതിപ്പെട്ടി പോലും ഇല്ലാതെ പ്രാക്ടീസ് ചെയ്തിരുന്ന എനിക് പഠിപ്പിന്റെ മികവ് കൊണ്ട് ശ്രുതിബോക്സും കിട്ടി ഗാനഭൂഷണം നാല് വർഷം കഴിഞ്ഞു high first ക്ലാസിൽ പാസ്സായി. ശേഷം പോസ്റ്റ് ഡിപ്ലോമക്ക് പോകാൻ നിവൃത്തിയില്ലെന്ന് അമ്മ പറഞ്ഞപ്പോഴും കുട്ടികൾക്ക് ക്ലാസ്സെടുത്ത് ആ പ്രതിസന്ധി തരണം ചെയ്തു.. പോസ്റ്റ് ഡിപ്ലോമയും സംസ്ഥാനത് ഒന്നാമതായി പാസ്സായി. നിറയെ കച്ചേരികൾ കേൾക്കുന്ന ശീലമുണ്ടായിരുന്ന എനിക്ക് കോളേജ് പഠനം കഴിഞ്ഞ് പാലക്കാട് നിന്നും നാട്ടിൽ വന്നതിനു ശേഷം കച്ചേരിയൊക്കെ കേൾക്കാൻ തൃശൂർ സിറ്റിയിൽ പോകണമായിരുന്നു. എന്റെ വേലൂർ ഗ്രാമത്തിൽ നിന്നും 18കിലോ മീറ്റർ യാത്ര ചെയ്താലേ അങ്ങോട്ടെത്താൻ കഴിയു.. കച്ചേരികൾ ആരംഭിക്കുന്നതേ 6pm നാണ്. എന്റെ സ്കൂട്ടറിൽ ഞാൻ സിറ്റി യിലോട്ട് വച്ചു പിടിക്കും. ഏകദേശം തനിയാവർത്തനം സമയം ആകുമ്പോൾ സമയം എട്ടേകാൽ കഴിയും.. പിന്നെ ഇരിപ്പുറക്കില്ല കാരണം 9മണിക്ക് എങ്കിലും വീട്ടിലെത്തണമെങ്കിൽ 8.30ന് മുന്നേ എഴുനേറ്റ് പോരണം.. ഇല്ലെങ്കിൽ അമ്മയുടെ ആധി കേറും.

രാത്രിയിലെ നിലാവ് കണ്ട് വിജനമായ റബ്ബർ തോട്ടങ്ങൾക്ക് നടുവി

ലൂടെ യാത്ര ചെയ്യുമ്പോൾ.. കുഞ്ഞു നാളിൽ അച്ഛൻ പറഞ്ഞു തന്ന് പേടിപ്പിച്ചിട്ടുള്ള യക്ഷികഥകളെല്ലാം ഓർമ്മ വരും.. ഒറ്റക്കുള്ള ആ യാത്രകൾ ഒരുപാട് ആസ്വദിച്ചിട്ടുണ്ട്. നല്ല പൂർണ്ണ നിലാവും കണ്ട് ഞാൻ അനുഭവിച്ച ആ സ്വാതന്ത്ര്യം ഇന്നും ഭൂരിഭാഗം സ്ത്രീകൾക്കും സാധിക്കാത്ത അവസ്ഥയാണ് കേരളത്തിൽ.

സിനിമാസംഗീത മേഖലയിൽ എത്തിപ്പെട്ടത് ട്രാക്ക് പാടാൻ തുടങ്ങിയതോടുകൂടിയാണ് ഒരുപാട് മത്സരം നിറഞ്ഞ മേഖലയാണ് സിനിമാസംഗീത മേഖല. അവിടെ അവസരങ്ങൾ അംഗീകാരങ്ങൾ എന്നിവ സോഷ്യൽ പ്രിവിലേജിന് അനുസരിച്ചാണ്. മുഖവില പ്രധാന ഘടകമാണ്. ചാനെൽസ് പ്രൊമോട്ട് ചെയ്യുന്ന ഗായകർ ഈ പ്രിവിലേജിൽ ഉൾപ്പെട്ടവരാണ്. ഈ സാഹചര്യത്തെ ഞാൻ മറികടക്കുന്നത് സോഷ്യൽ മീഡിയയിലൂടെയാണ്. എനിക്കുള്ള അവസരങ്ങൾ ഞാൻ സ്വയം സംഗീതം ചെയ്ത് പാടി എന്റെ യൂട്യൂബ് ചാനലിലും ഫേസ്ബുക്കിലും ഷെയർ ചെയ്താണ് ഉണ്ടാക്കുന്നത്. സംഗീതവഴിയിൽ എന്റെ സംഗീത സംവിധാനത്തിനായി തിരഞ്ഞെടുക്കപ്പെട്ട ഒട്ടനവധി കൃതികൾ മലയാളത്തിലുണ്ട് അവക്കായി സമയം കണ്ടെത്തണം നിലവിൽ ശ്രീ നാരായണഗുരുവിന്റെ ആത്മോപദേശശതകം, ദൈവദശകം,കുണ്ഡലിനിപ്പാട്ട്, അനുകമ്പാദശകം, സദാചാരം, തേവാരപ്പതികങ്കൾ, ഭദ്രകാളി അഷ്ടകം തുടങ്ങിയവ.. പൊയ്കയിൽ അപ്പച്ചന്റെ കൃതികൾ, കബീർദാസിന്റെ ദോഹകളുടെ മലയാളം ട്രാൻസ്ലേഷൻ, തിരഞ്ഞെടുക്കപ്പെട്ട മറ്റ് അനേകം പാട്ടുകൾ ഞാൻ പാടിയിറക്കി കഴിഞ്ഞു.. 'ആസാദി' എന്ന മുദ്രാവാക്യഗാനവും കേരളത്തിന്റെ നവോഥാന ചരിത്രം പറയുന്ന എത്രയെത്ര മതിലുകൾ' എന്ന ഗാനവും, യാ റസൂലെ ദൈവമൊന്നാണ്' എന്ന ഗാനവും അവയിൽ പെടും. ഞാൻ തന്നെ എഴുതി സംഗീതം നൽകി പാടിയ ഭക്തിഗാനങ്ങൾ വീഡിയോ ചെയ്ത് പുറത്തിറങ്ങാനുണ്ട് ഇനിയും ഈ ജീവിതം കൊണ്ട് ഒരുപാട് കാര്യങ്ങൾ ചെയ്യാനുണ്ട്. എന്നെ സംബന്ധിച്ച് ഈശ്വരൻ നേരിൽ വന്ന് തന്ന അവസരങ്ങളാണ് ഇവയെല്ലാം. കർമ്മം കൊണ്ട് എന്റെ മാർഗ്ഗത്തെ വഴി നടത്തുന്നത് ആ ഒരു നേർ രേഖയാണ്. ഞാൻ കഴിക്കുന്ന ഓരോ വറ്റിലും ആ കൃപയുണ്ട്.

ജീവിതം ജീവിക്കാനുള്ളതാണ്

മാജി ഷെരീഫ്

ഒറ്റക്കാവുന്നത് പേടിയുള്ളവരോടാണ്... സ്വന്തം വീട്ടിൽ മാതാപിതാക്കളോടൊപ്പം കഴിയുമ്പോൾ ദൈവമേ! ഞാൻ തനിച്ചാണല്ലോ.. എനിക്ക് പേടിയാവുന്നല്ലോ എന്ന് കരുതി ജീവിക്കുന്ന കുഞ്ഞുങ്ങളുണ്ടെന്ന് നിങ്ങൾക്കറിയാമോ...

എല്ലാ അപകടങ്ങളിൽ നിന്നും നിങ്ങളെ രക്ഷിക്കും എന്നുറപ്പുള്ളവർ തന്നെയാണ് നിങ്ങളുടെ ഉള്ളിൽ ഭയം നിറക്കുന്നതെന്ന് നിങ്ങൾക്ക് തോന്നിയിട്ടുണ്ടോ...

നിങ്ങൾ കരുതും അവർ നിങ്ങളെ വളർത്തുകയാണെന്ന്! നിങ്ങൾ വളരുകയും ചെയ്യും... വളർന്നുവന്ന ഇടത്തു നിന്നും ഓടി രക്ഷപെടാൻ തോന്നുന്നത്രയും വളർന്ന ഒരു കുട്ടിയാണ് ഞാൻ... മരിച്ചവരും ജീവിച്ചിരിക്കുന്നവരുമായ മനുഷ്യരെ പഴിക്കുന്നതിൽ അർത്ഥമില്ല.. മനുഷ്യൻ അവനോടേറ്റവും ചേർന്നു നിൽക്കുന്ന മറ്റൊരു മനുഷ്യനെ ആന്തരികമായി തുലച്ചു കളയും...

അല്ലെന്നൊക്കെ വെറുതെ തോന്നുന്നതാണ്... ബന്ധങ്ങളുടെ... സ്നേഹത്തിന്റെ എന്ന് തെറ്റിദ്ധരിപ്പിക്കപ്പെട്ട ഏതോ ഗട്ടറിൽ കുടുങ്ങിക്കിടക്കുകയാണ് ഓരോ മനുഷ്യനും... ഇതിൽ നിന്ന് പുറത്തു കടക്കാൻ കഴിഞ്ഞാൽ പിന്നെ എളുപ്പമാണ്...

നമുക്ക് നമ്മുടേത് മാത്രമായ ഒരു സ്വന്തമിടം ഉണ്ടാവണം. നമ്മുടെ ഇഷ്ടങ്ങൾ... സ്വപ്നങ്ങൾ.. സ്വകാര്യദുഃഖങ്ങൾ. ആഹ്ലാദങ്ങൾ. എല്ലാത്തിനും പ്രാധാന്യമുണ്ടെന്ന് തിരിച്ചറിയണം.

നിങ്ങളെ വേദനിപ്പിക്കാൻ മറ്റൊരു മനുഷ്യനെ അനുവദിക്കില്ലെന്ന തീരുമാനം നടപ്പിൽ വരുത്താൻ നിങ്ങൾക്ക് കഴിഞ്ഞാൽ നിങ്ങൾ നിങ്ങളെ ജയിച്ചു കഴിഞ്ഞു. പ്രിയപ്പെട്ട പല പേരുകളും വെട്ടേണ്ടി വന്നേക്കും..

എന്നാലും നിങ്ങളുടെ മനുഷ്യർ എല്ലാ കാലത്തും നിങ്ങളോടൊപ്പം തന്നെ ഉണ്ടാകും എന്നതാണ് സത്യം. രണ്ടടി പിന്നോട്ട് വെക്കുന്നതിൽ ഒരു തെറ്റുമില്ല. ജീവിതം എന്നെ പഠിപ്പിച്ചത് അതാണ്...

നിങ്ങൾ എന്താണോ അതായിരിക്കാൻ നിങ്ങളെ അനുവദിക്കാത്ത ഒരിടത്തും നിങ്ങൾ പച്ചപിടിക്കുകയില്ല...

യഥാർത്ഥത്തിൽ ഒന്ന് ചിരിക്കാൻ പോലും പറ്റാത്ത ഒരിടത്ത് ജീവിച്ചിരുന്നിട്ട് എന്ത് കാര്യം...

വീട് എല്ലാ കാലത്തും ഒരു ഇരുണ്ട ഓർമ്മയാണ്... അവിടെ എന്റെ അടഞ്ഞ നിലവിളികളും പേടികളും ഇപ്പോഴും മറഞ്ഞിരിക്കുന്നുണ്ട്. ഒറ്റ ദിവസം പോലും ഞാനെന്റെ വീട്ടിൽ സ്വസ്ഥതയോടെ ഉറങ്ങിയിട്ടില്ല. കുഞ്ഞുങ്ങൾക്ക് ഉള്ളിലെ പേടികളിൽ നിന്ന് മോചനമില്ലെന്ന് പഠിച്ചത് ഞാൻ വളർന്നതിനു ശേഷമാണ്.

നിങ്ങളുടെ ശരീരത്തിൽ മുറിവുകളുണ്ടാക്കാതെ ഒരു തുള്ളി ചോര പോലും പൊടിയാതെ മനുഷ്യർക്ക് നിങ്ങളെ ചതച്ചു കളയാൻ കഴിയുമെന്ന് പഠിക്കാൻ പിന്നെയും സമയമെടുത്തു.

അവരെത്ര സഹനുഭൂതിയോടെ നിങ്ങളെ കേട്ടു എന്നതിലല്ല. നിങ്ങൾക്കെതിരെ എടുത്തു വീശാനുള്ള കത്തി പോലെ അവർ നിങ്ങളുടെ വാക്കുകളെ തന്നെ രാകിക്കൊണ്ടിരുന്നു എന്നതാണ് നിങ്ങളെ പാടേ തകർത്തു കളയുക

ചവിട്ടി നിൽക്കാനുള്ള മണ്ണായും ചവിട്ടി തേക്കാനുള്ള തുണിയായും അവർ നിങ്ങളെ ഉപയോഗിക്കും... നിങ്ങൾക്ക് നേരെ വീശാനുള്ള ആയുധം നിങ്ങൾ തന്നെ അവരെ ഏൽപ്പിച്ചു കഴിഞ്ഞിരിക്കും. ഒരിക്കലും അവരോട് നിങ്ങളുടെ സ്വകാര്യദുഃഖങ്ങൾ പങ്കുവച്ചേക്കരുത് മനുഷ്യരേ. അവരെത്ര സ്നേഹിക്കുന്നവരായാലും. നിങ്ങളെ എവിടെ തൊട്ടാൽ മുറിയുമെന്ന് അവർ പഠിച്ചുവെക്കും.

എനിക്ക് രണ്ടു കുഞ്ഞുങ്ങളുണ്ട്. പതിനാറും ഏഴും വയസ്സുള്ള രണ്ട് ആൺകുട്ടികൾ. ബന്ധുക്കളോ സുഹൃത്തുക്കളോ ഇല്ലാത്ത അപരിചിതമായ ഇടങ്ങളിൽ മാറി മാറി താമസിക്കേണ്ടി വരുന്ന കുട്ടികൾ. എനിക്കവരുടെ സ്കൂളുകളിൽ പോകാനോ അദ്ധ്യാപകരെയും സുഹൃത്തുക്കളെയും പരിചയപ്പെടാനോ സമയം ഉണ്ടാക്കാൻ കഴിയാറില്ല.

എന്റെ മക്കളുടെ ഒപ്പം പുറത്തു പോകുമ്പോൾ ദിവസവും അവർ കാണാറുള്ള മനുഷ്യരെ ഞാനും കാണും. അവരുടെ ചിരി... പെരുമാറ്റം... കണ്ണുകളിലെ സ്നേഹം... ഇതൊക്കെ അവർ ആരാണെന്നോ ആരുടെ മക്കളാണെന്നോ അറിയാത്ത ആളുകളിൽ നിന്ന് രണ്ടു മനുഷ്യരെന്ന നിലയിൽ അവർ അവരുടെ സ്വന്തം സംസാരവും പെരുമാറ്റവും കൊണ്ട് നേടിയതാണല്ലോ എന്നോർക്കുമ്പോൾ ഒരു സിംഗിൾ പേരന്റ് എന്ന നിലയിൽ എനിക്ക് ആഹ്ലാദം തോന്നാറുണ്ട്.

സ്വന്തം കാലിൽ നിൽക്കുക എന്നതിലുപരി നിങ്ങളെ തുലച്ചു കളയാൻ മാത്രം സ്ഥാനം ജീവിതത്തിൽ ഒരാൾക്കും കൊടുക്കാതിരിക്കുക എന്നതിന് ഞാൻ എപ്പോഴും മുൻതൂക്കം കൊടുത്തിട്ടുണ്ട്...

ചിലരൊക്കെ മരിച്ചു പോവുന്നതിനും എത്രയോ മുമ്പേ മരിച്ചു പോയതായി നമുക്ക് തോന്നാറില്ലേ...

ജീവിതം ജീവിക്കാൻ തന്നെ ഉള്ളതാണ്..

മറ്റൊരാളുടെ സന്തോഷം കെടുത്താതെ അവരോടൊപ്പമായിരിക്കാൻ നിങ്ങൾ സ്വയം സ്നേഹമുള്ള മനുഷ്യരായി തീരേണ്ടതുണ്ട്...

അപ്പോൾ മാത്രമേ നിങ്ങൾക്കാ തീരുമാനം അത്ര ഉറപ്പോടെ എടുക്കാൻ കഴിയൂ...

Just step back from the things dont allow to grow you.

നെഗറ്റീവ്, പോസിറ്റീവ് എനർജിയായപ്പോൾ...

രമേഷ് പയ്യന്നൂർ

കഴിഞ്ഞ രണ്ടു വർഷങ്ങളായി നമ്മൾ നിത്യവും കേൾക്കുന്ന വാക്കാണ് 'അതിജീവനം.' അത് കോവിഡ് കാലം നമ്മളെ നിരന്തരം ഓർമ്മപ്പെടുത്തിയ വാക്ക് കൂടിയാണ്. അതിജീവനത്തെ കുറിച്ച് നമ്മൾ പലകുറി കേട്ടിട്ടുണ്ടെങ്കിലും ലോകത്തെ മുഴുവൻ മനുഷ്യർക്ക് മുന്നിലും അതിജീവനം ഒരു സമസ്യയായി നിന്നത് ഈ കോവിഡ് കാലത്തു തന്നെയായിരുന്നു. നമ്മളിൽ പലരും കോവിഡിനെ അതിജീവിച്ച് ഇപ്പോഴും പൊരുതിക്കൊണ്ടിരിക്കുകയാണ്.

കോവിഡിന്റെ ഭീതി ഒട്ടൊക്കെ വിട്ടുനിന്നെങ്കിലും മനുഷ്യരെ വിട്ടു പോകാൻ കൊറോണാ വൈറസിന് ഇപ്പോഴും മടിയാണ്. അതോ എപ്പോഴോ കടന്നു പോയേക്കാവുന്ന വൈറസിനെ നമ്മുടെ അശ്രദ്ധ കൊണ്ടും അലംഭാവം കൊണ്ടും ഇവിടെ തന്നെ നമ്മൾ പിടിച്ചു വെച്ചിരിക്കയാണോ ?

എങ്ങനെയായാലും 'ഈ കാലവും കടന്നു പോകും' എന്നതായിരുന്നു നമുക്ക് ഏറ്റവും കൂടുതൽ ധൈര്യം പകർന്നിട്ടുണ്ടാവുക. ഞാനും ആ കാലം കടന്നു വന്നവനാണ്. സ്റ്റുഡിയോയിലും ഓഫീസിലും കോവിഡ് നടമാടിയ നാളുകൾ ഞങ്ങൾക്കും ഉണ്ടായിരുന്നു. ആറു പേർ ഒറ്റയടിക്ക് പോസിറ്റീവായി. എന്റെ പരിശോധനാ ഫലം വരുന്നതിന് മുമ്പ് തന്നെ ഞാൻ ആകെ പരിക്ഷീണനായി. എന്നെ പരിശോധിച്ച സ്വകാര്യ ആശുപത്രിയിലെ ഡോക്ടർ ന്യൂമോണിയ സംശയിച്ച് റാസൽ ഖൈമയിലെ സർക്കാർ ആശുപത്രിയിലേക്ക് റഫറൻസ് നൽകി വിടുകയായിരുന്നു. 2019 ജൂലൈ മാസമായിരുന്നു അത്.

പൊള്ളുന്ന ചൂടത്ത് കാറുമെടുത്ത് ഒറ്റയ്ക്കു ഡ്രൈവ് ചെയ്ത് ആശുപത്രിയിലേക്ക് വിട്ടെങ്കിലും അവിടെ പ്രവേശിപ്പിക്കാതെ പറഞ്ഞു വിടുകയായിരുന്നു. നട്ടുച്ചയ്ക്കായിരുന്നു ഈ ഓട്ടമെല്ലാം. എന്ത് ചെയ്യുമെന്നറിയാതെ കുഴങ്ങിപ്പോയ സമയം. റാസൽ ഖൈമയിലെ പ്രസാദ് എ

ന്ന ആരോഗ്യ പ്രവർത്തകന്റെ സമയോചിതമായ ഇടപെടലിനു ഫലമുണ്ടായി. ഉച്ചയ്ക്ക് ഊണ് കഴിച്ചെന്നു വരുത്തി ഭാര്യയോട് യാത്ര പറഞ്ഞു വീണ്ടും കാറുമെടുത്ത് ആശുപത്രിയിലേക്ക്.

ഒരാഴ്ച മുൻപെടുത്ത പരിശോധനാ ഫലം അപ്പോഴും വന്നിട്ടില്ലായിരുന്നു. ഓഫീസിൽ പലരും പോസിറ്റിവാണെന്നു ഫലം വന്നപ്പോൾ മനസ്സിൽ വല്ലാത്ത ഒരാശങ്കയായിരുന്നു എന്റെ കാര്യം എന്താവും എന്ന ആശങ്ക. ആശുപത്രിയിൽ പ്രത്യേകം കെട്ടിമറച്ച ടെന്റിൽ കോവിഡ് പരിശോധന കഴിയാൻ തന്നെ മണിക്കൂറുകൾ കാത്തുനിൽക്കേണ്ടി വന്നു.

വൈകുന്നേരമായപ്പോഴേക്കും ഞാൻ ക്ഷീണിതനായി. നെഞ്ചകത്ത് വല്ലാത്ത ഒരു കനം. ശ്വാസം കഴിയ്ക്കാൻ വല്ലാത്ത ബുദ്ധിമുട്ട്. മേലാസകലം മൂടി പി പി ഇ കിറ്റ് ധരിച്ച ഒരു നേഴ്സ് എന്നെ വീൽ ചെയറിൽ ഇരുത്തി ഒരു ഐസൊലേറ്റഡ് മുറിയിലേക്ക് കൊണ്ട് പോയി. അവർ ഒന്നും മിണ്ടുന്നില്ല. അവശനായ ഞാനും എന്റെ ഹൃദയമിടിപ്പും.

വീൽ ചെയറിന്റെ ശബ്ദം ആശുപത്രിയിലെ നിശബ്ദതയെ തുളച്ച് മുന്നോട്ട് പോയി. ആ സമയത്ത് എന്നെ ഭയപ്പെടുത്തിയ ശബ്ദമായിരുന്നു അത്. എന്നെ മുറിയിലാക്കി ഏതോ രാജ്യക്കാരിയായ അവർ തിരിച്ചു പോയി. അവർ ഒന്നോ രണ്ടോ വാക്കുകൾ മുറി ഇംഗ്ലീഷിൽ ആണ് പറഞ്ഞത്. മലയാളി അല്ലെന്നു മനസ്സിലായി . മുറിയിൽ ഒറ്റപ്പെട്ടപ്പോൾ പല ആശങ്കകളും മനസ്സിൽ ഉയർന്നു. ഇനി ഇവിടെ നിന്ന് ജീവനോടെ മടങ്ങാൻ കഴിയുമോ? അതോ..? മൊബൈൽ എടുത്ത് ദുബായിലെ അക്കൗണ്ടിൽ ഉണ്ടായിരുന്ന തുക മുഴുവൻ നാട്ടിലെ അക്കൗണ്ടിലേക്ക് മാറ്റി. ഇനി ഒരു പക്ഷെ അതിനു കഴിഞ്ഞില്ലെങ്കിലോ ?

റാസൽഖൈമയിലെ വില്ലയിൽ ഭാര്യ തനിച്ചാണ്. ഇനി അവൾക്കും കോവിഡിന്റെ ലക്ഷണങ്ങൾ തുടങ്ങിക്കാണുമോ ? ആരാണ് അവളെ സഹായിക്കാൻ? അയൽപക്കത്ത് പോലും മലയാളികളായി ആരുമില്ല.

മൊബൈലിൽ വിളിച്ചു സംസാരിച്ചപ്പോൾ ഒരു ധൈര്യം കിട്ടി . ഇല്ല, അവൾക്ക് ഒരു കുഴപ്പവുമില്ല. എന്നെയോർത്തുള്ള സങ്കടം ഉള്ളിലുണ്ട്. എനിക്ക് കിതപ്പ് അനുഭവപ്പെട്ടത് കൊണ്ട് അധികം സംസാരിക്കാനും കഴിഞ്ഞില്ല.

അല്പനേരം കഴിഞ്ഞപ്പോൾ. ഒരാൾ ഭക്ഷണം എത്തിച്ചു തന്നു. കൈ കഴുകാനും ടോയ്‌ലറ്റ് ഉപയോഗിക്കാനുമായി നടന്നപ്പോൾ ആകെ കിതച്ചു. ശ്വാസം മുട്ടി. വേച്ചു വേച്ചു നടന്നാണ് കട്ടിലിൽ തിരികെയെത്തിയത്. ശ്വാസം മുട്ടൽ കലശലായി ഭക്ഷണം കഴിക്കാൻ പോലും കഴിഞ്ഞില്ല .

കാളിങ് ബെൽ അമർത്തിയപ്പോൾ മറ്റൊരു നേഴ്സ് വന്നു. ഓക്സി

ജൻ ലെവൽ ചെക്ക് ചെയ്തപ്പോൾ 80ൽ താഴെ മാത്രം . എന്റെ അവസ്ഥ കണ്ടു അവർ ഓക്സിജൻ ട്യൂബ് മൂക്കിൽ തിരുകി വെച്ച് തന്നു. അൽപനേരം കിടന്നു ഓക്സിജൻ ശ്വസിച്ചപ്പോൾ നേരിയ ആശ്വാസം കിട്ടി. ആഹാരം പേരിനു മാത്രം കഴിച്ച്, ഉറങ്ങാൻ കിടന്നു. ഉറക്കം വരുന്നില്ല.

ചിന്തകളുടെ ഭാരം നെഞ്ചകത്ത് വീർപ്പുമുട്ടലായി നിന്നു. രാത്രിയായപ്പോൾ ചില നേഴ്സുമാരും ഡോക്ടർമാരും വന്നു പല ടെസ്റ്റുകളും നടത്തി. അറബി ഭാഷ സംസാരിക്കുന്ന ഒരു ലേഡീ ഡോക്ടർ ഭയപ്പെടേണ്ടെന്നു ഇംഗ്ളീഷിൽ പറഞ്ഞു ആശ്വസിപ്പിച്ചു. ന്യൂമോണിയ നല്ലവണ്ണം ബാധിച്ചിട്ടുണ്ടെന്നു ഡോക്ടറും നേഴ്സും തമ്മിലുള്ള സംസാരത്തിൽ നിന്നും മനസ്സിലായി. ഉടനെ അവർ മരുന്ന് നൽകാനുള്ള നടപടികൾ തുടങ്ങി. ഐ വി കണക്ട് ചെയ്യാൻ കയ്യിലെ ഞരമ്പ് നോക്കിയപ്പോൾ നേഴ്സിന് കൃത്യമായി കിട്ടുന്നില്ല . എന്റെ ശരീരം അത്രമേൽ ക്ഷീണിതമായിരിക്കുന്നു. കുറെ നേരത്തെ പരിശ്രമം എന്റെ കയ്യിൽ കുറെ മുറിവുണ്ടാക്കിയെന്നല്ലാതെ മറ്റൊന്നും സംഭവിച്ചില്ല. കൈ മാറ്റി പരീക്ഷിച്ചപ്പോൾ അവർക്ക് ഞരമ്പ് കിട്ടി. അങ്ങിനെ മരുന്നും തുടങ്ങി. സ്ട്രോങ്ങ് മെഡിസിൻ ആണെന്നും ക്ഷീണം ഉണ്ടാകുമെന്നും ഡോക്ടർ പറഞ്ഞു. കാര്യങ്ങൾ അത്ര സുഖകരമല്ല എന്നെനിക്ക് തോന്നി തുടങ്ങി.

കുറെ കഴിഞ്ഞു മുറി വൃത്തിയാക്കാൻ വന്ന ഒരു സ്ത്രീയാണ് രണ്ടു ദിവസം മുൻപ് ഇതേ മുറിയിൽ ഒരു കോവിഡ് രോഗി മരിച്ച വിവരം പറയുന്നത്. അതോടെ എന്റെ സകല പ്രതീക്ഷകളും അസ്തമിച്ചു. വില്ലയിൽ ഒറ്റയ്ക്ക് കഴിയുന്ന ഭാര്യയുടെയും സൗദിയിലുള്ള മൂത്ത മകന്റെയും നാട്ടിലുള്ള ഇളയ മകന്റെയും മുഖങ്ങൾ മനസ്സിൽ തെളിഞ്ഞു. ഭീതി നിറഞ്ഞ ചിന്തകളിൽ നിന്നും ഒരു മോചനം കിട്ടാൻ ഉള്ളുരുകി പ്രാർത്ഥിച്ചു. എപ്പോഴോ ഉറങ്ങിപ്പോയി.

രാവിലെ പരിശോധനയ്ക്ക് വന്ന നേഴ്സുമാരാണ് ഉണർത്തിയത്. ഓക്സിജൻ ലെവൽ കൂടുന്നില്ല. അവർ ഡോക്ടറെ വിളിച്ചു. പരിശോധനകൾ പലതും മുറയ്ക്ക് നടന്നു. അതിനിടയിൽ രക്ത സമ്മർദ്ദം വല്ലാതെ ഉയർന്നു. രണ്ടും മൂന്നും ഡോക്ടർമാർ മാറി മാറി പരിശോധിച്ചു. ഉടൻ ബി.പി. കുറയാനുള്ള മെഡിസിനും വന്നു. തലക്കനം കൂടി മൊബൈൽ ഒന്ന് എടുത്ത് ഒരു മെസ്സേജ് അയക്കാൻ പോലും ശേഷിയില്ലാതായി.

അന്നത്തെ ദിവസവും അങ്ങിനെ കടന്നു പോയി. മൂന്നാം ദിനം രാവിലെ തന്നെ പി.പി.ഇ കിറ്റ് ധരിച്ച രണ്ടു ഘടാഘടിയന്മാർ മുറിയിലെത്തി.

സ്വാബ് ടെസ്റ്റ് എടുക്കാനായി അവർ ഓക്സിജൻ ട്യൂബ് മാറ്റി. കഴിഞ്ഞ ദിവസം ടെസ്റ്റ് ചെയ്തതാണല്ലോ എന്നു ഞാൻ പറഞ്ഞപ്പോൾ അത് നെഗറ്റിവാണെന്നും ഒന്ന് കൂടെ ടെസ്റ്റ് എടുക്കണമെന്നും അവർ പറഞ്ഞു. എന്റെ മൂക്കിലും വായിലും കുത്തി വേദനിപ്പിച്ച് അവർ കടന്നു പോയി. ഇടയ്ക്ക് ഭക്ഷണം വരുന്നുണ്ടെങ്കിലും എഴുന്നേറ്റിരുന്നു കഴിക്കാൻ പറ്റുന്നില്ല. സ്പൂൺ ഉപയോഗിച്ച് കഴിച്ചെന്നു വരുത്തി. എന്റെ ടെസ്റ്റ് നെഗറ്റീവ് ആണെന്നല്ലേ അവർ പറഞ്ഞത്? അപ്പോൾ ഞാൻ കോവിഡ് രോഗിയല്ല. എനിക്കത് ഉറക്കെ വിളിച്ചു പറയണമെന്ന് തോന്നി. പക്ഷെ അതിനായില്ല. മൊബൈൽ എടുത്തു നോക്കിയപ്പോൾ പത്ത് ദിവസം മുമ്പെടുത്ത ടെസ്റ്റിന്റെ ഫലവും വന്നിരിക്കുന്നു, ഒപ്പം ആശുപത്രിയിൽ വെച്ചെടുത്തതും. രണ്ടും നെഗറ്റിവ്. ഭീതിയുടെ ഇരുണ്ട താഴ്വാരത്തിലേക്ക് വീണു കൊണ്ടിരുന്ന മനസ്സിന് ഒരു പിടിവള്ളി കിട്ടിയത് പോലെ. എവിടെ നിന്നോ ശരീരത്തിലേക്ക് ഒരു ഊർജ്ജപ്രവാഹം പോലെ! ഇല്ല, എനിക്ക് കോവിഡ് ഇല്ല. അപ്പോഴും ഒരാശങ്ക. പിന്നെ എവിടന്നാണ് ഈ ന്യൂമോണിയ കിട്ടിയത്? അതിനു ഉത്തരം തരാൻ ഡോക്ടർമാർക്കും ആയില്ല. മൂന്നാമത്തെ ടെസ്റ്റ് ഫലം വന്നപ്പോൾ അതും നെഗറ്റിവ്!

വൈകുന്നേരം ആയപ്പോൾ രണ്ടു നേഴ്സുമാർ മുറിയിലേക്ക് കടന്നു വന്നു. അപ്പോൾ അവർ PPE കിറ്റ് ധരിച്ചിട്ടുണ്ടായിരുന്നില്ല. മാസ്കും, കയ്യുറയും, ഫേസ് ഷീൽഡും മാത്രം. അതെനിക്ക് പകർന്നു തന്ന ആശ്വാസം ചെറുതായിരുന്നില്ല. അവർ ഓക്സിജൻ ലെവൽ പരിശോധിച്ചപ്പോൾ അല്പം കൂടിയിരിക്കുന്നു.

അപ്പോൾ ഞാൻ അത്രപെട്ടെന്ന് ഈ ഭൂമി വിട്ടു പോകേണ്ടവനല്ല . വൈകുന്നേരം കൊണ്ട് വന്ന മുഴുവൻ ഭക്ഷണവും ഞാൻ കഴിച്ചു . കഴിഞ്ഞ രണ്ടു ദിവസമായി ആഹാരം കഷ്ടിയാണ്.

നെഗറ്റിവ് ഫലം നൽകിയ ആത്മവിശ്വാസത്തിന്റെ ആവേശത്തോടെ ഭാര്യയെയും മക്കളെയും ഉൾപ്പെടുത്തി ഒരു സൂം കോൾ ചെയ്തു. ക്ഷീണിതനായ എന്റെ കോലം അവർക്ക് സങ്കടം ഉണ്ടാക്കിയെങ്കിലും കോവിഡ് നെഗറ്റീവ് ആണെന്നറിഞ്ഞപ്പോൾ അവരുടെ മുഖത്തും ആശ്വാസത്തിന്റെ കിരണങ്ങൾ ഞാൻ കണ്ടു. ജീവിതത്തിലേക്ക് തിരിച്ചു വരാനുള്ള വെമ്പൽ കൂടി വന്നു. അതൊരു ഊർജ്ജ പ്രവാഹമായി ശരീരം മുഴുവൻ നിറഞ്ഞു . ഒരു പക്ഷെ തളർന്നു പോയേക്കാവുന്ന ഒരു മനസ്സിനും ശരീരത്തിനും 'നെഗറ്റിവ്' എന്ന വാക്ക് നൽകിയ ആശ്വാസം ചില്ലറയല്ല. ആ നെഗറ്റിവിൽ നിന്നാണ് ഞാൻ പതുക്കെ പിടിച്ചു കയറിയത്. ഓരോ ദിവസം കഴിയുന്തോറും 'അതിജീവനം' എന്ന വാക്കിന്റെ വി

ല ഞാൻ തിരിച്ചറിഞ്ഞു. ആശുപത്രിയിൽ ഏഴുദിവസത്തോളം കിടന്നു. നല്ല ചികിത്സ എന്നെ ജീവിതത്തിലേക്ക് തിരിച്ചു കൊണ്ടുവന്നു.

ആശുപത്രിക്കിടക്കയിൽ സീലിങ്ങിലേക്ക് നോക്കി ഉറക്കം വരാതെ കിടന്നപ്പോൾ എനിക്കേറെ ആശ്വാസമായത് പഴയ പാട്ടുകളാണ് . മകൻ ഉണ്ണി പഴയപാട്ടുകളുടെ ഒരു mp3 ഫയൽ അയച്ചു തന്നിരുന്നു. ഇടയ്ക്കിടെ മനസ്സ് നോവുമ്പോൾ ഞാനേറെ ഇഷ്ടപ്പെട്ട ആ പഴയ പാട്ടുകൾ എന്നെ ഏറെ ആശ്വസിപ്പിച്ചു. ഭാസ്ക്കരൻ മാഷും ബാബുക്കയും വയലാറും ദേവരാജനും യൂസഫലി കേച്ചേരിയും ശ്രീകുമാരൻതമ്പിയും ഒ.എൻ.വിയുമൊക്കെ ഏകാന്ത രാത്രികളിൽ എനിക്ക് കൂട്ടായി. എട്ടാം ദിനം ആശുപത്രി വിടുമ്പോഴും ശരീരം പൂർണ്ണമായും ആരോഗ്യത്തിലേക്ക് തിരിച്ചു വന്നിരുന്നില്ല . പ്രിയതമ പ്രീതയുടെ ആത്മാർത്ഥമായ പരിചരണം പതിയെ ആരോഗ്യം വീണ്ടെടുക്കാൻ എനിക്ക് സഹായകമായി.

നമ്മളെല്ലാം ഒരു പക്ഷെ ഏറ്റവും വെറുത്തിരുന്ന 'നെഗറ്റീവ്' എന്ന വാക്കാണ് എന്നെ അതിജീവനത്തിന്റെ പാതയിലേക്ക് കൊണ്ട് വന്നത്. ആ വാക്ക് മനസ്സിന് അതിജീവനം നൽകിയപ്പോൾ നല്ല ഡോക്ടർമാരുടെയുംനേഴ്സുമാരുടെയും പരിചരണം എന്റെ ശരീരത്തിനും ഉണർവ്വേകി.

ഒരു കുഞ്ഞു മധുരപ്രതികാരം

അഡ്വ. ഷാനിബ അലി

ഒരു വൈകുന്നേരം, മഴ ചാറി ഇരുള് വീണു തുടങ്ങുമ്പോ ഒറ്റക്കിരുന്നു മഴയിലേക്ക് നോക്കി എന്റെയുള്ളിലെ കുട്ടി അഭിമാനിക്കാറുണ്ട്. ഒരു പൊടി കണ്ണീരു വീഴാതെ ഞാനത്തരത്തിലൊരു വൈകുന്നേരത്തിനു തിരശീലയിടാറില്ല. ചിലപ്പോഴൊക്കെ ഞാനെന്നെ തന്നെ ഓർത്തെടുക്കുന്ന, കടിച്ചമർത്തിയ അപമാനങ്ങളേയോ വേദനകളെയോ ഓർക്കുന്ന നിമിഷങ്ങളാണ് ഞാൻ ജീവിച്ചിരുന്നു എന്നും പൊരുതിയിരുന്നു എന്നും എന്നെ തന്നെ ബോധിപ്പിക്കുന്നത് നിങ്ങൾക്കറിയില്ല ചില മനുഷ്യർക്ക് ശ്വാസം വിടുന്നത് പോലും ചിലപ്പഴൊക്കെ പോരാട്ടവും അതിജീവനവുമൊക്കെയാണ് .

ഞാനെപ്പോഴും ഓർക്കാറുണ്ട് എന്തില്ലെങ്കിലും എല്ലാ കുട്ടികളും അവരുടേതായ അതി മനോഹരമായ ഒരു ബാല്യം അർഹിക്കുന്നുണ്ട്. എനിക്കതില്ലാതെ പോയതിന്റെയാകാം ഇരുപത്തെട്ടിലും ഞാനാശിച്ചു കളിപ്പാട്ടങ്ങളും റബറും പെൻസിലും മിഠായികളും വാങ്ങിക്കൂട്ടുന്നത്. ഞാനെന്റെ വീട്ടിലെ ഇളയ കുട്ടിയായിരുന്നു പിതാവിന് മനസികാസ്വാസ്ഥ്യമുണ്ടാവുക, രണ്ടു പെൺകുട്ടികൾക്ക് വയറു കാളാതിരിക്കാൻ മാതാവിന് നാടുതെണ്ടി അടുക്കളകളായ അടുക്കളകളിൽ പാത്രം കഴുകിയും ബാക്കി വന്ന ഭക്ഷണം എടുത്തു കൊണ്ട് വന്നും കൊടുക്കേണ്ടി വരിക, അലിവോടെ ചേർത്ത് പിടിക്കുമെന്നു പ്രതീക്ഷിക്കുന്ന ബന്ധങ്ങളും അയൽക്കാരും അവജ്ഞയോടെയും പുച്ഛത്തോടെയും മാത്രം കാണുക, എന്റെ കുഞ്ഞു മനസ്സിന്   ഒന്നും അത്രഎളുപ്പമായിരുന്നില്ല. അതീ ലോകത്തിന് മനസ്സിലാകുന്നുണ്ടായിരുന്നില്ല.

പണമില്ലാത്തവന്റെ പിഞ്ചിനെ ആരും ഓമനിക്കില്ലെന്നും മടിയിൽ വെക്കില്ലെന്നും അതിനറിയില്ലല്ലോ. നിങ്ങൾക്കറിയാമോ? ഒരു കുഞ്ഞിനേൽക്കുന്ന അപമാനത്തിന്റെ തോത് എത്ര സംവത്സരങ്ങൾ പിന്തുടരുമെന്നും പിടിച്ചു കെട്ടുമെന്നും. അവർ വെറുതേ വേദനിച്ചുകൊണ്ടേയിരിക്കും. ജോലി കിട്ടി നല്ല നിലയിലെത്തി ഒരായിരം പുത്തനുടുപ്പുകൾ അവർ വാങ്ങിക്കും.

ആരുടെയൊക്കെയോ പാകമാകാത്ത ഉടുപ്പുകളുടെ കടം വീട്ടാൻ കാണുന്നതൊക്കെ അവർ വാങ്ങിക്കൂട്ടിയാലും അതെല്ലാം കൂട്ടിയിട്ട് അവരിടക്കൊക്കെ നെഞ്ചു പൊട്ടിക്കരയും പൊട്ടിയ ചെരുപ്പിന്റെ മൂക്കിൽ കുത്തിയ സേഫ്റ്റി പിന്നു കുത്തിക്കീറിയ പാട് എത്ര പുതിയ ചെരുപ്പ് മാറി മാറി ഇട്ടാലും തെളിഞ്ഞു വരുന്നത് കണ്ട് അവർ ഞെട്ടും. എന്തിന് ഒരു പുതിയ ടി വി വാങ്ങിക്കുമ്പോ വരെ താൻ കേറാതിരിക്കാൻ വാതിലടച്ചിട്ട വീട്ടുകാരെ ഓർമ്മ വരും. ഒരു കുഞ്ഞിനെന്തറിയാം, നിലത്തൊരു മൂലയിൽ ശബ്ദമുണ്ടാക്കാതെ തന്റെ ജീവിതത്തിലെ ഏക സന്തോഷം അനുഭവിക്കുന്ന കുഞ്ഞു മനസ്സ് അടച്ചിട്ട വാതിൽ കാണുമ്പോൾ ബെല്ലടിച്ചു നോക്കുകയും പേടിച്ചെങ്കിലും വാതിലിൽ മുട്ടി നോക്കുകയും ചെയ്യും. അകത്തു ശാപം കേൾക്കുമ്പോൾ തിരിച്ചോടി തന്റെ കീറപ്പായയിൽ എണ്ണയൂറി നനഞ്ഞ തലയിണയിൽ മുഖമമർത്തി ശബ്ദമില്ലാതെ കരയും തനിക്ക് കാണിച്ചു തരാനും ജിലേബിയും കേക്കും വാങ്ങിത്തരാനും എന്നെങ്കിലും ഒരു മാലാഖ ഭൂമിയിൽ വരുമെന്ന് ആശ്വസിക്കും പിന്നീട് ആ കുട്ടി വളരുകയും വീഴുകയും എഴുന്നേല്ക്കുകയും പഠിക്കുകയും ജയിക്കുകയും നേടുകയും മുന്നേറുകയും ഒക്കെ ചെയ്യും. അവസാനമായി എന്റെ സകലവാശിയും ആ കൊച്ചു കുഞ്ഞിന് വേണ്ടിയായിരുന്നു. തനിക്കു വേണ്ടി ഒരു മാലാഖ വരുമെന്ന് വിശ്വസിച്ച എന്റെ ഉള്ളിലെ കൊച്ചു കുഞ്ഞിന് വേണ്ടി ഞാനെന്റെ മാലാഖയായി ഞാനെന്നെ പഠിപ്പിച്ചു. വക്കീലാക്കി സമ്പാദിക്കാൻ തുടങ്ങി. പിന്നെ എനിക്ക് വേണ്ടതൊക്കെ വാങ്ങിച്ചു കൊടുത്തു സന്തോഷിപ്പിച്ചു.

ചിക്കിങ്ങിന്റെ പരസ്യ പേപ്പർ കിട്ടിയത് പുസ്തകത്തിനുള്ളിൽ വെച്ച് നോക്കി വെള്ളമിറക്കിയ എനിക്ക് ഞാൻ പിന്നീട് 11 വർഷങ്ങൾ കഴിഞ്ഞപ്പോൾ ബക്കറ്റ് ചിക്കൻ വാങ്ങിക്കൊടുത്തു. പുത്തനുടുപ്പുകളും കാറും ഷൂസും അങ്ങനെ കണ്ണിൽ കണ്ടതൊക്കെ വാങ്ങിച്ചു കൊടുത്തു ഞാനും ദൈവവും ആ കുഞ്ഞിനോട് കടം വീട്ടുകയാണ്.

ആശയോടെ നോക്കി നിന്നിട്ടും ഒരു മധുരപലഹാരത്തിന്റെ കഷ്ണം തരാതെ പങ്കിട്ടു കഴിച്ചവർക്ക് കൂടി ജോലി കിട്ടിയപ്പോൾ ആ കുഞ്ഞു മധുരം വാങ്ങി നൽകി ഒരു കുഞ്ഞു മധുര പ്രതികാരം ചെയ്തു. തന്റെ ജീവിതത്തിന്റെ ഗ്രാഫ് മുകളിലേക്കും ചവിട്ടിയരച്ചവരുടെ, അപമാനിച്ചവരുടെ, വേദനിപ്പിച്ചവരുടെ പലരുടെയും ഗ്രാഫ് താഴേക്കും പോകുന്നത്കണ്ട് ജീവിതത്തിന്റെ ബാലൻസിങ്ങിൽ അത്ഭുതം കൂറി ഒരിക്കലും ഒരു കുഞ്ഞിനെപോലും അവഗണിക്കുകയോ തരം താഴ്ത്തുകയോ അപമാനിക്കുകയോ ചെയ്യരുത്. ആ മുറിവുകൾ ഉണങ്ങുമെന്നു നിങ്ങൾ

കരുതരുത്. കണ്ണീരുണങ്ങാത്ത കവിളുകളുള്ള, ആരും ഓമാനിക്കാതെ വളർന്നു പോയ കുഞ്ഞുങ്ങളൊക്കെ ഇന്നും നിന്ന നില്പിൽ ഒരു മഴ കണ്ടോ, അടഞ്ഞു കിടക്കുന്ന വാതിൽ കണ്ടോ, നിറമുള്ള ഉടുപ്പ് കണ്ടോ കണ്ണു നനക്കുന്നുണ്ടാകും. എന്ന് ഒരിക്കലും വളരാത്ത എന്റെ ഉള്ളിലെ ഞാൻ..

സെൽഫ് ഹീലിംഗ്

റിനി രവീന്ദ്രൻ

ഒരാൾ സമാധാനം അന്വേഷിച്ച് ലോകം മുഴുവനും അലഞ്ഞു. ചുറ്റുമുള്ള മനുഷ്യരിൽ നിന്നുമേറ്റ മുറിവിൽ നിന്നും ചോരയൊഴുക്കിക്കൊണ്ട്. ഓരോ കാലടി വയ്ക്കുമ്പോഴും പൊള്ളിക്കൊണ്ട്. പക്ഷേ, എവിടെ നിന്നും അയാൾക്ക് സമാധാനം ലഭിച്ചേയില്ല. അലഞ്ഞലഞ്ഞ് അയാൾ മടുത്തു.

ഒടുക്കം ഒരിടത്ത്വെച്ച് അയാൾ തന്റെയുള്ളിലേക്ക് നോക്കി. തന്റെ ശരീരത്തിലെ ഓരോ അണുവും അയാൾ തൊട്ടറിഞ്ഞു. അതിലെ, ആനന്ദങ്ങൾ, വേദനകൾ. പിന്നീടയാൾ മനസ്സിലേക്ക് നോക്കി. അവിടെ അതുവരെ സ്പർശിക്കാതെ കിടന്ന ഒരേയൊരു രൂപം തന്റേതുതന്നെ ആയിരുന്നു. അയാളതിനെ സ്നേഹിക്കാൻ ശ്രമിച്ചു, എളുപ്പമായിരുന്നില്ല. അകത്തേക്ക് ഓടിയടുക്കാൻ ശ്രമിക്കുമ്പോഴെല്ലാം പുറംലോകത്തിന്റെ ചൂട് അയാളെ പൊള്ളിച്ചു കൊണ്ടേയിരുന്നു. തന്നോടുതന്നെയുള്ള വെറുപ്പും ആത്മനിന്ദയും കൊണ്ട് ഉള്ളം കയ്ച്ചു. പക്ഷേ, പതുക്കെ, പതുക്കെ അയാൾ തന്റെയുള്ളിലെ, താനതുവരെ അപരിചിതത്വം നടിച്ചുനിന്നിരുന്ന തന്നെത്തന്നെ കണ്ടെത്തി, വാരിപ്പുണർന്നു. തന്നെ സ്നേഹിക്കാം എന്നായപ്പോൾ അയാൾക്ക് ചുറ്റുമുള്ള ലോകത്തെ സ്നേഹിക്കാമെന്നായി.

ഇന്നലെ, ഒരു കൂട്ടുകാരി 'സെൽഫ് ഹീലിംഗി'നെ കുറിച്ച് എഴുതിയത് വായിക്കുകയായിരുന്നു. പതിനായിരക്കണക്കിന് കഷ്ണങ്ങളായി പൊട്ടിച്ചിതറിയ തന്നെത്തന്നെ പെറുക്കിയെടുത്ത് കൂട്ടിയോജിപ്പിച്ച് പഴയതുപോലെയാക്കുന്ന ആ പ്രയത്നത്തെ കുറിച്ച്. 'പുറത്ത് ഒരു മനുഷ്യനും അറിയണം എന്നില്ല അത്തരം ഘട്ടങ്ങളിൽ ഒരാൾ കടന്നു പോകുന്ന അവസ്ഥകൾ. മുറിഞ്ഞ്, നൊന്ത്, പഴുത്തു പൊള്ളി അടർന്ന് തന്നെയാണത് സംഭവിക്കുക' എന്നാണ് ലിഷ എഴുതിയത്. മനുഷ്യന് സ്വയമേ സുഖപ്പെടുത്തേണ്ടി വരുന്നത് അയാൾക്ക് പണമില്ലാതെയാകുമ്പോഴോ, സാമൂഹികജീവിതമില്ലാതെയാവുമ്പോഴോ ഒന്നുമായിരിക്കില്ല. മറിച്ച് സ്നേഹം നഷ്ടപ്പെടുമ്പോഴോ, ആശ്രയം എന്ന് കരുതിയിരുന്നതെന്തോ ന

ഷ്ടപ്പെടുമ്പോഴോ ആണ്.

ഒരുദിവസം പുലർച്ചെ ഒരു കൂട്ടുകാരൻ ഇങ്ങനെ മെസേജ് അയച്ചു, 'നിക്കിത് പറ്റുന്നില്ല. ഈ ജീവിതം എനിക്ക് മടുത്തുപോകുന്നു.' തന്നെ ത്തന്നെ സ്നേഹിക്കാൻ കഴിയാതെ പോയ ഒരുവന്റെ വിലാപം മുഴുവ നും അതിലുണ്ടായിരുന്നു. അതുവരെ കൂടെയുണ്ടായിരുന്ന് പെട്ടെന്നിറ ങ്ങിപ്പോയ ഒരാളുടെ വിടവ് അവന്റെ ജീവിതത്തെ വിഷാദത്തിന്റെ നീല ക്കടലിൽ കൊണ്ടുചെന്ന് ഉപേക്ഷിച്ചിരുന്നു. തന്നെക്കാൾ കൂടുതലായി നാം മറ്റൊന്നിനെ സ്നേഹിക്കുമ്പോഴുണ്ടാകുന്ന മുറിവാണത്. എന്തൊ ക്കെ പറഞ്ഞാലും മനുഷ്യനൊരു വികാരജീവി തന്നെ. എന്തുണ്ടായാ ലും അവൻ സ്നേഹത്തിന് വേണ്ടി അന്വേഷിച്ചു കൊണ്ടിരിക്കും.

പക്ഷേ, ജീവിതത്തിന് ആരോടും ദയവില്ല. അതറിയിക്കാനായി ഇട യ്ക്കിടയ്ക്ക് ജീവിതം തന്നെ നമ്മെ മുറിവേൽപ്പിക്കും. അത് അനിവാര്യ തയാണ്.

വിവാഹം കഴിഞ്ഞ് നാലാം വർഷം ഒരപകടത്തിൽ ഭർത്താവ് മരിച്ച പ്പോൾ അവൾ ഈ ലോകത്തെ നോക്കിയ നോട്ടമുണ്ട്. അതിൽ നിറ യെ ശൂന്യത മാത്രമായിരുന്നു. അതിജീവിക്കാനാവില്ലെന്ന് തോന്നിയ ദി വസങ്ങളെ കുറിച്ച് പിന്നീടവൾ പറഞ്ഞത് അത്ഭുതത്തോടെ കേട്ടിരു ന്നിട്ടുണ്ട്. അവരുടേത് മാത്രമായ ലോകത്ത് നിന്ന് വളരെ പെട്ടെന്നൊ രാൾ ഇറങ്ങിപ്പോവുകയും മറ്റേയാൾ തനിച്ചാവുകയും ചെയ്യുന്ന ആ നി മിഷം. എല്ലാം പറഞ്ഞിരുന്നൊരാൾ, എല്ലാത്തിനും കൂട്ടുനിന്നൊരാൾ. അയാളുടെ ഇല്ലായ്മ തന്റെതന്നെ ഇല്ലാതാവലാണ് എന്ന് തോന്നിയാൽ മനുഷ്യനെ കുറ്റം പറയാനൊക്കില്ല. കാരണം, നേരത്തെ പറഞ്ഞല്ലോ മ നുഷ്യനൊരു വികാരജീവിയാണ്. ഏതായാലും പിന്നീടവൾ തന്റെ ജീ വിതം തുന്നിയെടുക്കുന്നത് നേരിട്ട് കണ്ടതാണ്. ഡ്രൈവിംഗ് പഠിച്ചത്, ര ണ്ടാമതൊരു ബിരുദത്തിന് കൂടി ചേർന്നത്, വീട് നിറയെ ചെടികളായ ത്. അതേ, മനുഷ്യന് പിന്നെയും വേര് പടർത്തിയേ മതിയാവൂ.

'പ്രണയിച്ചുകൊണ്ടിരിക്കവെ നാം രണ്ടും ഒരു കൂട്ടിലായിരുന്നു. പ ക്ഷേ, അവനുള്ളത് കൊണ്ട് അത് മനോഹരമായിരുന്നു. ഒറ്റക്കായിരി ക്കാൻ ഞാനൊരുങ്ങും മുമ്പ് തന്നെ അവൻ കൂടിന് പുറത്തേക്ക് പറന്നു പോയി. പക്ഷേ, എന്നെ തുറന്ന് വിടാൻ മറന്നിരുന്നു. ആ കൂട് പൊളിച്ച് പുറത്ത് കടക്കേണ്ടത് എന്റെ മാത്രം ആവശ്യമായി' അവൾ സങ്കടങ്ങളു ടെ പെരുമഴയായി നിന്ന് പെയ്തു. ഉറക്കമില്ലാത്ത, ഭക്ഷണമില്ലാത്ത നാ ല് ദിവസങ്ങൾക്കൊടുവിൽ അവൾ പതിയെ ശ്വാസം വീണ്ടെടുത്ത് തുട ങ്ങി. 'അവനെന്റെ ശീലമായിരുന്നു' 'ജീവിതത്തിന്റെ ഉപ്പും ചോറുമായി

രുന്നു' എന്നവൾ പതം പറഞ്ഞ് കരയുന്നു. അവൾ നിർത്താതെ മദ്യപിച്ചു, സിഗരറ്റുകൾ വലിച്ചു തള്ളി. അതിലൂടെ നശിപ്പിക്കാൻ ശ്രമിച്ചത് അവളവളെ മാത്രമല്ല, അതിനേക്കാളുപരി അവളിൽ നിറഞ്ഞുനിന്നിരുന്ന ഒരാളുടെ ഓർമ്മകളെയാണ്.

ഓർമ്മകൾക്കൊരു കുഴപ്പമുണ്ട്. നമ്മളെത്ര ഇല്ലാതാക്കണമെന്ന് കരുതുന്നുവോ ഇരട്ടി വേഗത്തിൽ അത് നമ്മിലേക്ക് തിരിച്ചെത്തും. എന്ത് മറക്കാനാഗ്രഹിക്കുന്നുവോ അതിനെ ഓർമ്മിപ്പിക്കുന്ന അനേകം കാര്യങ്ങൾ കൺമുന്നിലിട്ടുതരും. ചിലപ്പോൾ നാം, ഒട്ടും പ്രതീക്ഷിക്കാത്ത നേരത്ത് കണ്ണുകെട്ടിക്കറക്കി ഏതെങ്കിലും നഗരത്തിലെ ആൾക്കൂട്ടത്തിനിടയിൽ ഉപേക്ഷിക്കപ്പെടുന്ന കുഞ്ഞാവും. പക്ഷേ, എല്ലാ കുഞ്ഞുങ്ങളും ഒരുനാൾ നടക്കാൻ പഠിക്കും. കൗതുകം തീരുമ്പോൾ ചുറ്റുമുള്ള ലോകത്തെ തിരിച്ചറിയാനാവും. കാണുന്ന കാഴ്ചകൾക്ക് തെളിച്ചം വയ്ക്കും, തള്ളാനും കൊള്ളാനും പഠിക്കും. നടക്കാൻ പഠിക്കുമ്പോൾ വീണുപോകാത്ത ഏത് കുഞ്ഞുണ്ട്?

സ്നേഹങ്ങൾക്ക് യാതൊരുറപ്പുമില്ല. അത് എപ്പോൾ തുടങ്ങുമെന്നോ എങ്ങനെ അവസാനിക്കുമെന്നോ ആർക്കും പറയാനാവില്ല. ചില സ്നേഹങ്ങൾക്ക് കാലം കണക്ക് ചോദിക്കും. അന്ന് ചിലപ്പോൾ തന്നെത്തന്നെ ഊറ്റിയെടുത്ത് കൊടുത്താലും പോരാതെ വരും എന്ന് തോന്നും. ചിലപ്പോൾ രണ്ടുപേരുടെ സ്നേഹത്തിനും രണ്ടുപേരുടെ ആനന്ദത്തിനും ഒടുവിൽ വേദന ഒരാളുടേത് മാത്രമാവും. ബോബിയച്ചൻ (ബോബി ജോസ് കട്ടിക്കാട്) സ്നേഹത്തെ എഴുതിയിരിക്കുന്നത് 'അവനവനില്ലാതെയാവുന്ന കളി' എന്നാണ്.

'സ്നേഹം എന്തൊരു അപകടം പിടിച്ച വാക്കാണത്. പരോളിലിറങ്ങിയ തടവുപുള്ളിയെപ്പോലെ രാത്രിയുടെ നിശബ്ദതയിൽ പതുങ്ങിയും ഭയന്നും തീരെ നേർത്ത നാദത്തിൽ നിങ്ങളുടെ ജാലകത്തിന് പുറത്ത് അത് ചൂളം കുത്തുന്നുണ്ട്. കേട്ടില്ലെന്ന് നടിച്ച് പുതപ്പിലേക്ക് ചുരുണ്ട് കൂടാം. എന്നാലും ഒരു പ്രശ്നമുണ്ട്. അനിശ്ചിതത്വങ്ങളും അപമാനങ്ങളും അപകടങ്ങളും ഇല്ലായെന്ന ഒരൊറ്റ കാരണം കൊണ്ട് മാത്രം ഒരു ജീവിതത്തിന് എന്തെങ്കിലും മേന്മയുണ്ട് എന്ന് കരുതുക വയ്യ. പ്രണയത്തിന്റെ തിരികല്ലിൽ പൊടിഞ്ഞുപോയ ഒരു സ്ത്രീ നിലവിളിക്കുകയാണ്: കാണേണ്ടിയില്ലായിരുന്നു. കണ്ടില്ലായിരുന്നെങ്കിലോ? ആ മറുചോദ്യത്തിനു മുന്നിൽ അവൾ അടിമുടി വിറച്ചുപോകുന്നു. പുണ്യത്തിലോട്ട് തന്നെ വരട്ടെ. ഭിത്തിയിലെ ആ കുരിശുരൂപം പോലുമെന്താണ്; സ്നേഹമൊരാളെ ഒരൊറ്റ മുറിവാക്കുമെന്നല്ലാതെ? ധവളരക്തസാക്ഷിത്വമെ

ന്നാണ് മരുഭൂമിയിലെ പിതാക്കന്മാർ സ്നേഹത്തെ വിശേഷിപ്പിച്ചത്. ചോര പൊടിയുന്നത് കാണാനില്ലെന്നേയുള്ളൂ.'

(കൂട്ട്, ബോബി ജോസ് കട്ടിക്കാട്)

അതേ, സ്നേഹങ്ങളുടെ തിരികല്ലിൽ പൊടിഞ്ഞുപോയിടത്തുനിന്നുമാണ് മിക്കവാറും ഒരുവൾക്ക്/ഒരുവന് തന്നെ സുഖപ്പെടുത്തിയെടുക്കേണ്ടത്. ആത്മാവിന്റെ അവസാനിക്കാത്ത പൊട്ടിക്കരച്ചിലുകൾക്ക് ശമനം കണ്ടെത്തേണ്ടത്. പുതുതായി ചിരിക്കാൻ പഠിക്കുന്ന ഒരാളെ പോലെ ചിരിയെ കണ്ടെടുക്കേണ്ടത്.

എലിസബത്ത് ഗിൽബർട്ടിന്റെ 'ഈറ്റ്, പ്രേ, ലവ്' (Eat, Pray, Love) എന്ന പുസ്തകമുണ്ട്. പിന്നീടത് ചലച്ചിത്രമായി. 'പെർഫെക്ട്' എന്ന് തോന്നുന്ന കുടുംബജീവിതത്തിൽ നിന്നും തനിക്കെന്താണ് വേണ്ടത് എന്ന അന്വേഷണത്തിന്റെ ഭാഗമായി പുറപ്പെട്ടുപോകുന്ന ഒരുവളാണ് അതിൽ. ജീവിതത്തിലെ രുചികളും, പ്രാർത്ഥനകളും, സ്നേഹവും കണ്ടെത്താനുള്ള യാത്ര. അതിൽ ജീവിതത്തിലേക്ക് ഏറ്റവും പ്രധാനപ്പെട്ടവരായി കടന്നു വരുന്ന മനുഷ്യരെ കുറിച്ച് ഗിൽബർട്ട് എഴുതുന്നുണ്ട്. അത് ഏതാണ്ട് ഇങ്ങനെയാണ്, 'അവർ കടന്നുവരുന്നത് നമുക്ക് നമ്മുടെതന്നെ മറ്റൊരു തലത്തെ വെളിപ്പെടുത്തുവാൻ വേണ്ടി മാത്രമാണ്. അതിനുശേഷം അവർ കടന്നുപോവുന്നു.' ഒപ്പം തന്നെത്തന്നെ കണ്ടെത്തുന്നതിന്റെ ആനന്ദത്തെ കുറിച്ചും അവർ എഴുതുന്നു.

Eat, Pray, Love ൽ 'The sweetness of doing nothing' എന്നതിനെ കുറിച്ച് കൂടി പറയുന്നുണ്ട്. അതായത്, 'ഒന്നും ചെയ്യാതിരിക്കുന്നതിലെ മാധുര്യം' അതൊരു ഇറ്റാലിയൻ ജീവിതരീതിയാണ്. ഒരുപക്ഷേ, നമുക്ക് പിന്തുടരാൻ പ്രയാസമുള്ള ഒന്ന്. ഒരാൾ തന്റെ മുത്തശ്ശിയെ കുറിച്ച് ഓർക്കുകയായിരുന്നു. അയാളുടെ മുത്തശ്ശി രാവിലെ പ്രഭാതഭക്ഷണം കഴിഞ്ഞ് എന്നും ബാൽക്കണിയിൽ വെറുതെയിരിക്കും. തെരുവിലൂടെ ആളുകളും വാഹനങ്ങളും കടന്നുപോകുന്നുണ്ടാവും. ആളുകളോട് കുശലമൊക്കെ പറഞ്ഞിരിക്കുന്ന മുത്തശ്ശിയോട് ആ മനുഷ്യൻ ചോദിക്കുകയാണ്, 'മുത്തശ്ശി എന്താണ് ചെയ്യുന്നത്' എന്ന്. അതിന് അവർ പറയുന്ന മറുപടി 'നത്തിംഗ്' എന്നാണ്. തിരക്കേറിയ യാത്രയിൽ ഒരു കപ്പ് ചായയുമായി നാം വെറുതേയിരിക്കാത്തതെന്താവും?

നാം നമുക്ക് നേരം നൽകാറില്ല. നമ്മുടെ ആത്മാവിന് കാതുകൊടുക്കാറില്ല, നമ്മുടെ യഥാർത്ഥ ദാഹങ്ങളെ അറിയാറില്ല. നാം നമ്മെ ഓരോരുത്തർക്കുമായി കീറിമുറിച്ച് പകുത്ത് കൊടുക്കും. അപ്പോഴാണ് ഉപേക്ഷിക്കപ്പെടലുകളിൽ നാം അപൂർണരാവുന്നത്. പക്ഷേ, ഉപേക്ഷി

ക്കപ്പെടുന്ന മനുഷ്യരും ഭാഗ്യം ചെയ്യുന്നവരാണ്. അവർക്ക് നഷ്ടപ്പെടാൻ രാജ്യങ്ങളില്ല, അതിനെക്കുറിച്ച് ആകുലതകൾ വേണ്ട. 'സകലസൗഭാഗ്യ'ങ്ങളും ഉപേക്ഷിച്ചിറങ്ങിപ്പോയ ബുദ്ധനാണ് ലോകത്തോട് സ്നേഹത്തെ കുറിച്ചും ത്യാഗങ്ങളെ കുറിച്ചും പറഞ്ഞിട്ടുള്ളത്. മനുഷ്യർ വന്നും പോയുമിരിക്കും. അത് മരണത്തിലൂടെയുള്ള വേർപാടായിരിക്കട്ടെ, മരണം പോലെയുള്ള ഇറങ്ങിപ്പോവലുകളാവട്ടെ, ഒരുമിച്ച് പങ്കിട്ട ആനന്ദങ്ങൾ അവിടെത്തന്നെയുണ്ട്. മുറിവുണങ്ങിക്കഴിയുമ്പോൾ എടുത്ത് താലോലിക്കാൻ പാകത്തിന്.

ഗിൽബർട്ട് എഴുതുന്നു, Ruin is a gift. Ruin is the road tot r-ansformation. അതേ നമ്മുടെ സർവ്വനാശം പോലും ഒരു സമ്മാനമാണ്. പരിവർത്തനത്തിലേക്കുള്ള വഴി ഒരുപക്ഷേ, അത് മാത്രമായിരിക്കാം. മാറ്റം ലോകത്തിന്റെ നിയമമാണ്. ആനന്ദങ്ങൾ മാത്രമല്ല നാം ജീവിച്ചിരിക്കുന്നുവെന്ന് ഓർമ്മിപ്പിക്കുന്നത്, വേദനകൾ കൂടിയാണ്. 'സെൽഫ് ഹീലിംഗ്' നമ്മുടെ ആത്മാവിന്റെ മുറിവുകളെ സുഖപ്പെടുത്തുന്ന ഒന്നു മാത്രമല്ല, അതുവരെ വെളിപ്പെട്ടിട്ടില്ലാത്ത നമ്മെ നമുക്ക് തന്നെ വെളിപ്പെടുത്തിത്തരുന്ന മായാജാലം കൂടിയാണ്. നമ്മൾ നമ്മെ തന്നെ വീണ്ടും സൃഷ്ടിച്ചെടുക്കുകയാണ്. ആ നമുക്ക് ജന്മം നൽകുന്നത് നാം തന്നെയാണ്, നമ്മുടെ ചോരയും നീരും കൊടുത്ത്.

സ്നേഹത്തിലും ഉപേക്ഷിക്കലുകളിലും ഉപേക്ഷിക്കപ്പെടലുകളിലും ആത്മനിന്ദ തോന്നാറുണ്ട്. എന്നാൽ, തന്നെത്തന്നെ മറന്ന് മറ്റൊരാളെ സ്നേഹിച്ചതിന് പോലും നാം നമ്മോട് തന്നെ പൊറുക്കേണ്ടതുമുണ്ട്. അവരവർക്ക് തന്നെ മാപ്പ് നൽകിയെങ്കിൽ മാത്രമേ ചുറ്റുമുള്ള മനുഷ്യരോടും നമുക്ക് പൊറുക്കാനാവുകയുള്ളൂ.

സ്നേഹത്തിൽ വീഴാൻ തയ്യാറാവുന്നവർ ധൈര്യമുള്ളവരാണ്. നമ്മെ മുറിവേൽപ്പിക്കാനുള്ള വാൾ കൂടിയാണ് നാം മറ്റൊരാൾക്ക് നൽകുന്നത്. നമ്മെയില്ലാതെയാക്കാനുള്ള കരുത്ത് അതിനുണ്ടെന്നറിഞ്ഞുകൊണ്ട് തന്നെ, ത്യാഗം കൂടിയാണത്. പക്ഷേ നോക്കൂ, അടിമുടി മുറിഞ്ഞ് ചോരവാർന്ന് മരിക്കാറായിടത്തുനിന്നും സ്വയം സുഖപ്പെട്ട് വരുന്ന മനുഷ്യരേ, പരിവർത്തനം ചെയ്യപ്പെട്ട മനുഷ്യരേ നമ്മളെത്ര കരുത്തരാണ്.

ആത്മം വായിക്കപ്പെടുമ്പോൾ

മീര ധന്യ

ഫോൺ റിംഗ് ചെയ്യുന്നത് കേട്ടാണ് അതിരാവിലെ ഉറക്കമെഴുന്നേറ്റതു.'ഹലോ ഇത് ധന്യയല്ലേ 'എന്ന ഒറ്റ ചോദ്യത്തിൽ ആ ശബ്ദമെന്നെ വർഷങ്ങൾക്കപ്പുറത്തേയ്ക്ക് വലിച്ചുകൊണ്ടുപോയി.. ദൈവമേ അമ്പിളിയാണ്.എത്ര കാലമായി അവൾ വിളിച്ചിട്ട്. അന്നൊക്കെ കുത്തിപ്പിഴിഞ്ഞപ്പോൾ കീറിയ സാരി നോക്കി കരയുമ്പോൾ, മെല്ലിച്ച് പല്ലൊക്കെ ഉന്തി നിൽക്കുമ്പോൾ, കയ്യിൽ കാശില്ലാതെ കൊല്ലം ഫെസ്റ്റ് കണ്ണുരുട്ടി നോക്കുമ്പോൾ, വിസിറ്റിംഗ് റൂമിൽപോയി ആരെയും കാണാതെ തിരിച്ചു വന്നു ഹോസ്റ്റലിലെ കട്ടിലിൽ കമിഴ്ന്നു കിടക്കുമ്പോൾ, ചൊറി പിടിച്ച എന്റെ കൈകാലുകളിലെ വട്ടങ്ങളിലെ അഭംഗി നോക്കി നെടുവീർപ്പിടുമ്പോൾ ,അങ്ങനെ എത്രയെത്ര ദിനരാത്രങ്ങളിൽ എന്റെ ആത്മ വിശ്വാസത്തിന്റെ കരിന്തിരി ഊതികത്തിച്ചവളാ..ന്താ ഇപ്പൊ...

ഒറ്റശ്വാസ്സത്തിൽ അവൾ ഇന്നലെവരെയുള്ള കഥകൾ പറഞ്ഞു തീർത്തു. പിന്നെ ഞാൻ കേട്ടത് ഒരു വിതുമ്പൽ ആയിരുന്നു.

'ടീ ഇപ്പോഴാ ശരിക്കും നീ അന്ന് കരഞ്ഞതിന്റെ ആഴം ഞാനറിയുന്നത്. നീ ഇപ്പോഴും ജീവിച്ചിരിക്കുന്നു എന്നത് എന്റെ ഒന്നാമത്തെ അത്ഭുതമാണ്..'

ശബ്ദമില്ലാതെ ഞാനൊന്ന് ചിരിച്ചു.

'എന്റെ മുൻവരിയിൽ പല്ല് അടർന്നു പോയി അടുത്തത് ഒരെണ്ണം ദ്രവിക്കുന്നു, പിന്നെ മൂന്ന് മാസം മുൻപ് കാലിൽ ഒരു വ്രണം വന്നു. അതിന്റെ പാട് മാറാതെ നിൽക്കുന്നു. അച്ഛൻ ജനുവരിയിൽ മരിച്ചു. എല്ലാം കൂടി വയ്യാടീ... കണ്ണാടിയിൽ നോക്കുമ്പോ ഒരു പ്രേതം എന്നെ നോക്കി ചിരിക്കുന്ന പോലെ...മരിക്കാൻ ഇത്തിരി ധൈര്യം വേണം. നിന്നെയോർത്തു,സ്കൂളിൽ അന്ന് കണ്ടപ്പോൾ കിട്ടിയ നമ്പറിൽ വിളിച്ചതാ. കിട്ടുമെന്ന് പ്രതീക്ഷിച്ചില്ല. കരച്ചില് വരുന്നെടീ'

മരിക്കുന്നതിനെക്കാൾ ധൈര്യം കുറച്ച് മതിയെടീ പൊട്ടീ ജീവിക്കാൻ എന്ന് ഞാനവളോട് ദേഷ്യപ്പെട്ടു. എനിക്കെന്തോ സങ്കടം കൊണ്ട് തൊണ്ട വിങ്ങുന്നപോലെ തോന്നി. ഞാനവൾക്ക് കുറച്ചു ഫോട്ടോസ് അയ

ച്ചുകൊടുത്തു.

'ആഹാ നിന്റെ പല്ലൊക്കെ ഓക്കേ ആയല്ലോ! പണ്ടത്തെ നീയേ അല്ല. നല്ല സാരീ..'

ഞാൻ വീണ്ടും ചിരിച്ചു

ഒരു ഞായർ രാവിലെയാണു ഉറക്കമുണർന്നയുടൻ ശ്വാസം വിടുമ്പോൾ പല്ലിനിടയിൽ എന്തോ ഒരു ശൂന്യത തോന്നിയത്.കണ്ണാടിയിൽ നോക്കി ചിരിച്ച ഞാൻ ഞെട്ടിപ്പോയി.മുൻ വശത്ത് വലിയ വിടവുകളോടെ തുറന്നു വച്ച വായ. കാറ്റ് അപ്പാടെ കയറിയിറങ്ങിപ്പോകുന്നു. പല്ലൊക്കെ ദ്രവിച്ച് വായിൽ ആകെ പൊടി നിറഞ്ഞിരിക്കുന്നു. കഴുകുമ്പോൾ ഇളകിയിളകി വരുന്ന പൊടി. മുഖം ആകെ വൃകൃതമായപോലെ. ഉച്ചത്തിൽ പൊട്ടിക്കരഞ്ഞു കട്ടിലിൽ തന്നെ ശവം പോലെ കിടന്നു.തിങ്കൾ എന്റെ ഇന്റർവ്യൂ, കിട്ടാൻ സാധ്യതയുള്ള ഒരു ജോലി. എല്ലാം കൂടി പല്ലിളിച്ചു കാണിക്കുന്നു.അന്ന് മുഴുവൻ കിടന്നു കരഞ്ഞു.പിറ്റേന്ന് രാവിലെ കൺസൾട്ടൻസിയിൽ വിളിച്ചു തീരെ വയ്യ എന്ന് പറഞ്ഞു ഞാൻ ഹോളിക്രോസ് ആശുപത്രിയിൽ പോയി ഡെന്റൽ വിഭാഗത്തിലെ ഡോക്ടറുമായി സംസാരിച്ചു. ആ ഡോക്ടർ അന്നത്തെയെന്റെ ആത്മവിശ്വാസത്തിന്റെ ഒരു വലിയ കണ്ണിയാരുന്നു. അദ്ദേഹമെന്നെ ആശ്വസിപ്പിച്ചു. കുറച്ചു ദിവസ്സങ്ങൾ കൊണ്ട് റൂട്ട്കനാൽ എന്റെ പഴയതിനെക്കാൾ സുഖമുള്ള ചിരി എനിക്ക് സമ്മാനിച്ചു. പണച്ചിലവ് വലിയ ബാധ്യതയാരുന്നു അന്ന്.പക്ഷെ തവണകളായി അടയ്ക്കാൻ അന്ന് അവർ സമ്മതിച്ചു. റൂട്ട്കനാൽ കഴിഞ്ഞു, നിറം മാറാതിരിക്കാൻ ക്യാപ്പും ഇട്ടു. കാണാൻ ഒട്ടും ഭംഗിയില്ലാതെ ഉന്തി നിൽക്കുന്ന പല്ലുംകൊണ്ട് 18 വയസ്സു വരെ അനുഭവിച്ച അപകർഷത, എല്ലാ കല്യാണ ചടങ്ങുകൾക്കും കാമറയുടെ മുന്നിൽ നിന്ന് ഓടിയോളിക്കാൻ കാണിച്ച തിടുക്കം, എന്റെ ഡിസൈനുകളുടെ മോഡലായി ആത്മവിശ്വാസത്തോടെ ചിരിച്ചു നിൽക്കുമ്പോൾ എന്നും ഓർക്കാൻ ആ രൂപം എന്റെയുള്ളിൽ കൊത്തിവച്ചിട്ടുണ്ട്.

ഇത്രയും അവളോട് പറഞ്ഞപ്പോൾ ഞാൻ അന്നത്തെ അതേ ഓട്ടത്തിന്റെ ആയത്തിൽ കിതച്ചു.

'നിന്നെ കാണണം, ഫോൺ വയ്ക്കുന്നു. ഞാൻ വരും.'

അപ്പോൾ എന്താണ്? വേണ്ട എന്ന് വയ്ക്കുന്ന ജീവിതത്തിന്റെ കൊച്ചു കൊച്ചു പൊത്തുക്കൾക്കുള്ളിൽ മനോഹരമായ ചിലതിനെ ഒളിപ്പിച്ചുവച്ചിരിക്കും കാലം.എത്രയെളുപ്പമാണ് അങ്ങനെ ചിന്തിക്കാൻ പക്ഷെ അതിലും സുന്ദരമല്ലേ ഈ യാത്രകളൊക്കെ എന്ന് കുറച്ചു കഴിയുമ്പോൾ

ഓർക്കാൻ നമ്മളിവിടെ വേണ്ടേ.

കണ്ടോ തോൽപ്പിച്ചു കളയാനൊന്നും പല്ലിനെകൊണ്ട് പറ്റില്ല.

പൊട്ടിച്ചിരികളുടെ ലോകം ചോദിച്ചു വാങ്ങണം. ചോദിച്ചുതന്നെ വാങ്ങണം.

സ്വപ്നങ്ങൾ കാലിഡോസ്കോപ് പോലെ വലയം ചെയ്ത ജീവിതമെന്ന അനുഗ്രഹം. പിടുത്തം തരാത്ത ഒന്ന്. അപര എന്ന പേരിൽ മറ്റൊരു ഞാനുണ്ട്. വിഷം തീണ്ടിയ അമ്പുകളെ നെഞ്ചിൽ തന്നെ കുത്തിവച്ച കാട്ടു പൂച്ചയുടെ നോവാണ്. സ്വപ്നമാണ് ജീവിതത്തേക്കാൾ മധുരമെന്നു ഒപ്പിട്ടു വയ്ക്കട്ടെ. നാമെല്ലാം ആരുടെയോ സ്വപ്നമാണ്. ഒരനുഗ്രഹമാണ്.

പഴയ സിനിമ കൊട്ടകകൾ, ഭയന്നൊളിച്ചുപ്പോയ രാത്രികൾ ചുവന്നുതുടുത്തയിടങ്ങൾ, കട്ടെടുത്ത പുസ്തകങ്ങൾ, ആദ്യം കഴിച്ച മദ്യം, ആദ്യ പ്രണയം, ആദ്യ രതി, ആദ്യ സ്വപ്നം, ആദ്യ യാത്ര, നിർവ്വചനങ്ങൾ ഇല്ലാത്ത അനുഭവങ്ങൾ, സഞ്ചരിച്ച വഴികൾ, ചാടിക്കടന്ന ദുരിതങ്ങൾ, അന്തം വിട്ട സഞ്ചാരങ്ങൾ, അതിശയിപ്പിച്ച മറികടക്കലുകൾ, ഒളിച്ചു വച്ച രഹസ്യങ്ങൾ, വഴുതിപ്പോയ വ്യക്തതകൾ, പട്ടിണികൾ, അർമ്മാദങ്ങൾ, അഹങ്കാരങ്ങൾ, ആഡംബരങ്ങൾ എല്ലാം എല്ലാം ഓർമ്മകളുടെ നീരാളികളെ കെട്ടഴിച്ചു വിട്ടു ദേഹമാസകലം മാന്തി മുറിക്കുന്നു.

സ്നേഹത്തിന്റെ സാഗരങ്ങൾ. അഗാധജീവിതവായ്പ്പിന്റെ പൊതികളുമായി ഒരിക്കലും കണ്ടുമുട്ടാൻ ഇടയില്ലാതെ യാത്രപറച്ചിലുകളൊഴിവാക്കി പോയവർ. പക്ഷെ എനിക്ക് മാത്രം ഇപ്പോഴും കിട്ടികൊണ്ടിരിക്കുന്ന അപാര സ്നേഹം. പുസ്തകത്തിന്റെ വായനയുടെ കണ്ണാടി ഞാൻ എന്റെ നേർക്ക് തിരിച്ചു വച്ചു. കാലിഡോസ്കോപ്പിൽ എന്നപോലെ എന്റെ തന്നെ വിവിധ മുഖങ്ങൾ രൂപങ്ങൾ ഭാവങ്ങൾ. ഭൂതകാലത്തിന്റെ വേര് തട്ടിത്തടഞ്ഞു എന്റെ തല മുറിഞ്ഞു.

നിങ്ങൾക്കെന്തെങ്കിലും എഴുതാനോ പറയാനോ ഉണ്ടെങ്കിൽ അത് വേഗം ചെയ്യുക. ജീവിച്ചിരിക്കുമ്പോൾ, പ്രതികരിക്കാനോ തെളിയിക്കാനോ ഉള്ള ആരോഗ്യാവസ്ഥയിലാണെങ്കിൽ നല്ലത്.പൊതുവെ സ്ത്രീകൾ അവരുടെ കഷ്ടപ്പാടിന്റെ ആന്തരികവും ബാഹ്യവുമായ, ശരീരം കൂടി ഉൾപ്പെട്ട വിഷമാവസ്ഥകളാണ് തുറന്നു പറയാറ്. വായിക്കുന്നവരുടെ ഭൗതികമോ ആത്മീയമോ ആയ ഇടങ്ങളോട് അത് ചേർന്ന് നിൽക്കണമെന്നില്ല. നാം അനുഭവിക്കാത്തതെല്ലാം കെട്ടുകഥകളാണ് എന്ന് കണ്ണുപൂട്ടി ജീവിക്കുന്ന ഒരു വലിയ ശതമാനം ഇവിടെയുണ്ട്... പറയണം പറഞ്ഞാലേ അറിയൂ. പലരുടെയും നിശബ്ദതയാണ് ഒരുപാട് കുറ്റ

വാളികൾ, നെറികെട്ടവർ വളരാൻ ഇവിടെ വളം വയ്ക്കുന്നത്..

ആരാണ് ആദ്യമായി ഒരു പുസ്തകം എനിക്ക് സമ്മാനമായി തന്നത് എന്നോർക്കുന്നില്ല... വായനയോ വായിക്കുന്നതിനുള്ള ആവേശമോ തീരെ ഉണ്ടായിരുന്നില്ല. എങ്ങനെയെങ്കിലും ഒന്ന് ജീവിച്ചു തീർക്കുക എന്ന വലിയ പ്രതിസന്ധിയിൽ പുസ്തകങ്ങൾ ചിന്തകളിൽ നിന്നും മറഞ്ഞു തന്നെ ഇരുന്നു. സെക്കന്റ് ഹാൻഡ് പാഠപുസ്തകങ്ങളിൽ മാർക്കുകൾ സ്വപ്നം കണ്ടു നടന്ന എനിക്ക് അവ എന്നും എന്തോ ഒരു വലിയ ഭാരമായിരുന്നു. സ്കൂളിലെയും കോളേജിലെയും ഫ്രീ സമയങ്ങളിൽ കൂട്ടുകാർ ലൈബ്രറിയിൽ കൂട്ടം കൂടി പോകുമ്പോൾ ബെഞ്ചിൽ കമിഴ്ന്നുകിടന്നു നാളത്തെയോ അന്ന് രാത്രിയിലെയോ ഉറക്കവും ഭക്ഷണവും തലച്ചോറിലിട്ടു വേവിച്ചുകൊണ്ടു കിടന്നു ഞാൻ. ഡിഗ്രി രണ്ടാം വർഷം ആണെന്ന് തോന്നുന്നു. ഫീസ് അടക്കാൻ സമയം ആയിവരുന്നു എങ്ങനെ നോക്കീട്ടും സാധിക്കുന്നില്ല. ട്യൂഷൻ എടുക്കുന്ന വീട്ടിൽ നിന്നൊക്കെ രണ്ടു മൂന്നു മാസത്തെ അഡ്വാൻസ് വാങ്ങിക്കഴിഞ്ഞു. അന്നത്തെ ഫ്രീ അവേഴ്സ് മുഴുവൻ ഞാൻ സ്വാപ്നാടകയെപ്പോലെ ചിന്തിച്ചു കുഴഞ്ഞു നടന്നു എത്രവട്ടം ആ കാമ്പസ്സിന്റെ വരാന്തയിലൂടെ നടന്നു എന്ന് പോലും അറിയില്ല. വല്ലാത്തൊരുൾവലിയൽ പണ്ടേ കയ്യിലുള്ള ഞാൻ പ്രേത്യേകിച്ചു സുഹൃത്തുക്കളുടെയൊന്നും കൂട്ടത്തിൽ പെടാതെ അവിടത്തെ ഡെസ്കിനോട് തന്നെ സങ്കടങ്ങൾ പറഞ്ഞുകൊണ്ടേയിരുന്നു. വൈകിട്ട് വീടെത്തും മുൻപ് തന്നെ വഴിയിൽ നിന്ന് അറിയാൻ സാധിച്ചു അവിടെന്തോ അപകടം നടന്നിരിക്കുന്നു എന്ന്. ആധി പിടിച്ചു ഓടി ചെല്ലുമ്പോൾ എഴുന്നേൽക്കാൻ പോലും ആകാതെ ചതഞ്ഞു കുതിർന്നുപോയ 'അമ്മ വാവിട്ടു നിലവിളിക്കുന്നു വീടിന്റെ തെക്കേ മൂലയിൽ തെങ്ങിൻ ചോട്ടിൽ തീയും പുകയും.. എനിക്കാകെയുണ്ടായിരുന്ന പുറത്തിടാനുള്ള നല്ല ഒരു ചുരിദാർ ഉൾപ്പെടെ ഇരന്നു കിട്ടിയ പുസ്തകങ്ങളും അന്ന് വരെ കിട്ടിയിരുന്ന സുഗമ ഹിന്ദിയുടെ സർട്ടിഫിക്കറ് അടക്കം, നൃത്തത്തിനും പാട്ടിനുമൊക്കെ കിട്ടിയതു കട്ടിലിനടിയിൽ ഒരു കാർബോർഡിൽ സൂക്ഷിച്ചിരുന്ന എന്റെ കൊച്ചു ലോകം കത്തിയമരുന്നു. എന്തോ വലിയ തോൽവി സമ്മാനിച്ചു എന്ന മട്ടിൽ ആടിയുലഞ്ഞു നിൽക്കുന്ന അച്ഛനും. മറ്റൊന്നിനും എതിർക്കാതെ സഹിക്കുമായിരുന്ന' അമ്മ ഞങ്ങളുടെ പഠന സാമഗ്രികൾ നശിപ്പിക്കാൻ ഒരിക്കലും സമ്മതിക്കില്ലായിരുന്നു ആ എതിർപ്പിൽ ഏറ്റുവാങ്ങിയ ക്ഷതങ്ങളുമായി ഞങ്ങൾ ആ ചാരത്തിനു മുന്നിൽ തളർന്നിരുന്നു. പുതിയതായി എല്ലാം വാങ്ങുന്നതിനെപ്പറ്റി ചിന്തിക്കാൻ പോലും ആകുമായിരുന്നില്ല.

അതോടെ ഞാൻ തീരുമാനിച്ചു. ഇനി കോളേജിലേക്ക് ഇല്ല. അമ്മയെ കുഞ്ഞമ്മയുടെ വീട്ടിലാക്കി ഞാൻ വീട്ടിൽ നിന്നും ഇറങ്ങി എങ്ങോട്ടു പോകണം എന്നറിയാതെ വളരെ പതിയെ നടന്നു... നേരം ഇരുട്ടി വരുന്നു കടുത്ത വിശപ്പും. ഒടുവിൽ അച്ഛന്റെ അപ്പച്ചിയുടെ വീട്ടിലെത്തി അവിടെ സിജി ചേച്ചി ഉണ്ടായിരുന്നു ചേച്ചി അപ്പോൾ കോളേജിൽ എന്റെ സീനിയറായി ഉണ്ട്. ഒന്നും പറയാതെ തന്നെ എന്റെ മുഖത്ത് നിന്നും അവർക്ക് കാര്യങ്ങൾ മനസ്സിലായി. പിറ്റേ ദിവസം മുതൽ തന്നെ അടുത്തുള്ള ഒരു കമ്പ്യൂട്ടർ സ്ഥാപനത്തിൽ ജോലിക്ക് പോയി തുടങ്ങി. സാരി ഉടുക്കണമെന്നു നിർബന്ധമായിരുന്നു. കുഞ്ഞമ്മയുടെ സാരിയിലും അമ്മയുടെ ബ്ലൗസിലും അത്രയും കിലോമീറ്റർ ജോലി സ്ഥലത്തേക്കുള്ള എന്റെ യാത്ര പിന്നീടുള്ള ദിവസങ്ങളിൽ ഭീകരമായിരുന്നു. ഒട്ടിപ്പിടിച്ചും തട്ടിവീണും നാണംകെട്ടും ശീലിച്ചു ഞാൻ.

അവധി ദിവസങ്ങളിൽ അങ്ങനെയാണ് ഞാൻ 'ശാരദാവിലാസിനി' വായനശാലയിൽ എത്തുന്നത്... വായന പുസ്തകങ്ങൾ എല്ലാം ഇഷ്ടപ്പെട്ടു തുടങ്ങി.നല്ല വായനയുണ്ടായിരുന്ന ആ വീട്ടിലെ മുഴുവൻ ആളുകളും ആ ലോകത്തിലേയ്ക്ക് നടക്കാൻ എന്നെ പ്രേരിപ്പിച്ചുകൊണ്ടിരുന്നു. ഞാൻ ഓർക്കുന്നു ഒരു ദിവസം മെല്ലിച്ച ഞരമ്പുകൾ എഴുന്നു നിൽക്കുന്ന എന്റെ കയ്യിൽ പിടിച്ചു ചേച്ചി പറഞ്ഞു 'ഒക്കെ മാറും ഒക്കെ മാറും സന്തോഷമായി ഇരിക്ക് എന്ന്' അങ്ങനെയൊക്കെ പറയുന്നതിന്റെ വ്യാപ്തി സത്യത്തിൽ എത്ര വലുതാണ് നമുക്ക് കാലും കയ്യും കാഴ്ചയും കേൾവിയും ബുദ്ധിയും ഉണ്ട് നമ്മൾ ജീവിക്കും. വായിക്കൂ എന്ന് മനസ്സിൽ ഉച്ചത്തിൽ ആരോ പറയുന്നു. അതിജീവനത്തിന്റെ പുസ്തകങ്ങൾ തിരഞ്ഞു ആദ്യം കയ്യിൽ വന്നത് ഹെലൻ കെല്ലർ കുഞ്ഞു പുസ്തകം. പിന്നെ വായിച്ചു പിന്നെയും.. ഏകാന്തതയുടെ നൂറു വർഷങ്ങൾ. അവിടെ നിന്നും ഏകദേശം ഒമ്പതോളം ഇന്റർവ്യൂകൾക്ക് പോയി പലതും പല പരീക്ഷണങ്ങൾ പിന്നെ അദ്ധ്യാപികയുടെ വേഷത്തിൽ തൃപ്തയായി. അവിടെ നിന്നും എസ് എൻ വി സദനം ഹോസ്റ്റലിലേയ്ക്ക് താമസം മാറി. സന്ദർശക ദിനങ്ങളിൽ കാണാൻ വരാനോ പോയി കാണാനോ ആരുമില്ലാതെ ഹോസ്റ്റൽ മുറിയുടെ കടുത്ത കനത്ത ഏകാന്തതയിൽ അലിഞ്ഞു ചേർന്ന് ഞാൻ. മൂന്നു സാരിയും ഒരു ബാഗും രാവിലെ പോക്കും വൈകിട്ടു വരവും എന്റെ കട്ടിലും. ഒറ്റപ്പെട്ടൊറ്റപ്പെട്ടു അവിടുത്തെ ലൈബ്രറി എന്റെ ഏറ്റവും വലിയ ആശ്വാസത്തിന്റെ സങ്കേതമായി മാറി....അവിടെ നിന്നും ആദ്യം വായിച്ചത് 'പുഴ കടന്നു മരങ്ങളുടെ ഇടയിലേക്ക്'....അതിലെ പ്രകാശം പരത്തുന്ന കുട്ടി പതിയെ

ഞാനായി മാറി...പതിയെ മരിയ ഞാനായി. വർഷങ്ങൾക് ശേഷം ആദ്യം വീട് വച്ചപ്പോൾ ബുക്ക് ഷെൽഫ് ആണ് പ്ലാൻ വരച്ചതു. കത്തിപ്പോയ ഒരൊത്തിരി ഓർമ്മകളുടെ ചാരം ഉള്ളിലപ്പോഴും പറന്നു നടക്കുന്നുണ്ടായിരുന്നു. വിമ്മിഷ്ടപ്പെടുത്തുന്നുണ്ടായിരുന്നു. ഒക്കെ ചില്ലിട്ടുവെച്ചു.

മരണത്തെക്കുറിച്ച് ഒരു തവണയെങ്കിലും ചിന്തിക്കാത്തവർ ഉണ്ടാകില്ല. മരിക്കണം എന്ന് ഭീകരമായ ഉൾപ്രേരണയുണ്ടായ ദിവസ്സങ്ങൾ വളരെക്കുറച്ചേ ജീവിതത്തിൽ ഉണ്ടായിട്ടുള്ളൂ. അതു തന്നെ അത്രയും കഠിനമായ, തീവ്രമായ അപമാനത്താലും വിശപ്പാലും, ആരാജകത്വത്താലും ആയിരുന്നു. ഏകാന്തത പണ്ടേ കൂടപ്പിറപ്പായിരുന്നതിനാൽ ഒറ്റക്കുള്ള നടപ്പ് അതായത് ഒറ്റയാകൽ ഗംഭീരമായി അങ്ങ് ആസ്വദിച്ചിരുന്നു. മരിക്കണം എന്ന് തോന്നിയ ചില കാരണങ്ങൾ ഇപ്പോഴും തമാശക്ക് വകയുള്ളതാണ് അതൊക്കെ ഒരു 15 വയസ്സിനു മുൻപ്, പക്ഷെ നിശ്ചയമായും പ്രണയനൈരാശ്യം ഒന്നും അല്ലായിരുന്നു. പിന്നീട് 21 ആം വയസ്സിൽ ഒന്ന് തോന്നി, ശ്രമിക്കുകയും ചെയ്തു. നല്ല ഉഗ്രൻ ചതവും ഇടിയും കിട്ടി പിറ്റേ ദിവസ്സം കോളേജിൽ നിന്നും വരുമ്പോൾ അയലത്തുള്ള ഒരാൾ അച്ഛന്റെ പേരും പറഞ്ഞു കളിയാക്കിയപ്പോൾ, വരുന്ന വഴി റോഡിൽ കുടിച്ചു ബോധമില്ലാതെ അർദ്ധനഗ്നനായി അയാളെ കാട്ടിത്തന്നപ്പോൾ, ഫീസ്സടയ്ക്കാത്ത വേദനയിൽ നുറുങ്ങി നിന്ന അതേ ദിവസ്സം, ആത്മഹത്യ ചെയ്യാൻ ശ്രമിച്ചു (ആത്മഹത്യ ഒന്നിനും ഒരു പരിഹാരമല്ല).

ഇപ്പൊ ആലോചിക്കുമ്പോൾ അന്ന് മരിച്ചിരുന്നെങ്കിൽ ഇന്നത്തെ എന്നെ ആരുകാണുമായിരുന്നു. ഈ ചിത്രത്തിലെ ഹുഡിയും ഷൂസ്സുമിട്ട് നിൽക്കുന്ന ഇവളെ ആര് പ്രസവിക്കുമാരുന്നു? പിന്തിരിഞ്ഞു നോക്കുമ്പോൾ ഭയാനകവും പൊള്ളുന്നതുമായ ഭൂതകാലങ്ങൾ ചിരിക്കോ നിസ്സാരതയ്ക്കോ ഒക്കെ വഴിമാറാറുണ്ട്. ചിലതിങ്ങനെ കടും പിടുത്തം പിടിച്ചു നിൽക്കും കണ്ണിനെ നിറയ്ക്കാൻ.

എട്ടാം ക്ലാസ്സിൽ ആണ് ഞാൻ സ്കൂൾ മാറുന്നത്.പുതിയൊരിടത്തേയ്ക്ക് പഠനം തുടരാൻ ആകുമോ അതോടെ നിന്നുപോകുമോ എന്നറിയാത്ത ഒരു പറിച്ചു നടീൽ. സാഹചര്യങ്ങൾ അത്ര അവ്യക്തമായ ദിവസങ്ങളിൽ എനിക്ക് നഷ്ടമായേക്കാവുന്ന ഉച്ചക്കഞ്ഞിയെക്കുറിച്ചായിരുന്നു എന്റെ സങ്കടം മുഴുവൻ. പഠിക്കാൻ അത്ര മോശമല്ലാതിരുന്നിട്ടും ഉച്ചക്ക് ഒരുനേരം കഴിക്കാവുന്ന ചൂടുള്ള കഞ്ഞിയും പയറും എന്റെ മനസ്സിനെയും ശരീരത്തെയും തണുപ്പിച്ചുകൊണ്ടിരുന്നു.അതിനായി മാത്രം ശനിയും ഞായറും ഉണ്ടാകരുതേ എന്ന് പ്രാർത്ഥിച്ച നാളുകൾ.. എല്ലാ

വെള്ളിയാഴ്ചയും ദുഃഖവെള്ളികൾ. പ്രഭാത ഭക്ഷണമില്ലാതെ, മുട്ടുവരെ മുടിയുണ്ടായിരുന്ന ഞാൻ ഇരുവശവും കെട്ടാൻ ചുവന്ന റിബൺ ഇല്ലാതെ, പച്ചപ്പ് വിടാത്തതിനാൽ വെയിലുകായുന്ന ചന്ദന നിറമുള്ള ഷർട്ടും മെറൂൺ പാവാടയും നോക്കി തളർന്നിരുന്ന ദിവസങ്ങൾ. അപമാനിതയായി ക്ലാസിനു വെളിയിലോ ബഞ്ചിനു പുറത്തോ നിൽക്കേണ്ടി വരുമെന്ന ഭയത്തിനെ അതിജീവിക്കാൻ പ്രാപ്തി തരുന്ന അധ്യാപകർ അന്നുണ്ടായിരുന്നു എന്ന് തോന്നുന്നു. അഞ്ചാം ക്ലാസ്സിൽ നൃത്തം പഠിക്കാൻ അന്ന് പതിനഞ്ചു രൂപയ്ക്ക് സാധിക്കില്ലാത്ത ഞാൻ പലപ്പോഴും ക്ലാസ് റൂമിന് പുറത്തു ആവേശത്തോടെ നോക്കിനിൽക്കുമായിരുന്നു. അങ്ങനെ ഒരുപാടു ദിവസം, വീട്ടിൽ പോലും പോകാൻ മറന്നു നൃത്തം നോക്കിനിന്ന കുട്ടിയെ അന്ന് സുകുമാരൻ സാർ സ്വന്തം കാശ് നൽകി ജില്ലാ കലോത്സവം വരെ എത്തിച്ചു. ഇന്നും ആ ചിലങ്ക ഒരു ഊർജ്ജമായി ഞാൻ കൊണ്ട് നടക്കുന്നു, നൃത്തവും.

ഒറ്റ ബുക്കിൽ തന്നെ എല്ലാ വിഷയങ്ങളുടെ നോട്ട്സും എഴുതുമായിരുന്ന, പേജുകൾ ഒക്കെ ഒത്തിരി പേരുടെ വിരലുകൾ തൊട്ടു കീറിയ, എലിയും ഉറുമ്പും കടിച്ച പലകൈമറിഞ്ഞു വന്ന ടെക്സ്റ്റ് ബുക്കുകളിൽ പ്രധാന ഭാഗങ്ങൾ ഗൃഹപാഠം ചെയ്യാൻ കിട്ടാതെ ദ്രവിച്ചിരുന്നതിനാൽ ചൂരൽ കഷായം കുടിച്ചു വയറു നിറഞ്ഞു നിന്ന ദിവസങ്ങൾ... അപ്പോഴൊന്നും ഒന്ന് മറിഞ്ഞു വീഴാൻ പോലും ഭയമായിരുന്നിടത്താണ് ഇന്ന് മൂന്നും നാലും നിലകളിൽ നിന്ന് ജീവനെ തന്നെ കുട്ടികൾ എറിഞ്ഞു കളയുന്നത്. ജീവിച്ചിരിക്കുക എന്ന ഉൾക്കിടിലത്തെ, അപമാനത്തെ അഭിമുഖീകരിക്കാൻ ആകുന്നില്ല അവർക്ക്. പത്തിൽ പഠിക്കുമ്പോൾ താമസിക്കാൻ താല്ക്കാലികമായി ഞങ്ങൾക്ക് ഒരു എരിത്തിൽ കിട്ടി (പശുവിനെ വളർത്തുന്ന ഒരു മുറിയുള്ള ഇടം) ആദ്യമൊന്നും കറണ്ട് ഉണ്ടായിരുന്നില്ല.എപ്പോൾ വേണേലും അണഞ്ഞു പോകാവുന്ന മണ്ണെണ്ണ വിളക്കിന്റെ മങ്ങിയ വെട്ടത്തിൽ പെറുക്കിയെടുത്ത ലേബർ ഇന്ത്യ താളുകളിൽ എന്റെ ഉറക്ക ക്ഷീണം കണ്ണിൽ നിന്നും തുള്ളികളായി അടർന്നു വീണു. പൊതുവേ കുതിർന്ന കടലാസുകൾ വീണ്ടും നേർത്തു. കാലുകൾ വട്ടച്ചരുവത്തിൽ മുക്കിവെച്ചു നനഞ്ഞു പോയ ദിവസങ്ങളിൽ കട്ടൻ കാപ്പിയെ സ്വപ്നം കണ്ട് അറിയാതെ ഉറങ്ങിപ്പോയി. കൃത്യമായി ഹാജർ ഇല്ലാത്ത, സ്വപ്നാടകയെപ്പോലെ നടക്കുന്ന ഞാൻ എങ്ങനെ നോക്കിയാലും വിജയിക്കില്ല എന്ന ചിന്ത. വിശപ്പും, ഉറക്കവും, വസ്ത്രവും,അരക്ഷിതാവസ്ഥയും ഉലച്ചുലഞ്ഞു പോയ നീർക്കോലിപ്പെണ്ണ്. ആഹാരത്തിനായി പലയിടങ്ങളിലും കാത്തു നിന്നിരുന്നു... പശയിടാനെന്ന

വ്യാജേന വാങ്ങിയ കഞ്ഞിവെളത്തിൽ ഉപ്പിട്ടു കുടിച്ച ദിവസങ്ങൾ.. വിശന്നു വിശന്നു തളർന്നു വീണുപോയ നിരവധി വഴികൾ.. ഉടമസ്ഥന്റെ വീടിന്റെ പിന്നിലെ വാതിൽ തുറന്നാൽ മാത്രം പ്രഭാത കൃത്യങ്ങൾ നടക്കും എന്ന അവസ്ഥയിൽ കടിച്ചു പിടിച്ചു സ്കൂളിൽ പോയി കാര്യം സാധിച്ചിരുന്നു. എങ്കിലും കിടക്കാൻ ഇടവും ഇടയ്ക്കിടെ ആഹാരവും തന്നതിന് ആ സ്നേഹം ഇന്നും നിലനിൽക്കുന്നു. അദ്ധ്വാനം തോൽപ്പിച്ചില്ല ഞാൻ ഹൈ ഫസ്റ്റ് ക്ലാസ്സിൽ പരീക്ഷ പാസ്സായി.

അമ്മയെയും അച്ഛനെയും സഹോദരങ്ങളെയും അധ്യാപകരിൽ കണ്ടിരുന്ന കാലത്തിനു ഇന്നത്തെ അക്കാഡമിക് ക്വാളിഫിക്കേഷൻ മാത്രം നോക്കി സർട്ടിഫിക്കറ്റിന്റെ കനവും തൂക്കവും കൊണ്ട് അധ്യാപകരാകുന്നവർ മാറ്റം വരുത്തി. ആറ്റിറ്റ്യൂട്, കുട്ടികളോടുള്ള പ്രായം തരം തിരിച്ച് അവർക്കുള്ള ഉചിതമായ ശിക്ഷാരീതികൾ, നല്ല മനോഭാവം, ആത്മധൈര്യം ഇതൊക്കെ നൽകുന്ന ഒരു ട്രെയിനിംഗ് വേണ്ടിയിരിക്കുന്നു. അത്രത്തോളം അനുഭവ പരിചയമൊന്നും ഉയർന്ന ശതമാനം മാർക്കു വാങ്ങി വരുന്നവർക്ക് ഉണ്ടാകുമോ എന്നതാണ് അതിനു കാരണം. പന്ത്രണ്ടു വർഷത്തോളം ഇതേ വേഷം അണിഞ്ഞിരുന്ന ഒരാൾ എന്ന നിലയിൽ കുറച്ചെങ്കിലും കുഞ്ഞുങ്ങളെ അറിയാൻ സാധിച്ചിട്ടുണ്ട്. തുറന്നു പറയാനും പങ്കു വയ്ക്കാനും സാധിക്കുന്ന സ്നേഹത്തിന്റെ ഇടങ്ങളായിരുന്നല്ലോ അവിടം.

പ്രീ ഡിഗ്രി രണ്ടാം വർഷ പരീക്ഷയുടെ സമയത്ത് എനിയ്ക്ക് ശരീരം മുഴുവൻ ഒരുതരം വ്രണം വന്നു പഴുത്തു.ചിക്കൻ പോക്സ് ആണോ വസൂരി ആണോ എന്നൊന്നും ആർക്കും അറിയാത്ത ദുർഗന്ധം വമിപ്പിക്കുന്ന വലിയ പൊള്ളലുകൾ. പൊട്ടുകയും പഴുക്കുകയും ചെയ്യുന്നതിനു മുകളിൽ നിമിഷങ്ങൾ കൊണ്ട് ഒട്ടിപ്പിടിക്കുന്ന വസ്ത്രങ്ങൾ. വലിച്ചിളക്കുമ്പോൾ നൊന്തു നിലവിളിക്കുന്ന എന്നെ നിസ്സഹായതയോടെ നോക്കി നിൽക്കുന്ന അമ്മ. ദിവസങ്ങളോളം ശരീരവും മനസും തളർന്നു കിടന്നു.എങ്കിലും പകരില്ല എന്ന് ഡോക്ടർ ഉറപ്പു പറഞ്ഞതിനാൽ പരീക്ഷാഹാളിൽ ഞാൻ എത്തി. ഇടയ്ക്കിടെ അടർത്തിമാറ്റിയിട്ടില്ലെങ്കിൽ ചേർന്ന്പോകുന്ന ഉടുപ്പുമായി ചെന്ന എന്നെ റൂമിന്റെ ഒരു മൂലയിൽ ഒറ്റക്കിരുത്തി. ദുർഗന്ധമാണോ കുട്ടികൾ തുറിച്ചു നോക്കുന്നു. ഏറ്റവും ഭയപ്പെടുന്ന ഇഷ്ടമല്ലാത്ത സ്റ്റാറ്റിസ്റ്റിക്സ്ടീച്ചർ അന്നെനിക്ക് ഒട്ടും പ്രതീക്ഷിക്കാതെ ആത്മ ബലം നൽകി. ഒറ്റപെടലിന്റെ മുറിവിൽ കരഞ്ഞു കൊണ്ട് ഞാൻ അന്ന് വീട്ടിലെത്തി. പ്രീഡിഗ്രി ക്ലാസ് മാർക്കോടെ ജയിച്ചു. ഇടയ്ക്കിടെ വരുമായിരുന്ന അച്ഛനെന്ന ഭയം അമ്മയുടെ കൈകാ

ലുകളിലും നെഞ്ചത്തും ഹൃദയത്തിലുമേറ്റ വലിയ ക്ഷതങ്ങളായി വീണ്ടും പേടിപ്പെടുത്തിക്കൊണ്ടേയിരുന്നു. കത്തിപ്പോകുന്ന വസ്ത്രങ്ങളും ഉടഞ്ഞു ചിതറുന്ന ഭക്ഷണവും വലിച്ചിഴയ്ക്കപ്പെട്ട മുറ്റവും രാത്രികളും ആ സങ്കൽപ്പത്തെത്തന്നെ ഇല്ലാതാക്കിക്കളഞ്ഞു. അപ്പോഴും നീണ്ടു നിവർന്നു നിൽക്കുന്ന ജീവിതം എന്നെ നോക്കി ചിരിച്ചു.. ജീവിച്ചിരിക്കുക എന്നത് അത്യാവശ്യമാണ്..അതെ. ഓർമ്മകളുടെ സുഖമുള്ള നോവിനായി വലിയ വടുക്കൾ മരുന്നിട്ട് മായ്ക്കാതെ ഇന്നും ഒപ്പം കൊണ്ടു നടക്കുന്നു ഞാൻ...

കൊല്ലം ശ്രീനാരായണ കോളേജിൽ ആദ്യത്തെ NSS കാമ്പിനു ചേരുന്നത് സത്യമായും സേവന മനോഭാവം കൊണ്ടല്ലായിരുന്നു.അനിയത്തിയെ അപ്പോഴൊക്കെ ഏതെങ്കിലും ബാലിക സദനങ്ങളിലോ വീടുകളിലോ സുരക്ഷിതയായി നിർത്തിയിരുന്നു.അവൾ 545 മാർക്കിൽ അപ്പോഴേയ്ക്കും പത്താം തരം കഴിഞ്ഞിരുന്നു.ഒരു പെൺകുട്ടിയുടെ ചെറുത്തുനിൽപ്പിന്റെ ഒടുവിലെ ശക്തിയും ചോർന്നു പോകുന്ന പരിത സ്ഥിതികൾ, അപ്പോഴേക്കും കടം, പലിശക്കാർ, നിലനിൽപ്പ്, എല്ലാം മടുത്തു.

സമാന്തരമായി പോകുന്ന പാളങ്ങൾ, മൂർച്ച കൂടിയ ഒരു ബ്ലേഡ്, കുടുക്കിട്ടു നിൽക്കുന്ന വട്ടക്കയർ ഒക്കെയെന്നെ കയ്യാട്ടി വിളിച്ചുകൊണ്ടിരുന്നു.

ഇടതു കൈത്തണ്ടയിൽ രണ്ടു കൊച്ചു ചുവന്ന പാളങ്ങൾ തീർത്തുകൊണ്ട് ജീവിതമെന്ന സമരത്തോട് തോൽവി സമ്മതിച്ചു ഞാൻ. വേദനയും വലിയ തുന്നലുകളുമായി ആ ശ്രമം പരാജയപ്പെട്ടു.വീണ്ടും കൂനന്റെ കുരുപോലെ വന്ന അസ്ഥാനത്തെ പ്രണയമെന്ന പർവ്വതവും എരിതീയിൽനിന്ന് വറചട്ടിയിലേക്ക് വലിച്ചിഴച്ചുകൊണ്ടുപോയി. എന്നേയ്ക്കും ഉറങ്ങാനായി ആർത്തിയോടെ വിഴുങ്ങിയ പത്തു വട്ട ഗുളികകൾ, ഒടുവിൽ മൂക്കിലും വായിലും വലിയ ട്യൂബുകളും സൂചിയും കത്തിയും ഏൽപ്പിച്ച മുറിവോടെ ജനറൽ ആശുപത്രിയുടെ അത്യാഹിത മുറിയിൽ ചോദ്യ ചിഹ്നം പോലെ ഞാൻ ചുരുണ്ടു കിടന്നു.

ഓക്സിജൻ ഇല്ലാത്തതിനാൽ മെഡിക്കൽ കോളേജിൽ എത്തിക്കണമെന്ന് വലിയ ആവശ്യത്തിന് മുന്നിൽ വണ്ടിക്കൂലിയോ ആളോ ഒന്നുമില്ലാതെ പകച്ചു നിന്ന എന്റെ അമ്മയുടെ കരച്ചിൽ.എങ്കിൽ അവിടെ കിടന്നവൾ മരിച്ചോട്ടെ എന്ന് തീരുമാനിക്കേണ്ടി വരുന്ന ഭീകരമായ മാനസികാവസ്ഥ. അത് അത്രത്തോളമൊന്നും ലാഭകരമല്ലാത്ത ഒരു അവസ്ഥയാണ് ആത്മഹത്യ എന്നോ ഇനി ഒരിക്കലും മരണത്തെ ആവേശത്തോടെ നോക്കാതിരിക്കാനോ ഉള്ള മരുന്നെന്നിൽ നിറച്ചു. ആ നാണ

ക്കേടിൽ ഒളിച്ചോടാൻ എനിക്ക് നാഷണൽ സർവീസ് സ്കീമിന്റെ പത്തു ദിവസത്തെ ക്യാമ്പ് മതിയാരുന്നു. പക്ഷെ അവിടം കൊണ്ട് കാര്യങ്ങൾ മാറി മറിഞ്ഞു.

പെട്ടെന്നുണ്ടായ ആത്മവിശ്വാസം മറ്റൊരാളാക്കിയ ഞാൻ പ്രതികരിക്കുന്ന രീതിയിലെ ശൈത്യ ഭാവം, എന്നെ നഷ്ടമായേക്കാമെന്ന ഭയം ഒടുവിൽ മെന്റൽ ഹെൽത്ത് ECHS എന്ന് പച്ച നിറത്തിലെഴുതിയ മുറികളുടെ അഴികൾക്കുള്ളിൽ നാളുകൾ എന്റെ വലിയ മൗനത്തെ തളച്ചിട്ടു. ഏകാന്തതയുടെ കൊടും തടവ്.. ജീവിക്കാനുള്ള ആവേശം കൂടിവന്നു.

മീ ടൂ ഹാഷ് ടാഗുകൾ നിറയുന്ന സ്ക്രീനുകളിൽ നിന്ന് എന്താണ് ഓർമ്മകളിൽ ചികഞ്ഞെടുക്കുക, അട്ടിയിട്ടു മൂടിയ ശവക്കുഴികളിൽ നിന്ന് ശൈശവ ബാല്യത്തിന്റെ വൃത്തികെട്ട ചില സ്പർശനങ്ങളെ കിതപ്പോടെ മാന്തിയെടുക്കാൻ ആകില്ലാതതിനാൽ ഐക്യദാർഢ്യം അന്നവിടെ വഴിമുട്ടിനിന്നു. പീഡോഫീലിയ,ചൈൽഡ് അബ്യൂസ്സ്മെന്റ് എന്ന രോഗത്തിന്റെ പരിണിത ഫലങ്ങൾ സൃഷ്ടിക്കുന്ന ആഘാതത്തിൽ നിന്ന് രക്ഷപെടാനോ പ്രതിരോധിക്കാനോ ആകാതെ ഇല്ലാതാകുന്ന കുഞ്ഞുങ്ങൾ ദിവസങ്ങളോളം ചങ്കുലച്ചു. അനുകൂലിച്ചും പ്രതികൂലിച്ചും ട്രോളിയും പകച്ചുപോകുന്ന നിമിഷങ്ങൾ പകർത്തിയെഴുതിയവർക്ക് മുഖപുസ്തകം പ്രതികരണം കൊടുത്തു.. ബാക്കിയായവർ നോവിന്റെ നാളെണ്ണി ഇപ്പോഴും കഴിയുന്നു.

വായനയും സംഗീതവും വേദനയ്ക്കുള്ള നല്ല ഒറ്റമൂലികൾ ആണെന്ന് തിരിച്ചറിഞ്ഞു. അന്നൊട്ടിന്നുവരെ കരയാതിരിക്കാനുള്ള സമവാക്യങ്ങൾ ചേർത്തെടുത്തു നടന്നു.വിശപ്പെന്ന അവസ്ഥയിൽ ഒരാളും എന്റെ മുന്നിലൂടെ പോകാൻ അനുവദിച്ചിട്ടില്ല. ജീവിക്കുക ജീവിക്കുക ജീവിക്കുക. അപമാനവും വിശപ്പും ദാരിദ്ര്യവും ഇല്ലാതാക്കുന്നവർ ദിവസങ്ങളോളം ഉറക്കം കെടുത്തുന്നു.എത്രമാത്രം ധൈര്യം വേണം കുഞ്ഞുങ്ങളെ മരിക്കാൻ. അത്രേമൊന്നും വേണ്ട ജീവിച്ചിരിക്കാൻ. നിങ്ങൾക്കായി ഏതേലും കൈകൾ, ഇടങ്ങൾ, വാക്കുകൾ എവിടെയെങ്കിലും നീട്ടിയിരിപ്പുണ്ടാകില്ലേ. ഇത്ര മനോഹരമായ ജന്മമാണിത് എന്ന് തിരിച്ചറിയാനുള്ള സമയം കിട്ടുന്നില്ലല്ലോ. ദാരിദ്ര്യം കൊണ്ട് കത്തിയോ പൊട്ടിത്തെറിച്ചോ തീരാതിരിക്കാണെങ്കിലും ഭരണകൂടത്തിന് ഒന്നും ചെയ്യാനാകുന്നില്ല എങ്കിൽ എന്തിനാണ് നിയമങ്ങൾ?

നിശ്ശബ്ദതയ്ക്കാകും ഏറെ പറയാനുള്ളതെന്നു തോന്നും ചിലപ്പോൾ. ചില വലിയ ബഹളങ്ങളിലും വികാരത്തളർച്ചകളിലും ഉടഞ്ഞു പോകുന്ന കടൽചിപ്പിക്കുള്ളിലെ നിശബ്ദത.

ഇപ്പോഴാകട്ടെ,

വാക്ക് വിയർക്കുന്നു.കിതച്ചോടാതെയും ആടിത്തിമിർക്കാതെയും എരിയുന്ന ഒറ്റ നാളത്തിന്റെ ചൂടിൽ വാക്ക് വിയർക്കുന്നു. അമ്മയാകയാൽ വട്ടമെത്തിച്ചു നിൽക്കുന്ന കൈയ്യും നനുത്തൊരു കുഞ്ഞു ചുംബനം സൂക്ഷിക്കുന്ന ചുണ്ടും. നീയുള്ളപ്പോൾ ഞാനെങ്ങനെ ഒറ്റയ്ക്കാകും? എന്റെ ഭ്രാന്തിന്റെ പൊട്ടുകളിൽ, പലവർണങ്ങളിൽ നമ്മുടെ ലോകമുണ്ടെന്നു നീ പറയുമ്പോൾ അതുവരെ കുത്തിവരച്ചു തീർത്ത എന്റെ ജീവിത സമസ്യയിൽ ഒരിക്കലും അനുഭവിക്കാൻ യോഗമില്ലാതിരുന്ന പലരായി നീ നിറഞ്ഞാടുമ്പോൾ..ചില വാക്കുകൾക്കൊന്നും പുല്ലിംഗമില്ല എന്ന് ഞാനവളോട് പറഞ്ഞു.. മൂക്കിന് കീഴെ ആവണക്കെണ്ണ പുരട്ടി മീശ വച്ചാൽ എന്നെ ആണായി കാണാമെന്നു പറഞ്ഞു ചിരിച്ചു..വേണ്ട എനിക്ക് പെണ്ണ് മതി പെണ്ണായാൽ മതി... എന്നിട്ടും ഒറ്റയ്ക്കെന്ന് പറഞ്ഞു ചൂളം വിളികളികളിലേക്കിറങ്ങാൻ എങ്ങനെ സാധിക്കും. അച്ഛനെന്നാൽ തന്നെക്കാൾ മെലിഞ്ഞൊരു മഞ്ഞകണ്ണമ്പാണ് എന്റെയുള്ളിൽ, പിന്നെ മഞ്ഞളും രക്തചന്ദനവും തേച്ചു മായ്ക്കാത്ത വടുക്കളും. അതിനുമപ്പുറം തിരഞ്ഞെടുപ്പെന്ന വലിയ പരീക്ഷയിൽ ജീവിതം തോൽപ്പിച്ചു കളഞ്ഞ നിറം മങ്ങിയ ചരടും.. ഡിസംബർ തന്ന നഷ്ടങ്ങളിലെ വീണ്ടെടുക്കണമെന്നാഗ്രഹിച്ച വിരുദ്ധതകളിലൊന്ന്.

കരയാൻ എനിക്കാരുടേം സങ്കേതം ആവശ്യമില്ലാത്തിടത്തോളം തന്നെ രണ്ടറ്റവും കൂട്ടിക്കെട്ടുന്നൊരു മാന്ത്രിക വിദ്യ ചില മഴ നനഞ്ഞ ചരൽമുറ്റങ്ങൾ എന്നെ പഠിപ്പിച്ചിട്ടുണ്ട്. മഠങ്ങളുടെ അടുക്കളകളിൽ നിന്നും കറുത്തവരെന്നു മാറ്റിനിർത്തപ്പെട്ടവരുടെ ചാണകത്തറയിൽ നിന്നും സ്വയം ചിരിപ്പിക്കാനുള്ള സ്നേഹത്തിന്റെ മന്ത്രം വായിച്ചെടുത്തു. എന്നിട്ടും പൂരിപ്പിക്കാനാകാത്ത ഉത്തരക്കടലാസ്സുപോലെ ജീവിതമെന്നു വരഞ്ഞു കീറിയ കയ്യിലെ പാടുകളെന്നെ ഓർമ്മിപ്പിച്ചുകൊണ്ടേയിരിക്കുന്നു. ഒരിക്കലും ആവർത്തിക്കാനിഷ്ടപ്പെടാത്തൊരു താരാട്ട് മാത്രം മറച്ചു വച്ചുകൊണ്ടു കൊക്കൂണിലേയ്ക്ക് തിരികെ കയറാൻ കൊതിക്കുന്ന പുഴുവിനെ പോലെ ഇഴഞ്ഞു ഇടിച്ചു വീണത് ശലഭങ്ങളുടെ തുരുത്തിൽ. പറക്കാതെ വയ്യിനി.

നടന്നു വന്ന വഴികളിലെല്ലാം വിരൽമുറിച്ചൊരടയാളം ഇട്ടു വച്ചിട്ടുണ്ട്. തിരിച്ചുചെല്ലാൻ സത്രം എന്ന് പേരിട്ടോരു വീടും. അവിടെ ഓർമ്മകളെല്ലാം ചില്ലിട്ടുവെച്ചൊരു മുറിയും, നോവിക്കാതെ എന്നെ നുള്ളിയെടുത്തോളു എന്നു പറയുന്നൊരു റോസാച്ചെടിയും, കെട്ടിയിട്ടപ്പോൾ ഉരഞ്ഞു കരഞ്ഞ ചാഞ്ഞ തെങ്ങും, മണ്ട പോയെങ്കിലും വെട്ടിമാറ്റാതെ

കാത്തു നിൽപ്പുണ്ട്.

നന്ദിയോടെ ഓർക്കുന്നു അത്രയൊന്നും നിരപ്പല്ലാത്തൊരു കുന്നിലൂടെ നടക്കാൻ ശീലിപ്പിച്ചതിനു. കുനുകുനെ കുത്തിവരച്ചൊരു കടലാസ്സ് അതിലെ ഓരോ വട്ടങ്ങളും എന്റെ പഴയ കലണ്ടറുകളിലെ വിരുന്നുകാരാരും ഇല്ലാത്തൊരു അന്തേവാസിയുടെ ശൂന്യതകളാണ്.

എന്നിട്ടും സ്മൃതിനാശം പിടിപെട്ട ഒരു രോഗിയെപോലെ പറയാനാകാതെ കയ്ച്ചുപോയൊരു നീര് ചുണ്ടിന്റെ കോണിലൂടെ ഒലിച്ചിറങ്ങുന്നു. കൃഷ്ണമണികളിൽ കാഴ്ചകൾ ഇരട്ടിച്ചുപോയൊരു പെറ്റിക്കോട്ടുകാരി തുറിച്ചു നോക്കുന്നു.ഞാനായി തന്നെ ജനിക്കണമെന്ന ദുരാഗ്രഹം ഒളിപ്പിച്ചു ,നിന്റെയത്രയും ചെറിയൊരു പെണ്ണായി ഒളിപ്പിച്ചുവച്ച ഓലപ്പമ്പരവുമായി മതിവരുവോളം കളിക്കണം.. സ്നേഹിക്കപ്പെടാനോ കരുതിവയ്ക്കാനോ ആരെയും നിർമ്മിച്ചെടുക്കാൻ ആകാതെ പോയോ? എങ്കിലും എന്തൊരു ദയയാണ് കിട്ടിക്കൊണ്ടിരിക്കുന്നത്.

ഉള്ളം കാലിലൊരു കമ്മലിന്റെ കോലു കുത്തി നൊന്തു കളിച്ച വിവാഹ ശേഷമുള്ള ആദ്യത്തെ വേദിയോർത്തു. രാസലാസ്യ നടനരസമുള്ള ഗാനത്തിൽ കാല് വേദനിച്ച് ഭാവം സങ്കടമായ കഥ. അതിലുമേറെ എന്റെ ഓർമ്മ വിങ്ങുന്നത് ഹോളി ഫാമിലിയിൽ ടീച്ചറായിരുന്ന ആറു വർഷത്തിലെ ആനുവൽ ഡേ ഡാൻസ് പഠിപ്പിക്കൽ ആണ്. പണ്ടത്തെ എന്റെ അതേ മുഖവും ഭാവവും ഉള്ള ധന്യമാർ... വാതിലിൽ പാതി മറഞ്ഞ് നിൽപ്പുണ്ടോ.. എട്ടു മാസം ഗർഭിണിയായ ഡാൻസ് ടീച്ചറായ ഞാൻ വയറ്റിൽ ഒരു കൈതാങ്ങി പലപ്പോഴും സ്റ്റെപ്പ് ചവിട്ടുന്നു. എന്നെ അത്ഭുതത്തോടെയോ സഹതാപത്തോടെയോ നോക്കുന്ന കുട്ടികളും അമ്മമാരും. 142 സെ.മി മാത്രമുള്ള ഞാൻ സിസേറിയനിൽ നിന്നും സുഖപ്രസവത്തിലേയ്ക്ക് എത്താൻ സുഖകരമായി ചെയ്ത അധ്വാനങ്ങൾ ആ സമയത്തെ നൃത്തവും വീടുപണിയും ആയിരുന്നു. പെൺകുട്ടിയാണ് ആഗ്രഹമെന്ന് പറഞ്ഞപ്പോൾ അവളാണ് വയറ്റിലെന്നും പുറത്ത് വരുമ്പോൾ വർണ്ണമോ തില്ലാനയോ വരെ അവൾ പഠിച്ചിരിക്കുമെന്നും തമാശയോടെ പറഞ്ഞ കൂട്ടുകാരി. തളർന്നു പോയ രാത്രികൾ ആശ്വാസത്തിനായി ചെവിയരികിലെ അന്നത്തെ ചുവന്ന വാക്‌മാൻ ഗാനങ്ങൾ. കയറിയിറങ്ങലുകളും യാത്രയും. 43 കുട്ടികളെ പഠിപ്പിച്ചു മേക്കപ്പ് ഇട്ടു സ്റ്റേജിൽ കയറ്റി എന്റെ ഇടിഞ്ഞു തൂങ്ങാൻ വെമ്പി നിൽക്കുന്ന വയറ് നോക്കി ഞാൻ വിയർത്തു ചിരിച്ചു. മുഖം പാതി മറച്ച് ഡാൻസ് ക്ലാസിന്റെ വാതിലിൽ കൊതിയോടെ നിന്നത്. ആവേശം കണ്ട് സുകുമാരൻ സാർ ഫീസില്ലാതെ പഠിക്കാൻ ചേർത്തത്. പലപ്പോഴും പോകാൻ സാ

ധിക്കാതെ പ്രോഗ്രാമുകളുടെ പ്രാക്ടീസ് ക്ലാസുകൾ നോക്കി കരഞ്ഞത്. പിന്നെ ആദ്യ ബാച്ച് സംസ്ഥാനതലത്തിൽ വിജയിച്ചത്. രാത്രികളിലെ കലോത്സവ സ്ഥലങ്ങളിലെ ചിപ്സ് കഴിച്ചുള്ള ഉറക്കങ്ങൾ, നീണ്ട വർഷങ്ങൾ പിന്നീട് പഠനം തന്നെ. ഒടുവിൽ കഴിഞ്ഞ മാർച്ചിൽ വസന്ത ടീച്ചറെ ഇരുപത്തിരണ്ട് വർഷങ്ങൾക്ക് ശേഷം കണ്ടത്.

ആഗ്രഹവും ആവേശവും ആശ്വാസവുമായി ചിലങ്കയുടെ താളമെന്നെ ഊർജ്ജപ്പെടുത്തിക്കൊണ്ടേയിരിക്കുന്നു. ചിന്താവിഷ്ടയായ സീതയും രാവണപുത്രിയും അറിവിൻ നിലാവും ഘനശ്യാമയും ആശൈമുഖവും എന്നതവം കൊണ്ട യശോദയും ഗണപതിയും യഹൂദിയായും മൈലാഞ്ചി തട്ടവും അങ്ങനെ നിരവധി ആടകളിലാടിയതോർക്കുന്നു

കോരിത്തരിക്കുന്നു
ചിലങ്കയെ മുത്തുന്നു
ആടിയ പാദത്തെ കരുത്താക്കുന്നു..

ഒരു ദിവസം കരുനാഗപ്പള്ളിയിൽ നിന്നും കിഴക്കോട്ടുള്ള എന്റെ കനം പിടിച്ച യാത്രയിൽ പതിനഞ്ചു മിനിട്ടു പിന്നിട്ടപ്പോൾ, കാറിന്റെ ചില്ലു മങ്ങിപ്പോയ കാഴ്ചകളിൽ വൈപ്പർ ഓണാക്കാനാണ് ആദ്യം പറഞ്ഞത്. പക്ഷേ പിന്നീടങ്ങോട്ടുള്ള എട്ടു മണിക്കൂറിൽ കണ്ണിലെ നിറങ്ങളോരോന്നും മങ്ങിത്തുടങ്ങി ഭയപ്പെടുത്തുന്ന, അപ്രതീക്ഷിതമായ ഇരുട്ടിൽ നെഞ്ചിടിപ്പുകൾ എണ്ണാനാകാത്ത വിധത്തിൽ കൂടിക്കൂടി വന്നു പ്രിയപ്പെട്ടവരെയൊക്കെയോർത്തു..

ചൈതന്യ ഐ ഹോസ്പിറ്റലിന്റെ റെറ്റിനൽ, റി ഫ്രാക്ഷൻ സെക്ഷനുകളിൽ അന്ധാളിച്ചു താടി തിരുകിയിരുന്നു. ഗ്ലോക്കോമ പ്രക്ഷൻ ചെക്ക്. നാലു തവണ കൃഷ്ണമണി വികസിപ്പിച്ചു ടെസ്റ്റിനായി കണ്ണടച്ചിരുന്നു ഇരു ചെന്നിയിലൂടെയും മരുന്നല്ല സങ്കടമാണ് ഒലിച്ചിറങ്ങിയത്. വർഷങ്ങളായി ഉള്ളിൽ സൂക്ഷിക്കുന്ന തെളിച്ചമുള്ളതും വെളിപ്പെടുത്താനാകാത്തതുമായ നിരവധി നിരവധി ചിത്രങ്ങൾ ഫ്ളാഷ് മിന്നിച്ച് പൊള്ളിച്ചു.. എന്റെ ലോകം....

ഒരു ദിവസം തീർത്തും കണ്ണടച്ചു കിടന്നു. ഉറക്കത്തിൽ മരിച്ചു പോയതായിപ്പോലും തോന്നി. മൊബൈൽ ഒരു കോൺടാക്ടും പിടിതരാത്ത മങ്ങിയ നിഴൽ പോലൊരു വസ്തു മാത്രമായി ഇടയ്ക്കിടെ ചിലച്ചെന്നെ വിഭ്രമിപ്പിച്ചു...

കോൺവെന്റിൽ എന്നോടൊപ്പം നടന്ന പൂർണ്ണമായും കാഴ്ചയില്ലാത്ത നന്നായി പാടുന്ന പ്രിയയും 19 വയസ്സു മുതൽ ക്രമേണ അന്ധത വന്ന ആഷ്‌ലിയെയും അവരോടൊത്തുള്ള ദിവസങ്ങളെയും ഓർത്തു 14

മണിക്കൂറിനിപ്പുറം ഇപ്പോൾ ഞാൻ കാണുന്നതെല്ലാം ആലീസ് ഇൻ വണ്ടർ ലാന്റെന്ന് പറഞ്ഞാൽ നിങ്ങൾക്ക് മനസ്സിലാകുമോ? ഏഴാം വയസ്സിൽ ഗോലി പാഞ്ഞുകയറി കണ്ണിന് പൊട്ടലേറ്റ് കാഴ്ച്ച പോയിക്കിടന്ന ദിവസങ്ങൾ വീണ്ടും ഓർത്തുവിങ്ങുന്നു.

എന്റെ എഴുത്തുകൾ പലതും ആ ഓർമ്മകളുടെ വേവിൽ നിന്ന് വന്നതാണ്. നിന്ന നിൽപ്പിൽ എന്റെ ചുറ്റും നിഴലുകൾ മാത്രം ആകും മുൻപ് എന്ന ചിന്ത സമ്മാനിച്ചത്.

അപകടങ്ങൾക്കോ രോഗങ്ങൾക്കോ അവഗണയ്ക്കോ തളർത്തിക്കളയാവുന്ന ഒന്നു മാത്രമാണീ ധൈര്യമൊക്കെ, തൽക്കാലമെങ്കിലും, ഒറ്റപ്പെട്ടുപോകും.മുറിവുമായി വരുന്നവൻ അവനെ മാറ്റി നിർത്തുമ്പോൾ പ്രിയപ്പെട്ടവരെ ആ രൂപത്തിലേയ്ക്ക് ഒന്നാവേശിപ്പിച്ചു നോക്കിയാൽ മതി.. അത്രമാത്രം മതി.. അങ്ങനെ ആരുമില്ലാതെ മരിക്കാതെയും നരകിക്കാതെയും ഇരിക്കട്ടെ ഒരാളും....

വളവുതിരിയുന്ന ചൂളം വിളികൾ (പ്രസിദ്ധീകരിച്ചത്)

രാത്രിയെപ്പോഴോ വലിയ തട്ടും മുട്ടും കേട്ടാണ് കണ്ണ് തുറന്നത്. അടുക്കളയിൽനിന്നും പുറത്തേയ്ക്ക് തെറിക്കുന്ന പാത്രങ്ങളുടെയും അടക്കിപ്പിടിച്ച കരച്ചിലിന്റെയും ബഹളത്തിനിടയിലൂടെ ഏതൊക്കെയോ തെറികൾ, ശാപവാക്കുകൾ ഇടയ്ക്ക് പല്ലുകടിച്ചമർത്തുന്ന കിരുകിരാ ശബ്ദം.

വീടിന്റെ അടുക്കള രണ്ടായി അടുപ്പുകളെയും വെപ്പുകളെയും തിരിച്ചു വച്ചിട്ട്   ഏകദേശം രണ്ടുമാസ്സമായ സമയം.മിക്കവാറും ഞങ്ങളുടെ കറിച്ചട്ടികൾ   കാര്യമായി ഒന്നിനെയും നിറച്ചു വക്കാത്തതിനാൽ ഇടയ്ക്കിടെ അച്ചാമ്മയുടെ പാചകപ്പുരയിൽ നിന്നും കള്ളക്കടത്ത് നടത്താറുണ്ടായിരുന്നു.എടുക്കുന്ന നേരത്തോ പാതി വഴിക്കോ ഒക്കെ പിടിക്കപ്പെടാറും ഉണ്ട്. ചിലപ്പോൾ കണ്ടതായി ഭാവിക്കില്ല മറ്റു ചിലപ്പോൾ വഴക്കും കിട്ടും.ആ ദിവസ്സത്തെ മൂഡ് പോലെ ശകാരത്തിന്റെ കാഠിന്യം കൂടിയും കുറഞ്ഞും ഇരിക്കും.

വയറ്റിൽ വിശപ്പിന്റെ പ്രാവ് കുറുകിതുടങ്ങിയപ്പോൾ പതിവുപോലെ പമ്മി പമ്മി അടുക്കളയിലെത്തി ഒരു ചെറിയ പാത്രം എടുത്തേയ്ക്കാം എന്ന് കരുതി. ചിതറിക്കിടക്കുന്ന ചോറിനു മുകളിലൂടെ സാമ്പാർ കഷ്ണങ്ങൾ, ചളുങ്ങി കിടക്കുന്ന അലൂമിനിയം കലം,അങ്ങോട്ടും ഇങ്ങോട്ടും ലക്ഷ്യമില്ലാതെ ഒഴികി നീങ്ങുന്ന വെള്ളം ,തൊട്ടരുകിൽ തലയിൽ കൈവച്ചു കുനിഞ്ഞിരിക്കുന്ന അമ്മ. സ്വാഭാവികമായും സ്ഥിരമായി സംഭവിക്കുന്നത് എന്ന് കരുതി പാത്രമെടുത്തിറങ്ങിയതും ഇടിവെട്ടുപോലെ

ഒരു ശബ്ദം,സാരിയും പാവാടയും കൂടി കൂട്ടിപ്പിടിച്ചു ഭിത്തിയിൽ ചേർത്തു നിർത്തി അമ്മയെ ഭീഷണിപ്പെടുത്തുന്നു അച്ഛൻ. കേട്ടാൽ മനസ്സിലാകാത്ത ഭാഷയിൽ വായ നിറയേ വെറുപ്പിന്റെ കഷ്ണങ്ങൾ. ഒറ്റ ചാട്ടത്തിനു ഞാനാ കയ്യിൽ ആഞ്ഞു കടിച്ചു. പല്ലി വീഴുംപോലെ നിലത്തേയ്ക്ക് വീണ അമ്മയെ നോക്കും മുൻപ് വീണു മുഖമടച്ച് ഉഗ്രനിടി. കണ്ണിലും ചെവിയിലും കടലിരമ്പും പോലെ പിന്നെ കുറെ നേരം മൂളൽ.

'നീയെന്തിനിതിനിടയിൽ കയറിവന്നു പോ കിട്ടാനുള്ളത് ഞാൻ വാങ്ങിച്ചോളാം 'എന്ന് പറഞ്ഞു അമ്മയെന്നെ പിടിച്ചു മാറ്റി .വീണ്ടും അടി കിട്ടി രണ്ടുപേർക്കും.

അത്രയും ആളുകൾ ഉള്ള വീട്ടിൽ എന്തുകൊണ്ടാരും വന്നില്ല എന്ന ചോദ്യത്തിനു ഒറ്റ ഉത്തരമേയുള്ളൂ.നിത്യചടങ്ങാണ്....ഇതിങ്ങനെ പോകും. ചിലപ്പോൾ മാത്രം അതൊരു കൂട്ടത്തല്ലായി വീടിനെയാകെ യുദ്ധഭൂമിയാക്കും. അപ്പോൾ അച്ചാച്ചന്റെ വടിയും കത്തിയും വല്യച്ഛന്റെ മറ്റുചില ആയുധങ്ങളും മൂന്ന് നാല് പെണ്ണുങ്ങളുടെ അലർച്ചയും എന്റെ കരച്ചിലും എല്ലാം കൂടി ഭൂമിയിളകുംപോലെ...

അങ്ങനെയിരിക്കെ ഒരിക്കൽ കറി മോഷണം നടത്തുന്നതിനിടയിൽ കയ്യോടെ ഞാൻ പിടിക്കപ്പെട്ടു. അന്ന് കറി മാത്രമല്ല ചോറും ഉണ്ടാരുന്നു. അച്ഛമ്മ എന്നോട് പറഞ്ഞു 'ഈ കറി നീ എടുക്കരുതു എനിക്ക് മറ്റൊന്നും കൂട്ടാൻ പറ്റില്ല നാക്ക് പൊള്ളും'

ഞാനതിനെ അമ്മാമക്കറി എന്നാണു വിളിച്ചിരുന്നത്. തേങ്ങ അരച്ച് മഞ്ഞൾപ്പൊടിയും മല്ലിപ്പൊടിയും മാത്രം ചേർത്തു എരിവില്ലാതെ ഉണ്ടാക്കുന്ന മഞ്ഞ നിറത്തിലെ മീൻ കറി. ഇതുവരെ ഞാൻ കഴിച്ചിട്ടുള്ളതിൽ ഏറ്റവും സ്വാദുള്ള നോൺ വെജ്. എന്താണ് അതിന്റെ രുചിക്കൂട്ട് എന്ന് ഇപ്പോഴും അറിയില്ല ഒരു പക്ഷെ വിശപ്പാകാം, അല്ലെ ദിവസ്സങ്ങളോളമുള്ള ഈ അരാജകത്വം നിറഞ്ഞ വീട്ടിൽ എടുത്തെറിയപ്പെടുകയും കമഴ്ത്തി കളയപ്പെടുകയും ചെയ്യുന്ന ആഹാരങ്ങൾക്ക് കണക്കില്ലായിരുന്നു. മറ്റുള്ളവരെല്ലാം മുളക് ചമ്മന്തിയൊ രസ്സമോ ഉണ്ടാക്കി കഴിക്കുമ്പോൾ അച്ചാമ്മ ഒന്നും കഴിക്കാതെ ഇരിക്കും. ചിലപ്പോൾ പഴം തിന്നും. എന്താണ് അങ്ങനെയെന്നോർത്തു കുറെനേരം കിടക്കും ഞാൻ.

വർഷങ്ങളുടെ നീണ്ട പാഠങ്ങൾ എന്നെ പലതും പഠിപ്പിച്ചു. മുടങ്ങിപ്പോയ സ്കൂൾ ദിവസ്സങ്ങൾ. കണ്ണിൽ ഏറു കിട്ടി ദിവസങ്ങൾ കാഴ്ച പോയി കിടന്നത്,പിന്നെ കാഴ്ചയില്ലെങ്കിലും എങ്ങനെ നടക്കും എന്ന് പരിശീലിച്ചു നോക്കിയത് തളർച്ച വന്നപോലെ ശരീരം അനങ്ങാതെ വേ

ദനയോടെ കിടന്നത്. കൂട്ടുകാരിയുടെ അച്ചന്റെ കശുവണ്ടി ഫാക്ടറിയിൽ ആരും അറിയാതെ വെക്കേഷന് പരിപ്പ് തിരിയാൻ പോയത്. അതുകൊണ്ട് സ്കൂൾ തുറന്നപ്പോൾ പുസ്തകം വാങ്ങിയത്. പിന്നൊരിക്കൽ എന്തോ ചില സംശയങ്ങളുടെ പേരിൽ ബ്ലഡ് ടെസ്റ്റ് ചെയ്തു നോക്കിയപ്പോൾ ബാലക്ഷയം.അതുകേട്ടു അമ്മ ബോധംകെട്ടു നിന്നത്, അലഞ്ഞും നടന്നും സർക്കാർ ആശുപത്രിയിലെ ദിവസേനെയുള്ള യാത്ര, വണ്ടിക്കൂലി തികയാതെ രണ്ടു കയ്യിലും ഞങ്ങളെ തൂക്കി ടി ബി സെന്ററിന്റെ ഇടവഴികളിൽ പേടിച്ചു നിന്ന് അവിടെ നിന്നും ഫ്രീയായി കിട്ടുന്ന പഴവും മുട്ടയും കഴിച്ചു കാഞ്ഞിരം പോലെ കയ്ക്കുന്ന പൊടി പഴത്തിനകത്ത് വച്ചു കണ്ണടച്ചു വിഴുങ്ങിയത്. സിനിമ കാണാൻ പോയിട്ട് തിരികെയെത്തുന്ന വഴി മുഴുവൻ ചീത്തയും കേട്ടു ചെമ്പരത്തിയുടെ കമ്പിനു നാട്ടുകാർ മുഴുവൻ കാൺകെ തല്ലി അച്ഛൻ കലി തീർത്തത്. തളർന്നു കിടന്നു ക്ലാസ് മുടങ്ങിപ്പോയത്... അങ്ങനെ എത്രയെത്ര പൊള്ളിയടരുന്ന ബാല്യ കൗമാരങ്ങൾ ചേർത്ത് വച്ചാണ് തിരിച്ചെന്തെങ്കിലും പറയാൻ പഠിച്ചത്. പ്രതികരിക്കണം എന്ന് തിരിച്ചറിയാൻ പിന്നെയും വർഷങ്ങൾ എടുത്തു.അപ്പോഴേയ്ക്കും പലപല സ്ഥലങ്ങളിലേയ്ക്ക് കൂടും കുടുക്കയുമൊക്കെ എടുത്തു പരദേശികളെപ്പോലെ ഒരുപാടോട്ടം കഴിഞ്ഞിരുന്നു.

എന്റെ ഒരു പിറന്നാളിന്റെ തലേന്നന്നാണ്. രാത്രി ഹോം ട്യൂഷനൊക്കെ എടുത്തിട്ട് വീട്ടിലെത്തിയപ്പോഴാണ്.അതുവരെ ഞങ്ങളെ കുറേക്കാലം ഉപേക്ഷിച്ചുപോയ, അല്ല ഞങ്ങൾ ഉപേക്ഷിച്ചു ഒളിച്ചോടി പോരുന്നു എന്നതാകും ശരി, അച്ഛൻ വീടിന്റെ പടിയിൽ നിൽക്കുന്നു. തീ വിഴുങ്ങിയപോലെ തൊണ്ടയിൽ നിന്നും ചൂട് അടിവയറ്റിലേയ്ക്ക് പടരുന്നു. പേടികൊണ്ടു വരണ്ടുണങ്ങി ഒറ്റ നിമിഷംകൊണ്ട്. ഒന്നും മിണ്ടാതെ അകത്തു കടന്നു. ഒരു മൂലയിൽ പേടിച്ചു നിൽക്കുന്നു അമ്മ.

ഇന്നിവിടെ കിടക്കും എന്നാ പറയുന്നേന്നു. അത് കേട്ടപ്പോൾ എനിക്ക് ആകെ അരിശം വന്നു.ഇറങ്ങിപ്പോ എന്തിനാ ഇങ്ങനെ ശല്യം ചെയ്യുന്നേ എന്നൊക്കെ ഉറക്കെ വിളിച്ചുകൂവി ഞാൻ. ഒന്നും കേട്ട ഭാവം ഇല്ല. ഭക്ഷണം കഴിക്കാൻ ഇരുന്നപ്പോൾ ഒരു പാത്രം കൂടി അധികം ഇട്ടു അമ്മ. സർവ്വ സാധാരണമായ ആ പാരമ്പര്യ ശൈലിയിൽ ഒട്ടും അമ്പരപ്പെട്ടില്ല ഞാൻ.

ഇതാർക്കാണ് എന്ന എന്റെ ചോദ്യത്തിന് ചൂണ്ടുവിരൽ ചുണ്ടിൽ വച്ച് മിണ്ടണ്ട ഇപ്പൊ എന്ന് സൂചനയും നൽകി. ഇനി ഒരു കലഹത്തെ താങ്ങാൻ ആകാത്തതിനാലാകണം ഞാൻ കടിച്ചു പിടിച്ചിരുന്നു. പകു

തി കഴിച്ചു കാണണം പാത്രം ഉൾപ്പെടെ മൊത്തം തട്ടി തെറിപ്പിച്ച് അയാൾ പതിവ് അഭ്യാസം തുടങ്ങി. അമ്മ വീണ്ടും ചുണ്ടിൽ വിരൽ വച്ച് ആംഗ്യം കാട്ടി. എന്റെ ഉടുപ്പുകളും കോരിവെച്ച വെള്ളവും എല്ലാം കൂടി ക്കലർന്നു കടലുകയറിയപോലെ വീടാകെ മാറുന്നത് ഞാനറിഞ്ഞു. പല തവണ കയ്യിൽ കടന്നു പിടിച്ചു ഞാൻ നിയന്ത്രിക്കാൻനോക്കി. കട്ടിലിൽ ഊക്കോടെ വീണു നൊന്തു എന്നെ. പ്ലാസ്റ്റിക് കുടങ്ങളിലെ വെള്ളം മുഴുവൻ ഒരു ദയയും ഇല്ലാതെ തലയിലേക്ക് ഒഴിച്ച് വാതിലിലൂടെ വലിഞ്ഞിഴഞ്ഞു കുതിർന്നു കിടന്നു. എന്നിട്ടും തീർന്നില്ല. പുറത്തെ ചരലിൽ നിർത്തി കയ്യിൽ കിട്ടിയ മടല് കൊണ്ട് തലങ്ങും വിലങ്ങും തല്ലി. ഉരുളൻ കിഴങ്ങ് പോലെ ശരീരത്തിൽ അവിടെവിടെയായി പൊന്താൻ തുടങ്ങി. തടസ്സം നിൽക്കാൻ ആർക്കും ആകുമായിരുന്നില്ല. അയൽക്കാർ നിസ്സഹായതയോടെ നോക്കി നിന്നു. ചെല്ലമ്മയക്ക ഞങ്ങടെ അയൽവാസ്സി 'അതൊരു പ്രായമായ കൊച്ചല്ലേ, എന്ന് ഉറക്കെ സങ്കടപ്പെടുന്ന കേട്ടു. കൺപോളകൾ പോലും തൂങ്ങി വലിഞ്ഞു ഞാൻ നിന്നാടി. അകത്തു നിന്ന് വീണ്ടും ശബ്ദങ്ങൾ.. എന്റെ സകല നിയന്ത്രണവും വിട്ടു. ആകെയുള്ള ഇരുമ്പ് കത്തിയിൽ മുഴുവൻ ഊർജ്ജവും ആവാഹിച്ചു കണ്ണടച്ച് ഞാൻ ആഞ്ഞുവീശി. എന്റെ ഉള്ളിലപ്പോൾ ലോകമേ ഉണ്ടായിരുന്നില്ല. ഒന്നും ഒന്നും. പക്ഷെ സമർത്ഥമായി അച്ഛൻ ഒഴിഞ്ഞു മാറി.

ആ മാറ്റത്തിന്റെ ശക്തിയിൽ താഴെ വീണയുടൻ കയ്യിൽ തടഞ്ഞത് തടിച്ചിരവയാണ്. എന്റെ ഉടൽ മുഴുവൻ നീറി നോവുന്നു, കണ്ണ് പുകയുന്നു. എവിടെയൊക്കെയോ ചതഞ്ഞു രക്തം കെട്ടി. ചിരവയുടെ നാക്കിൽ പിടിച്ചു ഒറ്റവീശ്. അത്കൊണ്ടു, അച്ഛൻ വീണു. തറയിൽ ചോരപരന്നു.

നീയെന്താ ഈ കാണിച്ചേ എന്ന് അലറിക്കൊണ്ട് അമ്മയെന്നെ പിടിച്ചുലച്ചു. നിന്റെ ഭാവിയെന്താകും എന്നോർത്തോ, ഇത്രേം നാൾ കഷ്ടപ്പെട്ടത് ഓർത്തോ? എന്നൊക്കെ എന്തൊക്കെയോ പറയുന്നു.

വിയർത്ത് കുളിച്ചു ഞാൻ നിലത്തിരുന്നു. പോലീസും കോടതിയും ചുറ്റും നിൽക്കുന്ന നാട്ടുകാരും കൂട്ടുകാരും എല്ലാം ഒരു മിന്നലായി തലച്ചോറിൽ കൊള്ളുന്നപോലെ. ഉറക്കെയുള്ള കരച്ചിൽ കേട്ട് അപ്പുറത്തു നിന്നും ഉഷച്ചേച്ചി ഓടി വന്നു. തറയിൽ കിടക്കുന്ന അച്ഛനെയും തളർന്നിരിക്കുന്ന ഞങ്ങളെയും നോക്കി. അച്ഛന്റെ മൂക്കിൽ കൈവച്ച് നോക്കി പറഞ്ഞു ശ്വാസം ഉണ്ട്. നിങ്ങൾ ഇവിടുന്നു എങ്ങോട്ടെലും പൊയ്ക്കോ. എങ്ങോട്ടും ഇനി വയ്യെന്ന് പറഞ്ഞു അമ്മ കട്ടിലിൽ തന്നെ കിടന്നു. കുറച്ചു നേരം കഴിഞ്ഞു ചേച്ചി പോയി. ഞാൻ മാത്രം കറങ്ങുന്നഭൂഗോളത്തിന് നടുവിൽ നിലയില്ലാതെ നിൽക്കുന്നവളെപ്പോലെ. ഈ ലോകം

എന്റേതല്ല എന്ന് തോന്നി. വലതു കൈത്തണ്ടയിൽ പകുതി മുറിച്ച ഒരു കഷണം ബ്ലേഡിൽ ഞാനെന്റെ എല്ലാ സ്വപ്ങ്ങളെയും ചുവന്ന വരകളായി വരച്ചവസ്സാനിപ്പിക്കാൻ തീരുമാനിച്ചു.

കണ്ണ് തുറക്കുമ്പോൾ ആശുപത്രി കിടക്കയിൽ തുന്നിക്കെട്ടലുമായി നെഞ്ച് നിറച്ചുശൂന്യതയോടെ കിടന്ന എന്റെ അരികിൽ അമ്മയും ഉഷ ചേച്ചിയും ചാരി ഇരിക്കുന്നു.

'നീ ഇങ്ങനെയൊക്കെ ചെയ്താൽ അമ്മയെന്തു ചെയ്യും ഇവിടെ വരെ കൊണ്ട് വരാൻ എന്ത് പാടുപെട്ടു എന്നറിയാമോ' എന്ന് ചേച്ചി പരിതപിച്ചു. സങ്കടവും നാണക്കേടും നിരാശയും കൊണ്ടെന്റെ ഉള്ളുപിടച്ചു. കയ്യിൽ വേദന അറിയുന്നേയില്ല. ഒന്നും സംഭിവിച്ചില്ല. തലയിൽ വട്ടത്തിൽ കെട്ടിയ മുറിവുമായി അച്ഛൻ പിന്നെയും ഭയം നിറച്ചു വീട്ടിൽ തന്നെ ഉണ്ടായിരുന്നു. ഒരു ദിവസ്സം എല്ലാം ഒരു ഭാണ്ഡത്തിൽ കെട്ടി അവിടെ നിന്ന് ഞങ്ങൾ വീണ്ടു ഒളിച്ചോടി.. എങ്ങോട്ടോ.. അനിയത്തി ബാലികസദനത്തിൽ ഞാൻ ഇളയമ്മയുടെ വീട്ടിൽ അമ്മ മറ്റൊരിടത്ത്.

ഓർമ്മകൾ എനിക്ക് തീവണ്ടി പോലെയാണ്. ചൂളം കുത്തി വളഞ്ഞു തിരിഞ്ഞുപുക തുപ്പി കുലുങ്ങിക്കുലുങ്ങി.

ഒരു പ്രീഡിഗ്രീ സമയത്താണ് പെട്ടെന്നൊരു ദിവസ്സം അമ്മ വന്നു പറയുന്നു ദേ 'അയ്യാൾ അവിടെ മുറ്റത്ത് നിൽക്കുന്നു' എന്ന്. ഞങ്ങൾ പോന്നിടങ്ങളെല്ലാം അയാൾ എങ്ങനെ കണ്ടെത്തുന്നു എന്ന് ഞാനതിശയപ്പെട്ടു.

പക്ഷെ അനങ്ങാൻ പോലും ആകാതെ കിടക്കുകയാരുന്നു അപ്പോൾ ഞാൻ. ദേഹമാസകലം പൊട്ടിയൊലിച്ചു പഴുത്തു. എന്തോ ഒരു തരം അസുഖം. മുഖം ഒഴികെ മറ്റെല്ലാ ഇടങ്ങളിലും വ്രണം വലിയ നെല്ലിക്ക വലിപ്പത്തിൽ. കഴിക്കുന്ന മരുന്നിന്റെ ചൂടിൽ തളർന്നുപോയ കൈകാലുകൾ. കോട്ടൻ തുണിയിൽ മൂടി ശവം പോലെ. കുറെ മരുന്ന് കഴിച്ചു മാറിയില്ല.

പിറ്റേന്നു രാവിലെ വലിയ കലത്തിൽ മുറ്റത്ത് വട്ടപ്പരുത്തിയിട്ടു വെള്ളം തിളപ്പിച്ചു മൂടിവെച്ചു. വൈകിട്ട് ആരോടും അനുവാദം ചോദിക്കാതെ എന്നെ താങ്ങിയെടുത്തു പുറത്തു കൊണ്ട് വന്നു അച്ഛൻ. രാമച്ചവും പരുത്തിയിലയും കൂടി മുള്ളുപോലെ എന്റെ കുരുക്കളിൽ ഉരച്ചു തേച്ചു എല്ലാ പഴുപ്പുകളും ചോരയായി ഇളകി. ഞാൻ ഉച്ചത്തിലുച്ചത്തിൽ നിലവിളിച്ചു. ആകാശം കേൾക്കുമാറ്. എന്നിട്ടും അച്ഛൻ നിർത്തിയില്ല തിരിച്ചു മറിച്ചും നിർത്തി ഇലയുടെ നീര് പിഴിഞ്ഞു തേച്ചു. വെള്ളവും ചോരയും ഒപ്പിക്കളഞ്ഞു പൊതിഞ്ഞു കിടത്തി. ഞാൻ മരിച്ചിരിക്കുന്നു

എന്നെനിക്ക് തോന്നി.

പക്ഷെ മൂന്നാം നാൾ മുതൽ വ്രണങ്ങൾ കരിഞ്ഞു തുടങ്ങി ...പതിയെ അവിടെയൊക്കെ പഴയത് പോലെ ആകാൻ തുടങ്ങി. അച്ഛനെവിടെ എന്ന് ആലോചിക്കുമ്പോഴേക്കും എങ്ങോ പോയിരുന്നു. പിന്നെ കണ്ടില്ല.

ആ സമയങ്ങളിൽ എപ്പോഴോ ആണ് അച്ഛമ്മയെ അപ്പയുടെ വീട്ടിലേക്ക് കൂട്ടിക്കൊണ്ട് വരുന്നത്. ഞാൻ കാണുമ്പോൾ തീർത്തും അവശയാരുന്നു അവർ. ഇടയ്ക്കെപ്പോഴോ ചുണ്ടൊക്കെ മുറിഞ്ഞു വീർത്തു തൂങ്ങി. ഒരുപാട് ക്ഷതങ്ങൾ ഏറ്റു വാങ്ങിയതിനാലാകം എന്നോർത്ത്. പക്ഷെ അല്ല.

ജീവിതത്തിൽ ആദ്യമായി ക്യാൻസറിനെ നേരിട്ട് കാണുകയാരുന്നു ഞാൻ. അച്ഛമ്മയുടെ നാവിലെ രുചി മുകുളങ്ങളെ അത് നേരത്തെ തന്നെ പിടികൂടിയിരുന്നു. ആർക്കും അത് മനസ്സിലായില്ല ഒരുപാട് വൈകിയിരുന്നു അമ്മാമക്കറിയുടെ രുചിയിൽ അലിഞ്ഞ് ആരോഗ്യമങ്ങനെ മറഞ്ഞിരുന്നു. കഷ്ടപ്പെട്ടു ഒരുപാട് കഷ്ടപ്പെട്ടു വേദനിച്ചു, ഒരു ദിവസ്സം ഓടിവന്ന ട്രാൻസ്പോർട്ട് ബസ്സിന്റെ മുന്നിൽ ധൈര്യത്തോടെ ചെന്ന് കുത്തിയിരുന്ന് അവർ. ഒരിക്കൽ പോലും സമാധാനം അനുഭവിക്കാത്ത നോവിന്റെ മാത്രം കഥ പറഞ്ഞു തീർത്തു, ആ ജന്മം അങ്ങനെ സ്വയം ഒടുങ്ങി.

അച്ഛൻ പിന്നെ പുലയനാർ കോട്ടയിൽ ചികിത്സ തേടുകയും ഇടയ്ക്ക് എനിക്ക് കത്തുകൾ അയയ്ക്കുകയും ചെയ്തു.ആരും അറിയാതെ ഞാൻ കുറെ കാശും അയച്ചു. ഒറ്റയ്ക്ക് ഒരു ദിവസ്സം പോകുകയും ചെയ്തു. 2005 ഒക്ടോബർ എന്റെ പിറനാളിനു ഇളയമ്മയുടെ വീട്ടിൽ സാധാരണ വാങ്ങാറുള്ള മിഠായിയും കൊണ്ട് അച്ഛൻ വന്നു. ഞാൻ കാണാൻ കൂട്ടാക്കിയില്ല. ആ പോക്കിൽ പിന്നെ ഡിസംബർ മാസം ഒരു ദിവസം വീടിനു മുന്നിലെ നേർത്ത മഞ്ഞക്കണമ്പിൽ ചെയ്തുപോയ സകലതിനും മാപ്പെഴുതി വച്ച് അച്ചനും ജീവിതം എഴുതി തീർത്തു. രണ്ടദ്ധ്യായങ്ങൾ അങ്ങനെയായി.

അച്ഛന്റെ ഡയറിയിൽ നിന്നുമാണ് അച്ഛന് വൈദ്യം അറിയാമെന്നു മനസ്സിലാക്കുന്നത്. അമ്മയുടെ മരണത്തോടടുത്ത ആസ്ത്മയുടെ ഡോക്ടറും അച്ഛൻ തന്നെയാരുന്നു എന്ന് അറിഞ്ഞതും. എന്നെ ഏറ്റവും അതിശയപ്പെടുത്തിയ മനുഷ്യൻ ആയിരുന്നു. ഒന്നുകൂടി പറയാം. അച്ഛനെ എനിക്ക് ഇഷ്ടമായിരുന്നു. എന്തൊക്കെ ചെയ്താലും എത്ര മാറി നിന്നാലും, ഒരുപാട് കാരണങ്ങൾ ഉണ്ടായിരുന്നു അതിന്. നിങ്ങൾക്കറിയാമോ സ്നേഹിക്കണോ വെറുക്കണോ എന്നറിയാതെ നമ്മൾ നിൽക്കുന്ന നൂൽ

പ്പാലമുണ്ടല്ലോ അതൊരു വല്ലാത്ത ഇടുക്കാണ്. എങ്ങനെയൊക്കെ എഴുതി വച്ചാലാകും ഈ ഭാരം ഒന്ന് തീർക്കാനാകുക. പറഞ്ഞതിലും കൂടുതൽ പറയാനാകാത്തവ നെഞ്ചിൽ പിടയ്ക്കുന്നു. ജീവിതത്തിന്റെ വളവിലും തിരിവിലും നിന്നും ആരൊക്കെയോ എന്നെ നോക്കുന്നു.

നിങ്ങൾക്കെന്തെങ്കിലും എഴുതാനോ പറയാനോ ഉണ്ടെങ്കിൽ അത് വേഗം ചെയ്യുക. ജീവിച്ചിരിക്കുമ്പോൾ, പ്രതികരിക്കാനോ തെളിയിക്കാനോ ഉള്ള ആരോഗ്യാവസ്ഥയിലാണെങ്കിൽ നല്ലത്. പൊതുവെ സ്ത്രീകൾ അവരുടെ കഷ്ടപ്പാടിന്റെ ആന്തരികവും ബാഹ്യവുമായ, ശരീരം കൂടി ഉൾപ്പെട്ട വിഷമാവസ്ഥകളാണ് തുറന്നു പറയാറ്. വായിക്കുന്നവരുടെ ഭൗതികമോ ആത്മീയമോ ആയ ഇടങ്ങളോട് അത് ചേർന്ന് നിൽക്കണമെന്നില്ല.

നാം അനുഭവിക്കാത്തതെല്ലാം കെട്ടുകഥകളാണ് എന്ന് കണ്ണുപൂട്ടി ജീവിക്കുന്ന ഒരു വലിയ ശതമാനം ഇവിടെയുണ്ട്... പറയണം പറഞ്ഞാലേ അറിയൂ.

പലരുടെയും നിശബ്ദതയാണ് ഒരുപാട് കുറ്റവാളികൾ, നെറികെട്ടവർ വളരാൻ ഇവിടെ വളം വയ്ക്കുന്നത്..

ജീവിതം പിന്നെയും ഒഴുകി. ഭാര്യയായി, അമ്മയായി, നർത്തകിയായി, അവതാരികയായി, സ്വപ്നങ്ങൾ പുസ്തകങ്ങളായി. വിവാഹമോചനം, ഒറ്റയാകൽ, സ്വന്തം ബ്രാൻഡിന്റെ മോഡലിംഗ് വരയെത്തി ചെറുത്തുനിൽപ്പിന്റെ ഏണിപ്പടികൾ...

ജീവിതത്തെ അത്ര പെട്ടെന്നൊന്നും പിടിച്ചു കെട്ടാനാകില്ല. ഓരോതരം വാഗ്ദാനങ്ങളിലൂടെ അല്ലെങ്കിൽ തീരുമാനങ്ങളിലൂടെ അതു പാലിച്ചോ അല്ലാതെയോ ഇങ്ങനെ നീങ്ങിക്കൊണ്ടിരിക്കും. എന്ത് സ്വാതന്ത്ര്യമാണ്, സമാധാനമാണ് ഇവിടെ? ഒരു പെൺകുട്ടി ജനിക്കുമ്പോൾ തന്നെ ഉള്ളിൽ തീയുമായി ഒരമ്മയും ജനിക്കുന്നു എന്നതിനപ്പുറം എന്ത് മാറ്റമാണ്? പോരാടിക്കൊണ്ടേയിരിക്കും നമ്മളിനിയും. സ്ത്രീകളുടെ പോരാട്ടകഥകൾക്ക് പുതിയ ആദ്ധ്യായങ്ങൾ ഉണ്ടായിക്കൊണ്ടേയിരിക്കും.

കുറേപേർ ആഘോഷിക്കും കുറേപേർ പൊരുതും കുറെ തളരും, ചിലതൊക്കെ കിട്ടും. പറഞ്ഞു പറഞ്ഞു മടുത്തുപോയ കുറെ ജീവിതങ്ങൾ നെഞ്ചത്ത് വച്ചു ഓരോ പെണ്ണുങ്ങളും ആ ദിവസത്തെ ഓർക്കുകയും കേൾക്കുകയും ചെയ്യട്ടെ.

ജീവിതത്തെ പിടിച്ചു വലിക്കുന്ന അപായച്ചങ്ങലകൾ

സബീന എം സാലി

മനുഷ്യജീവിതം ഒരു ഫിക്ഷനേക്കാൾ സങ്കീർണ്ണമാണെന്ന് ബോധ്യപ്പെടുന്ന ചില ഘട്ടങ്ങളുണ്ട്. ഒരു തത്വശാസ്ത്രവും വിലപ്പോവാത്ത പ്രതിസന്ധിഘട്ടങ്ങൾ. മനഃക്കരുത്തും ആത്മധൈര്യവും പരിചകളായി കൈവശമുണ്ടെങ്കിൽ മാത്രമേ അത്തരം ഘട്ടങ്ങളെ തരണം ചെയ്ത് മുന്നേറാനാവൂ. ക്രിസ്തീയദേവാലയങ്ങളിലും വീടുകളിലുമൊക്കെ ചരമപ്രസംഗം നടത്താറുള്ള ആളുകളെ കണ്ടിട്ടില്ലേ. എത്രമാത്രം ആശ്വാസമാണ് അവരുടെ ഓരോ വാക്കിലും വാചകത്തിലും. മരിച്ചവരുടെ ബന്ധുക്കൾക്ക് അവ നൽകുന്ന മന:സ്സമാധാനം എത്ര വിലപ്പെട്ടതാണ്. പക്ഷേ അങ്ങനെയൊരു മരണമോ അത്യാഹിതമോ അയാളുടെ ജീവിതത്തിലാണ് സംഭവിച്ചതെങ്കിൽ, ഒരുപക്ഷേ അയാൾക്ക് സ്വയം ആശ്വസിക്കാൻ കഴിഞ്ഞെന്ന് വരില്ല. ഓരോ മനുഷ്യരുടെ കാര്യത്തിലും അതാണ് വാസ്തവം.

നിസാറും സുമയ്യയും ഞങ്ങളുടെ സൗദി ജീവിതത്തിലെ ഏറ്റവും അടുത്ത സുഹൃത്തുക്കളാണ്. ഇന്നാൾക്ക് ഇന്നാളെന്ന് ദൈവം എഴുതിവച്ചത് പോലെ മെയിഡ് ഫോർ ഈച്ച് അദർ ദമ്പതികൾ. നിസാറിന് ഒരു ബ്രിട്ടീഷ് കമ്പനിയിൽ ഉയർന്ന ഉദ്യോഗം. കമ്പനി വക ഫ്ളാറ്റ് കാറ്, മറ്റെല്ലാ സൗകര്യങ്ങളും. രണ്ടാൺമക്കളും ഇന്ത്യൻ സ്കൂൾ വിദ്യാർത്ഥികൾ. എം എഡുകാരിയായ സുമി വീട്ടുകാര്യങ്ങളും മക്കളുടെ കാര്യങ്ങളും നോക്കി നടത്താനുള്ളതിനാൽ വേറെ ജോലിയൊന്നും വേണ്ട എന്ന സ്വയം തീരുമാനത്തിൽ നല്ലൊരു ഹോം മേക്കർ ആയി. വാ തോരാതെ സംസാരിക്കുന്ന അവളുടെ പക്കൽ ആരുടെ ഏത് പ്രശ്നത്തിനും പരിഹാരം ഉണ്ടായിരുന്നു. വീക്കെന്റുകളിലെ ഒത്തുചേരലുകളിൽ അവൾ പാചകം ചെയ്ത് വിളമ്പുന്ന ഭക്ഷണത്തിനായിരുന്നു ഏറ്റവും രുചിക്കൂടുതൽ. അവധി ദിനങ്ങളിലെ കൂട്ടുപാർക്കലിൽ പറഞ്ഞാലും പറഞ്ഞാലും തീരാത്ത വിശേഷങ്ങൾ. എല്ലാം ഞൊടിയിടയിൽ എങ്ങോട്ടാണ് അപ്രത്യക്ഷമായത്..? ഏത് വിഷാദക്കൊടുങ്കാറ്റാണ് ആ വീടിന്റെ വിളക്കണച്ചത്..?

ഡിസംബർ തണുപ്പിന്റെ ഒരു പുലരിയിൽ നിസാറിന്റെ ഫോൺ കോളായിരുന്നു ഞങ്ങളെ വിളിച്ചുണർത്തിയത്. സുമി പ്രാകൃതമായി പെരുമാറുന്നു. പിച്ചും പേയും പറയുന്നു. അവൾക്കെന്തോ കാര്യമായി പറ്റിയിട്ടുണ്ട്. ഒന്നിവിടെ വരെ വരണം.

ഓഫീസിൽ ലീവ് പറഞ്ഞ് അങ്ങോട്ട് പുറപ്പെടുമ്പോൾ, പലതരം പൊള്ളിപ്പിടയലുകൾ മനസ്സിനെ അലട്ടി. എന്താവും സംഭവിച്ചിരിക്കുക.

കാറ്റിന്റെ വേഗതയിലാണ് ഞങ്ങൾ അവരുടെ ഫ്ളാറ്റിലേക്ക് കടന്നു ചെന്നത്. ദു:ഖത്താലുഴറിയ മുഖവുമായി വാതിൽക്കൽ നിസാർ. കണ്ണുകളിൽ കലങ്ങിയ നിരാശ. ഭ്രമണം നിലച്ച ഗ്രഹങ്ങളെപ്പോലെ ഓരോ മൂലയ്ക്കിരിക്കുന്ന കുട്ടികൾ. അലക്ഷ്യമായിക്കിടക്കുന്ന വീട്ടുപകരണങ്ങൾ, അടുക്കള സാമഗ്രികൾ..

ബെഡ്റൂമിൽ അനക്കമറ്റിരിക്കുകയായിരുന്ന സുമിയെ കണ്ടതും, അവളുടെ ചുമലിൽ കൈവച്ച് എന്തു പറ്റിയെന്ന് ഞാനാരാഞ്ഞു. എന്റെ സ്പർശമേറ്റതും അവൾ നടുങ്ങിത്തരിക്കുന്നത് പോലെ. അവളെന്റെ കണ്ണുകളിലേക്ക് ഒരപരിചിതയെപ്പോലെ തുറുപ്പിച്ച് നോക്കി. മുഖത്ത് സുന്ദരമായ ആ പഴയ ചിരിയില്ല. പ്രസാദമില്ല. ഒരു തരം അരക്ഷിതാവസ്ഥയുടെ കടൽഗർജ്ജനം പോലെ പ്രക്ഷുബ്ധമായിരുന്നു കണ്ണുകൾ.

'നിങ്ങളാരാ.. മാറി നിൽക്ക് വിയർപ്പ് നാറുന്നു.'

ആ ക്ഷിപ്രപ്രതികരണത്തിൽ എന്റെ നെഞ്ചിനുള്ളിൽ പൊടുന്നനേ ഒരു തീയാളിക്കത്തി. ദൈവമേ കുടുംബബന്ധങ്ങളെപ്പറ്റിയും സൗഹൃദങ്ങൾ നിലനിർത്തേണ്ടതിന്റെ അനിവാര്യതയെപ്പറ്റിയുമൊക്കെ ഘോരഘോരം സംസാരിക്കുന്നവളാണോ എന്റെ മുന്നിലിങ്ങനെ ചുഴിയിൽ അകപ്പെട്ട ഒരില പോലെ മനസ്സ് കുരുങ്ങിയിരിക്കുന്നത്.

'വരൂ.. നമുക്കിവിടിരുന്ന് സംസാരിക്കാം.' നിസാർ ഞങ്ങളെ അടുത്ത മുറിയിലേക്ക് ക്ഷണിച്ചു.

അടുത്ത് ചെന്നാൽ ഇതാണവസ്ഥ. വിയർപ്പ്നാറ്റം, വായ്നാറ്റം എന്നൊക്കെപ്പറഞ്ഞ് എന്നേയും മക്കളേയും ആട്ടിയകറ്റും. പിന്നെ മൗനിയായിട്ട് ഒറ്റ ഇരിപ്പാണ്. ഉണ്ടെന്നോ ഇല്ലെന്നോ അറിയാതെ എന്ത് ചോദിച്ചാലും ഒരു തലയാട്ടലിൽ ഉത്തരം ഒതുക്കും. ഉറക്കവും ഉണർച്ചയുമില്ലാതെ ഒരേ മരവിച്ച ഇരിപ്പ്. ചിലപ്പോൾ മേശമേൽ ചാഞ്ഞ് കൈകളിൽ തല ചായ്ച്ച് കിടക്കും. മറ്റു ചിലപ്പോൾ എന്തോ അശരീരി കേൾക്കാനെന്ന മട്ടിൽ കാത് വട്ടം പിടിക്കും. പിന്നെ പല്ല് കടിക്കും മുഷ്ടി ചുരുട്ടും. ഇന്നലെ അടുത്തിരുന്ന ഫോണെടുത്ത്, ഏതോ ഒരു നമ്പറിലേക്ക് വിളിച്ച് അസ്വാഭാവികമായി പിച്ചും പേയും സംസാരിച്ചു. തലമുടി കെട്ടി വയ്ക്കാൻ സമ്മതിക്കാതെ അഴിച്ചു പിരിച്ചിട്ട് അതിനിടയിൽക്കൂടി ഒരു നോ

ട്ടമുണ്ട്. അതു കാണുമ്പോൾ കുട്ടികൾ പേടിക്കും. അവൾക്കിപ്പോൾ പരിചിതരൊക്കെ അപരിചിതരാണ്. മക്കളോട് പോലും നിങ്ങളാരാണെന്ന് ചോദിക്കും.

'എപ്പഴാ തുടങ്ങിയത്. എന്താ കാരണം.' ഞാൻ ഉദ്യോഗം മറച്ചു വച്ചില്ല.

മൂന്നു ദിവസം മുന്നേ. ഞാനന്ന് ഓഫീസിൽ നിന്ന് വരാൻ വൈകി. മക്കൾക്ക് പരീക്ഷയായിരുന്നു. അവരുടെ പഠനത്തെ ശല്യം ചെയ്യാതിരിക്കാൻ വേസ്റ്റ് കിറ്റ് പുറത്ത് വയ്ക്കാൻ ഉമ്മ വാതിൽ തുറന്നുവെന്ന് മക്കൾ പറയുന്നു. തിരികെ വല്ലാത്തൊരലർച്ചയോടെ കിതച്ചുകൊണ്ടാണ് അകത്ത് കയറിയത്. അത്കേട്ട് മൂത്തവൻ പുറത്തിറങ്ങി നോക്കി. കവർ അവിടെത്തന്നെയുണ്ട്. രാത്രി മെയിൻ ഗേറ്റ് പൂട്ടുന്നതിന് മുന്നെ സെക്യൂരിറ്റി പയ്യൻ അതെടുത്തു കൊണ്ട് പോകാറാണ് പതിവ്.. പരിഭ്രമിച്ചു പോയ മക്കൾ എന്നെ വിളിച്ചു. ഞാൻ എത്തിയപ്പോഴേക്കും അവൾ പരിപൂർണ്ണ മൗനത്തിലായിക്കഴിഞ്ഞിരുന്നു. ഇന്നലെ ഇവിടുന്ന് എഴുന്നേറ്റ് പുറത്ത് പോയി ഡോർ ബെല്ല് അമർത്തിപ്പിടിച്ചു നിന്നു. പിന്നെ ചിലമ്പിയാർത്ത ആ ശബ്ദം കേട്ട് ഉച്ചത്തിൽ ചിരിച്ചു.

താനേ മാറുമെന്ന് കരുതിയാണ് ഇതുവരെ കാത്തത്. പക്ഷേ മാറ്റത്തിന്റെ യാതോരു ലക്ഷണവുമില്ല. ഇങ്ങനെയൊരവസ്ഥ മറ്റൊരാൾ അറിഞ്ഞാലുണ്ടാകുന്ന ഭവിഷ്യത്തുകൾ.. നിസാറിന്റെ വാക്കുകളിൽ ഒരു കാടെരിയുന്ന പ്രതീതി.

ശരിയാണ്. മാനസീകമായി ചെറിയൊരു വിഭ്രാന്തിയാണെങ്കിൽക്കൂടി, നമ്മുടെ ആളുകൾ അതിനെ മനോരോഗമായിട്ടേ കണക്കാക്കൂ. ആ മുദ്ര പതിച്ചു കിട്ടിയാൽപ്പിന്നെ അതിൽ നിന്ന് പുറത്ത് കടക്കുക അസാധ്യമാണ്. സമൂഹത്തിൽ ഒരു സാധാരണ പൗരന് ലഭ്യമാകേണ്ട പൗരാവകാശങ്ങൽ പോലും ലംഘിക്കപ്പെടും.

നമുക്ക് എന്ത് ചെയ്യാൻ കഴിയും. ഏതെങ്കിലും സൈക്യാട്രിക് ക്ലിനിക്കിൽ കൊണ്ടുപോയാലോ..? നിസാറിന്റെ ശബ്ദം തളർന്നിരുന്നു. കാരണം അവർ രണ്ടാളും തമ്മിലുള്ള മാനസീക ഐക്യവും, തമ്മിൽത്തമ്മിലുള്ള പൊസസീവ്നെസ്സും ഏറ്റവും കൂടുതലറിയാവുന്നത് ഞങ്ങളായതുകൊണ്ട് തന്നെ നിസാറിന്റെ അവസ്ഥ ഞങ്ങൾ മനസ്സിലാക്കി. ഒന്നിനെ മാത്രം സ്നേഹിക്കുമ്പോൾ, അതിന്റെ നഷ്ടം അയാളുടെ ലോകാവസാനമാണ്. പക്ഷേ അങ്ങനെ തളരാൻ അനുവദിക്കരുതല്ലോ.

ഒരു കെട്ടുകഥയേക്കാൾ വിചിത്രമായ ഡെല്യൂഷൻ ആണല്ലോ ദൈവമേ ഇത്. എന്നാലും ഏതെങ്കിലും മനോരോഗകേന്ദ്രത്തിന്റെ നാലു ചുവരുകൾക്കിടയിൽ ഉറക്ക ഗുളികൾക്ക് അടിമപ്പെട്ട് മയങ്ങിക്കിടക്കുന്ന സു

മിയെ എനിക്ക് സങ്കൽപ്പിക്കാനേ കഴിഞ്ഞില്ല.

എനിക്കാദ്യം തോന്നിയത്, സുഹൃത്തായ ഒരു എൻ എൽ പി ട്രെയിനറെ വിളിക്കാനാണ്. കാര്യങ്ങളൊക്കെ വിശദമായി കേട്ടശേഷം അപ്സെറ്റ് ആവാതിരിക്കൂ നമുക്ക് ശരിയാക്കാം എന്ന് അദ്ദേഹം പറഞ്ഞ ആശ്വാസവാക്കിന്റെ ബലം ഞങ്ങൾക്ക് ധൈര്യമേകി. സൈക്യാട്രിസ്റ്റായ ഒരു സുഹൃത്തിനേയും കൂട്ടി ഉച്ച തിരിഞ്ഞ് അദ്ദേഹം വീട്ടിലെത്തി. അവളെ കണ്ട് സ്ഥിതിഗതികൾ മനസ്സിലാക്കിയശേഷം ആദ്യം ഉറങ്ങാനുള്ള മരുന്ന് കൊടുത്തു. അതോടെ ഉണ്ടായിരുന്ന ബോധം തേഞ്ഞുമാഞ്ഞില്ലാതായി പതുക്കെപ്പതുക്കെ അവൾ ഉറക്കത്തിലേക്ക് ആഴ്ന്നു പോയി.

ഡോക്ടർക്ക് ഒരുപാട് പറയാനുണ്ടായിരുന്നു.

കോടാനുകോടി വരുന്ന മസ്തിഷ്ക കോശങ്ങളുടെ സങ്കീർണ്ണ പ്രവർത്തനങ്ങളുടെ ഭാഗമാണ് ഒരാളുടെ ചിന്തകളും വികാരങ്ങളുമെന്നിരിക്കെ, നാഢീകോശങ്ങളിലെ ന്യൂറോട്രാൻസ്മിറ്ററുകൾ കൈമാറുന്ന ഇലക്ട്രിക് സിഗ്നലുകളുടെ സുഗമമായ പ്രവർത്തനത്തിന് സിറോടോണിൻ, അസൈറ്റൽ കോളിൻ പോലുള്ള സ്രവങ്ങളുടെ ഉൽപാദനം ആവശ്യമയ തോതിൽ നടന്നേ തീരൂ. അവയുടെ ഉൽപാദന അളവ് കുറയുമ്പോഴാണ് വിഷാദം ഭയം ഓർമ്മക്കുറവ്, ആകാംക്ഷ തുടങ്ങിയ ആന്തരികാസ്വാസ്ഥ്യങ്ങൾ ഒരാളിൽ പ്രത്യക്ഷപ്പെടുക. ഇവിടെ ഈ വ്യക്തിയിൽ നമ്മളറിയാതെ അതുപോലൊരു ആന്തരീക പരിതസ്ഥിതി ഉണ്ടായിരുന്നിരിക്കാം. അതുകൊണ്ടാണ് ആ സമയത്ത് പുറത്തിറങ്ങിയപ്പോൾ അവിചാരിതമായ എന്തെങ്കിലും കണ്ട് പേടിച്ച് സ്വയം നിയന്ത്രണം നഷ്ടപ്പെട്ടത്. ഡോക്ടറുടെ മനോരോഗ ക്ളാസ്സുകളെ വിദ്യാർത്ഥികളുടെ ആകാംക്ഷയോടെ ഞങ്ങൾ കേട്ടിരുന്നു.

ഉറക്കിൽ നിന്ന് എഴുന്നേറ്റിട്ടും സുമിയുടെ അവസ്ഥയിൽ വലിയ മാറ്റമൊന്നും ഉണ്ടായില്ല. ഓർമ്മ, ചിന്ത, ബോധം, ബുദ്ധി, ജാഗ്രത ഒക്കെയും മരവിക്കപ്പെട്ട ഒരവസ്ഥ. ഇടയ്ക്കിടെ എന്തോ കണ്ട് പേടിക്കുന്നത് പോലെ മുഖം വക്രിച്ചു. ദൃഷ്ടികൾ മേൽപ്പോട്ട് മലയുന്നു. എവിടേയും ഉറയ്ക്കാതെ മുറിയാകെ ചുഴിയുന്ന കൃഷ്ണമണികൾ.

ഡിപ്രസ്സീവ് സ്റ്റൂപ്പർ എന്നൊരവസ്ഥയിലേക്ക് പോകാതെ നോക്കണം. അതായത് ആരോടും പ്രതികരിക്കാതെ ഇരുന്നിരുന്ന്, ആത്മഹത്യാപ്രവണത പോലെ എന്തെങ്കിലുമൊക്കെ. പിറ്റേ ദിവസം ഡോക്ടറുടെ വാക്കുകൾ കേട്ട് ഞങ്ങൾ ഞെട്ടി.

നമ്മളെല്ലാവരും ഇപ്പോൾ മന:ശ്ശാസ്ത്രജ്ഞരാണ്. അവളെ സൂക്ഷ്മമായ മാനസീകാപഗ്രഥനത്തിന് വിധേയമാക്കിക്കൊണ്ടേയിരിക്കണം. ഓരോ മാറ്റങ്ങളും എന്നെ അപ്പപ്പോൾ അറിയിക്കണം. അക്യൂട്ട് ട്രാൻസി

യന്റ് സൈക്കോസിസ് എന്നൊരവസ്ഥയാണിത്. അതായത് പെട്ടെന്നുണ്ടാകുന്ന വിഭ്രാന്തിയും മതിഭ്രമവും. വെറും താൽക്കാലികമാണ് ഈയവസ്ഥ. മരുന്നുകൾ കൊണ്ട് നമുക്കുടനെ മാറ്റിയെടുക്കാം. ഇങ്ങനെയൊന്ന് തന്റെ ജീവിതത്തിൽ സംഭവിച്ചോ എന്നുപോലും പിന്നീട് രോഗിക്ക് ചിലപ്പോൾ ഓർമ്മ കാണില്ല. മസ്തിഷ്കത്തിന്റെ പ്രവർത്തനത്തെ ഉദ്ദീപിപ്പിക്കാനുള്ള ഏതാനും മരുന്നുകളും നൽകിയാണ് ഡോക്ടർ പോയത്.

ഇരമ്പിയാർത്തു പോകുന്ന രാത്രികൾ, ഇഴയുന്ന പകലുകൾ...

ഒരു ദിവസം അതിരാവിലെ അടുക്കളയിൽ നിന്ന് ഒരു വിളി. നിസാർക്കാ ഫ്രിഡ്ജിൽ പാലില്ലല്ലോ. ചായയുണ്ടാക്കണ്ടേ..

നിസാറും മക്കളും അവളെ അൽഭുതത്തോടെ നോക്കി. ഇല്ല ഒന്നും സംഭവിച്ചിട്ടില്ല. അയൽക്കാരോ, സുഹൃത്തുക്കളോ, എന്തിന്, ബന്ധുക്കൾ പോലുമറിയാതെ മൂന്നാഴ്ചകൾക്ക് ശേഷം, അസാധുവാക്കപ്പെട്ട ചിന്തകളും നെടുവീർപ്പുകളും എന്നെന്നേക്കുമായി ഉപേക്ഷിച്ച്, ഒടുവിൽ ഓർമ്മകൾ ഓരോന്നായി തുന്നിയെടുത്ത്, ഏതോ കൽത്തുറങ്കിൽ നിന്നോ, തടവറയിൽ നിന്നോ ആയാസപ്പെട്ട് പുറത്ത് വന്നവളെപ്പോലെ അവൾ. കണ്ണുകളിലെ മൗനത്തിന്റെ വലക്കണ്ണികളെല്ലാം എന്നെന്നേക്കുമായി അഴിഞ്ഞു വീണിരുന്നു. പയ്യെപ്പയ്യെ മനസ്സിന്റെ ലയതാളങ്ങളിലേക്കുള്ള തിരിച്ചു വരവ്.

വിധി തന്റെ ജീവിതത്തിൽ അപായച്ചങ്ങല വലിച്ച ആ ദിവസത്തെപ്പറ്റി ഞങ്ങളാരും പിന്നീട് അവളെ ഓർമ്മിപ്പിച്ചിട്ടേ ഇല്ല. മരുന്നുകൾക്കൊപ്പം സൈക്കൊ തെറാപ്പികളും ചെയ്ത്, എത്ര സ്നേഹമസൃണമായിട്ടാണ് ആ ഡോക്ടർ അവളുടെ ജീവിതത്തിൽ ഇടപെട്ടത്. ദുർഘടങ്ങളുടെ കിടങ്ങിൽ നിന്ന് അതിജീവനത്തിലേക്കുള്ള പാലമായത്. സൗദി ജീവിതം ഉപേക്ഷിച്ച് കഴിഞ്ഞ കുറേ നാളുകളായി നാട്ടിലാണ് സുമിയും കുടുംബവും. മക്കൾ വലുതായി. അവൾ ഒരു പ്രൈവറ്റ് സ്കൂളിൽ പ്രധാനാധ്യാപികയായി ജോലി ചെയ്യുന്നു. ഇടയ്ക്ക് ഫോൺ ചെയ്യുമ്പോൾ, അവളുടെ പതിവ് ഉപദേശങ്ങൾ കേൾക്കുമ്പോൾ അറിയാതെ ഉള്ളം പഴയ ആ നോവോർമ്മയിലേക്ക് വിരൽ ചൂണ്ടും. സമുദ്രത്തിലാഴ്ന്നു കിടക്കുന്ന മഞ്ഞുകട്ട പോലെയാണ് മനുഷ്യമനസ്സ്. ഉപരിതലം മാത്രമേ നമ്മൾ കാണുന്നുള്ളു. ആഴങ്ങളിൽ ഒളിച്ചിരിക്കുന്ന എന്തെല്ലാം രഹസ്യങ്ങൾ നിഗൂഢതകൾ..

ആരാണ് നിങ്ങളുടെ അതിർത്തികൾ നിശ്ചയിക്കുന്നത്

ഷിഫാന സലിം

അന്നൊരു ദിവസം എന്റെ പതിനേഴാം ജന്മദിനത്തിന്റെയന്ന് ഞാൻ ഒരു മനുഷ്യന്റെ ഭാര്യയായി. പത്താം ക്ലാസ്സിൽ പഠിച്ച ബയോളജിയുടെ അടിസ്ഥാന വിവരങ്ങളടങ്ങുന്ന ലൈംഗീക വിദ്യാഭ്യാസം മാത്രമുള്ള ഞാൻ എന്റെ കന്യാചർമം പൊട്ടി ചോര പൊടിഞ്ഞപ്പോൾ അന്ധാളിച്ചു നിന്നു. പ്ലസ് വണ്ണിൽ പഠിക്കുന്ന ഒരു പെൺകുട്ടി ഒരാളാലും അംഗീകരിക്കപ്പെടാത്ത, ഒരാളാലും സ്വപ്നം കാണാൻ പ്രേരിക്കപ്പെടാത്ത ഒരു കുഞ്ഞ് പക്ഷെ സ്വപ്നം കാണാൻ തുടങ്ങിയത് പിന്നെയാണ്.

ഞാൻ മാറ്റി നിർത്തപ്പെട്ടവളായിരുന്നു. തള്ളക്കോഴിയിൽ നിന്നും കുഞ്ഞു വേർപെട്ട് പോകും പോലെ എന്റെ ഒന്നാം ക്ലാസ്സ് മുതൽ നാലാം ക്ലാസ്സ് വരെ ഉമ്മയില്ലാതെ ഞാൻ എന്റെ ഉമ്മയുടെ വീട്ടിൽ പഠിച്ചു. കളഞ്ഞു പോകുന്ന പെൻസിലുകളുടെ എണ്ണക്കണക്കുകൾ ഞാൻ മാത്രം അറിയുകയും കടകളിൽ തൂങ്ങിയാടുന്ന ബാലരമകൾ എന്നെ കൊതിപ്പിക്കയും ചെയ്തു.

ഞാൻ വായിക്കുമായിരുന്നു ഒരുപാടൊന്നുമില്ലാത്ത എന്റെ സൗഹൃദങ്ങളുടെ കുറവുകൾ ഞാൻ നികത്തിയിരുന്നത് വായനയിലൂടെയായിരുന്നു. നാലാം ക്ലാസ്സിൽ പഠിക്കുമ്പോഴാണ് ഞാൻ ബഷീറിനെ വായിക്കുന്നത്. എന്റെ വായനകളുടെ തുടക്കം അവിടെ വെച്ചായിരുന്നു. വായനകളാണ് എന്നെ രൂപപ്പെടുത്തിയത്. തെറ്റും ശരികളും മനുഷ്യരേക്കാൾ എന്നെ പഠിപ്പിച്ചത് പുസ്തകങ്ങളാണ്.

നിങ്ങൾ വിശ്വസിക്കുമോ..?

ഞാനൊരു പെൺകുട്ടിയാണെന്നും എന്റെ വിവാഹം പതിനെട്ടു വയസ്സിൽ നടക്കുമെന്നും അന്ന് മുതലേ എന്റെയുള്ളിൽ കൊത്തിവെക്കപ്പെട്ട ഒന്നായിരുന്നു.

പണ്ട് മുതലേ തടിച്ച ശരീര പ്രകൃതമുള്ള എന്റെ മാറിടങ്ങളിൽ നോട്ടങ്ങൾ തുറിച്ചു കയറി. ഒരിക്കൽ നീ മൂത്തല്ലോടിയെന്നും പറഞ്ഞു മദ്ര

സയിൽ വെച്ചൊരു ഉസ്താദ് പിടിച്ചമർത്തിയ നെഞ്ചിന്റെ വേദന ഒരാളോടും പറയാനാകാതെ പറഞ്ഞിട്ടും കേൾക്കപ്പെടാതെ ഞാൻ നിന്നു.

എനിക്ക് മനുഷ്യരോട് തന്നെ വെറുപ്പും വിശ്വാസമില്ലായ്മയും തോന്നി.

അഞ്ചാമത്തെ ക്ലാസ്സിലേക്ക് ഞാൻ ഉപ്പയുടെ വീട്ടിലേക്ക് മാറ്റി നടപ്പെട്ടു. അവിടെ ഉമ്മയും അനിയനും അങ്ങനെ എല്ലാവരും ഉണ്ടായിരുന്നു.

പെൺകുട്ടികൾ മാത്രം പഠിക്കുന്ന സ്കൂളിൽ എന്നെ ചേർക്കപ്പെട്ടു. കൂടെയുള്ളവരോട് അവരുടെ പ്രിയപ്പെട്ടവർ പഠിക്കണമെന്ന് പറയുന്നത് കേൾക്കുമ്പോൾ ഞാൻ പണിയെടുക്കാത്തതിന് വീട്ടു ജോലികൾ പഠിക്കാത്തതിന് വൃത്തിയിൽ മുടി കെട്ടി വെക്കാത്തതിന് അങ്ങനെ എണ്ണിയാലൊടുങ്ങാത്ത കാര്യങ്ങളുടെ പേരിൽ ശിക്ഷിക്കപ്പെട്ടു. കാരണം ഞാനൊരു പെൺകുട്ടിയായിരുന്നു.

സ്വഭാവം നല്ലതല്ലാത്തവളെന്ന് പഠിക്കാത്തവളെന്ന് ചെറിയ ക്ലാസ്സിലെ ഞാൻ മുദ്ര കുത്തപ്പെട്ടു. തടിച്ചതിന്റെ പേരിൽ കളിയാക്കപ്പെട്ടു. സ്വന്തമായി ഒരുപാട് അപകർഷതാ ബോധവും കൊണ്ട് ഞാൻ ജീവിക്കുമ്പോൾ വായന ശീലം കൊണ്ട് ഞാൻ കവിതകളെ പെറ്റിടാൻ തുടങ്ങി. എട്ടാം ക്ലാസ്സിൽ പഠിക്കുമ്പോൾ ആദ്യമായി എന്റെ കവിതകൾ അച്ചടിച്ചു വന്നു. പിന്നീട് ഭാഷപോഷിണിയിൽ നിന്ന് എഡിറ്ററുടെ കത്ത് വന്നു.

അംഗീകരിക്കപ്പെടുന്നുവെന്ന തോന്നലിൽ നിന്ന് പഠിക്കുമ്പോൾ മാർക്ക് കിട്ടുന്നുവെന്ന മനസ്സിലാക്കലുകളിൽ നിന്ന് ഞാൻ വെറുമൊരു പൂജ്യമല്ലെന്ന് എനിക്ക് തോന്നിത്തുടങ്ങി. എന്നിട്ടും എന്റെ വിവാഹം പ്ലസ് ടു കഴിഞ്ഞാൽ നടത്തപ്പെടാൻ പോകുന്ന ഉറപ്പുള്ള ഒരു പ്രതിഭാസമായിരുന്നു.

ഒരു പ്രണയം വീട്ടിലറിഞ്ഞാൽ ആ പെൺകുട്ടിയെ എത്രയും പെട്ടെന്ന് വിവാഹം കഴിപ്പിച്ചയക്കുകയാണ് അവൾക്കുള്ള ശിക്ഷയെന്ന് ഞാൻ എന്റെ പതിനേഴാം വയസ്സിൽ മനസ്സിലാക്കി.

ആദ്യത്തെ പെണ്ണുകാണൽ, ഞാനാ മനുഷ്യന്റെ മുഖത്തേക്ക് നോക്കിയില്ല. എനിക്കപ്പോൾ യാതൊരു ഇഷ്ടവുമില്ലാത്ത ഒരു വിവാഹത്തിനു വേണ്ടിയുള്ള ഒരു ചടങ്ങ് മാത്രമായിരുന്നു അത്. പേര് ചോദിക്കും മുൻപേ എനിക്ക് പഠിക്കണമെന്ന് മാത്രം പറഞ്ഞു. പഠിക്കാൻ സമ്മതിക്കാമെന്ന് അദ്ദേഹം മറുപടി പറഞ്ഞു. ഇത്ര കാലങ്ങളായിട്ടും ആ മനുഷ്യൻ തെറ്റിക്കാത്ത ഒരു വാക്ക്.

വിവാഹം നടന്നു. വളർച്ചക്കൊപ്പമുള്ള പക്വതയില്ലായ്മയിൽ ഞാൻ

ചോദ്യം ചെയ്യപ്പെട്ടു. താരതമ്യം ചെയ്യപ്പെട്ടു. ഭർത്താവ് പറഞ്ഞ പോലെ ഡിസ്റ്റിംഗ്ഷനെക്കാൾ മാർക്ക് വാങ്ങി, ഒരു കുടുംബത്തിൽ നിന്ന് കൊണ്ട് ഞാൻ പ്ലസ്ടു മുഴുവനാക്കി. ബികോം ചെയ്തു. അതിന്റെ കൂടെ ഫാഷൻ ഡിസൈനിങ് പഠിച്ചു. പെൺകുട്ടിയായതു കൊണ്ട് മാത്രം സൈക്കളോടിക്കൽ വിലക്കപ്പെട്ട എനിക്ക്, സെക്കിൾ ബാലൻസ് ഇല്ലാതിരുന്നിട്ടും ഞാൻ കാറിനും ബൈക്കിനും ലൈസൻസ് എടുത്തു.

ഡിഗ്രി കഴിഞ്ഞ് എന്റെ 21-ാമത്തെ വയസ്സിൽ ഞാൻ ഗർഭിണിയായി. ഞാൻ വീണ്ടും എഴുതാനും വായിക്കാനും തുടങ്ങി. സമൂഹ മാധ്യമങ്ങൾ എന്റെ എഴുത്തുകൾക്ക് വേണ്ടി ഉപയോഗിച്ചു. വർഷങ്ങൾക്കു ശേഷം എന്റെ ഓർമ്മക്കുറിപ്പുകൾ ഏഷ്യാനെറ്റിൽ പ്രസിദ്ധീകരിച്ചു. മോനുണ്ടായതിന് ശേഷവും പഠിക്കുകയും വിദൂര വിദ്യാഭ്യാസത്തിലൂടെ എം കോം, എം എ മലയാളം തുടങ്ങിയ രണ്ട് പിജികൾ ചെയ്യുകയും ചെയ്തു. ആറോളം ഓൺലൈൻ ഡിപ്ലോമ കോഴ്സുകൾ മുഴുവനാക്കി. മെഹന്ദി വളരെ വേഗത്തിൽ ഇടുന്നതിനു ഇന്ത്യാ ബുക്ക് ഓഫ് റെക്കോർഡിൽ ഇടം പിടിച്ചു. ശ്രീകണ്ഠൻ നായർ സാറുടെ ഒരു കോടിയെന്ന റിയാലിറ്റി ഷോയിൽ പങ്കെടുത്തു.

കവിതൾ പ്രസിദ്ധീകരിക്കപ്പെടുകയും വായിക്കപ്പെടുകയും ചെയ്തു. കരിനീല ദംശനങ്ങളെന്നും കാദംബരി യെന്നും പേരുള്ള രണ്ടു കവിത സമാഹാരങ്ങൾ പ്രസിദ്ധീകരിക്കപ്പെട്ടു. സച്ചിദാനന്ദൻ മാഷും ബെന്യാമിൻ സാറും വീരാൻകുട്ടി മാഷും ഇന്ദു മേനോനും അൻവർ അലി ഇക്കയും തുടങ്ങിയവർ അതിലെഴുതി.

ബെന്യാമിൻ സാറും സച്ചി മാഷും കല്പറ്റ മാഷും റഫീഖ് അഹമ്മദ് ഇക്കയും പുസ്തകങ്ങൾ പ്രകാശനം ചെയ്തു.

ഇപ്പൊ ഞാൻ നാലു വയസുള്ള ഒരു കുഞ്ഞിന്റെ ഉമ്മയാണ്. അടുത്ത നവംബറിൽ എനിക്ക് ഇരുപത്തേഴ് വയസ്സ് തികയുകയും എന്റെ പത്താം വിവാഹ വാർഷികവുമാണ്.

ഞാനിപ്പഴും പഠിക്കുന്നുണ്ട്. എഴുതുന്നുണ്ട്. എനിക്കെന്റേതായ ലക്ഷ്യ ബോധവും ഉറച്ച തീരുമാനങ്ങളുമുണ്ട്.

ദൈവം തന്ന ഈ ജീവിതം കൊണ്ട് ഒരുപാട് മനുഷ്യർക്ക് വേണ്ടി നല്ല കാര്യങ്ങൾ ചെയ്യണമെന്നാഗ്രഹിക്കുന്ന ഒരു വ്യക്തിയാണ് ഞാൻ.

ഒരാൾക്കും ഒരു പ്രചോദനത്തിനോ മറ്റൊന്നിനും വേണ്ടിയല്ല ഞാനിതെഴുതിയത്. ഇതെന്റെ ജീവിതമാണ്. കടന്നുവന്ന വഴികളിലെ ചുരുക്കം ചില ഭാഗങ്ങൾ മാത്രമാണ്.

എനിക്കുറപ്പുണ്ട്. സ്വപ്നങ്ങൾ നഷ്ടപ്പെട്ട ഒരു പെൺകുട്ടിക്കും ഉള്ളു

പൊള്ളാതെ തന്നോട് ചേർത്ത് വായിക്കാതെ ഇതു മുഴുവനാക്കാൻ സാധിക്കില്ലെന്ന്.

പെണ്ണുങ്ങളോടാണ്..

ആരാണ് നിങ്ങളുടെ അതിർത്തികൾ നിശ്ചയിക്കുന്നത്. നിങ്ങളുടെ നിലപാടുകളിൽ ഉറച്ചു നിന്ന് പൊരുതി നേടേണ്ടതാണ് സ്വാതന്ത്ര്യം. ഇത്രയും ഞാൻ ചെയ്തത് ഒരുപാട് സഹനങ്ങൾ താണ്ടിയാണ്. ഒരിക്കലും ഈ വഴികളൊന്നും എളുപ്പമായിരുന്നില്ല. ഇനിയുമൊരുപാട് സഞ്ചരിക്കാനുണ്ട്. ചെയ്തു തീർക്കാനുണ്ട് എന്ന ബോധ്യം എനിക്കുണ്ട്.

അത് കൊണ്ട് വായിക്കുന്ന ഓരോ മുറിവേറ്റ മനുഷ്യരോടുമാണ്, സ്വാതന്ത്ര്യമെന്ന് പറയുന്നത് ആരും നമുക്ക് നേടിത്തരേണ്ട ഒന്നല്ല അത് നമ്മൾ നേടിയെടുക്കേണ്ട ഒന്നാണ്. അടിച്ചമർത്തപ്പെടാൻ ഒരു നൂറു കാരണങ്ങളുണ്ടെങ്കിലും നിങ്ങളുടെ ചിറകുകൾ അരിഞ്ഞു വീഴ്ത്താൻ എത്ര മൂർച്ചയുള്ള ആയുധങ്ങളുണ്ടെങ്കിലും നിങ്ങളുടെ സ്വപ്നങ്ങളെക്കാൾ നിങ്ങളുടെ നിലപാടുകളെക്കാൾ ശക്തിയുള്ളതൊന്നും തന്നെയില്ലെന്ന് നിങ്ങൾ ഉറക്കെ വിളിച്ചു പറയുക പ്രവർത്തിക്കുക. ഇപ്പോൾ നിങ്ങളെയവർ കേട്ടില്ലെങ്കിലും, ഒരിക്കൽ.. തീർച്ചയായും ഒരിക്കൽ, നിങ്ങളുടെ ശബ്ദം വേർതിരിച്ചു കേൾക്കപ്പെടുക തന്നെ ചെയ്യും.

ജീവിതത്തിന്റെ അക്ഷരത്തെറ്റുകൾ

ബഷീർ ഉളിയിൽ

മേഴ്സി തടവറയിൽ നിന്നിറങ്ങി മൂന്ന് വർഷം കഴിഞ്ഞിരിക്കുന്നു. ഇതിനിടയിൽ കിടന്നുറങ്ങാൻ തണലും വയറിന്റെ കത്തലടക്കാൻ തെളിനീരും മരുഭൂമിയിലെ ഇനിയും വറ്റാത്ത നന്മയുടെ മരുപ്പച്ചകളിൽ നിന്ന് അവർക്കു ലഭിച്ചിരുന്നു. 'ഭർത്താവുദ്യോഗസ്ഥ'നും 'ബോണസ്' തടവ് കഴിഞ്ഞ് പുറത്തിറങ്ങി. പക്ഷേ, ജീവിതത്തിന്റെ പെരുവഴിയിൽ ഒറ്റപ്പെട്ടുപോയ ജീവിത പങ്കാളിയെ തിരിഞ്ഞു നോക്കുക പോലും ചെയ്യാതെ എങ്ങോട്ടോ അയാൾ നടന്നു മറഞ്ഞു. നിസ്സഹായതയുടെ നിസ്സംഗതയോടെ. അല്ലെങ്കിൽ രക്ഷപ്പെടുന്നെങ്കിൽ സ്വന്തം വഴി കണ്ടു പിടിക്കൂ; താൻ രാജ്യാതിർത്തിനയുടെ കാവലാളൊഴിഞ്ഞ പഴുതുകളിലൂടെ കര കയറുകയോ അല്ലെങ്കിൽ അകലെ കാത്തിരിക്കാൻ ആരുമില്ലാത്തതിനാൽ ഈ മരുഭൂമിയിൽ തന്നെ അലിഞ്ഞൊടുങ്ങുകയോ ചെയ്യാം എന്ന ഹതാശയമായ ഭാവത്തോടെ. മരുഭൂമിയുടെ അനന്ത വിശാലമായ അതിരുകൾ കടന്ന് നാട് വിട്ട ആടു ജീവിതങ്ങളുടെ മാതൃകകൾ അയാളുടെ മുന്നിലുണ്ടായിരുന്നു. ആൾ മാറാട്ടത്തിന്റെയും 'തല മാറ്റലിന്റെയും' 'ടെക്നോളജിക്കൽ ഇന്നൊവേഷന്റെ സാധ്യതകളുമുണ്ട്. എന്നാൽ മേഴ്സിയുടെ അവസ്ഥ അതായിരുന്നില്ല. നാട് വിടാൻ നിയമവിരുദ്ധമായ വഴികളെ കുറിച്ചൊന്നും അവർ ചിന്തിച്ചതേയില്ല. ദാനം ലഭിച്ച കിടപ്പാടത്തിൽ അന്തിയുറങ്ങി ഒരു നല്ല നാളെയെ കിനാവ് കാണാനോ സ്വയം എരിഞ്ഞൊടുങ്ങാനോ അവരിലെ അമ്മക്ക് കഴിഞ്ഞതുമില്ല. വൃദ്ധരായ മാതാപിതാക്കളുടെ സംരക്ഷണയിലും 'ഇടവക'യുടെ പരിപാലനത്തിലും കഴിയുമ്പോഴും പത്ത് ആണ്ടുകളായി അമ്മക്കിളിയെ കാത്തിരിക്കുന്ന നാലു കുഞ്ഞിക്കണ്ണുകളുണ്ട് അങ്ങ് കേരളത്തിൽ. അത്യാവശ്യക്കാരനു ഔചിത്യ ബോധമില്ലാത്തതിനാൽ മരീചികകൾക്ക് പിന്നാലെ അവർ ഓടിക്കൊണ്ടേയിരുന്നു. ആശ്വാസത്തിന്റെ ഒരിറ്റ് തെളിനീർ കിട്ടുമെന്ന ആശയോടെ ജലമർമ്മരങ്ങൾക്കായി കാതോർത്തു. എല്ലാം പാറപ്പുറത്ത് വിതച്ച വിത്തുകളായിരുന്നു.

അലറി വിളികൾക്കൊടുവിലാണ് ഇന്ത്യൻ നയതന്ത്ര കാര്യാലയം അഭയ കേന്ദ്രത്തിന്റെ വാതിൽ തുറന്നത്. മേഴ്സിയെ ദുബൈ ഇന്ത്യൻ കോൺസുലേറ്റിന്റെ 'ഷെൽട്ടർ ഹോമിൽ' താമസിപ്പിച്ചു. ചുവപ്പു നാടകളുടെ കുരുക്കഴിക്കുക അത്ര എളുപ്പമുള്ള കാര്യമല്ല. കോടികളുടെ അട്ടിപ്പേറുമായി അടയിരിക്കുന്ന എംബസിയുടെ സാമൂഹിക ക്ഷേമ വകുപ്പ് കനിയുമെന്ന് വെറുതെ അവർ ആശിച്ചു. എന്നാൽ, പ്രസ്തുത ഫണ്ട് ഇത്തരം കാര്യങ്ങൾക്ക് വിനിയോഗിക്കാനുള്ളതായിരുന്നില്ല എന്നായിരുന്നു നയതന്ത്ര ഭാഷ്യം. അഥവാ അന്തിയുറങ്ങാനും സമയത്ത് അന്നം കഴിക്കാനും സുരക്ഷിതമായ ഒരിടം എന്നതിന്നപ്പുറം എംബസി ഷെൽട്ടറും മോചനത്തിന്റെ വാതായനമായില്ല. ആരൊക്കെയോ തയ്യാറാക്കിക്കൊടുക്കുന്ന ദയാ ഹരജികൾ യു.എ.ഇ അധികൃതർക്ക് അയച്ചു കൊടുക്കുക എന്ന തലത്തിനപ്പുറം മറ്റൊന്നും എംബസിയുടെ ഭാഗത്ത് നിന്നും ഉണ്ടായില്ല. വീശുന്ന കൈ കൊണ്ട് ഒരു സലാം. അത്ര തന്നെ! അതിനിടയിൽ മന്ത്രിപുംഗവന്മാർ പലരും ഈ വഴി കടന്നുപോയി. ഭാരതത്തിന്റെ ആദ്യത്തെ വനിതാ രാഷ്ട്രപതി ഉലകം ചുറ്റുന്നതിന്റെ ഭാഗമായി ഉൾക്കടൽ നാട്ടിലും പറന്നിറങ്ങി. മേഴ്സിയുടെ അവസാനത്തെ പ്രതീക്ഷ ആയിരുന്നു രാഷ്ട്രപതിക്ക് സമർപ്പിച്ച ദയാ ഹരജി. രാജകീയ സന്ദർശനത്തിന്റെ നാലു രാപ്പകലുകൾക്കൊടുവിൽ പ്രസിഡന്റ് മാഡവും പരിവാരങ്ങളും രണ്ട് വിമാനങ്ങളിലായി നാടു നീങ്ങിയപ്പോഴും മേഴ്സിയുടെ മേഴ്സി പെറ്റീഷൻ ഒരിക്കൽ കൂടി അനന്തമജ്ഞാതമവർണ്ണനീയമായ ഗതികേടിൽ ആപതിച്ചു.

ആറു മാസം പിന്നെയും അവർ കാത്തിരുന്നു. ഇതിനിടയിൽ മതിഭ്രമത്തിന്റെ ചില്ലറ അസ്കിതകൾക്ക് ചികിത്സ തേടി. ശരീരം രക്തസമ്മർദ്ദത്തിന്റെയും പഞ്ചസാരയുടെയും അതിപ്രസരത്തിലൂടെ പ്രതിഷേധിച്ചു തുടങ്ങി. പിന്നെ മൗനത്തിന്റെ വാത്മീകത്തിലായിരുന്നു ഏറെ നാൾ. പിന്നീട് ആരോടും ഒരു സഹായവും ചോദിച്ചില്ല. മൂടൽ മഞ്ഞ് നിറഞ്ഞ ഒരു പ്രഭാതത്തിൽ ഷെൽട്ടർ ഹോമിന്റെ വാതിലുകൾ തുറന്ന് കിടക്കുന്നത് കണ്ട കാവൽക്കാരനു മേഴ്സിയുടെ ആളൊഴിഞ്ഞ കട്ടിലിൽ നിന്ന് കിട്ടിയത് ഒരു കുറിമാനമായിരുന്നു. 'ചെയ്തു തന്ന ഉപകാരങ്ങൾക്ക് നന്ദി. എനിക്ക് വേണ്ടി ഇനി ആരും പ്രയാസപ്പെടണമെന്നില്ല.'

പീഡിത നിലവിളികൾക്ക് നേരെ ബധിര കർണങ്ങൾ മാത്രം തിരിച്ച അധികൃതരോടും നയതന്ത്ര യന്ത്രങ്ങളോടും ഇനിയും കെഞ്ചുന്നതിൽ കാര്യമില്ല എന്ന തിരിച്ചറിവിൽ, അതി സാഹസികമായ 'ഓപ്പറേഷനി'ലൂടെ മേഴ്സി കര കടക്കാൻ തീരുമാനിക്കുകയായിരുന്നു. വാർത്തകളിലൂ

ടെ മേഴ്സിയുടെ കഥയറിഞ്ഞ, സ്വന്തം പേര് പോലും വെളിപ്പെടുത്താത്ത ഒരു മനുഷ്യൻ വെച്ച് നീട്ടിയ വ്യാജ പാസ്പോർട്ടും വഴിച്ചെലവിനുള്ള 2000 ദിർഹമും കൊണ്ട് മേഴ്സി എയർപോർട്ടിലെത്തി. പിടിക്കപ്പെട്ടാലെന്ത്, താനിത് വരെ അനുഭവിച്ചതിനേക്കാൾ വലുതൊന്നും വരാനില്ല എന്ന അതിധൈര്യമാണ് അവരെ മുന്നോട്ട് നയിച്ചത്. ഒരിറ്റ് വെളിച്ചത്തിന് വേണ്ടി പ്രതീക്ഷയുടെ ചിറകിലേറി മേഴ്സി ഒടുവിൽ തീരത്തണഞ്ഞു.

ജീവിതത്തിന്റെ അക്ഷരത്തെറ്റുകൾ നിറഞ്ഞ പേജുകൾ ഇച്ഛാശക്തി കൊണ്ട് മായ്ച്ചെഴുതിയ മേഴ്സി ഇന്ന് അമേരിക്കൻ ഐക്യ നാടുകളിൽ മൂത്ത സഹോദരിയോടൊപ്പം ജീവിതത്തിന്റെ മറ്റൊരധ്യായം രചിക്കുകയാണ്.

ദൈവം തന്ന വെള്ളക്കോട്ട്

ഡോ. ശാലിനി

ഒരു ജനുവരി മാസമായിരുന്നു അത്. പുലരികൾക്ക് തണുപ്പുണ്ടായിരുന്നു, പകലുകൾക്ക് നല്ല ചൂടും. ഒരു സാധാരണ ഞായറാഴ്ചയായിരുന്നു ഉച്ചവരെ. മുൻപും പിൻപും എന്ന് വേർതിരിച്ചെഴുതാവുന്നത്ര വലിയൊരു മതിൽക്കെട്ട് ജീവിതത്തിന് നടുവിൽ പണിതുയർത്തപ്പെട്ട മറക്കാനാവാത്ത ഞായറാഴ്ച. അച്ഛന്റെ സുഹൃത്തിന്റെ വീട്ടിലായിരുന്നു ഞങ്ങൾ താമസിച്ചിരുന്നത്, ഏതാണ്ട് ഒന്നര വർഷത്തോളമായി. വാടകയ്ക്കല്ല. മലനാട്ടിലെ എട്ടേക്കറോളം വരുന്ന സ്ഥലവും വീടും വിറ്റ് കുറച്ചു കൂടി സൗകര്യമുള്ളയിടത്ത് വാങ്ങാൻ തീരുമാനിച്ചത് ഞങ്ങളുടെ പറമ്പിലുണ്ടായ വലിയൊരു ഉരുൾപൊട്ടലിന് ശേഷമായിരുന്നു. അപ്പോഴാണ്, ദൈവദൂതനെപ്പോലെ അച്ഛന്റെ സുഹൃത്തായ ഡോക്ടർ വന്നത്. താൻ സഹായിക്കാമെന്ന് അയാൾ വാക്ക് തന്നു. സ്ഥലം വിറ്റ് കിട്ടിയ പണം വെറും രണ്ടാഴ്ചത്തേക്ക് മറിക്കാൻ ചോദിച്ചപ്പോൾ ഒരു മറു ചോദ്യം പോലുമില്ലാതെ അച്ഛൻ കൊടുത്തു. ഞങ്ങൾ വിശ്വസിക്കുകയും പ്രവർത്തിക്കുകയും ചെയ്തിരുന്ന സംഘടനയുടെ നേതൃസ്ഥാനം വഹിക്കുന്ന വ്യക്തി കൂടി ആയിരുന്നു അയാൾ. സംഘടനയുടെ ആവശ്യത്തിനാണ് എന്ന് പറഞ്ഞപ്പോൾ മറ്റൊന്നും ആലോചിച്ചില്ല. അവിശ്വാസത്തിന്റെ കണിക പോലും ഉണ്ടായിരുന്നുമില്ല.ആഴ്ചകളും മാസങ്ങളും കടന്നു പോയി. അവധികൾ പലതും അടുത്ത അവധിക്ക് വഴിമാറി. പിണങ്ങി ശത്രുതയിലാകാതെ സമാധാനപരമായി അയാളിൽ നിന്ന് പണം വാങ്ങണമെന്ന് പലരും അച്ഛനെ ഉപദേശിച്ചു. പണം കൊടുത്തതിന് ഞങ്ങളുടെ പക്കൽ തെളിവൊന്നും ഉണ്ടായിരുന്നില്ല. പണം വാങ്ങിയത് സംഘടനയ്ക്ക് വേണ്ടിയാണെന്നും അതിനാൽ സംഘടന തിരിച്ച് കൊടുക്കണമെന്നുമായി അയാൾ. എന്നാൽ സംഘടനക്ക് യാതൊരറിവുമില്ലെന്നും അയാൾ വ്യക്തിപരമായി വാങ്ങിയത് അയാൾ തന്നെ മടക്കി നൽകണമെന്നും സംഘടന തീർത്തു പറഞ്ഞു. ചുരുക്കത്തിൽ ആ വടംവലിക്ക് നടുവിൽ ഞങ്ങളുടെ കുടുംബം ഞെരിഞ്ഞമർന്നു കൊണ്ടിരുന്നു.

കുടുംബത്തിന്റെ സാമ്പത്തികസ്ഥിതി അതിവേഗം മോശമായിക്കൊ

ണ്ടിരുന്നു. കൃഷിക്കാരനായിരുന്ന അച്ഛൻ കിട്ടുന്ന ജോലികൾക്ക് പോയിത്തുടങ്ങി. തടി ചുമക്കാനും മറ്റും പോയി തോളൊക്കെ നീർവച്ച് വരുന്ന അച്ഛനെ നോക്കി കരയുന്ന അമ്മയുടെ മുഖം ഇന്നലത്തെയെന്ന പോലെ എനിക്കോർമ്മയുണ്ട്. ഞങ്ങൾ താമസിച്ചിരുന്ന വീടിനെ വീടെന്ന് പറയാമായിരുന്നോ എന്നെനിക്കറിഞ്ഞുകൂടാ. ചുവരുകൾ തേയ്ക്കാത്ത, തറയിടാത്ത, കറണ്ടില്ലാത്ത ഒരു വീട്. വെള്ളം, കുറച്ച് ദൂരെ നിന്ന് കോരിക്കോണ്ട് വരണമായിരുന്നു. എങ്കിലും അതൊരു അടച്ചുറപ്പുള്ള വീടായിരുന്നു. അതിനൊരു വലിയ സുരക്ഷിതത്വം ഉണ്ടായിരുന്നു.

പത്താം ക്ലാസിന്റെ പരീക്ഷച്ചൂടൊന്നും എന്നെ ബാധിച്ചു തുടങ്ങിയിട്ടുണ്ടായിരുന്നില്ല. എങ്കിലും ഡിസ്റ്റിംഗ്ഷനിൽ കൂടുതൽ മാർക്ക് കിട്ടും എന്നെനിക്ക് ഉറപ്പുണ്ടായിരുന്നു. രാവിലെ പതിവ് പോലെ കുറച്ച് സമയം പഠിച്ചുവെന്നാണ് ഓർമ്മ. പിറ്റെ ദിവസം മലയാളത്തിന്റെ യൂണിറ്റ് ടെസ്റ്റ് ഉണ്ടായിരുന്നു. അടുത്തുള്ള കൂട്ടുകാരികളുടെയൊപ്പം രണ്ട് പറമ്പുകൾക്കപ്പുറത്തുള്ള കുളത്തിൽ പോയി അലക്കി കുളിച്ച് ഉച്ചയ്ക്ക് മുൻപ് തിരിച്ചെത്തി. ചോറുണ്ടു .അന്ന് അമ്മയൊരു പായസവും ഉണ്ടാക്കിയിരുന്നു. അരിയും പയറും ശർക്കരയുമിട്ട്. ഓണത്തിനോ വിഷുവിനോ അല്ലാതെ ഒരു പിറന്നാളിന് പോലും പായസമുണ്ടാക്കാത്ത വീട്ടിൽ എന്തിന് വേണ്ടിയായിരുന്നു അന്ന് ആ പായസം അമ്മയുണ്ടാക്കിയത്. ജീവിതം കണ്ണീർക്കയത്തിലേക്ക് വഴുതി വീഴുന്നതിന്റെ നേരിയ സൂചന പോലും ഉണ്ടായിരുന്നില്ലല്ലോ. ആറാമിന്ദ്രിയം അമ്മയോട് പറഞ്ഞിരുന്നുവോ കയ്പ് നിറയാൻ പോവുകയാണ് ഇനി ജീവിതത്തിലെന്ന്...!

അറിയില്ല, പായസം ഇഷ്ടമേയല്ലാതിരുന്ന ഞാൻ അന്ന് വയറ് നിറയെ പായസം കുടിച്ചുവെന്ന് അമ്മ ഇടയ്ക്കിടെ പറയാറുണ്ട്. ഒരു കനത്ത മഴക്ക് പ്രകൃതി കോപ്പുകൂട്ടിത്തുടങ്ങിയിരുന്നു. പരിചയമില്ലാത്ത എട്ടു പത്തു പേർ ഞങ്ങളുടെ വീടന്വേഷിച്ച് എത്തിയപ്പോൾ അച്ഛൻ വയറു നിറച്ച് ഉണ്ട് കൈ കഴുകി കഴിഞ്ഞതേ ഉണ്ടായിരുന്നുള്ളു. ആ വീടും പറമ്പും പണയം വച്ച് അച്ഛന്റെ സുഹൃത്ത് പണം കടം വാങ്ങിയിരുന്നത്രേ! പലിശ പോലും അടയ്ക്കാതായിട്ട് ഒരു പാട് നാളായിരിക്കുന്നു. വീട്ടിലെ താമസക്കാരെ ഇറക്കി വിട്ട് സ്ഥലം ഏറ്റെടുക്കാൻ വന്നതായിരുന്നു അവർ. അഗ്നിയെക്കാൾ പൊള്ളുന്ന ഒരു വലിയ ജീവിത സത്യം നിസ്സഹായതയുടെ ആഴക്കയത്തിലേക്ക് തള്ളിയിട്ട് പച്ചക്ക് മുന്നിലവതരിച്ചപ്പോൾ മരവിച്ച് നിൽക്കാനല്ലാതെ മറ്റൊന്നിനുമായില്ല; ആർക്കും .!

അച്ഛന്റെ അപേക്ഷകളോ അമ്മയുടെ കണ്ണീരോ നിസ്സഹായരായ രണ്ട് കുട്ടികളുടെ ദൈന്യതയോ അവരിലാരുടെയും ഹൃദയത്തിൽ കരുണയുടെ കണിക പോലും ഉരുവാക്കിയില്ല. അല്ലെങ്കിലും അവരുടെ

ജോലിക്ക് അതൊരു അനാവശ്യ വികാരമാണല്ലോ. ചതിക്കപ്പെട്ടതിന്റെ വേദനയുടെയും നിസ്സഹായതയുടെയും പാരമ്യത്തിൽ തിളച്ചുരുക്കിയ സങ്കടവും ദേഷ്യവും പുറത്തേക്കൊഴുകിയത് രണ്ടാളിന്റെ കരുത്തിന്റെ രൂപത്തിലായിരുന്നുവെന്ന് തോന്നുന്നു. ഒരക്ഷരം മിണ്ടാതെ അച്ഛനൊറ്റയ്ക്ക് വീട്ടു സാധനങ്ങൾ മുഴുവൻ വാരി പുറത്തിട്ടു.

മുറ്റത്ത് ചിതറി വീണ പലചരക്ക് സാധനങ്ങൾക്കിടയിൽ നിന്ന് ഏതോ ഡബ്ബയിലടച്ച് അമ്മ സൂക്ഷിച്ചിരുന്ന നാണയങ്ങളിൽ ഒന്നു രണ്ടെണ്ണം എന്റെയടുത്തേക്ക് ഉരുണ്ടുവന്നു. ഒരു പ്രതീകം പോലെ .മുറ്റത്തിനപ്പുറത്തെ മൺതിട്ടയിൽ വീണു കിടക്കുന്ന കരിയിലകൾക്ക് മുകളിലേക്ക് അയയിൽ നിന്നെടുത്തിട്ട തുണികളിൽ എനിക്കാകെയുണ്ടായിരുന്ന കളർ ഡ്രസും ഉണ്ടായിരുന്നു. ഒരു കൊച്ചു ഷെൽഫിൽ സൂക്ഷിച്ചിരുന്ന എന്റെയും അനിയന്റെയും പുസ്തകങ്ങൾ വാരി വെളിയിലിട്ടത് അപ്പോൾത്തന്നെ ഞാൻ പെറുക്കിയെടുത്തു. അമ്മ പൊന്നുപോലെ സൂക്ഷിച്ചിരുന്ന ചില്ലു പാത്രങ്ങൾ പലതും മുറ്റത്തേക്ക് ചിതറി വീണപ്പോൾ ഞങ്ങൾക്കറിയാമായിരുന്നു; അച്ഛന്റെ ഹൃദയം അതിലും നുറുങ്ങിയ അവസ്ഥയിലായിരിക്കുമെന്ന്..

ഏതോ സിനിമകളിൽ കണ്ടിട്ടുള്ള കുടിയൊഴിപ്പിക്കലുകളുടെ നോവുന്ന ദൃശ്യങ്ങൾ തിരശീലവിട്ട് സ്വന്തം മുറ്റത്തവതരിച്ചപ്പോൾ ചിത്രങ്ങൾക്ക് ഒരു മങ്ങലുമില്ലാത്ത വിധം ഹൃദയം അതിന്നും സൂക്ഷിച്ചു വച്ചിട്ടുണ്ട്. പുതിയൊരു താഴിട്ടുപൂട്ടി അവർ മുറ്റം കടന്നപ്പോൾ പെരുമഴതുള്ളിക്കൊരു കുടം വീതം മഴ പെയ്തിറങ്ങി ; ഞങ്ങളുടെ നിറുകയിലേക്ക്. നനയാതെ സൂക്ഷിക്കാൻ വിലപ്പെട്ടതായി പിഞ്ചിത്തുടങ്ങിയ ഒരു പുസ്തകസഞ്ചി മാത്രമേ എനിക്കുണ്ടായിരുന്നുള്ളു. ഇറയത്ത് അരകല്ലിൻ മുകളിലേക്ക് നനയാതിരിക്കാൻ നേരത്തെ പെറുക്കി വച്ച പുസ്തകങ്ങൾക്ക് മുകളിലേക്ക് സഞ്ചി വച്ച് ശിരസിലേക്ക് മഴയേറ്റുവാങ്ങി അലക്കു കല്ലിലേക്ക് ഇരുന്നപ്പോൾ ചാർളി ചാപ്ലിന്റെ വാക്കുകൾ ഞാൻ കേട്ടിട്ടുണ്ടായിരുന്നില്ല.

'മഴയത്ത് നടക്കാനാണെനിക്കിഷ്ടം ഞാൻ കരയുന്നത് ആരുമറിയില്ലല്ലോ'

പക്ഷേ, അത് സത്യമായിരുന്നുവെന്ന് ഞാനന്ന് അനുഭവിച്ചറിഞ്ഞതാണ്. ഒന്നും മനസ്സിലാകാതെ നിന്ന കുഞ്ഞനിയനെ കെട്ടിപ്പിടിച്ച് അമ്മ വിങ്ങിപ്പൊട്ടിക്കരഞ്ഞു . അമ്മയുടുത്തിരുന്ന സാരിയുടെ ഇളം മഞ്ഞ നിറം എനിക്കിന്നും ഹൃദയത്തിൽ നിസ്സഹായതയുടെ ബിംബമാണ് . ഭയം നിറഞ്ഞ മിഴികളോടെ നിന്ന അനിയന്റെ മുഖം ഹൃദയം പിളരുന്ന വേദനയുടെയും. മഴത്തുള്ളികൾ എന്നെ കുളിരാൽ വിറപ്പിക്കുകയാണോ

അതോ തിങ്ങിനിറഞ്ഞ സങ്കടം എത്ര ശ്രമിച്ചിട്ടും അടങ്ങാതെ ഏങ്ങലടികളായി തെറിച്ചു വീണ് എന്നെ വെട്ടി വിറപ്പിക്കുകയാണോ എന്നെനിക്ക് തീർച്ചയില്ലായിരുന്നു.

ഇനിയെന്ത് എന്ന ആ വലിയ ചോദ്യത്തിന് മുന്നിൽ തലകുനിച്ച് നിന്ന അച്ഛൻ കരഞ്ഞില്ല. കുടുംബം എന്ന ഭാരം അച്ഛനിലുണ്ടാക്കിയ ആത്മ സംഘർഷത്തിന്റെ കഠിനത ആ മുഖത്ത് കാണാമായിരുന്നു. സ്വന്തം 'ജീവിതത്തിലെ പ്രതാപകാലം അച്ഛൻ ഓർത്തിട്ടുണ്ടാവണം. എനിക്ക് കടുത്ത അപമാനമാണ് തോന്നിയത്. ഒരു നാട്ടിൽ കുറച്ച് നാളുകൾക്ക് മുൻപ് വരെ രാജാക്കൻമാരെ പോലെ ജീവിച്ചിരുന്നതാണ് . ഇവിടെ വെറും തെരുവ് തെണ്ടികളായി മാറിയിരിക്കുന്നു. തല ചായ്ക്കാനൊരിടമില്ലാതെ, ഉണ്ണാനുമുടുക്കാനുമില്ലാതെ. സെക്യൂരിറ്റി കൊടുത്ത് ഒരു വാടക വീട് തരപ്പെടുത്താൻ കഴിയാത്തത്ര മോശം സ്ഥിതിയിലേക്ക് ഞങ്ങളുടെ സാമ്പത്തികാവസ്ഥ താണുപോയിരുന്നു .ഞങ്ങൾ പ്രവർത്തിച്ചിരുന്ന സംഘടനയിൽ നിന്ന് ഒരു കൂട്ടം ആളുകൾ വിവരമറിഞ്ഞെത്തി.

താമസിച്ചിരുന്ന വീടിന്റെ മുറ്റത്തിനപ്പുറം സംഘടനയുടെ സ്ഥലമായിരുന്നു .അവിടെ നിലമൊരുക്കി ആസ്ബസ്റ്റോസ് ഷീറ്റുകൾ കൊണ്ടും ടാർപോളിൻ കൊണ്ടും ഒരു ഷെഡ് ഉണ്ടാക്കി. സന്ധ്യ കനക്കുന്നതിന് മുൻപ് വലിച്ചു വാരിയിട്ടിരിക്കുന്ന സാധനങ്ങൾ അതിനുള്ളിലാക്കി ഞങ്ങൾ തളർന്നിരുന്നു.

ഇതും വീടാണ് അടച്ചുറപ്പില്ലാത്ത, സുരക്ഷിതത്വമില്ലാത്ത, അസ്തിത്വമില്ലാത്ത വീട്. ഞങ്ങളുടെ വീട്. 'ഇവിടെയെന്താ സർക്കസുകാർ വന്നോ?' എന്ന വഴിപോക്കരുടെ ഉച്ചത്തിലുള്ള ചോദ്യം ആത്മവിശ്വാസത്തിന്റെ അവസാന കച്ചിത്തുരുമ്പും ഞങ്ങളിൽ നിന്ന് അറത്തു കളഞ്ഞു. ഇങ്ങനെ എത്രനാൾ.? അമ്മയൊരു മണ്ണെണ്ണ വിളക്ക് കൊളുത്തി. മലയാളം പുസ്തകമെടുത്ത് നെഞ്ചോടു ചേർത്ത് പൊട്ടി വന്ന കരച്ചിലിനെ തടയാതെ ഞാനാണ് ചോദിച്ചത്; അമ്മയോടും അച്ഛനോടും...

'നമുക്ക് മരിക്കാം, എല്ലാവർക്കും കൂടി. ഇങ്ങനെ നാണംകെട്ട് നമ്മളെന്തിനാ ജീവിക്കുന്നെ? നമ്മൾ നാല് പേര് മരിച്ചാൽ ആർക്കും ഒരു നഷ്ടവും വരാനില്ല.'

എന്തോ കുത്തിനിറച്ച ചാക്കുകെട്ടിന് മുകളിലിൽ തകർന്നിരുന്ന അച്ഛനെ നോക്കി ഉച്ചത്തിൽ കരഞ്ഞുകൊണ്ട് അമ്മ അതാവർത്തിച്ചു.

'നമുക്ക് മരിക്കാം'

കരച്ചിലിനിടയിലും വല്ലാത്തൊരുറപ്പ് ആ ശബ്ദത്തിനുണ്ടായിരുന്നു. പുറത്ത് ഇരുട്ടിനെ കീറി മുറിച്ചു കൊണ്ട് മിന്നലുകൾ ഇടയ്ക്കിടെ ഭൂമി

യെ എത്തി നോക്കുന്നുണ്ടായിരുന്നു, നിശബ്ദമായി. തണുത്ത കാറ്റ് റബ്ബർ മരങ്ങളെ ആട്ടുകയും ഉലയ്ക്കുകയും ചെയ്തു. പിടിച്ചു നിൽക്കാനാവാതെ മണ്ണെണ്ണ വിളക്ക് കണ്ണടച്ചു .ഉച്ചത്തിൽ കരഞ്ഞുകൊണ്ട് അനിയൻ അമ്മയെ കെട്ടിപ്പിടിച്ചു.

'എന്നെ കൊല്ലല്ലേ അമ്മേ, എനിക്ക് മരിക്കാൻ പേടിയാ.'

ഒരു ആറാം ക്ലാസുകാരന്റെ നൊന്ത് നുറുങ്ങിയ ഹൃദയത്തിൽ നിന്ന് വന്ന ആ കുഞ്ഞ് ശബ്ദത്തേക്കാൾ വലിയൊരു ഇടിമുഴക്കം ഞാനിതുവരെ കേട്ടിട്ടില്ല . അത് തന്ന വേദനയെക്കാൾ തീവ്രതയുള്ള ഒരു സങ്കടക്കയവും കടലും ഞാൻ കണ്ടിട്ടില്ല .അതിനെക്കാൾ ആഴത്തിൽ മുറിവുണ്ടാക്കിയ ഒരായുധവും അതിന് മുൻപോ ശേഷമോ എന്റെ ഹൃദയത്തിൽ കൊണ്ടിട്ടില്ല .ആ നിമിഷങ്ങളെ, ആ ദിവസങ്ങളെ എങ്ങനെയാണ് ഞങ്ങൾ അതിജീവിച്ചത്? എനിക്കറിയില്ല. രാത്രി വളരുന്നതിനൊപ്പം മഴ പെയ്തു കൊണ്ടിരുന്നു. കുന്ന് കൂടിയും നിരന്നുമായിക്കിടക്കുന്ന സാധനങ്ങൾക്ക് നടുവിൽ മനോവ്യഥയുടെ ഒറ്റപ്പെട്ട തുരുത്തുകളിൽ കുടുങ്ങിയ മനസ്സുമായി ഞങ്ങൾ നാലുപേരും ഇരുന്നു . നിരന്ന് കിടക്കുന്ന സാധനങ്ങൾക്കിടയിൽ ഞങ്ങൾക്ക് കിടക്കാൻ സ്ഥലമുണ്ടായിരുന്നില്ല .അറിയാതെ വീണ് പോകുന്ന ഏങ്ങലടികളും പൊട്ടിക്കരച്ചിലുകളും ദീർഘനിശ്വാസങ്ങളും ആരും ഉറങ്ങിയിട്ടില്ലെന്ന് ഇടയ്ക്കിടെ ഓർമ്മപ്പെടുത്തി .ഒരു കുഞ്ഞ് ഇരുട്ടുപോലും ഭയമായിരുന്ന എന്റെ അനിയൻ അമ്മയെ കെട്ടിപ്പിടിച്ച് ഇരുന്നതല്ലാതെ വിളക്ക് ചോദിച്ചതേയില്ല. അവന്റെ കുഞ്ഞു മനസ്സിലും തോന്നിയിട്ടുണ്ടാവും ഇനി ഇരുട്ടാണെന്ന്!

*** *** ***

ഏറെ നേരത്തെ അലച്ചിലിനൊടുവിൽ താഴ്‌വശം കാണാൻ പറ്റാത്തത്ര ആഴമുള്ള ഒരു കൊക്കയുടെ അറ്റത്ത് ഞാനെത്തി. ഭൂമിയുടെ വിളുമ്പ് അതാണെന്നെനിക്ക് തോന്നി... താഴെ ശൂന്യതയാണെന്നും. എല്ലാ സങ്കടങ്ങളിൽ നിന്നും രക്ഷ നേടാൻ ഞാനൊരു പാട് ശ്രമിച്ചു. നിയന്ത്രണംതെറ്റിയ ഓരോ ചിന്തയും അഭയം പ്രാപിച്ചത് മരണമെന്ന കറുത്ത സത്യത്തിന്റെ പാദങ്ങളിലാണ്. ഞാൻ തീരുമാനിച്ച് കഴിഞ്ഞിരുന്നു. എന്നിട്ടും, മനസ്സ് രണ്ടായി തിരിഞ്ഞ് നിന്ന് യുദ്ധം ചെയ്തു. ഇനിയൊന്നും സഹിക്കാനാവില്ലെന്ന തോന്നലിന്. എന്നിലെ നിരാശയ്ക്ക്, പ്രതീക്ഷകളെ ജയിക്കാനായില്ല;അവ അത്രമേൽ ദുർബലമായിരുന്നു. എന്നെക്കാൾ ദുരിതമനുഭവിക്കുന്ന ഒരു പാട് പേർ ലോകത്തുണ്ടാവും. താരതമ്യപ്പെടുത്താൻ ഭേദപ്പെട്ട ഒരു മുൻകാലമുണ്ടായിരുന്നതുകൊണ്ടായിരിക്കാം എന്റെ വീഴ്ചയുടെ ആഴവും നൊമ്പരങ്ങളുടെ കാഠിന്യവും കൂടിയത്.

എന്നിട്ടും, കണ്ണടച്ച് ഒരു നിമിഷം നിന്ന് ദൈവമേ എന്ന് വിളിച്ച് ഞാൻ താഴേക്ക് മറിഞ്ഞു .ശരീരത്തിന് അല്പവും ഭാരം തോന്നിയില്ല. പട്ടുമെത്തയിലേക്ക് ചെന്ന് വീണതു പോലെയാണ് തോന്നിയത്. മരണം ഇത്ര സുഖകരമാണോ ? ഞാൻ ചുറ്റും നോക്കി. അഭൗമ പ്രഭ ചൊരിയുന്ന ഒരു മനുഷ്യന്റെ നീട്ടിപ്പിടിച്ച കൈകളിൽ കിടക്കുകയാണ് ഞാൻ എന്നെനിക്ക് വിശ്വസിക്കാനായില്ല.

ഇതാണോ മരണം, ഇതാണോ യമദേവൻ?

ഞാൻ താഴെയിറങ്ങി. പൊക്കം കുറഞ്ഞ് വെളുത്ത് തുടുത്ത് താമരപ്പൂവിന്റെ നിറമുള്ള, വെള്ളമുണ്ട് ചുറ്റിയ അദ്ദേഹം നിലാവ് നിഷ്പ്രഭമാകും വിധം ചിരിച്ചു, എന്നിട്ട്, എന്റെ തോളിൽ തട്ടി. മഞ്ഞിന്റെയത്ര തണുപ്പുള്ള ആ കൈകൾക്ക് പൂവിൻെറയത്ര മൃദുലതയുണ്ടായിരുന്നു. ഹൃദ്യമായൊരു സുഗന്ധവും.

എന്തിനെന്നറിയാതെ ഞാനെന്റെ രണ്ട് കൈകളും അദ്ദേഹത്തിന്റെ നേർക്ക് നീട്ടി. വൃത്തിയായി മടക്കിയ ഒരു വെള്ളക്കോട്ട്, ഡോക്ടർമാർ ഇടുന്ന തരം, കൂടെ ഒരു സ്റ്റെതസ്കോപ്പും, നീട്ടിപ്പിടിച്ച എന്റെ കൈകളിലേക്ക് ഒരു നനുത്ത ചിരിയോടെ അദ്ദേഹം വച്ചു തന്നു.

അമ്പരപ്പിന്റെ നിശ്ചലതവിട്ട് ഒരു നിമിഷം കഴിഞ്ഞാണ് ഞാൻ ആ മുഖത്തേക്ക് നോക്കിയത്. അവിടെ നിറഞ്ഞ് നിന്ന സ്വർണ്ണ പ്രകാശത്തിന് നടുവിൽ നിന്ന് വെള്ള ചിറകുകളുള്ള ഒരു ചിത്രശലഭം പറന്ന് പോയി. പതിഞ്ഞ താളത്തിൽ എവിടെ നിന്നോ ഓംകാര നാദം കേൾക്കുന്നുണ്ടായിരുന്നു.

*** *** ***

അധികം ദൂരത്തല്ലാതെയെവിടുന്നോ പ്രാർത്ഥനാ ഗീതങ്ങൾ കേട്ടു. നേരം വെളുത്ത് തുടങ്ങുന്നതേയുണ്ടായിരുന്നുള്ളു. കണ്ടതൊന്നും ഒരു സപ്നമായി തള്ളിക്കളയാൻ എനിക്കായില്ല. വെറുമൊരു നാട്ടിൻ പുറത്തുകാരിയായ പതിനഞ്ചു വയസ്സുകാരി ആ സ്വപ്നത്തെ കടലോളം ആഴത്തിൽ ഹൃദയത്തിൽ കുറിച്ചിട്ടു. സ്വയം അതിലേക്ക് അലിഞ്ഞു ചേർന്നു. അതൊരു യാത്രയായിരുന്നു, ഇരുളിൽ നിന്ന് വെളിച്ചത്തിലേക്ക്!

ഇന്ന്, തിരിഞ്ഞു നോക്കുമ്പോൾ ചിലപ്പോഴൊക്കെ ആ ദിവസങ്ങൾക്ക് ഞാൻ നന്ദി പറയാറുണ്ട്. എന്നിൽ വാശിയുടെ തീ ആളിക്കത്തിച്ചതിന്, എന്നെ അതിലിട്ട് നീറ്റി നീറ്റി പാകം വരുത്തിയതിന്, ഇന്നും കെടാത്ത കനലുകൾ മനസ്സിൽ അവശേഷിപ്പിക്കുന്നതിന്.

നന്ദി മാത്രേയുള്ളൂ, ആ ദിവസങ്ങളെ അതിജീവിക്കാൻ കരുത്തു തന്ന ദൈവത്തോട്, 'ദൈവം തന്ന ആ വെള്ളക്കോട്ടിനോട്'

ജീവിതം തൊട്ടുണർത്തിയ കുഞ്ഞു കാറ്റ്

ഫൗസിയ കളപ്പാട്ട്

ഒരാൾ ജീവിതം അവസാനിച്ചു മടങ്ങും മുമ്പേ എന്തൊക്കെ വേദന കളാണ് തിന്നേണ്ടി വരുന്നത്.?

വേദനകൾ കാർന്നു തിന്ന് തളർന്നു പോകുമ്പോൾ, ചിറകുകൾ ദുർബലങ്ങളായി... എങ്കിലും അതു വീശി, വേദനകൾ വന്നു തൊടാത്ത മറ്റൊരിടത്തേക്ക് പറന്നകലണമെന്ന് പലപ്പോഴും പലർക്കും തോന്നും . എനിക്കും തോന്നിയിട്ടുണ്ട്.

എന്നാൽ, എന്നെ തിരിച്ചു വിളിച്ച് മുറുകെ പിടിച്ചത് അവളുടെ കുഞ്ഞു മുഖമാണ്. എന്റെ ജീവിതം തൊട്ടുണർത്തിയ കുഞ്ഞുകാറ്റ്..

മോളെ പ്രസവിച്ച് തൊണ്ണൂറ് തികയും മുന്നേ കാലിന്റെ കണ്ണക്കും ഇടുപ്പെല്ലിനും വേദന തുടങ്ങി. ആരോഗ്യക്കുറവ് കൊണ്ടാവും എന്ന ധാരണയിൽ വീണ്ടും പ്രസവരക്ഷയ്ക്കുള്ള മരുന്നുകളും ടോണിക്കും വാങ്ങി. കൂടാതെ ആട്ടിൻ സൂപ്പും. കാര്യായി തടി കൂടിയിട്ടില്ലായിരുന്നു പ്രസവശേഷവുമെനിക്ക്. മോളാണെങ്കിൽ രാത്രി മുഴുവൻ കരച്ചിലും. വേദന കൂടിക്കൂടി വന്നു.അത് കൊണ്ട് കുറച്ചു ദിവസം കൂടി കഴിഞ്ഞാണ് അനിലിന്റെ വീട്ടിലേയ്ക്ക് പോയത്.

അനിലിന്റെ ഉമ്മിച്ചിക്ക് പ്രമേഹം കൊടുത്ത വയ്യായ്കകൾ ഉണ്ടായിരുന്നു. എങ്കിലും മോൾക്ക് ഒരു വയസ്സായതിന് ശേഷം ഞാൻ പഠിക്കാൻ പോയി.ഉമ്മിച്ചി മോളെ നോക്കും.അപ്പോഴെല്ലാം വേദനകൾ ശരീരത്തിന്റെ ഭാഗമായി കൂടെതന്നെയുണ്ട്. നീണ്ട് ഇടതൂർന്ന മുടി കൊഴിഞ്ഞു തുടങ്ങി. ശരീരം വണ്ണം വെക്കാൻ തുടങ്ങി. അനിലിന്റെ വീട്ടിൽ എന്ത സുഖം വന്നാലും ഹോമിയോ ചികിത്സയാണ് പതിവ്. സ്ഥിരം ഹോമിയോ ഡോക്ടറെ കാണിച്ച് മരുന്ന് വാങ്ങി കഴിച്ചിട്ടും ഒരു വ്യത്യാസവുമില്ല.. കുഞ്ഞിനെ എടുക്കുമ്പോഴും നടക്കുമ്പോഴും ഞാൻ വേദന കൊണ്ട് പുളയും. അവളൊരു മമ്മ കുട്ടിയായിരുന്നുതാനും. രാത്രികളിൽ വേദന കൂടി ഞാൻ ആരും കാണാതെ കരഞ്ഞു.

പലപല മരുന്നുകൾ മാറിമാറി പരീക്ഷിച്ചിട്ടും രോഗം മാറാത്തത് മനസ്സിന്റെ പ്രശ്നമാണെന്ന് പറഞ്ഞ് അനിലുൾപ്പെടെ എല്ലാവരും കുറ്റ

പ്പെടുത്തി. അടുത്തബന്ധു, നേരത്തെ തന്നെ സൂക്കേടുകാരിയായ പെണ്ണായിരിക്കും, എന്ന് പറഞ്ഞത് കേട്ട് ഞാൻ കുളിമുറിയിൽ കയറി വാവിട്ട് കരഞ്ഞു. എന്റെ വേദനയുടെ കാഠിന്യം പറഞ്ഞു മനസ്സിലാക്കാൻ ആവാതെ, ഞാൻ നിസ്സഹായയായി. അസുഖം ഉണ്ടെന്ന് നടിക്കുന്നത് വീട്ടിലെ ജോലിയെടുക്കാനും കുഞ്ഞിനെ നോക്കാനും മടിയായിട്ടാണെന്നും ഓരോരുത്തർ പറഞ്ഞുതുടങ്ങി. അതോടെ വേദനിക്കുന്നു എന്ന പരാതി ഞാൻ എന്നോട് മാത്രം പറഞ്ഞു

എന്നെ ഞാൻ ആശ്വസിപ്പിക്കാൻ നോക്കി പരാജയപ്പെട്ടു. വേദന അത്ര തീവ്രമായിരുന്നു. രാവിലെ എഴുന്നേൽക്കുമ്പോൾ കൈകാലുകൾ നിവരാൻ പ്രയാസം അനുഭവപ്പെട്ടു തുടങ്ങി. മോളെ ഭക്ഷണം കഴിപ്പിക്കാനും ഉറക്കാനും വേണ്ടി മണിക്കൂറോളം എടുത്തു നടന്നു.. കൂട്ടുകുടുംബമായത് കൊണ്ട് വീട്ടുജോലിക്കും കുറവില്ലായിരുന്നു. എന്റെ വേദനകൾക്ക് വിശ്രമം കിട്ടിയില്ല. അവരെന്റെ ശരീരത്തിൽ നിരന്തരം ഉറക്കമൊഴിച്ചിരുന്ന് അവരുടെ ജോലി കൃത്യമായിചെയ്തു. എനിക്ക് നടക്കാൻ ബുദ്ധിമുട്ടായി തുടങ്ങി. മോൾക്ക് മൂന്നര വയസ്സാകും വരെ വേദനകളും ഞാനും തമ്മിൽ യുദ്ധം ചെയ്ത് അവസാനം ഞാൻ തോറ്റു. നടക്കാൻ പറ്റാതെ ഞൊണ്ടി തുടങ്ങിയപ്പോഴും മോളെന്റെ മുൻപിൽ കൈയുയർത്തി എടുക്കാൻ പറഞ്ഞു നിൽക്കും. അവളെ എടുക്കുമ്പോൾ വേദന കൊണ്ട് ഞാൻ പുളയുമ്പോൾ മമ്മാക്ക് ഉവ്വാവു വേഗം മാറുമെന്ന് പറഞ്ഞ് കവിളിൽ ഉമ്മ തരും. ഈ കൊല്ലത്ത് (ലോകത്ത് ,എന്ന് പറയുന്നത് അങ്ങിനെയായിരുന്നു) എനിക്കേറ്റവും ഇഷ്ടം മമ്മാനോടാണ് എന്ന് പറഞ്ഞ് മുറുക്കെ കെട്ടി പിടിക്കും. ദേഹമാസകലം വേദനയെടുത്ത് പുളയുമ്പോൾ കാലിലും കൈയ്യിലും ബാം പുരട്ടി ഉവ്വാവു മാറിയോ എന്ന് ചോദിച്ചോണ്ടിരിക്കും.

ആ അവധിക്കാലത്ത് ഇടപ്പള്ളിയിൽ പോയി നിന്നപ്പോൾ ഉമ്മിച്ചി അടുത്തുള്ള ഡോക്ടറെ കാണിച്ചു. അവർ ബ്ലഡ്ടെസ്റ്റിന് എഴുതി തന്നു. ഇടപ്പള്ളിയിൽ വരുമ്പോഴൊക്കെ വാടിയ മുഖവുമായി, കാറ്റടിച്ചാൽ പോലും വേദന കൊണ്ട് പുളയുന്ന മകളുടെ വേദന മാറ്റിയെടുക്കാൻ അന്ന് എറണാകുളത്തുണ്ടായിരുന്ന എല്ലാ ആശുപത്രികളിലും എന്നെയും കൊണ്ട് കയറിയിറങ്ങിയിട്ടുണ്ട്. ഞാനാണെങ്കിൽ ഈ വേദന ജീവിതത്തിലുടനീളം ഉണ്ടാകുമെന്നുറപ്പിച്ച് ഡിപ്രക്ഷനടിച്ച് നടക്കുന്ന സമയമാണ്, പുതിയതായി കണ്ട ഡോക്ടറെ കാണുന്നതും ബ്ലഡ്ടെസ്റ്റിന് എഴുതി തരുന്നതും. റിസൾറ്റ് നോക്കി ഡോക്ടർ എന്റെ അസുഖത്തിന്റെ പേര് പറഞ്ഞു. റുമറ്റോയിഡ് ആർത്രൈറ്റിസ് അഥവാ ആമവാതം. ആദ്യമായി

കേട്ട ഈ അസുഖത്തിന്റെ പേര് മനസ്സിൽ ഉരുവിട്ടു..

ആമവാതം വന്നാൽ ആമയെ പോലെ ഇഴയും എന്നാണ് പറയുന്നത്. ശരിയായ ചികിത്സ കിട്ടിയില്ലെങ്കിൽ മരണവും വിദൂരമല്ല.ചിലർക്ക് പ്രസവത്തോടെയിത് പ്രത്യക്ഷപ്പെടും.നേരത്തെ കണ്ടെത്തിയാൽ പൂർണ്ണമായും മാറും.നല്ല വിശ്രമം വേണം , ഡോക്ടർ അസുഖത്തിന്റെ കാര്യങ്ങൾ ഓരോന്നായി പറഞ്ഞു..

വേദനകൾ തുടങ്ങിട്ട് മൂന്നരക്കൊല്ലമായി എന്ന് കേട്ട് അവരെന്നെ അത്ഭുതത്തോടെ നോക്കി. ഈ അസുഖം ഉണ്ടായിട്ടും വൈകല്യങ്ങൾ ഇല്ലാത്തത് ദൈവകടാക്ഷം നന്നായി ഉള്ളത് കൊണ്ടാണെന്ന് അവർ പറഞ്ഞു.

എന്റെ വേദനകൾ ശരീരത്തിന് ബാധിച്ച രോഗം തരുന്നതാണെന്ന് മനസ്സിലായപ്പോൾ തട്ടിപ്പാണ്, മാനസികമാണെന്ന് പറഞ്ഞ ബന്ധുക്കളോട്, ജോലി ചെയ്യാതിരിക്കാനോ, രണ്ടാമതൊരു കുഞ്ഞിനെ പ്രസവിക്കാനുള്ള മടിയോ വീട്ടുജോലിയോ ചെയ്യാതിരിക്കാനുള്ള അടവോ അല്ല ,എന്റെ ശരീരം എന്നോട് പിണങ്ങിയതാണെന്ന് പറയാൻ മനസ്സ് വെമ്പി.പക്ഷെ പറഞ്ഞത് അനിലിനോടാണ്. ഈ അസുഖത്തിന്റെ ബുദ്ധിമുട്ടുകളെ കുറിച്ച് ധാരണയൊന്നും ഇല്ലായിരുന്നു അനിലിനും.പലരോടും അന്വേഷിച്ചറിഞ്ഞപ്പോഴാണ് ആൾക്ക് ഞാൻ നഷ്ടമാകുമോ എന്ന പേടി തുടങ്ങിയത്. പക്ഷെ വീട്ടുജോലികൾക്ക് ഇളവോ കുറവോ ഒന്നും ഉണ്ടായില്ല.... ഞാനൊക്കെ ഈ പ്രായത്തിൽ എന്തൊക്കെ ചെയ്യുമായിരുന്നുവെന്ന് ഭർത്താവിന്റെ കുടുംബത്തിലെ സ്ത്രീകൾ നിരന്തരം പറഞ്ഞുകൊണ്ടിരുന്നു ..

കുസൃതികൾ പൂർവ്വാധികം ശക്തമാക്കി മോളെന്റെ വേദനകൾക്ക് ശക്തി പകർന്നു. എനിക്ക് അസുഖം ആയതോടെ, ഞാനും അനിലും തമ്മിലുള്ള കൊച്ചുവർത്തമാനങ്ങൾ കുറഞ്ഞു. വിവാഹത്തിന് ശേഷം ഒരു കാരണവശാലും ആരോഗ്യം മോശമാകാൻ പാടില്ല എന്നൊരു നിയമം ഒളിഞ്ഞിരിപ്പുണ്ടെന്നു അറിഞ്ഞത് അന്നൊക്കെയാണ്.... കുടുംബത്തിലെ മറ്റുള്ള അംഗങ്ങളുടെ വേദനകൾക്ക് കൊടുക്കുന്നതിന്റെ ഒരു ശതമാനം പോലും വീട്ടിൽ വന്നു കയറുന്ന മരുമകൾക്ക് കൊടുക്കില്ല.. അവളെന്നും വേദനകൾക്ക് മനസ്സ് കൊടുക്കാതെ പണികളിൽ മുഴുകണം...

വേദന തിന്നുന്ന മുഖവുമായി ലോകത്തെ മുഴുവൻ വെറുപ്പോടെ നോക്കി ദിവസങ്ങൾ കടന്നു പോയി.

ഉമ്മിച്ചിയും വാപ്പിച്ചിയും കൂടി എന്നെ തൃപ്പൂണിത്തുറയുള്ള ഒരു ആ

യുർവേദ ഡോക്ടറെ കാണിച്ചു.അമ്പത്തിയാറ് ദിവസത്തെ ചികിത്സയാണ് ഡോക്ടർ നിർദ്ദേശിച്ചത്. അവിടെ അഡ്മിറ്റാവണം. ജനിച്ചിട്ടിന്നേവരെ എന്നെ പിരിഞ്ഞു നിൽക്കാത്ത മോളെ ഉമ്മിച്ചിയെ ഏല്പിച്ച് ഞാൻ ആശുപത്രിയിൽ അഡ്മിറ്റായി. വൈകുന്നേരമായപ്പോഴേക്കും എനിക്ക് മമ്മയെ കാണണം എന്ന് പറഞ്ഞവൾ കരയാൻ തുടങ്ങി. കളിപ്പാട്ടങ്ങൾ വാങ്ങി തന്നാൽ കരയില്ലയെന്ന് വാക്ക് പറഞ്ഞ കുട്ടി കളിപ്പാട്ടങ്ങൾ കൈയ്യിൽ കിട്ടിയപ്പോൾ ഇതൊക്കെയായി മമ്മയുടെ അടുത്ത് പോണംന്നായി.ഒരു വിധം നേരം വെളുപ്പിച്ചെടുത്ത് രാവിലെ മോളെ എന്റെ അടുത്തെത്തിച്ചു. സസ്യവിഭവങ്ങൾ മാത്രമാണ് രോഗിക്കും കൂടെ നിൽക്കുന്നവർക്കാണേലും കൊടുക്കൂ. അവിടെ സഹായത്തിന് നിന്ന പോളേട്ടനെ സോപ്പിട്ട് മോൾക്കുള്ള പാലും ഊണിനൊപ്പം കഴിക്കാൻ ചിക്കനോ മീനോ വാങ്ങിപ്പിച്ചു.ചെറിയ കട്ടിലിൽ അവളെയും ചേർത്ത് പിടിച്ച് ഞാൻ ഉറങ്ങാൻ ശ്രമിക്കും. കിഴി പിടിച്ചു തുടങ്ങിയപ്പോൾ ശരീരവേദന ഇരട്ടിച്ചത് മോളെ ഒരു ദിവസം പിരിഞ്ഞ് അടുത്തു കിട്ടിയപ്പോൾ ഞാൻ മറന്നു. ഇവൾക്ക് വേണ്ടിയെങ്കിലും ജീവിക്കണം, അസുഖം മാറ്റിയെടുക്കണം എന്ന് മനസ്സിൽ തീരുമാനമെടുക്കുമ്പോൾ ഒരു പുതിയ ജീവിതത്തിലേക്ക് തിരിച്ചെത്തുകയാണ് ഞാൻ എന്നറിഞ്ഞിരുന്നില്ല.

ചികിത്സ തുടങ്ങി ഒരാഴ്ച കഴിഞ്ഞപ്പോൾ ഞാൻ ഞൊണ്ടാതെ നടക്കാൻ തുടങ്ങി.ദേഹത്ത് നീരു കുറഞ്ഞു. മിന്നുവിന്റെ വാ നിറച്ചുള്ള സംസാരവും കുസൃതികളും ഞങ്ങളെ അവിടെ താരങ്ങളാക്കി. എന്നെ ഉഴിച്ചിലിനും പിഴിച്ചിലിനുമായി കയറ്റുമ്പോൾ എനിക്ക് മമ്മാനെ മരുന്ന് തേക്കുന്നത് കാണണം എന്ന് പറഞ്ഞ് അവളും ഒരു സ്റ്റൂളിട്ട് എണ്ണപ്പാത്തിക്കരികിൽ ഇരിപ്പായി. പുഷ്പ ഡോക്ടറും സഹായികളും എന്റെ ദേഹത്ത് കുഴമ്പ്തേച്ച് പിടിപ്പിച്ച് കിഴികൾ മാറി മാറി ചെയ്യുമ്പോൾ ഞാൻ അവൾക്ക് കഥ പറഞ്ഞു കൊടുത്തു .എന്നെ കുളിപ്പിക്കാൻ വന്ന ചേച്ചിയെ തൊടാൻ സമ്മതിക്കാതെ നുന്നൂനെ മമ്മ തന്നെ കുളിപ്പിച്ചാൽ മതിയെന്ന് പറഞ്ഞ് വാശി പിടിച്ചു. സ്റ്റൂളിലിരുന്നുകൊണ്ട് ഞാനവളെ കുളിപ്പിച്ച് തോർത്തിയെടുക്കും. ഈ കുട്ടി ഇങ്ങിനെ തുടങ്ങിയാൽ കൊച്ചേ, നിന്റെ രോഗം മാറിയതു തന്നെ എന്ന് പറഞ്ഞ് കുളിപ്പിക്കാൻ വന്ന ചേച്ചി കെറുവിക്കും. കണ്ണെഴുതി പൊട്ടു തൊടീച്ച് ഉടുപ്പിടീക്കുമ്പോൾ എന്റെ നിറയുന്ന കണ്ണുകൾ തുടച്ചിട്ട് നുന്നാ ഇല്ലേ മമ്മാനെ നോക്കാൻ കരയണ്ടാട്ടോ ,അതിനല്ലേ നുന്ന ഇവിടെ മമ്മാടെ കൂടെ നിൽക്കണെ എന്ന് പറഞ്ഞ് കണ്ണ് തുടച്ചു തരും. വല്ലാത്ത വാശിയാണല്ലോ മോൾക്ക്, പിള്ളേർക്കിത്ര വികൃതി പാടില്ലെന്ന് ഞാൻ കേൾക്കട്ടെ എന്ന് കരുതി

തന്നെ മനഃപൂർവ്വം ആരെങ്കിലും പറയുമ്പോൾ ഞാനവളെ പൂർവ്വാധികം ശക്തിയോടെ പുണരും. മോള് നല്ല കുട്ടിയാണെന്നാ അവര് പറഞ്ഞേ എന്നവളോട് കള്ളം പറയും. അവൾ നല്ല കുട്ടിയല്ല എന്നാരെങ്കിലും പറഞ്ഞാൽ കൈയ്യിൽ കിട്ടുന്നത് എടുത്തെറിയുന്ന കുട്ടിയോട് ഞാൻ പിന്നെ എന്താ പറയാ?

പെരുമ്പാവൂർ ചികിത്സ കഴിഞ്ഞ് തിരിച്ചു വന്നപ്പോഴും ഒരാശ്വാസമായി എന്നല്ലാതെ പൂർണ്ണമായി വേദന ഒഴിവായില്ലായിരുന്നു. ഇടയ്ക്കിടെ രക്തപരിശോധന നടത്തി എന്നെ വേദനയിൽ മുക്കി കൊല്ലാതെ കൊല്ലുന്ന അവസ്ഥ ഉണ്ടോന്ന് നോക്കും.ആമയെ പോലെ എന്നെ ഇഴയിക്കാൻ തയ്യാറെടുക്കുന്ന ബാക്ടീരിയകൾ എവിടെയെങ്കിലും ഒളിഞ്ഞിരുപ്പുണ്ടോയെന്ന് പരതി നോക്കും.ഓരോ തവണയും അവ എന്നോട് യുദ്ധം ചെയ്ത് തോൽക്കുന്നത് ഞാൻ ഒരു ജേതാവിനെ പോലെ നോക്കി നിന്നു. എങ്കിലും പൂർണ്ണമായി വേദന മാറാത്തത് കൊണ്ട് സാധാരണ ജീവിതത്തിലേക്ക് തിരിച്ചു വരാൻ എനിക്ക് കഴിഞ്ഞില്ല. എങ്കിലും പഠനം തുടരുകയും അതിന് ശേഷം ജോലിക്ക് പോവുകയും ചെയ്തു.

എണ്ണയുടെയും കുഴമ്പിന്റെയും മണമുള്ള എന്റെ ശരീരത്തിനെ ഞാൻ ശ്രദ്ധിച്ചതേയില്ല. അതിനെ അണിയിച്ചൊരുക്കാനും നല്ല ഉടുപ്പകളിട്ട് കൊടുക്കാനും ഞാൻ എന്നോട് ആവശ്യപ്പെട്ടതുമില്ല..

അനിലിന്റെ കുഞ്ഞുമ്മ പറഞ്ഞിട്ടാണ് കോതമംഗലത്തുള്ള ഒരു ഡോക്ടറെ കാണാൻ പിന്നീട്പോയത്. ഒരു യാത്രക്കോ മറ്റ് ആഘോഷങ്ങൾക്കോ പോവാനൊന്നും താല്പര്യം തോന്നാതിരുന്നത് അതെല്ലാം കഴിഞ്ഞ് വന്നാൽ വേദന ഇരട്ടിക്കുമെന്നുള്ളത് കൊണ്ടായിരുന്നു. വലിയ പ്രതീക്ഷകളൊന്നുമില്ലാതെയാണ് ഈ ഡോക്ടറെയും കാണാൻ പോയത്. വേദനകൾ തിന്ന് തിന്ന് അതൊരു ശീലമായി മാറിയിരുന്നു. മോൾക്ക് വേണ്ടി ജീവിച്ചിരിക്കണം എന്ന ചിന്തയുള്ളത് കൊണ്ട് മാത്രം അത്രമേൽ വേദനകൾ തിന്നിട്ടും ആത്മഹത്യയ്ക്ക് മുതിരാതെ പിടിച്ചു നിന്നു.

മോളില്ലായിരുന്നെങ്കിൽ രോഗിയായ ഭാര്യയെ സഹിക്കുന്ന അനിലിൽ നിന്ന് ഞാൻ അകന്നു മാറിയേനെ... ആരോഗ്യമില്ലാത്ത പെണ്ണിനെ കഷ്ടപ്പെട്ട് സ്നേഹിക്കേണ്ടി വരും എത്ര മഹാമനസ്കത പറഞ്ഞാലും എന്നൊക്കെയുള്ള ചിന്തകൾ എന്റെ മനസ്സിൽ കടന്നു കൂടിയിരുന്നു. അതെന്നെ വല്ലാതെ തളർത്തിയിരുന്നു.

ഡോക്ടർ ജോർജ്ജ് മാത്യുവിനെ ഞാൻ അങ്ങിനെ ആദ്യമായി കാണുന്നത് പതിന്നാല് വർഷം മുൻപാണ്. ഡോക്ടറോട് ഇതുവരെ ചെയ്

ത എല്ലാ ചികിത്സകളും വിശദമായി പറഞ്ഞു.ഡോക്ടർ എന്നെ പരിശോധിച്ചു. ഒരു കുട്ടിയേ ഉള്ളു എന്ന ചോദ്യത്തിന് അത് തന്നെ പത്തെണ്ണത്തിന് തുല്യമാണ് എന്ന രീതിയിൽ ഞാനും അനിലും പരസ്പരം നോക്കി. അടുത്ത കുട്ടി ഉടനെ വേണ്ട. ആളൊന്ന് പൂർണ്ണമായും അസുഖം മാറി വന്നിട്ട് ആലോചിക്കാം. ഡോക്ടറെ ഇടയ്ക്ക് കണ്ടും വിളിച്ചും ഞങ്ങൾ നല്ല കമ്പനിയായി. വീട്ടിലുള്ളവരിൽ ചിലരെങ്കിലും പതുക്കെ പതുക്കെ ആയുർവേദത്തിലേക്ക് തിരിഞ്ഞു.ഡോക്ടർക്ക് അലോപ്പതിയിലും നല്ല ഗ്രാഹ്യമുണ്ടായത് കൊണ്ട് എന്റെ അസുഖത്തിനുള്ള ചികിത്സ ഫലം കണ്ടു തുടങ്ങി. പല വിധ എണ്ണകൾ തലയിൽ തേച്ച് നോക്കി പരീക്ഷിച്ച് നീരിറക്കം നിയന്ത്രണത്തിലാക്കാൻ ശ്രമം നടത്തി.അവസാനം ഡോക്ടർ തന്നെ രണ്ട് തരം എണ്ണകൾ മിശ്രിതമാക്കി തന്നു. അത് തേച്ചതിന് ശേഷം തലനീരിറക്കം നിന്നു. അസുഖം എന്തെന്ന് അറിഞ്ഞത് മുതൽ വേണ്ടതും വേണ്ടാത്തതും ചിന്തിച്ചുണ്ടായ തലവേദന മൈഗ്രേൻ ആയി മാറി. വെളിച്ചം, ശബ്ദം എല്ലാം പ്രശ്നമായി. അതും രണ്ടു മൂന്ന് മാസത്തെ ചികിത്സകൊണ്ട് നിയന്ത്രണത്തിലാക്കി.

ഇതിനെല്ലാമിടയ്ക്ക് തൊണ്ടയിൽ പോളിപ്പുണ്ടായി ശബ്ദം അടഞ്ഞ് സർജറി ചെയ്തു. അരിവാള് പോലെ മൂക്കിലെ എല്ല് വളഞ്ഞ് ഹെയർ പിൻ വളവുകൾ ഉണ്ടാക്കിയപ്പോൾ ഓക്സിജൻ ആവശ്യത്തിന് കിട്ടാതെ ശ്വാസം മുട്ടാനും തലകറങ്ങി വീഴാനും തുടങ്ങി. ആ പ്രശ്നവും ഒരു സർജറിയിൽ പരിഹരിച്ചു.

ഏത് സർജറി കഴിഞ്ഞാലും പിന്നീടുള്ള ചികിത്സ ജോർജ് ഡോക്ടർ ആണ്.നിനക്ക് വേദന സഹിക്കാനുള്ള കഴിവിനെ സമ്മതിച്ചു എന്ന് 'ഡോക്ടർ പറയുമ്പോൾ എന്റെ കണ്ണുകൾ നിറയും. ശത്രുക്കൾക്ക് പോലും ഇങ്ങിനെ വരല്ലേയെന്ന് പ്രാർത്ഥിക്കും.. മാനസികമായി എന്നെ ശക്തിപ്പെടുത്തി ശരീരത്തെയും സ്നേഹിക്കണം എന്ന് പഠിപ്പിച്ചതും ഉപദേശിച്ചതും ഡോക്ടറാണ്.

നല്ലൊരമ്മ എന്നതിന്റെ തെളിവാണ് ഒരു വൈകല്യവും വരാതെ തളർന്ന് പോകാതെ ഇവിടം വരെ നീ എത്തിയത് അത്രയ്ക്ക് മോൾക്ക് നിന്നെ വേണമെന്ന ചിന്തയാണ്. എന്നൊക്കെ ഓരോ തവണയും ഡോക്ടർ പറയും. പതുക്കെ മരുന്നിന്റെ അളവ് കുറഞ്ഞു. ഹീമോഗ്ലോബിന്റെ ലെവൽ ശരിയായപ്പോൾ മുഖത്ത് രക്തപ്രസാദം കണ്ടുതുടങ്ങി. ശരീരത്തിലെ നീര് നിശ്ശേഷം ഇല്ലാതായി. രക്ത പരിശോധനയിലും എന്നെ ആക്രമിക്കാനൊരുങ്ങി ആരുമില്ലെന്നറിഞ്ഞ ദിവസം ഞാൻ സന്തോഷം കൊണ്ട് പൊട്ടിക്കരഞ്ഞു. മരുന്നുകൾ മുഴുവനായി നിർത്താൻ ഒരു പരി

ക്ഷണം നടത്തിയെങ്കിലും വിജയിച്ചില്ല. കാലാവസ്ഥകൾ മാറുമ്പോൾ പഴയ വേദനകൾ എന്നെ തേടി വരും. അത് കൊണ്ട് ചെറിയ ഡോസിൽ ഇപ്പോഴും മരുന്നുണ്ട്.

ദൈവം കഴിഞ്ഞാൽ ആ സ്ഥാനത്ത് കാണുന്നത് ഡോക്ടറെയാണെന്ന് ഞാനെപ്പോഴും അനിലിനോട് പറയും. എന്റെ ആദ്യ പുസ്തകമായ മിന്നാമിന്നികൾ എന്നോട് പറഞ്ഞത് പ്രകാശനം ചെയ്തപ്പോൾ കലൂർ ഗോകുലം പാർക്കിൽ വെച്ച് നടന്ന ചടങ്ങിൽ ഡോക്ടറും ഉണ്ടായിരുന്നു. സദസ്സിൽ ഇരുന്നു കൊണ്ട് വേദിയിലേക്ക് നോക്കി തിളക്കമോടെ രണ്ട് കണ്ണുകൾ. എന്തെങ്കിലും അസുഖം വന്നാൽ പണ്ടത്തെ പോലെ ഞാൻ മാനസികമായി തകരാറില്ല. തളർന്ന് പോയത് മിന്നു പഠിക്കാനായി വിദേശത്ത് പോയപ്പോഴാണ്.

എന്റെ തന്നെ ശരീരത്തിൽ നിന്ന് വേർപെട്ട് ഉണ്ടും ഉറങ്ങിയും 'നുന്നു ഉണ്ടല്ലോ മമ്മാക്ക്' എന്ന് പറഞ്ഞോണ്ടിരുന്ന കുട്ടി പെട്ടെന്ന് അകന്നപ്പോൾ മനസ്സിന് താങ്ങാൻ പറ്റാതായി. പോയതിന് ശേഷം ആദ്യദിവസങ്ങളിൽ സങ്കടപ്പെട്ട് സംസാരിച്ചിരുന്ന കുട്ടി, പതുക്കെ പതുക്കെ അവളുടേതായ ലോകത്തെക്കുറിച്ച് പറയാൻ തുടങ്ങി.

ഒരുവർഷം കഴിഞ്ഞ് അവൾ തിരിച്ചുവന്നപ്പോൾ എന്നോടവൾ പറഞ്ഞ സ്വപ്നങ്ങളിൽ ,സ്വയം ജീവിക്കാൻ പഠിച്ചു തുടങ്ങിയ ഒരു പെൺകുട്ടിയുടെ ആർജ്ജവം ഉണ്ടായിരുന്നു.

നമ്മുടെയൊക്കെ ജീവിതം മാറ്റിമറിച്ച കുഞ്ഞുങ്ങളെ നമുക്കല്ലാതെ മറ്റാർക്കാണ് മനസ്സിലാക്കാൻ പറ്റുക എന്ന് എന്നെപ്പോലെ അനുഭവങ്ങൾ പങ്ക് വെച്ചവരോട് സംസാരിച്ചു. അവർക്ക് വേണ്ടി ജീവിച്ചത് കൊണ്ടല്ലേ നമ്മളിപ്പോൾ സ്വയം സ്നേഹിക്കാൻ തുടങ്ങിയതെന്ന് പറഞ്ഞ് ചിരിച്ചു.

ഓരോരുത്തർക്കും ജീവിതം ഏത് പ്രതിസന്ധി ഘട്ടത്തിലും മുന്നോട്ട് കൊണ്ടുപോകാൻ ഓരോ കാരണങ്ങൾ ഉണ്ടാകും.. എന്റെ കാരണം അതെന്റെ മോളായിരുന്നു.

ഉണ്ണിയേട്ടൻ എന്ന പ്രസ്ഥാനം

കെ.പി. ശ്രീകല

അന്ന് പതിവ് പോലെ പ്രവൃത്തി ദിവസമായിരുന്നു. കുറച്ചു നാളായുള്ള അക്ഷമമായ കാത്തിരിപ്പിന് അവസാനം ആവുകയാണ്. കൊച്ചുകുട്ടികളുടേതു പോലെ ഉള്ള മാനസീകാവസ്ഥയിൽ ആണ് ഞാൻ. ഓഫീസിൽ എത്തിയതും കിട്ടാവുന്ന എല്ലാ മലയാള റേഡിയോ ചാനലുകളും ശരിയായി പ്രവർത്തിക്കുന്നുണ്ടെന്ന് ഉറപ്പു വരുത്തി. ഓഫീസിൽ മലയാളികൾ കുറവാണ്. അത് കൊണ്ട് വലിയ ബഹളങ്ങൾ ഇല്ല. ഷാഫി വന്നു കയറിയതും ഇലക്ഷന് കമ്മീഷന്റെ വെബ് സൈറ്റ് തുറന്നു. മണി അപ്പുറത്തു മലയാള മനോരമ site ഓപ്പൺ ചെയ്തിരിക്കുന്നു. മൊബൈലിൽ അടുത്ത സുഹൃത്തുക്കളുടെ വാട്സാപ്പ് സന്ദേശങ്ങൾ രാവിലെ മുതൽ ഉണ്ട്. അടുത്ത ഏതാനും മണിക്കൂറുകൾക്കുള്ളിൽ ഫല പ്രഖ്യാപനം ഉണ്ടാവും. ലോകം മുഴുവൻ ഉള്ള മലയാളികളിൽ എത്ര പേര് ഇങ്ങനെ കണ്ണും നട്ടു കാത്തിരിക്കുന്നുണ്ടാവും!

നിമിഷങ്ങൾക്ക് മണിക്കൂറുകളുടെ ദൈർഘ്യം. ജോലിയിൽ ശ്രദ്ധിക്കാൻ കഴിയുന്നില്ല. ഫോണും എടുത്ത് പാൻട്രിയിലേക്ക് നടന്നു. അമ്മയെ വിളിച്ചപ്പോൾ ഫോണ് ബിസി ഏട്ടന്റെ ഫോണും ബിസി. ആദ്യം ഏലംകുളത്തും രണ്ടാമത് നിലമ്പൂരും പരാജയപ്പെട്ടതിനു ശേഷം പൊന്നാനിയിൽ ആദ്യ അങ്കത്തിൽ ജയിച്ചിരുന്നുവെങ്കിലും ഇത് രണ്ടാമൂഴമാണ്. കഴിഞ്ഞ കാലയളവിൽ നിയമസഭാ സാമാജികർ എന്ന നിലക്ക് ചെയ്ത പ്രവർത്തനങ്ങളുടെ വിലയിരുത്തൽ. കമ്യൂണിസത്തിന് വളക്കൂറുള്ള മണ്ണെങ്കിലും വർഗ്ഗീയത അവിടെ വേര് പിടിച്ചു തുടങ്ങിയിരിക്കുന്നുവെന്നു പറഞ്ഞു കേൾക്കുന്നു. അതെല്ലാം കൊണ്ട് വിജയം എത്രത്തോളം സുനിശ്ചിതം എന്ന് പറയാൻ ആവില്ല... ഇത്തവണ ജയിച്ചാൽ ഒരു മന്ത്രിസ്ഥാനത്തിനു സാദ്ധ്യത സഖാക്കൾക്കിടയിൽ പറഞ്ഞു കേൾക്കുന്നുണ്ട്.. തിരിച്ചു സീറ്റിൽ എത്തുമ്പോഴേക്ക് വാട്സാപ്പിൽ മെസ്സേജുകളുടെ പ്രവാഹം. പലയിടത്തും നിന്നും വിളികൾ. സഖാക്കൾ ആവേശത്തിലാണ് . ഉണ്ണിയേട്ടൻ വീണ്ടും നിയമസഭയിലേക്ക് തിരഞ്ഞെടുക്കപ്പെട്ടിരിക്കുന്നു.

ആദ്യം അമ്മയെ വിളിച്ചു അമ്മയുടെ സ്വരത്തിൽ ആഹ്ളാദം അണ പൊട്ടുന്നു. എട്ടോ പത്തോ വർഷങ്ങൾക്കപ്പുറം സ്വപ്നം പോലും കണ്ടിട്ടില്ലാത്ത അംഗീകാരം ഇന്ന് തേടി വരുന്നതിന്റെ സന്തോഷം... അച്ഛൻ ഇപ്പോൾ ഉണ്ടായിരുന്നെങ്കിൽ എത്രമാത്രം സന്തോഷിച്ചേനെ എന്ന ഹൃദയത്തിന്റെ അടിത്തട്ടിലെ വേദന... മാതൃ ഹൃദയത്തിന്റെ വ്യാധി. സത്യത്തിൽ വല്ലാത്ത ഒരു മാനസീകാവസ്ഥയിലൂടെയാണ് കടന്നു പോയത്. ഒരു സാധാരണ നാട്ടുംപുറത്ത് എണ്ണിച്ചുട്ട അപ്പം കൊണ്ട് ഒരു കുടുംബത്തെ പോറ്റാൻ പെടാപ്പാടു പെട്ടിരുന്ന അച്ഛന്റെ ഓർമ്മകൾ വല്ലാതെ വന്നു നിറഞ്ഞു കൊണ്ടിരുന്നു. പ്രിയ സുഹൃത്ത് വടോംകുളത്തിലെ ഹംസഹാജിയുടെ അനിയൻ ഗൾഫിൽ നിന്ന് വരുമ്പോൾ സ്നേഹപൂർവ്വം കൊടുത്തിരുന്ന ഒന്നോ രണ്ടോ ഫോറിൻ ഷർട്ടുകൾ കൊണ്ട് അച്ഛൻ കൊല്ലം മുഴുവൻ പൂർത്തിയാക്കുമ്പോഴും മലയാളത്തിൽ കിട്ടാവുന്ന എല്ലാ ആനുകാലികങ്ങളും ബാലമാസികകളും കൊണ്ട് നിറഞ്ഞിരിക്കുമായിരുന്നു വീടിന്റെ ഉമ്മറത്തെ ചുവന്ന മിനുത്ത തറയിലെ വലിയ വട്ടക്കാലുള്ള ടീപോയ് . റേഡിയോ വാർത്തകൾ കേൾക്കാനും സംവാദങ്ങൾക്കും എന്നും പ്രേരിപ്പിച്ചിരുന്നു അച്ഛൻ. ജാതിക്കും മതത്തിനും അപ്പുറം ഇടതു പക്ഷം മുന്നോട്ടു വെക്കുന്ന ആശയങ്ങളാണ് മനുഷ്യ നന്മക്ക് ആത്യന്തികമായി വേണ്ടതെന്നു പറയാതെ പറഞ്ഞ നാസ്തികൻ ആയ അച്ഛന്റെ നിലപാടുകൾ.

വൈകി വിവാഹിതരായ ദമ്പതികൾക്ക് ഏറെ വൈകാതെ ലഭിച്ച പുത്രൻ. നവംബര് 14 നു ജനിച്ച മകന് അച്ഛൻ മനസ്സിൽ നാമകരണം ചെയ്തു, ജവഹർ. 13 ആം വയസ്സിൽ രാഷ്ട്ര സേവനത്തിന്റെ പാത സ്വയം തിരിച്ചറിഞ്ഞ പണ്ഡിറ്റ് നെഹ്റുവിനെ പോലെ മകനും വളരണമെന്ന് ആ അച്ഛൻ ആഗ്രഹിച്ചിട്ടുണ്ടാവാം. എന്നാൽ കടിഞ്ഞൂൽ സന്താനം ആൺകുട്ടിയെങ്കിൽ അമ്മച്ചന്റെ പേരിടാമെന്നു മുത്തശ്ശി പ്രാർത്ഥിച്ചിരുന്നു. പ്രിയ അനുജന്റെ ആദ്യ പുത്രന് അച്ചച്ഛന്റെ പേരിടാമെന്നു ഏട്ടമ്മാമയും. അങ്ങനെ രാമൻ നായര് മാഷുടെയും കൃഷ്ണൻ നായരുടെയും പൗത്രൻ രാമകൃഷ്ണനെ ഒരു ശ്രീത്വവും കൂടി ഇരിക്കട്ടെ എന്നും പറഞ്ഞു 'അമ്മ ശ്രീരാമകൃഷ്ണൻ ആക്കി. (കവി കബീർ ദാസിന്റെ അല്ലെങ്കിൽ ക്രിക്കറ്റ് താരം പ്രകാശ് പദുക്കോൺ ന്റെ ഓർമ്മക്ക് അടുത്ത പുത്രന് അതിൽ ഒരു പേരിടാൻ തീരുമാനിച്ച അച്ഛനെ വീണ്ടും 'അമ്മ പറ്റിച്ചു അത് ശ്രീപ്രകാശ് ആക്കി. മുസ്ലിം ഭൂരിപക്ഷ പ്രദേശത്തു ഈ നാമങ്ങൾ പലർക്കും വഴങ്ങുന്നില്ല എന്ന് തിരിച്ചറിഞ്ഞ ഏട്ടൻ പലപ്പോഴും 'അമ്മയും മുത്തശ്ശിയും ഒക്കെ എന്ത് പേര് വേണെങ്കിലും ഇട്ടോട്ടെ അച്ഛന് സ്കൂളിൽ ജവഹർ എന്നും കബീർ എന്നും ചേർത്താൽ മതിയായിരു

ന്നില്ലേ ' എന്ന് അച്ഛനോ ട് കലഹിച്ചിരുന്നു. മത വാദം കൊടുമ്പിരി കൊണ്ടിരിക്കുന്ന ഈ കാലത്തു എത്രത്തോളം മതേതരം ആയേനെ ആ പേരുകൾ...)

റിസൾട്ട് വന്നപ്പോൾ മുതൽ പല തവണ തവണ ശ്രമിച്ചപ്പോൾ അവസാനം ലൈനിൽ കിട്ടി. മന്ത്രി ആവുക ആണെങ്കിൽ സത്യപ്രതിജ്ഞ കാണാൻ വരും എന്ന പ്രസ്താവന കേട്ടപ്പോൾ ഒരു ചിരിയോടെ മറുപടി വന്നു 'എന്നാൽ നിന്റെ പൈസ പോകാൻ ചാൻസ് ഇല്ല.' രണ്ടു ദിവസത്തിനകം തീരുമാനം ആയി. സഭാനാഥനായി ശ്രീരാമകൃഷ്ണൻ.പിന്നെ വൈകിയില്ല. പിറ്റേന്നത്തേക്ക് ടിക്കറ്റ് എടുത്തു നാട്ടിലേക്ക് തിരിച്ചു. എല്ലാർക്കും കൂടി കാറിൽ പോകാൻ കഴിയാത്തതു കൊണ്ട് അപ്പുവുമായി തലേന്ന് തീവണ്ടിയിൽ പോകാൻ തീർച്ചയാക്കി . ആ വണ്ടി നിറയെ മലബാറിൽ നിന്ന് സത്യ പ്രതിജ്ഞ കാണാൻ പുറപ്പെട്ടവർ ആയിരുന്നു. മുസ്ലിം ലീഗിലെ കരുത്തുറ്റ നേതാവും അച്ഛന്റെ സുഹൃത്തും ആയ ഹമീദ് മാഷ് അപ്പുന്റെ ഫ്രണ്ട് ന്റെ അച്ഛൻ. ഞങ്ങളുടെ സുരക്ഷിതത്വം ഏൽപ്പിച്ച പെരിന്തൽമണ്ണയിലെ സഖാവ് രമേശൻ, തൊട്ടടുത്ത് സീറ്റിൽ എസ് എഫ് ഐ സംസ്ഥാന സെക്രട്ടറി വിജിൽ..

നിയമസഭയുടെ അകത്തളങ്ങൾ ആദ്യമായി കാണുകയാണ്. തൊട്ടു മുൻപിൽ വലതു പക്ഷത്തെ യുവ എം.എൽ.എ.മാർ ആണ്. പരസ്പരം കളിയാക്കുകയും കോളേജ് കുമാരന്മാർ പോലെ കമന്റ് ചെയ്യുകയും ഒക്കെ ചെയ്തു കൊണ്ട് അവർ വർത്തമാന കാലം ആസ്വദിക്കുന്നു. ഇന്ന് എം.എൽ.എ.മാരുടെ സത്യ പ്രതിജ്ഞ മാത്രമേ ഉള്ളു. തിരുവനന്തപുരവാസികളായ സുഹൃത്തുക്കളെ എല്ലാം വിളിച്ചു സംസാരിച്ചു . സഖാവ് ഡയസ് നോൺ അപ്പുവുമായി ജോൺ സാറിന്റെ വീട്ടിൽ കൊണ്ട് വിട്ടു. ജോൺ സാറിന്റെ കാറിൽ നഗരം ചുറ്റി കണ്ടു മിഥിൽഡ ചേച്ചിയുടെ സ്വാദിഷ്ടമായ ഉച്ചയൂണും കഴിച്ചു തിരിച്ചു എത്തിയപ്പോഴേക്ക് നാട്ടിൽ നിന്ന് അമ്മയും പൊന്നാനിയിലെ ഏട്ടന്റെ വളർത്തുമ്മയും ദുബൈയിൽ നിന്ന് അനിയേട്ടനും കുടുംബവും എല്ലാം എത്തി. ജനകീയനായ നേതാവിന്റെ സത്യ പ്രതിജ്ഞ കാണാൻ നാടടക്കംവന്നിട്ടുണ്ട് എന്ന് ആരോ പറഞ്ഞത് ഓർക്കുന്നു.

പിറ്റേന്ന് ഇടതു പക്ഷ അംഗങ്ങളെക്കാൾ 2 വോട്ട് കൂടുതൽ നേടി പൊന്നാനി എം.എൽ.എ. സ്പീക്കർ ആയി. ബി.ജെ.പി. എം.എൽ.എ. രാജഗോപാൽ ഞാൻ മനഃസാക്ഷിക്ക് ശരിയെന്നു തോന്നുന്നത് ചെയ്തു എന്ന് പറയുമ്പോൾ കരച്ചിലടക്കാൻ 'അമ്മ പാട് പെടുന്നുണ്ടായിരുന്നു. മുഖ്യമന്ത്രിയും പ്രതിപക്ഷ നേതാവും കൂടി സ്പീക്കറെ വേദിയിലേക്ക് ആനയിച്ച ആ കാഴ്ച അതാണ് ജീവിതത്തിലെ ഏറ്റവും ധന്യ

നിമിഷം. ബാലാരിഷ്ടതകളിൽ മുങ്ങിത്താണിരുന്ന ഒരു ബാലന്റെ പിറന്നാൾ മുത്തശ്ശിയുടെ പ്രാർത്ഥനയെ മാനിച്ചു 12 വയസു വരെ ഗുരുവായൂരപ്പന്റെ സന്നിധിയിൽ ആയിരുന്നു. ഭാര്യയെയും മക്കളെയും ഭാര്യാമാതാവിനെയും അമ്പലത്തിൽ കൊണ്ട് പോയി അമ്പലത്തിനകത്തു കയറാതെ പുറത്തു കാവൽ നിന്ന അച്ഛൻ...കയ്യിൽ കിട്ടുന്നതെല്ലാം വായിക്കാനും എല്ലാം വായിച്ചും എല്ലാം കണ്ടും തനിക്കു ശരിയെന്നു തോന്നുന്ന നിലപാട് ഉയർത്തി പിടിക്കാനും അച്ഛൻ തന്ന പാഠങ്ങൾ. ഇ എം എസ് ന്റെയും പൂന്താനത്തിൻേറയും മണ്ണിൽ പിച്ച വെച്ച ബാല്യം . ആ കൊച്ചു ബാലൻ രണ്ടു കോടിയോളം വരുന്ന മലയാളികളുടെ സഭാനാഥൻ ആയിരിക്കുന്നു.

ജനങ്ങളുടെ അംഗീകാരം പതിറ്റാണ്ടുകൾ നീണ്ട, രക്തത്തിൽ അലിഞ്ഞു ചേർന്ന ഒരു ശൈലിയുടെ ഉൽപ്പന്നമാണ് എന്നാണ് സഖാവ് സത്യൻ ഏട്ടനെ കുറിച്ച് ഒരിക്കൽ എഴുതിയത് .ആർക്കും തോന്നാത്ത നവീന ചിന്തകളും ആശയങ്ങളും ബുദ്ധിയിൽ ഉദിക്കുന്ന ഈ മനുഷ്യന് *'മാൻ ഓഫ് വിഷൻ'* അവാർഡ് കിട്ടിയത് സ്വാഭാവികം മാത്രമാണ് എന്ന് . ഇന്ത്യയിലെ 28 സംസ്ഥാനങ്ങളിൽ നിന്നും ഏറ്റവും നല്ല സ്പീക്കർക്കുള്ള *ദി ഐഡിയൽ സ്പീക്കർ* ശ്രീരാമകൃഷ്ണനു കൊടുക്കാൻ പത്ത് കാരണങ്ങൾ ഉണ്ടായിരുന്നു എന്ന് .

കൗമാരകാലം മുതൽ അടുത്തറിയാവുന്ന സുഹൃത്തിനെക്കുറിച്ച് യുവജനപ്രസ്ഥാനത്തിന്റെ നേതാവായിരുന്ന സമയത്തോ സ്പീക്കറായിരുന്ന സമയത്തോ എഴുതിയിടാതിരുന്ന ഒരു ചങ്ങാത്തക്കുറിപ്പ് ഈ അടുത്ത് എഴുതിയിടണം എന്ന് തോന്നിയത് ആ സുഹൃത്തിനെതിരെ സാമാന്യമര്യാദകൾ പോലും ലംഘിച്ച് നടക്കുന്ന മാധ്യമ ആക്രമണവും പൊന്നാനി കേന്ദ്രീകരിച്ച് നടക്കുന്നതായി മനസ്സിലാക്കിയ രാഷ്ട്രീയ ആക്രമണവും കാരണം ആണ് എന്ന് കൗമാരകാല സുഹൃത്ത് ടി ജി നിരഞ്ജനും ഒരിക്കൽ എഴുതിയത് ഓർക്കുന്നു . ഇന്ന് ഈ മനുഷ്യൻ അഭിമുഖീകരിക്കുന്ന പല വേദനകളുടേയും വേരുകൾ ആഴ്ന്നുകിടക്കുന്ന ഒരു ഭൂതകാലത്തിൽ ഒപ്പം നടന്ന ഓർമ്മകളിൽ നിന്ന് ഇപ്പോഴും സങ്കടപ്പെടുത്തുന്ന ചില കാര്യങ്ങൾ പങ്കിടേണ്ടതുണ്ട് എന്ന ഉറച്ച ബോദ്ധ്യത്തിന്റെ തുടർച്ചയായിരുന്നു അത്.

വർഷങ്ങൾക്ക് മുൻപ് പാലക്കാട്, ആഴമേറിയ വായനയും എഴുത്തുമുള്ള ധിഷണാശാലിയായ സഖാവ് ശരത്തിനു നേരെ ഉണ്ടായ ആക്രമണം അറിഞ്ഞ് മറ്റൊന്നുമാലോചിക്കാതെ ചുരുക്കം ചില സഖാക്കളുമൊത്ത് സംഭവസ്ഥലത്ത് കാര്യമന്വേഷിച്ച് എത്തിയ അന്നത്തെ എസ്.എഫ്.ഐ ജില്ലാ പ്രസിഡണ്ടായിരുന്ന ശ്രീരാമകൃഷ്ണനും ആക്രമിക്കപ്പെ

ട്ടു. തലയ്ക്കു പിറകിൽ ദണ്ഡു കൊണ്ട് കിട്ടിയ അടിയിൽ തല പൊളിഞ്ഞു. മൂവ്മെന്റ് ഡിസോർഡറിനു കാരണമാവും വിധം ആ ക്ഷതം മാരകമായിരുന്നു എന്ന് മനസ്സിലായത് വർഷങ്ങൾക്ക് ഇപ്പുറത്താണ് . 13 വയസ്സിൽ SFI സെക്രട്ടറി ആയ സഖാവിന്റെ ആദ്യത്തെയോ അവസാനത്തെയോ അനുഭവം ആയിരുന്നില്ല താനും അത് . എന്നാൽ ഇതൊന്നും അറിയാതെ തലച്ചോറിൽ വളരെ സങ്കീർണമായ ഒരു ശസ്ത്രക്രിയക്ക് പോലും വിധേയനായ ആ മനുഷ്യന്റെ ചലനപരിമിതികളെ 'പരാജിതന്റെ ശരീരഭാഷയായി' ചിത്രീകരിച്ച് ചിലർ ആഘോഷിച്ചു.

മരിച്ചവരെ കുറിച്ച് ഓർമ്മ കുറിപ്പുകൾ എഴുതാൻ എളുപ്പം ആണ്. വ്യക്തി പൂജ എന്നാരും വിമർശിക്കില്ല. എന്നാൽ ഒരാൾക്ക് ഒരു ജന്മമേ ഉള്ളു എന്ന് വിശ്വസിക്കുന്ന ഭൗതിക വാദികൾക്ക് മരണശേഷം എന്ത് അവാർഡുകൾ കൊടുത്തിട്ടെന്തിന്? എഴുത്തുകാരൻ വി എം സുധീഷിനെ വേദിയിൽ ഇരുത്തി ആദരിക്കുന്ന ഒരു ചടങ്ങിൽ പങ്കെടുത്ത ശേഷം മലയാളത്തിന്റെ യുവ എഴുത്തുകാരിൽ പ്രഗത്ഭനായ സുഭാഷ് ചന്ദ്രൻ ഒരിക്കൽ പറഞ്ഞത്ഓർക്കുന്നു 'ആദ്യം ഞാൻ ഒന്ന് ശങ്കിച്ചു നിന്നു പിന്നെ തോന്നി ഇപ്പോൾ പറയേണ്ടത് ഇപ്പോൾ പറയാതെ പിന്നീട് പറഞ്ഞിട്ട് എന്തിന് ?' ഉദാത്തവും, മനോഹരവുമായ സഹോദരസ്നേഹബന്ധത്തിന്റെ ഉണ്മ ഒരണുപോലും കുറയാതെ നിലനിൽക്കുന്നതു കൊണ്ട് എനിക്ക് ഇത്രയെങ്കിലും പറയാതെ വയ്യ. ആരോട് നന്ദി പറയണം?

SFIയിൽ പ്രവർത്തിച്ചു കൊണ്ടിരുന്ന കാലത്തു ഒരിക്കൽ ബസ്സിൽ വെച്ച് സഹയാത്രികയെ അപമാനിക്കാൻ ശ്രമിച്ച തെമ്മാടിയെ പരസ്യമായി അടിച്ചതു നേരിട്ട് കണ്ടതായി അന്നത്തെ സുഹൃത്തുക്കൾ ആരോ എഴുതിയത് ഓർക്കുന്നു. 'ഈ മനുഷ്യൻ കടന്നു വന്നത് തറവാട്ടു മഹിമയുടെയും, അച്ഛൻ പുരാണത്തിന്റെയും ചെലവിലല്ല. കഴിഞ്ഞ രണ്ടര പതിറ്റാണ്ട് കാലത്തെ, കേരള രാഷ്ട്രീയത്തിന്റെ തീ പിടിച്ച തെരുവുകളിൽ, കനലാളുന്ന വഴികളിലൂടെ ശിരസ്സും, മുഷ്ടിയും, ഉയർത്തിപ്പിടിച്ചാണ് ശ്രീരാമകൃഷ്ണൻ ഇന്ത്യൻ യുവജന പ്രസ്ഥാനത്തിന്റെ അഖിലേന്ത്യാ അധ്യക്ഷപദവിയിൽ വരെ എത്തിയത്...'എന്ന ബാദുഷ പാലപ്പെട്ടിയുടെ വരികളും സഖാവ് സ്വരാജിന്റെ വാക്കുകളും 'കാറിൽ നിന്ന് ഇറങ്ങുമ്പോഴും കാറിലേക്ക് കയറുമ്പോഴും ഞാൻ കൈകൊണ്ട് തന്ന സല്യൂട്ടിനു പുറമെ അങ്ങേയ്ക്കു ഹൃദയം കൊണ്ടൊരു വലിയ സല്യൂട്ട് ..'എന്ന പോലീസ് ഓഫീസർ ശ്രീലേഷ് തിയ്യഞ്ചേരിയുടെ വരികളും വായിക്കുമ്പോൾ കണ്ണ് നിറയുന്നതും തൊണ്ടയിൽ ഒരു ഗദ്ഗദം വന്നു തടയുന്നതും എന്ത് കൊണ്ടാവാം? അറിയില്ല.

തുന്നിക്കൂട്ടിയ സ്വപ്നങ്ങൾ

കൃഷ്ണ ഉജ്ജ്വൽ

നൃത്തവും, സംഗീതവും എന്നും ഹൃദയത്തുടിപ്പുപോലെ കൂടെ കൊണ്ട് നടക്കണമെന്ന് എപ്പോഴും മനസ്സിൽ കരുതിയിരുന്നു. സ്കൂൾ കാലഘട്ടത്തിലും, കോളേജ് കാലഘട്ടത്തിലും പഠനത്തോടൊപ്പം തന്നെ സംഗീതവും നൃത്തവും കൊണ്ട് പോയിരുന്നു. ചെറുപ്പം മുതൽ തന്നെ സംഗീതപഠനവും, നൃത്തപഠനവും (ഭരതനാട്യം, കേരളനടനം, നാടോടിനൃത്തം) അഭ്യസിച്ചിരുന്നു. സ്കൂൾ വിദ്യാഭ്യാസത്തിലുടനീളം കലാതിലകപട്ടവും നേടാൻ സാധിച്ചു.

ബി.എ. വിഡിയോ പ്രൊഡക്ഷൻ ആൻഡ് മാസ്സ് കമ്യൂണിക്കേഷനും, പി.ജി. ജേർണലിസവും കഴിഞ്ഞു all indiatd-Un-യോയിൽ (ആകാശവാണി TVM) കാഷ്വൽ അനൗൺസർ ആയി ജോലി ചെയ്തു.

വിവാഹശേഷം കലാജീവിതത്തിലേയ്ക്ക് തിരിച്ചു വരാൻ കഴിയുമെന്നോ സ്റ്റേജ് പ്രോഗ്രാമുകൾ ചെയ്യുവാൻ കഴിയുമെന്നോ വിചാരിച്ചിരുന്നില്ല. കലാജീവിതത്തിനു പൂർണമായും പിന്തുണ നൽകുന്ന ഒരാളെ തന്നെ കിട്ടിയപ്പോൾ പിന്നെ തിരിഞ്ഞു നോക്കേണ്ടി വന്നില്ല.

വിവാഹം കഴിഞ്ഞു യു.എ.ഇ. അലൈനിലേയ്ക്ക് വന്നു. ഉജ്ജ്വലേട്ടന്റെ പൂർണ്ണ പിന്തുണയോടെ സംഗീത നൃത്ത പരിപാടികൾ തുടർന്ന് വന്നു. ഏഷ്യാനെറ്റ് റേഡിയോക്കു വേണ്ടിയും പ്രവാസിഭാരതി റേഡിയോക്കു വേണ്ടിയും, വിവിധ സാംസ്കാരിക സംഘടനകൾക്കു വേണ്ടിയും കോറിയോഗ്രാഫി ചെയ്യുവാനും നൃത്തവും സംഗീതപരിപാടികളും അവതരിപ്പിക്കുവാനും കഴിഞ്ഞു. ജനം ടീവിയിൽ മ്യൂസിക് ഫിയസ്റ്റ പ്രോഗ്രാമിലും പങ്കെടുത്തു. ഐ.എസ്.സി. ഉൾപ്പെടെ വിവിധ സംഘടനകൾക്ക് വേണ്ടി പ്രോഗ്രാം കോ-ഓർഡിനേറ്റർ ആയും, സംഗീത കച്ചേരികൾ അവതിപ്പിച്ചും മുന്നോട്ട് പോകുമ്പോൾ ആണ് പ്രതീക്ഷിക്കാതെ 2019ൽ UAEൽ അൽഐനിൽ വച്ച് നടന്ന കാർ അപകടത്തിൽ ഇടതു കാലിനു ഗുരുതരമായ പരുക്ക് സംഭവിച്ചത്. മകനും, ഒരു വയസ്സ് തികയാത്ത മകളും കാറപകടത്തിൽ കൂടെ ഉണ്ടായിരുന്നു. മോളെ ഹോ

സ്പിറ്റലിൽ കിടന്നിരുന്ന മാസം കാണാൻ പോലും പറ്റിയിട്ടുണ്ടായിരുന്നില്ല. 6 മാസം ബെഡ് റെസ്റ്റ്. പിന്നീട് വോക്കർ സഹായത്തോടെ പിച്ച വയ്ക്കാൻ തുടങ്ങി. മാനസീകമായും, ശാരീരികമായും ഒരുപാട് വിഷമിച്ച നിമിഷങ്ങളായിരുന്നു ഓരോ ദിവസവും. പഴയപോലെ നൃത്തം ചെയ്യാൻ ഇനി കഴിയില്ല എന്നു പരിശോധിച്ചവരിൽ പലരും വിധിയെഴുതി . അന്നൊക്കെ കൂടെ നിന്ന് ധൈര്യം പകർന്നത് ഭർത്താവായ ഉജ്വൽ ആണ്. പിന്നീട് അദ്ദേഹത്തിനും എന്നെ വീണ്ടും സ്റ്റേജിൽ നൃത്തം ചെയ്യിപ്പിക്കണമെന്നു വാശി ആയി. അങ്ങിനെ ഒരു വർഷമായപ്പോഴേയ്ക്കും സ്ക്രൂവും സ്റ്റീലുമൊക്കെ കാലിൽ വച്ചുകൊണ്ട് എസ്.എൻ.ഡി.പി. സേവനത്തിനു വേണ്ടി പ്രളയത്തെയും പ്രകൃതി സംരക്ഷണത്തെയും കുറിച്ച് ഇരുപത് മിനുട്ട് ദൈർഘ്യമുള്ള അമ്പതോളം കലാകാരന്മാരെ പങ്കെടുപ്പിച്ചുകൊണ്ടുള്ള നൃത്ത സംഗീതനാടകം 'ദൈവമേ കാത്തു കൊൾകങ്ങു' സംവിധാനം ചെയ്തുകൊണ്ട് സ്റ്റേജിൽ വീണ്ടും...

യു.എ.ഇ.യുടെ നിരവധി സ്റ്റേജുകളിൽ ഈ നൃത്തസംഗീത നാടകം അവതരിപ്പിക്കാൻ ഭാഗ്യം ലഭിച്ചു. അതിനുശേഷം ഷാർജ ക്രിക്കറ്റ് സ്റ്റേഡിയത്തിൽ വേൾഡ് റെക്കോഡിനു വേണ്ടി നടത്തിയ 'ദൈവദശകം' മോഹിനിയാട്ടത്തിൽ അലൈൻ കോർഡിനേറ്റർ/ഡാൻസർ ആയി. ഓരോ പ്രോഗ്രാം കഴിയുമ്പോഴും കാലിനു അതിയായ വേദനയും നീരും വരുമായിരുന്നു. അതിപ്പോഴും തുടർന്ന് പോകുന്നു . ലാളിച്ചു ഓമനിച്ചു കൊണ്ട് നടന്ന ഇഷ്ടത്തെ നഷ്ടപ്പെടുമ്പോൾ ആണ് അതിന്റെ വേദന തീവ്രമാകുന്നത്. നൃത്തത്തിലേക്കുള്ള തിരിച്ചു വരവിന്റെ നാളുകളിൽ മനസ്സിൽ ഉണ്ടായിരുന്ന ആഗ്രഹമായിരുന്നു 2021 മാർച്ച് മാസത്തിൽ ശ്രികലജീപ് കുന്നുംപുറത്തിന്റെ ക്യാമറ സംവിധാനം/എഡിറ്റിംഗ് സഹായത്തോടു കൂടി ചെയ്ത ശിവദം എന്ന നൃത്തരൂപം. എല്ലാ വിഷമാവസ്ഥയിലും ഒരുകൂട്ടം സുഹൃത്തുക്കൾ കൂടെയുണ്ടായിരുന്നു. വീട്ടുകാരുടെയും എന്റെ കലാജീവിതത്തിൽ ഉജ്വലേട്ടന്റെയും പൂർണ്ണ പിന്തുണ ഇതുപോലെ എപ്പോഴും ഉണ്ടാകട്ടെ എന്നു ദൈവത്തിനോട് പ്രാർത്ഥിക്കുന്നു.

അതിജീവനത്തിന്റെ ഭാഷ

ലിഷ ജയൻ

ജീവിതത്തിന്റെ ഏതെങ്കിലും ഒരു ഘട്ടത്തിൽ മനുഷ്യർ അറിഞ്ഞും, അറിയാതെയും സ്വായത്ത മാക്കുന്ന ഒന്നാണ് അതിജീവനത്തിന്റെ ഭാഷ. സ്വയം നൊന്തും, മുറിഞ്ഞും, പൊള്ളി അടർന്നും, ഉയിർത്തു മാത്രമേ അതു പഠിക്കാൻ ആവുകയുള്ളു.

ഞാൻ ആ ഘട്ടത്തിലൂടെ കടന്നു പോയത് വളരെ യാദൃശ്ചികം ആയിട്ടായിരുന്നു. ഏതൊരു വ്യക്തിയുടെയും കംഫേർട്ട് സോൺ അവസാനിക്കുമ്പോൾ യഥാർത്ഥ ജീവിതം ആരംഭിക്കുന്നു എന്നാണല്ലോ. എന്റെ അവസ്ഥയും മറിച്ചല്ല. വളരെ പ്രിവിലേജ്ഡ് ആയ ജീവിത രീതിയിൽ അങ്ങേയറ്റം കംഫേർട്ടബിൾ ആയി ജീവിച്ച ഒരാൾ എന്ന നിലയിൽ വളരെ സെൻസിറ്റീവ് ആയ സ്ത്രീ എന്ന നിലയിൽ ഒക്കെ ചെറിയ സങ്കടങ്ങളെ പോലും ഭയന്ന് ജീവിച്ച ഒരു കാലം. ജീവിതത്തെ അത്രയും സുന്ദരമായി മാത്രമേ സങ്കൽപ്പിക്കാൻ പോലും കഴിഞ്ഞിരുന്നുള്ളൂ.

മലയാളസാഹിത്യത്തിൽ ഗവേഷക ആയിരുന്നപ്പോൾ ആണ് വിവാഹിത ആവുന്നത്. വളരെ സ്നേഹം നിറഞ്ഞ സപ്പോർട്ടീവ് ആയ പ്രവാസി എഞ്ചിനീയർ ആയ ഭർത്താവ്, പല കാരണങ്ങൾ കൊണ്ട് ഒന്നിച്ചു ഒരിടത്തു ജീവിക്കാൻ സാധിക്കാത്തതിന്റെ സങ്കടങ്ങൾ, രണ്ടിടത്ത് ഇരുന്നു കൊണ്ട് ഒരേ ജീവിതം ജീവിക്കൽ, ഒന്നിച്ചു നിൽക്കാൻ സാധിക്കുന്ന ദിവസങ്ങൾക്കായുള്ള കാത്തിരിപ്പ്. ഇമോഷണൽ, മെന്റൽ സപ്പോർട്ടിൽ കൂടി പരസ്പരം താങ്ങായി നിന്ന ദിവസങ്ങൾ. കുഞ്ഞ് വന്നപ്പോൾ കൂടുതൽ സന്തോഷം. ശക്തമായ ജീവിതം. അലസത എന്റെ ജീവിതചര്യ ആയപോലെ ഉള്ള ജീവിതം. ജീവിതത്തെ വളരെ ലാഘവത്വത്തോടെ കാണുക എന്നത് ചില കാലങ്ങളിൽ അറിവില്ലായ്മ കൊണ്ട് കൂടിയാവണം മനുഷ്യന്റെ ശീലമായി മാറും. അത്തരം ശീലങ്ങൾ ജീവിതത്തിൽ നിന്ന് എടുത്തു മാറ്റപ്പെടുമ്പോൾ സ്വയം തിരിച്ചു പിടിക്കേണ്ടത് ഉണ്ട് എന്നത് ഓർമ്മയിൽ വയ്ക്കേണ്ടതുണ്ട് എന്ന് മാത്രം.

ഞങ്ങൾ പുതിയതായി പണി കഴിപ്പിക്കാൻ ഉദ്ദേശിക്കുന്ന വീടിന്റെ തറക്കല്ലിടിൽ ചടങ്ങ് തീരുമാനിച്ച സമയം. ഞാനും ഭർത്താവും പതിവ് പോലെ ഒരു വെള്ളിയാഴ്ച്ച രാത്രി ഏറെ നേരം ഫോണിൽ സംസാരിക്കുന്നു. പുതിയ പ്രതീക്ഷകൾ, വീടുമായി ബന്ധപ്പെട്ട സ്വപ്നങ്ങൾ അങ്ങനെ കുറെ ഏറെ പുതിയ പദ്ധതികൾ. പിറ്റേന്ന് ജീവിതത്തെത്തന്നെ ഉലച്ചു കളയാൻ പാകത്തിൽ ഭർത്താവിന് വന്ന ഒരു ചെറിയ തലവേദന. വൈകുന്നേരം ആയപ്പോൾതീവ്ര മാകുന്നു. അദ്ദേഹം ഒറ്റക്കൊരു ഫ്ളാറ്റിൽ താമസിക്കുന്നതിനാൽ നാട്ടിലുള്ള എനിക്ക് വിവരങ്ങൾ ഒന്നും അറിയാൻ കഴിയുന്നതില്ല. അപ്പോഴും ചെറിയ തലവേദന ആവും എന്ന് കരുതി ഫോണിൽ ബന്ധപ്പെടാൻ ശ്രമിക്കുന്നുണ്ട് കിട്ടാതെ വന്നപ്പോൾ പേടിയായി, ദിവസം മൂന്നിലേറെ തവണ ഫോണിൽ സംസാരിക്കുന്ന ഞങ്ങൾക്ക് അത്രയും സമയം സംസാരിക്കതെ ഇരിക്കാൻ സാധിക്കുമായിരുന്നില്ല. പിന്നീട് ഞാൻ അദ്ദേഹത്തിന്റെ കോലീഗിനെ ബന്ധപ്പെട്ട് ഫ്ളാറ്റിൽ ചെന്ന് അന്വേഷിക്കാമോ എന്ന് ചോദിക്കുന്നു. കോലീഗ് മുറി തുറന്നു ചെല്ലുമ്പോൾ പരിപൂർണമായും ഓർമ നഷ്ടപ്പെട്ട നിലയിൽ ആയിരുന്നു എന്റെ ഭർത്താവ്. ശാരീരിക പ്രശ്നങ്ങൾ ഒന്നും തന്നെ ഇല്ലെങ്കിലും ഓർമ്മ പൂർണമായും അവ്യക്ത മായ അവസ്ഥ..

സുഹൃത്തുക്കൾ പെട്ടെന്ന് അവിടുത്തെ ഹോസ്പിറ്റലിൽ എത്തിക്കുന്നു. പിന്നീട് ദിവസങ്ങളോളം icuവിൽ. ഒരു മാറ്റവും ഇല്ലാത്ത അവസ്ഥ. എന്താണ് രോഗം എന്ന് തിരിച്ചറിയാൻ എന്ത് കൊണ്ടോ അവർക്കു സാധിക്കുന്നില്ല. നാല് വയസ്സുള്ള കുഞ്ഞുമായി സ്വന്തമായി ഒരു ജോലി പോലും ഇല്ലാതെ ഇനി മുന്നോട്ടു എങ്ങനെ എന്ന് ഒരു പിടിയും ഇല്ലാതെ പകച്ചു പോയ, ചുറ്റും ഇരുട്ട് അല്ലാതെ ഒന്നുമില്ല ജീവിതം തീർന്നു പോയി എന്ന് തകർന്നു പോയ ദിവസം . എന്താണ് സംഭവിക്കുന്നത് എന്നോ, എന്ത് ചെയ്യണമെന്നോ അറിയാതെ പകച്ചു പോയ ദിവസം. ദിവസങ്ങളോളം കിടക്കയിൽ നിന്നും എണീക്കാൻ പോലും സാധിക്കാതെ നിലവിളിച്ചു കൊണ്ട് കഴിഞ്ഞ നേരം എനിക്കെന്തു കൊണ്ട് ഇങ്ങനെ എന്ന് ദൈവത്തെ പഴിച്ചു പോയ നേരങ്ങൾ.. ഞങ്ങളുടെ കഴിഞ്ഞു പോയ ജീവിതം, അദ്ദേഹത്തിന്റെസ്നേഹം എല്ലാം നഷ്ടപ്പെട്ടു പോയി എന്ന വ്യാകുലത.സ്വന്തം പേര് പോലും മറന്നിട്ടും എന്റെ പേരും, ഫോൺ നമ്പറും അദ്ദേഹം മറന്നില്ല എന്ന ഒറ്റ കച്ചിത്തുരുമ്പിൽ ഇനി അദ്ദേഹം സാധരണ ജീവിതം തിരിച്ചു പിടിക്കും എന്നൊരു പ്രതീക്ഷ.. പത്തു ദിവസത്തോളം ഉള്ള അവിടുത്തെ ചികിത്സ ഫലം കാണുന്നില്ല എന്ന് കണ്ടപ്പോൾ എനിക്ക് മനസ്സിലായി എന്റെ ജീവിതമാണിത്, അതി

നെ അങ്ങനെ അങ്ങ് വിട്ട് കൊടുക്കാൻ സാധിക്കില്ല, എനിക്ക് ഉണർന്നേ പറ്റൂ, കരഞ്ഞു കൊണ്ടിരുന്നാൽ ജീവിതകാലം മുഴുവൻ കരയേണ്ടതായി വരും. അതുകൊണ്ട് തന്നെ എന്തുവന്നാലും നേരിട്ടുകൊണ്ട് പൊരുതുക. നാട്ടിലുള്ള അദ്ദേഹത്തിന്റെ സുഹൃത്തുക്കൾ വഴി മെഡിക്കൽ റിപ്പോർട്ട് വിവിധ ഡോക്ടർ മാരുടെ വിദഗ്ധ ഉപദേശത്തിനായി കൊടുത്തു. പലപ്പോഴും നിരാശ മാത്രമായിരുന്നു കിട്ടിയത്. എങ്കിലും നാട്ടിൽ നേരിട്ട് കൊണ്ടുവന്നാൽ എന്തെങ്കിലും വിധം ശ്രമിക്കാം എന്നുള്ള ആശ്വാസവാക്കുകൾ. ഈ നിലയിൽ ഫ്ളൈറ്റിൽ ഇത്രയും ദൂരം കൊണ്ടുവരിക എന്ന പ്രതിസന്ധി. എന്തും വരട്ടെ എന്ന് തീരുമാനിക്കാനുള്ള ധൈര്യം ആണ് അപ്പോൾ ആവശ്യമായിരുന്നത്. പോരാട്ടത്തിൽ റിസ്ക് എടുക്കേണ്ട സാഹചര്യം ഉണ്ടാവാതെ വരില്ലല്ലോ. പൊരുതുക അല്ലെങ്കിൽ നഷ്ടപ്പെടുത്തുക രണ്ടിൽ ഒന്നാവണം തീരുമാനം. അങ്ങനെ ഞാൻ അദ്ദേഹത്തിന്റെ ബോസുമായി സംസാരിക്കുന്നു. അവിടുത്തെ മുഴുവൻ മെഡിക്കേഷനും നിർത്തി നാട്ടിലേക്കു ഉടൻ എത്തിക്കാൻ ആവശ്യപ്പെടുന്നു. മരുന്ന് നിർത്തുമ്പോൾ ഉണ്ടാവുന്ന ഭവിഷ്യത്ത് അറിയാതെ അല്ല, പക്ഷെ അത്രയും കടുത്ത ഒരു തീരുമാനം അപ്പോൾ എടുത്തേ മതിയാവുമായിരുന്നുള്ളു. അതിന്റെ ശരി തെറ്റുകൾ എനിക്ക് ചിന്തിക്കാൻ അപ്പോൾ കഴിയുമായിരുന്നില്ല. നാട്ടിൽ എത്തിക്കുക കൃത്യമായി എന്താണ് സംഭവിച്ചത് എന്ന് മനസ്സിലാക്കി അതിനു ആവശ്യമായ മെഡിറ്റേഷൻ തുടങ്ങുക അതു മാത്രമേ എന്റെ മുന്നിൽ അപ്പോൾ പോംവഴി ആയി ഉണ്ടായിരുന്നുള്ളു.

അങ്ങനെ രണ്ട് ദിവസത്തിനകം നാട്ടിൽ എത്തുന്നു. ഏതു അവസ്ഥയിൽ ആണ് അദ്ദേഹം എത്തുക എന്നറിയില്ല, എയർപോർട്ടിൽ കാത്തു നിൽക്കുമ്പോൾ എല്ലാ തവണയും കാത്തു നിൽക്കുമ്പോൾ ഉണ്ടാവുന്ന ഓർമ്മകൾ, എന്നെ തിരിച്ചറിഞ്ഞില്ലെങ്കിൽ എന്ത് ചെയ്യും, തീർച്ചയായും ഞാൻ തകർന്നു പോകും എന്ന ഭീതി, അങ്ങനെ ഒരുപാട് ആധികളോടെ ഉള്ള കാത്തു നിൽപ്, അതിന്റെ ഓരോ നിമിഷവും അനുഭവിച്ച വേദന. എല്ലാ വേദനകളെയും ഇല്ലാതെ ആക്കി കൊണ്ട് ഒരു സഹായിയോട് ഒപ്പം അദ്ദേഹം വന്നിറങ്ങുമ്പോൾ എന്നെ കണ്ടപ്പോഴേ പേര് വിളിച്ചു എന്നെ ചേർത്ത് പിടിച്ച ആ ഒരു നിമിഷം ഇല്ല ജീവിതം തീർന്നിട്ടില്ല എന്ന തിരിച്ചറിവ്. അതിൽ നിന്ന് തുടങ്ങിയ പ്രതീക്ഷ.ഇതിൽ നിന്ന് പുറത്തു കടക്കാനാവും എന്ന വലിയ ഊർജ്ജം. ഇനി തനിച്ചായ പെണ്ണല്ല ഞാൻ എന്ന ബോധ്യം

എയർപോർട്ടിൽ നിന്ന് ആംബുലൻസിൽ നേരെ ഇൻഡോ അമേരി

ക്കൻ ഹോസ്പിറ്റലിൽ അവിടെ എത്തുമ്പോൾ അവ്യക്തമായ ഓർമ്മകൾ മാത്രമേ അദ്ദേഹത്തിനുള്ളു എന്ന തിരിച്ചറിവ്...എങ്കിലും ഏതുവിധേനയും ഓർമ്മകളെ അദ്ദേഹത്തിനു തിരികെ കൊടുക്കണം എന്ന എന്റെ വാശി, എന്നോളം പ്രണയിക്കുന്ന ഒരുവൾക്ക് അതൊരു ധർമ്മം തന്നെയായിരുന്നു. എന്റെ മകന് അവന്റെ പിതാവിന്റെ സ്നേഹം അനിവാര്യം ആണെന്ന ബോധം, എനിക്കല്ലാതെ ആർക്കും അദ്ദേഹത്തെ ജീവിതത്തിലേക്ക് തിരികെ കൊണ്ട് വരാൻ ആവില്ല എന്ന ഉത്തരവാദിത്വം. പൂവ് പോലെ നടന്ന ഒരുവൾ സ്വയം ഊർജ്ജം കൈവരിക്കേണ്ടുന്ന അവസ്ഥ. ബ്രെയിൻ സ്ട്രോക്ക് ആണെന്ന്, ബ്രെയിനിൽ ബ്ലഡ് ക്ലോട്ട് ചെയ്തിട്ടുണ്ടെന്നുഡോക്ടർ ഡയഗ്നോസ് ചെയ്യുന്നു പിന്നീട് നീണ്ട ആശുപത്രി ദിവസങ്ങൾ. ഐ.സി.യു.വിനു പുറത്തു ഓരോ ഒച്ചയും കാതോർത്തു പ്രാർത്ഥന മാത്രമായി കഴിഞ്ഞ ദിവസങ്ങൾ. നിലവിളിക്കിടയിലും അതിജീവനം ഒരു മന്ത്രം പോലെ കൂടെ വച്ച് തളർന്നു പോകാതെ നിന്ന നിരവധി നേരങ്ങൾ, ആകെയുള്ള രണ്ട് ചങ്ങാതിമാർ ശബ്ദ സാന്നിധ്യമായി കൂടെ. അങ്ങനെ കൈവന്ന ചങ്കുറപ്പ്. ഒരു മാസം നീണ്ട ആശുപത്രി വാസം.

സാമ്പത്തികമായി ഉണ്ടായ പ്രതിസന്ധികൾ, ഹോസ്പിറ്റൽ വിട്ട ശേഷം ആറു മാസത്തോളം അദ്ദേഹം കടന്നു പോയ പ്രതിസന്ധികൾ. എന്റെ പ്രാണനെ കൈയ്യിൽ എടുത്തെന്നപോലെ ഞാൻ കടന്നു പോയ ദിവസങ്ങൾ. തീഷ്ണ പ്രണയം കൊണ്ട് ഞാൻ വിട്ട് കൊടുക്കില്ല എന്നുറച്ചു രാത്രിയും പകലും കൂടെ കാവലായി ഇരുന്നു കഴിഞ്ഞു പോയ ഓരോ ദിവസങ്ങളെയും പറ്റി പറഞ്ഞും, ചിരിച്ചും മെല്ലെ ഓർമ്മയിലേക്ക് മടക്കി കൊണ്ട് വരാനുള്ള ശ്രമങ്ങൾ. മെഡിസിന്റെ എഫക്ട് കൊണ്ട് ഓരോ ദിവസവും ഉണ്ടാവുന്ന നല്ല മാറ്റങ്ങൾ. സ്നേഹത്തോളം പോന്ന മരുന്നില്ല എന്ന ബോധ്യം. പരസ്പരം കൈ പിടിച്ച് ജീവിതം വേണം എന്ന വാശിയിൽ ഉണർന്നിരുന്നു ഉരുകിത്തീർത്ത സങ്കടങ്ങൾ.നിനക്ക് ഞാനുണ്ടെന്നു പരസ്പരം പറഞ്ഞും, പറയാതെയും ഒന്നിച്ചുള്ള അതിജീവനം.പിന്നീട് ആറ് മാസം കഴിഞ്ഞു 98% ഓർമ്മകളെ തിരിച്ചു പിടിച്ചു കൊണ്ടു എന്റെ പ്രിയപ്പെട്ടവൻ ജീവിതത്തിലേക്ക് മടങ്ങി എത്തുമ്പോൾ ഞാൻ ഒറ്റ രാത്രി കൊണ്ട് ചിതറിപ്പോയ ജീവിതം കണ്ടു പകച്ചു നിന്ന ഒരു പെൺകുട്ടിയിൽ നിന്ന് അസാമാന്യ ധൈര്യമുള്ള സ്ത്രീ ആയി മാറിയത് ഞാൻ തന്നെ തിരിച്ചറിയുന്നുണ്ടായിരുന്നു. പിന്നീട് അദ്ദേഹം വിദേശത്തേക്ക് മടങ്ങി പോകുമ്പോൾ ഇനി അലസത എന്നൊന്ന് എനിക്കു ഉണ്ടാവില്ല എന്ന ഉറച്ച ബോധ്യത്തിൽ ഒരു പ്രൊഫഷണൽ കോഴ്സ്

ചെയ്യണം എന്ന വാശി ഉണ്ടാവുകയും, രണ്ട് വർഷം നീണ്ട ബി. എ ഡ് കോഴ്സിനു ചേരുകയും അഞ്ചു വയസ്സുള്ള കുഞ്ഞിനേയും കൊണ്ട് ഒറ്റയ്ക്ക് ഒരു വീട്ടിൽ അവന്റെ പഠനം, ആരോഗ്യ പ്രശ്നങ്ങൾ, എന്റെ ആരോഗ്യപ്രശ്നങ്ങൾ, ഹോം മാനേജ്മെന്റ് എല്ലാം ചെയ്തു റെഗുലർ ക്ലാസ്സിൽ പോയി 90%മാർക്ക് വാങ്ങി കോഴ്സ് പാസ്സാകുമ്പോൾ അഭിമാനത്തോടെ കടന്നു വന്ന വഴികൾ ഓർക്കാതെ വയ്യ.

തകർന്നു പോയി എന്ന് തോന്നിയ ഏതോ വഴിയിൽ സ്നേഹം, പ്രണയം എന്ന ഒറ്റ മന്ത്രം കൊണ്ട്, പരസ്പരം താങ്ങാവണം എന്നുള്ള ബോധ്യത്തെ മുറുകെ പിടിച്ച് ഞങ്ങൾ തിരികെ കൊണ്ട് വന്ന ഞങ്ങളുടെ ജീവിതം അതിൽ വേദനകൾ ഉണ്ടായിരുന്നു, ഒറ്റപ്പെടൽ ഉണ്ടായിരുന്നു, പ്രാർത്ഥനകൾ ഉണ്ടായിരുന്നു. ഈശ്വര സാന്നിധ്യം ഉണ്ടായിരുന്നു. ഒഴിവാക്കിയവർ ഉണ്ടായിരുന്നു, ചേർത്ത് പിടിച്ചവർ ഉണ്ടായിരുന്നു,സ്നേഹം തന്ന, സപ്പോർട്ട് തന്ന മനുഷ്യർ ഉണ്ടായിരുന്നു. എല്ലാവർക്കും അവരുടേത് ആയ കാരണങ്ങൾ ഉണ്ടായിരുന്നു. എങ്കിൽ കൂടിയും ഞങ്ങൾക്ക് ജയിച്ചേ മതിയാവുമായിരുന്നുള്ളു. കാരണം ഞങ്ങളുടെ ജീവിതം, ഞങ്ങളുടെ പ്രണയം അതു ഞങ്ങളുടെ മാത്രം ഉത്തരവാദിത്വം ആണ് എന്നത് തന്നെ. പോരാടുക, അതിജീവിക്കാൻ അങ്ങേ അറ്റം ശ്രമിക്കുക, എല്ലാ നോവുകൾക്കും എക്സ്പയറി ഡേറ്റ് ഉണ്ട്. സ്വയം ഊർജ്ജം കണ്ടെത്തി, ലഭ്യമാകുന്ന എല്ലാ വഴികളെയും തളർന്നു പോകാതെ കണ്ടെത്തി മുന്നോട്ടു പോകുക എന്നതാണ്. അതുവരെ ഉള്ള വ്യാകുലതകളെ ഉള്ളൂ. അതിനുമപ്പുറം അതിജീവനത്തിന്റ ഭാഷ കൈവശം വന്ന് ചേരുമ്പോൾ പുതിയ ലോകം തന്നെ മുന്നിൽ തുറക്കപ്പെടും എന്നതാണ്. അവിടെ സന്തോഷങ്ങളുടെ പുതിയ അക്ഷരങ്ങൾ, പദങ്ങൾ, സ്വപ്നങ്ങൾ, പ്രതീക്ഷകൾ മാത്രമാവും കാത്തിരിക്കുക. ഇപ്പോൾ പുതിയ വീടിന്റെ ഗൃഹ പ്രവേശന ത്തിനുള്ള കാത്തിരിപ്പിൽ ഞങ്ങൾ ഓർക്കുന്നു അതൊരു കാലമായിരുന്നു, ഞങ്ങളുടെ പ്രണയത്തെ രാകി മൂർച്ച കൂട്ടി കൂടുതൽ ശക്തമായ ആയുധമാക്കിയ കാലം. അതിനപ്പുറം മറ്റൊന്നുമില്ല തന്നെ.

രണ്ടാം ജന്മം

എം.എ. നിഷാദ്

എങ്ങനെയെഴുതണമെന്ന് എനിക്കറിയില്ല.. എവിടെ തുടങ്ങണമെന്നും... പക്ഷെ, ജീവിതത്തിലെ ഒരു നിർണ്ണായകഘട്ടം, അത് കടന്ന് വന്ന വഴി, നിങ്ങൾ സുഹൃത്തുക്കളെ അറിയിക്കണമെന്നുള്ളത് എന്റെ കടമയാണെന്ന്, ഞാൻ വിശ്വസിക്കുന്നു...

തിരഞ്ഞെടുപ്പ് പ്രവർത്തനവുമായി,കൂടുതൽ സമയവും ഞാൻ പുനലൂരിലായിരുന്നു. വിശ്രമമില്ലാത്ത നാളുകളിൽ എപ്പോഴോ കോവിഡ് എന്ന വില്ലൻ എന്നെയും ആക്രമിച്ചു. മാധ്യമ സുഹൃത്തായ ന്യൂസ് 18 ലെ മനോജ് വൺമലയിൽ നിന്നാണ് എനിക്കും രാജേഷ് ചാലിയക്കരക്കും, കോവിഡ് പിടിപെട്ടത്. പുനലൂർ താലൂക്ക് ആശുപത്രിയിലെ സൂപ്രണ്ട് ഡോ.ഷഹർഷാ ഞങ്ങളോട് ഹോം ക്വാറന്റൈനിൽ പോകാൻ നിർദ്ദേശിച്ചു. അതനുസരിച്ച് എന്റെ പുനലൂരിലെ വീട്ടിൽ ഞങ്ങൾ ക്വാറന്റൈനിൽ പ്രവേശിച്ചു. സുഹൃത്തുക്കളും പാർട്ടി സഖാക്കളും എല്ലാവിധ സഹായങ്ങളുമായി ഒപ്പമുണ്ടായിരുന്നു. ഏഴാം തിയതി പോസിറ്റീവായ എനിക്ക് തുടക്കത്തിൽ വലിയ പ്രശ്നങ്ങളൊന്നും അനുഭവപ്പെട്ടില്ല. ഇടക്കിടക്ക് വരുന്ന പനി അലോസരപ്പെടുത്തിയിരുന്നു.

മൂന്ന് നാല് ദിവസത്തിനുള്ളിൽ മണവും രുചിയും പൂർണ്ണമായി നഷ്ടപ്പെട്ടിരുന്നു. എനിക്ക് അസുഖം വന്നാൽ ലോകത്തിന്റെ ഏത് കോണിൽ നിന്നാണെങ്കിലും ഞാൻ വിളിക്കുന്നത് ഞങ്ങളുടെ കുടുംബത്തിന്റെ സ്വന്തം ഡോക്ടറായ പി കെ നസീറുദ്ദീനെയാണ്. എന്റെ ഉമ്മയുടെ സഹോദരി ഭർത്താവായ അദ്ദേഹം ഞങ്ങൾക്കെല്ലാവർക്കും എന്നും ഒരാശ്വാസമാണ്. പ്രത്യേകിച്ച് എനിക്ക്. അദ്ദേഹത്തിന്റെ സ്വരം കേട്ടാൽ തന്നെ എന്റെ അസുഖം പകുതി മാറും. അതൊരു വിശ്വാസമാണ്. അത്രക്ക് കൈപുണ്യമാണദ്ദേഹത്തിന്...

അദ്ദേഹം കുറിച്ച് തന്ന മരുന്നുകൾ ചെറുതല്ലാത്ത ആശ്വാസം നൽകിയിരുന്നു. അതോടൊപ്പം പ്രിയ സുഹൃത്തും ജ്യേഷ്ഠ സഹോദരനെ പോലെ ഞാൻ സ്നേഹിക്കുന്ന ചെറിയാൻ കല്പകവാടിയും എന്നും ഫോണിൽ വിളിച്ച് അന്വേഷിച്ചുകൊണ്ടിരുന്നു.

മസ്ക്കറ്റിൽ നിന്നും അനുജൻ ഷാലു നാട്ടിൽ വന്നതാണ് എന്റെ ഏറ്റവും വലിയ ഭാഗ്യം അവനോടും എന്റെ ഉമ്മയുടെ സഹോദരൻ അഡ്വ ഷാഫിയോടും കസിൻ നിയാസിനോടും അടുത്ത സുഹൃത്തുക്കളായ മൂവാറ്റുപുഴയിലെ മനോജ്, എബി മാമ്മൻ, ഗംഗ വിനോദ്, അരുൺ എസ്, നിമ്മി ആർ ദാസ് അങ്ങനെ കുറച്ച് പേരോട് മാത്രമേ വിവരമറിയിച്ചുള്ളൂ. കോവിഡ് രോഗം ബാധിച്ചത് ഒരു വ്യാപക പ്രചരണമായി മാറാൻ ഞാൻ ആഗ്രഹിച്ചിരുന്നില്ല...

കോവിഡ് ബാധിച്ച അഞ്ചാം നാൾ മുതൽ എന്റെ ആരോഗ്യം വഷളായി തുടങ്ങി വൈറസ് എന്റെ ശരീരത്തിൽ അതിന്റെ സംഹാര താണ്ഡവം ആടി തുടങ്ങി. അത് മനസ്സിലായത് ചുമച്ചപ്പോൾ കണ്ട രക്തക്കറകളിലാണ്. ഉടൻ തന്നെ ഞാൻ ഡോ ഷഹർഷായെ വിളിച്ചു. അദ്ദേഹം ആംബുലൻസ് തയ്യാറാക്കി. ബഹുമാനപ്പെട്ട ആരോഗ്യ വകുപ്പ് മന്ത്രി ഷൈലജ ടീച്ചർ വിവരം അറിഞ്ഞപ്പോൾ തന്നെ എന്നെ വിളിച്ചു. എന്ത് സഹായത്തിനും കൂടെയുണ്ട് എന്ന കരുതൽ നിറഞ്ഞ ഉറപ്പും നൽകി.

തിരുവനന്തപുരം മെഡിക്കൽ കോളജിലേക്ക് റെഫർ ചെയ്യാൻ ബഹുമാനപ്പെട്ട മുഖ്യമന്ത്രിയുടെ സെക്രട്ടറി പ്രഭാവർമ്മ സാർ നിർദ്ദേശിച്ചു. പ്രഭാവർമ്മ സാർ അങ്ങയോടുള്ള നന്ദി ഞാൻ എങ്ങനെ പ്രകടിപ്പിക്കും. സ്വകാര്യ ആശുപത്രിയിൽ പോകാനിരുന്ന എന്നെ,തിരുവനന്തപുരം മെഡിക്കൽ കോളേജിൽ മതി എന്നുള്ളത് വർമ്മ സാറിന്റെ തീരുമാനമായിരുന്നു.

ബഹുമാനപ്പെട്ട മന്ത്രി ശ്രീ കടകമ്പിള്ളി സുരേന്ദ്രൻ വിവരം അറിഞ്ഞ് മെഡിക്കൽ കോളേജ് സൂപ്രണ്ട് ഡോ ഷർമ്മിദിനെ ബന്ധപ്പെട്ടു. എനിക്ക് വേണ്ട എല്ലാ സജ്ജീകരണങ്ങളും ഒരുക്കണമെന്നും നിർദ്ദേശിച്ചു. ഡോ ഷർമ്മിദ് എന്റെ ബന്ധുവാണ്. അദ്ദേഹം എന്നെ അഡ്മിറ്റ് ചെയ്യാനുള്ള എല്ലാ നടപടികളും ചെയ്തു. പുനലൂരിൽ നിന്നും, ഉണ്ണി എന്ന സഹോദരൻ എന്നെയും കൊണ്ട് ആംബുലൻസുമായി തിരുവനന്തപുരത്തേക്ക്.. ജീവിതത്തിലാദ്യത്തെ ആംബുലൻസ് യാത്ര...

മെഡിക്കൽ കോളജിൽ അഡ്മിറ്റായ ശേഷവും പനിയും ക്ഷീണവും വിട്ടു മാറിയില്ല. പതിനാറാം തിയതി തിരഞ്ഞെടുപ്പ് ഫലം വന്നപ്പോൾ ഒരുപാട് സന്തോഷം തോന്നി കേരളം ചുവപ്പണിഞ്ഞതിന്റെ സന്തോഷം. പുനലൂർ നിലനിർത്തിയതിന്റെ സന്തോഷം. പതിനാറിന് രാത്രിയിൽ എനിക്ക് ശ്വാസം മുട്ട് തുടങ്ങി. അന്ന് രാത്രി ഓക്സിജന്റെ സഹായത്തോടെയാണ് ഞാൻ ഉറങ്ങിയത്.

പിറ്റേന്ന് രാവിലെ സ്ക്കാനിംഗിന് വിധേയനായി. ശ്വാസകോശത്തെ പതുക്കെ വൈറസ് ബാധിച്ചിരിക്കുന്നു. ഓക്സിജൻ ലെവൽ താഴുന്നു. ഉടൻ തന്നെ, തീവ്രപരിചരണ വിഭാഗത്തിലേക്ക് എന്നെ മാറ്റാൻ തീരുമാനിച്ചു. ഉമ്മയും വാപ്പയും അറിയണ്ട എന്നാണ് ഞാൻ ആഗ്രഹിച്ചത്. അവർ വിഷമിക്കുമല്ലോ. ഓർമ്മകളുടെ താളം തെറ്റി മറവിരോഗാവസ്ഥയിൽ കഴിയുന്ന വാപ്പ അറിയുന്നത് എനിക്ക് സഹിക്കാൻ കഴിയില്ലായിരുന്നു. പക്ഷെ എന്റെ ഉമ്മ ഇതിനോടകം അറിഞ്ഞിരുന്നു. ഉമ്മയോടും, എന്റെ ഭാര്യ ഫസീനയോടും ഒരുപാട് നേരം സംസാരിച്ചു. ഉമ്മ നൽകിയ ധൈര്യം ചെറുതല്ലായിരുന്നു.

ഐ.സി.യു.വിലേക്ക് കൊണ്ടു പോകുന്നതിന് മുമ്പ് കോവിഡ് നെഗറ്റീവായെന്ന ആശ്വാസകരമായ വാർത്ത കേൾക്കാൻ പറ്റിയത്, ചെറുതല്ലാത്ത സന്തോഷം നൽകിയെങ്കിലും എന്റെ ശരീരത്തിൽ നല്ല പ്രഹരം ഏൽപ്പിച്ചിട്ട് തന്നെയാണ് വൈറസ്സ് പോയത്.

ജീവിതത്തിൽ ഇന്നുവരെ ആശുപത്രി കിടക്കയിൽ കിടന്നിട്ടില്ലാത്ത ഞാൻ അങ്ങനെ ഐ സി യു വിലേക്ക്.. തിരുവനന്തപുരം മെഡിക്കൽ കോളജിലെ, അൾട്രാ മോഡേൺ കോവിഡ് സ്പെഷ്യാലിറ്റി ഐ.സി.യു. അവിടെയാണ് എന്നെ പ്രവേശിപ്പിച്ചത്. മൂന്ന് ദിവസം വെന്റിലേറ്ററിൽ. പുറം ലോക വാർത്തകളും കാഴ്ച്ചകളും എനിക്കന്യം.. ഞാൻ എനിക്ക് പരിചിതമല്ലാത്ത വേറൊരു ലോകം കണ്ടു. ഒരു വല്ലാത്ത മരവിപ്പ്.. എന്റെ ഉറ്റവരേയും, ഉടയവരേയും ഓർത്ത്.. ആ കിടക്കയിൽ ഞാൻ... ദേഹം മുഴുവൻ ഉപകരണങ്ങൾ...

ഡോ അനിൽ സത്യദാസിന്റെയും, ഡോ അരവിന്ദന്റെയും നേതൃത്വത്തിൽ ഡോക്ടർമാരുടെ ഒരു വിദഗ്ധസംഘം രോഗികളെ ശുശ്രൂഷിക്കാൻ സജ്ജരായിരുന്നു. ഒന്ന് ഞാൻ പറയാം, തിരുവനന്തപുരം മെഡിക്കൽ കോളജ് പോലെ ഇത്രയും, സജ്ജീകരണങ്ങളും വിദഗ്ധരും, മറ്റെവിടേയുമില്ല.. നിസ്വാർത്ഥ സേവനത്തിന്റെ മകുടോദാഹരണമാണ് അവിടം. എല്ലാ രോഗികളും അവിടെ സമന്മാരാണ്. എല്ലാവരേയും, ഒരേ കരുതലിൽ... വലുപ്പ ചെറുപ്പമില്ല.

വെന്റിലേറ്ററിലെ ആദ്യ ദിനങ്ങളിൽ, എന്റെ ശരീരത്ത് സൂചികളുടെ പറുദീസയായിരുന്നു. എന്നും രക്ത സാമ്പിളുകൾ എടുത്തുകൊണ്ടേയിരുന്നു. മരുന്നും മറ്റും ട്രിപ്പിലൂടെ ഒഴുകി. എന്റെ മുന്നിൽ കിടന്നിരുന്ന ഒരമ്മച്ചിയുടെ മരണം ഞാൻ കണ്ടു. പിന്നെയും രണ്ട് മൂന്ന് മരണങ്ങൾ... മനസ്സ് വല്ലാണ്ട് അസ്വസ്ഥമായി.

അന്ന് മലയാളത്തിന്റെ പ്രിയ സുഗതകുമാരി ടീച്ചറെ ഞാൻ കണ്ടു.

എന്റെ മൂന്ന് ബെഡ്ഡ് അകലെ. ടീച്ചർ അവശയായിരുന്നു.. രണ്ട് നാൾ കഴിഞ്ഞ് ടീച്ചറുടെ ചേതനയറ്റ ശരീരം എന്റെ മുന്നിലൂടെ കടന്ന് പോകുന്നത് തീരാത്ത വേദനയായി ഞാനുമായി വ്യക്തിപരമായ അടുപ്പമുണ്ടായിരുന്നു ടീച്ചർക്ക്.

പുനലൂർ തൂക്ക്പാലസമരത്തിൽ എന്റെ ക്ഷണം സ്വീകരിച്ച് ടീച്ചർ അന്നെത്തിയിരുന്നു. ടീച്ചർക്ക് യാത്രാമൊഴി.

ഡോ അനിൽ സത്യദാസിന്റെ നേതൃത്വത്തിൽ എന്റെ ആരോഗ്യ സ്ഥിതി മോണിറ്റർ ചെയ്തു കൊണ്ടേയിരുന്നു. ദൈവത്തിന്റെ കരസ്പർശം ചിലർക്ക് അവകാശപ്പെട്ടതാണ്.. അതിൽ ചിലരാണ്, ഡോ ഷർമ്മിദും, ഡോ അനിൽ സത്യദാസും, ഡോ അരവിന്ദും, പിന്നെ എന്റെ കൊച്ചാപ്പ ഡോ നസീറുദ്ദിനുമൊക്കെ.

ഐ സു വിലെ അനുഭവം ഒരെഴുത്തിൽ തീരില്ല. അപ്രിയ സത്യങ്ങൾ എന്തിനെഴുതണം. സ്വന്തം ജീവൻ പോലും വകവെക്കാതെ പ്രവർത്തിക്കുന്ന ഒരു വിഭാഗമുണ്ട്. നമ്മുടെ നഴ്സ് സഹോദരിമാരും, ആരോഗ്യ പ്രവർത്തകരും. ഒരിക്കൽ പോലും കണ്ടിട്ടില്ലാത്തവർക്ക് വേണ്ടി ആത്മാർത്ഥമായി ശ്രുശൂഷിക്കുന്ന അവർ. അവരെ നമ്മൾ മലാഖമാർ എന്ന് തന്നെ വിളിക്കണം.

അതെ അവർ ഭൂമിയിലെ മാലാഖമാർ തന്നെ.

നാലാംനാൾ വെന്റിലേറ്ററിന്റെ സഹായമില്ലാതെ ഓക്സിജൻ മാസ്ക്കിലേക്ക് എന്നെ മാറ്റി. അനുജൻ ഷാലു, PPE കിറ്റും ധരിച്ച് എന്നെ കാണാൻ അകത്ത് വന്നു. അവന്റെ മുഖം കണ്ടപ്പോൾ എനിക്കുണ്ടായ സന്തോഷം അനിർവ്വചനീയമാണ്. ഞാൻ അഡ്മിറ്റായ അന്ന് മുതൽ അവൻ പുറത്തുണ്ട്. എന്റെ രക്തം, എന്റെ കരളിന്റെകരളാണവൻ...

ഷാലുവിനെ പോലെ ഒരനുജനും, എന്റെ പൊന്നു പെങ്ങളായ ഷൈനയുമാണ് എന്റെ ശക്തി എന്റെ പുണ്യം. ഷാലുവിനൊപ്പം പുറത്ത്, എന്റെ ഹൃദയത്തിന്റെ ഭാഗമായ, എന്റെ ഉമ്മയുടെ സഹോദരൻ അഡ്വ ഷാഫി, എന്തിനും ഏതിനു എന്നുമെനിക്ക് താങ്ങും തണലുമാണദ്ദേഹം.

ഞങ്ങൾ തമ്മിൽ അധികം പ്രായവ്യത്യാസമില്ലാത്തത് കൊണ്ടുതന്നെ, എല്ലാം തുറന്ന് പറയാൻ എനിക്കെന്നും അദ്ദേഹമുണ്ട്. ഞാൻ വക്കീലെ എന്നാണ് വിളിക്കാറ്. എന്റെ ഭാര്യ ഫസീനക്കും ഉമ്മാക്കും ധൈര്യം നൽകിയതും വക്കീലാണ്. എന്റെ നന്മ, എന്റെ ഉയർച്ച അത് മാത്രമാണ് അഡ്വ ഷാഫിയുടെ സന്തോഷം.

പിന്നെ മറ്റൊരാൾ എന്റെ കസിൻ. എന്റെ കളിക്കൂട്ടുകാരൻ, എന്റെ

ചങ്ക് നിയാസ്... ഇവരെല്ലാവരും, രാവും പകലും എന്റെ പുറത്തേക്കുള്ള വരവിന് വേണ്ടിയുള്ള കാത്തിരിപ്പിലായിരുന്നു.

പരിശുദ്ധ മക്കയിലെ, കഅബയുടെ മുന്നിൽനിന്ന് എന്നും എനിക്ക് വേണ്ടി പ്രാർത്ഥനകളിൽ മുഴുകി എന്റെ പ്രിയപ്പെട്ട കസിൻ ഫൈസൽ മൻസാർ. അവൻ അവിടെ എഞ്ചിനീയറാണ്...

അദ്ഭുതകരമായ മാറ്റം, അങ്ങനെയാണ് ഡോക്ടർ വിശേഷിപ്പിച്ചത്... ന്യുമോണിയ വളരെ ചെറിയ തോതിലാണ് ബാധിച്ചത്. അത് തുടക്കത്തിൽ തന്നെ നിയന്ത്രണ വിധേയമാക്കി. ഞാനൊരു കമ്മ്യൂണിസ്റ്റാണ്. അത് പോലെ ഒരു വിശ്വാസിയും. എന്റെ ഉമ്മയുടെ പ്രാർത്ഥനകൾക്ക് നാഥൻ ഉത്തരം നൽകി.

സർവ്വശക്തന്റെ അപാരമായ കരുതലും, അനുഗ്രഹവും എനിക്ക് ലഭിച്ചു. നിസ്ക്കാര പായയിലിരുന്ന് എന്റെ ഉമ്മ എനിക്ക് വേണ്ടി പ്രാർത്ഥിക്കുമ്പോൾ ഐ സി യു വിലെ മരവിപ്പ് വീണ അന്തരീക്ഷത്തിൽ, ഒരമ്മയുടെ കരുതലും വാത്സല്യവും ഞാനനുഭവിച്ചറിഞ്ഞു.

ജീവിതത്തിൽ കണ്ടിട്ടില്ലാത്ത ആരോഗ്യ പ്രവർത്തകയായ ലതി ചേച്ചിയിലൂടെ സമയത്തിന് എനിക്കാഹാരം നൽകാനും എന്നെ ശുശ്രൂഷിക്കാനും എന്റെ ഉമ്മയുടെ സ്ഥാനത്ത് ലതി ചേച്ചിയുണ്ടായിരുന്നു. ഞാനെങ്ങനെ മറക്കും ചേച്ചിയെ.?

എന്ത് ജാതി എന്ത് മതം... മാനവികതയാണ് ഏറ്റവും വലുത്. എന്റെ നാട്ടിലെ പുനലൂരിൽ നിന്നും ഒരു സഹോദരി, സിസ്റ്റർ സ്മിത... എനിക്കൊരുപാട് ആശ്വാസമായിരുന്നു ആ സഹോദരി. സഖാവ് ശശിധരന്റെ മകൾ.

എവിടെ നിന്നൊക്കെയാണ് എനിക്ക് സഹായം ലഭിച്ചതെന്നറിയില്ല. എല്ലാവരും ഞാൻ ആദ്യമായി കണ്ടവർ. മേൽ നേഴ്സുമാരായ അനീഷ്, മിഥുൻ കൃഷ്ണ, അമൽ, ഒ പി യിലെ സെക്യ്യൂരിറ്റി പ്രിയ സഹോദരൻ അരുൺ വർമ്മ. അങ്ങനെ പകരം വെക്കാനില്ലാത്ത എത്രയോ പേർ...

എട്ടാം നാൾ ഓക്സിജൻ സഹായമില്ലാതെ ഞാൻ ശ്വസിക്കാൻ തുടങ്ങി. രക്തത്തിലെ ഇൻഫെക്ഷൻ പൂർണ്ണമായി മാറി. ജീവിതത്തിലേക്ക്, പതുക്കെ ഞാൻ തിരിച്ചുവരുന്നു എന്നുള്ളത്, അനുഭവിച്ചറിഞ്ഞു. ഐ സി യു വിൽ നിന്ന് മാറ്റാൻ ഡോക്ടർ തീരുമാനിച്ചു. പേ വാർഡിലേക്ക് മാറ്റണമെങ്കിൽ ബൈ സ്റ്റാൻഡർ വേണം. കോവിഡ് ഒ പി യാണ്. ആരും ധൈര്യം കാണിക്കില്ല. പക്ഷെ, വർഷങ്ങളായി ഞങ്ങളുടെ കൂടെ ജോലി ചെയ്യുന്ന റഹീം ഒരു മടിയും കൂടാതെ എന്റെ ബൈസ്റ്റാൻഡർ ആകാൻ എത്തി.

പേ വാർഡിലേക്ക് മാറിയ ദിവസം ഞാൻ സൂര്യപ്രകാശം കൺകുളിർക്കെ കണ്ടു. വീണ്ടും അഞ്ച് ദിവസം കൂടി ഒ പി യിൽ നിരീക്ഷണത്തിൽ കഴിയാൻ ഡോക്ടർമാർ നിർദ്ദേശിച്ചു. ശബ്ദ നിയന്ത്രണവും ഏർപ്പെടുത്തി.

റൂമിൽ വന്ന ദിവസം ഏറ്റവും ദുഖകരമായ വാർത്ത ഞാൻ അറിഞ്ഞു. അനിൽ നെടുമങ്ങാട് ഇനിയില്ല എന്ന സത്യം. താങ്ങാവുന്നതിനുമപ്പുറമായിരുന്നു ആ വേർപാട്. എത്ര നേരം ഞാൻ കരഞ്ഞു എന്നെനിക്കറിയില്ല. എന്റെ സഹോദര തുല്ല്യൻ അവൻ നല്ല നടനായിരുന്നു. ജീവിതത്തിൽ അഭിനയിക്കാനറിയാത്ത നല്ല നടൻ. ആഴ്ച്ചയിലൊരിക്കൽ നിഷാദിക്ക എന്ന വിളി ഇനിയില്ല. എന്തിനാടാ അനിലേ നീ ഇത്രയും വേഗം.

ജീവിതം അങ്ങനെയാണ്. ഇന്നെന്റെ വീട്ടിലെ ഉമ്മറത്തിരുന്ന് ഈ കുറിപ്പെഴുതുമ്പോൾ ഒരുപാട് സുമനസ്സുകളെ ഓർക്കാതിരിക്കാൻ കഴിയില്ല. എന്റെ പാർട്ടി സെക്രട്ടറി സ: കാനം രാജേന്ദ്രൻ, സ: മുല്ലക്കര രത്നാകരൻ, സി പി എം നേതാക്കളായ കെ.സ്. ജയമോഹൻ, ഏരിയാ സെക്രട്ടറി, എസ്. ബിജു, സി പി ഐ നേതാക്കളായ രാധാകൃഷ്ണൻ, വി പി ഉണ്ണികൃഷ്ണൻ, ഐ. മൻസൂർ, കുളത്തൂപ്പുഴ പഞ്ചായത്ത് പ്രസിഡന്റ് അനിൽ കുമാർ, ജില്ലാ പഞ്ചായത്ത് മെമ്പർ ഷാജി സാർ, എസ് എം ഖലീൽ, കോൺഗ്രസ്സ് എസ്സ് സംസ്ഥാന സെക്രട്ടറി ധർമ്മരാജൻ സാർ, പുനലൂരിലെ വ്യവസായിയായ കുമാർ പാലസിലെ സതീഷണ്ണൻ, വിജയകൃഷ്ണ ജുവല്ലേഴ്സിലെ വിജയഅണ്ണൻ... അങ്ങനെ ഒരുപാട് പേർ.

കുഞ്ഞ് നാൾ മുതൽ എന്നെ വാത്സല്ല്യത്തോടെ സ്നേഹിക്കുന്ന, ഡോക്ടർ ഷർമ്മിദിന്റെ ഭാര്യാ മാതാവ് മുംതാസിത്ത... ഇവരുടെയൊക്കെ പ്രാർത്ഥനകൾ ഒരുപാട് അനുഗ്രഹം എനിക്ക് നൽകി.

സുഹൃത്തുക്കൾ പവിഴ മുത്തുകളാണ്. വിപുലമായ സൗഹൃദവലയം എനിക്കുണ്ട്. എന്റെ സുഹൃത്തുക്കളായ, മാധ്യമ പ്രവർത്തകൻ, നാരായണ മൂർത്തി, ഡോ. അമല ആനീ ജോൺ, എൻ. ലാൽ കുമാർ, കൈരളിയിലെ ജീവൻ കുമാർ, ഡോ മനോജ് വെള്ളനാട് അവരുടെയൊക്കെ സമയോചിതമായ ഇടപെടലുകൾ മറക്കാൻ കഴിയില്ല.

കൂടെ പഠിച്ച എബി മാമ്മനും, ഭാര്യ സിലുവും, രാജേഷ് കെ യു, ഷ്യാം എബ്രഹാം, എന്റെ സഹോദരി ഗംഗയും, സഹോദരൻ വിനോദും, സ്കൂൾ/കോളജ് സൗഹൃദങ്ങളും എല്ലാം എനിക്ക് വേണ്ടി പ്രാർത്ഥിച്ചതും നന്ദിയോടെ സ്മരിക്കട്ടെ.

എന്നും തുറന്നിരിക്കാൻ ഒരു വാതിൽ നിർമ്മിക്കുക

മാനസി പി.കെ.

നമ്മളനുഭവിക്കാത്തതെല്ലാം കെട്ടുകഥകളാണെന്ന് ബെന്യാമിൻ പറഞ്ഞത് പോലേയാണ് ഓരോരുത്തരുടെ ജീവിതവും. അനുഭവിച്ചവർക്ക് മാത്രമേ അതിന്റെ തീവ്രത മനസ്സിലാവുകയുള്ളൂ. മനുഷ്യർ നേരിടുന്ന ഏറ്റവും വലിയ സംഘർഷം ഏതാണെന്ന് ചോദിച്ചാൽ ആത്മസംഘർഷമാണെന്ന് നിശ്ചയം പറയാനാകും. നിരന്തരം അതിന് അടിമപ്പെട്ടത് കൊണ്ട് തന്നെ പലപ്പോഴും കടപുഴകി വീണിട്ടുണ്ട്. മുപ്പത് വയസ്സിനിടെ പലതരം പ്രശ്നങ്ങളിലൂടെ കടന്ന് പോയിട്ടുണ്ട്. അതിൽ ഏറ്റവും വലുത് സാമ്പത്തികമായുള്ള ബുദ്ധിമുട്ടുകളായിരുന്നു. അത് കൊണ്ട് തന്നെ സ്വയംപര്യാപ്തയാകണമെന്ന് ചെറുപ്പത്തിലേ വാശിയായിരുന്നു. ഓർമ്മയിൽ ഏഴാം വയസ്സ് മുതൽ അധ്വാനിക്കാൻ തുടങ്ങിയിട്ടുണ്ട്. കശുവണ്ടി പെറുക്കിയും, അടക്ക പെറുക്കിയും, സ്കൂൾ ചിലവിനുള്ള പണം കണ്ടെത്തിയിട്ടുണ്ട്. സ്കൂൾ വെക്കേഷന് കുട്ടികൾ കളിച്ചു നടക്കുമ്പോൾ ആരാന്റെ കശുവണ്ടിത്തോട്ടത്തിൽ കൂലിപ്പണിക്ക് പോയിട്ടുണ്ട് ഞാൻ. സ്കൂൾ തുറക്കാറാകുമ്പോഴേക്കും കശുവണ്ടി മുരടി കൈകൾ നിറയെ പുണ്ണ് വന്ന് നിറയും. ഒരിക്കലും അതിൽ സങ്കടപ്പെട്ടിട്ടോ കരഞ്ഞിട്ടോ ഇല്ല. എല്ലാ ദാരിദ്ര്യങ്ങളോടും പടവെട്ടാനുള്ള മനസ്സ് ചെറുപ്പത്തിലേ ഉണ്ടായിരുന്നു. പക്ഷെ മുതിർന്നപ്പോൾ ആ വീറും വാശിയും എവിടെയോ പോയി.

എല്ലാത്തിനും പലരേയും ആശ്രയിക്കാൻ തുടങ്ങി. (വളർന്ന ഒരു പെണ്ണായതിന്റെ മാറ്റങ്ങൾ കുടുംബവും, സമൂഹവും നിരന്തരം ആവശ്യപ്പെട്ടതിന്റെ മാറ്റങ്ങളായിരിക്കാം അതെന്ന് ഇപ്പോൾ തോന്നുന്നു.) ഇതിനിടയിൽ സ്നേഹത്തിനും, പരിഗണനയ്ക്കും വേണ്ടിയുള്ള എന്റെ പരക്കം പാച്ചിലുകൾ എല്ലാം തന്നെ കടുത്ത നിരാശയിലേക്കും, വിഷാദത്തിലേക്കും തള്ളി വിട്ടു എന്ന് പറയാം. സ്നേഹിക്കാൻ ആരുമില്ല, പണമില്ല, നിലനിൽപ്പില്ല, ഒന്നും വിചാരിച്ചയിടത്ത് എത്തിയില്ല എന്ന തോന്നൽ

ആത്മഹത്യ എന്ന ചോയിസ് തിരഞ്ഞെടുക്കാൻ എന്നെ പ്രേരിപ്പിച്ചിട്ടുണ്ട്. പക്ഷെ നോവുന്ന ഗർഭപാത്രത്തിന്റെ നിലവിളികളെന്നോളം മോനെ കാണുമ്പോൾ തിരിച്ചിറങ്ങും. മനസ്സിന്റെ അസുഖം മാറ്റാൻ ആശുപത്രി വരാന്തകൾ കയറിയിറങ്ങി മടുത്തപ്പോഴാണ് എന്ത്കൊണ്ട് എന്റെ സ്വപ്നങ്ങളിലേക്ക് എത്താൻ എനിക്ക് കഴിയാത്തത് എന്ന് ചിന്തിക്കാൻ തുടങ്ങിയത്. എവിടേയും എത്താത്തതിന്റെ കാരണം എന്തൊക്കെയാണെന്ന് ഒടുവിൽ ഞാൻ കണ്ടെത്തുക തന്നെ ചെയ്തു. അതോട് കൂടി എന്റെ സന്തോഷങ്ങൾക്ക് പ്രതിബദ്ധമായി നിൽക്കുന്ന എല്ലാത്തിനേയും ജീവിതത്തിൽനിന്ന് മാറ്റി നിർത്തുക എന്ന ഉറച്ച തീരുമാനം ഒരു സുപ്രഭാതത്തിൽ എടുക്കുക തന്നെ ചെയ്തു. മറ്റുള്ളവരുടെ സന്തോഷത്തിന് വേണ്ടി ഞാൻ എന്റെ സന്തോഷങ്ങൾ ബലി കഴിപ്പിക്കില്ല എന്ന് തീർച്ചയാക്കി.

എഴുതിപ്പോകരുത് എന്ന് പറഞ്ഞവരുടെ മുന്നിൽ ഞാൻ വീണ്ടും എഴുതാൻ തുടങ്ങി. ഇറങ്ങിപ്പോയ മനുഷ്യരോടുള്ള ദേഷ്യവും, അമർഷവും ഞാൻ അപ്പാടെ മായ്ച്ചു കളഞ്ഞു. എന്റെ സ്വപ്നങ്ങൾക്ക് മാത്രം മുൻതൂക്കം നൽകി.

നഷ്ടങ്ങൾ ചെറുതൊന്നുമായിരുന്നില്ല. പലയിടത്തും ഒറ്റപ്പെട്ടു, ആക്ഷേപിക്കപ്പെട്ടു. വിഷാദത്തിന്റെ കയ്പുനീർ ആവോളം കുടിക്കേണ്ടി വന്നു. എന്നിട്ടും തളർന്നില്ല. എഴുത്ത് ജോലികൾ നിരന്തരമായി ചെയ്തു. ലേഡീസ് ഹോസ്റ്റൽ നടത്തി. കൊറോണ പിടിച്ചിരുത്തിയപ്പോൾ മുഴുവൻ സമയ എഴുത്തിലോട്ട് മാറി. അവസാനം Manasi Boutique ൽ എത്തി നിൽക്കുന്നു. ഏറ്റവും കൂടുതൽ ഞാൻ പഴി കേൾക്കേണ്ടി വന്നത് എഴുതുന്നതിന്റെ പേരിലായിരുന്നു. മാനസി എന്ന പേര് പലർക്കും അമർഷം കൊടുത്തപ്പോൾ ആ പേരിനെ തന്നെ ഒരു ബ്രാൻഡാക്കാൻ ഞാൻ ശ്രമങ്ങൾ നടത്തി. പൂർണ്ണമായും വിജയിച്ചു എന്നൊന്നും പറയുന്നില്ല. പക്ഷെ പത്താം വയസ്സിൽ പാലുകാച്ചിപ്പാറ കയറി കശുവണ്ടി പെറുക്കുമ്പോൾ മനസ്സിന് തോന്നിയ ബലമുണ്ടല്ലോ അതിപ്പോൾ തിരിച്ചു വന്നിട്ടുണ്ട്. മരണം വരെ അത് അണയാതെ സൂക്ഷിക്കും.

മറ്റുള്ളവരുടെ സന്തോഷങ്ങൾക്ക് വേണ്ടി മാത്രം ജീവിക്കാൻ വയ്യെന്ന് തീരുമാനമെടുക്കാൻ സ്ത്രീകൾക്ക് കഴിവുണ്ടാവട്ടെ എന്നാണ് എന്റെ ആഗ്രഹം.

ഒന്നിന് വേണ്ടിയും ആരേയും ആശ്രയിച്ച് ജീവിക്കരുത് നമ്മളെ കൊണ്ട് ചെയ്യാൻ പറ്റുന്നതൊക്കെ നമ്മൾ ചെയ്ത് കൊണ്ടിരിക്കണം. വീണ് പോകുമ്പോൾ കൈ പിടിക്കാൻ ഒരാളുണ്ടായാൽ നല്ലത്. ഇല്ലെ

ങ്കിൽ അതിനെ കൂടി തരണം ചെയ്യാൻ പഠിച്ചേ പറ്റൂ. ഒരു കുരുക്ക് കഴു ത്തിലിടാൻ എളുപ്പമാണ് അത് പോലെയല്ല കെട്ട് മറിഞ്ഞ് കിടക്കുന്ന ജീവിതത്തിന്റെ കുരുക്കുകൾ എന്നറിയാഞ്ഞിട്ടല്ല. അത്രയെളുപ്പത്തിൽ അവ അഴിച്ചെടുക്കുവാൻ കഴിയില്ല എന്നറിയാം. എങ്കിലും നിരന്തരം ശ്ര മിക്കുക.

ഒരു പ്രണയ നഷ്ടം കൊണ്ടോ, ഒരു മരണം കൊണ്ടോ, ഒരു അപക ടം കൊണ്ടോ ജീവിതം തീർന്നെന്ന് കരുതല്ലേ. ഒരു വാതിൽ അടയു മ്പോൾ മറ്റൊരു വാതിൽ തുറക്കുക തന്നെ ചെയ്യും. അതുമല്ലെങ്കിൽ എന്നും തുറന്നിരിക്കാൻ നമ്മളൊരു വാതിൽ നിർമ്മിക്കും. ഒരിടത്ത് തിള ങ്ങിയില്ലെങ്കിൽ അടുത്ത വഴി തിരഞ്ഞ് പോവുക.

'പരിശ്രമം ചെയ്യുകിലെന്തിനേയും വശത്തിലാക്കാൻ കഴിവുള്ളവണ്ണം ദീർഘങ്ങളാം കൈകളെ നൽകിയത്രേ മനുഷ്യരെപ്പാരിലയച്ചതീശൻ'
(കെ.സി കേശവപിള്ള)

ഇരുട്ടിൽനിന്ന് വെളിച്ചത്തിലേക്ക്

നിഷ മാത്യു

മെയ് രണ്ട് ഇപ്പോഴും ഒരു വിങ്ങലോടല്ലാതെ ഓർക്കാൻ പറ്റില്ല .. ശങ്കർ നേത്രാലയയുടെ കോറിഡോറിലൂടെ നടക്കുമ്പോൾ പലവട്ടം ഞാൻ എന്നോടുതന്നെ ചോദിക്കുന്ന ചോദ്യമാണ് 'ഈ ദൈവത്തിനു കണ്ണും കാതും ഇല്ലേ' എന്ന്. ഓരോ തവണ ഹോസ്പിറ്റൽ പടികൾ ഇറങ്ങിനടക്കുമ്പോൾ ഉള്ളിൽ വല്ലാത്ത ഭാരമായിരിക്കും, ഉറക്കം പോലും കിട്ടാത്ത ആ രാത്രികളിൽ കണ്ണടച്ചാൽ കുഞ്ഞുങ്ങളുടെ കരച്ചിൽ മാത്രം.

അന്ന് മെയ് 2, 2000 മറക്കില്ലൊരിക്കലും. എന്റെ തൊട്ടടുത്ത് അവർ ഇരിക്കുന്നുണ്ടായിരുന്നു. നല്ല വെളുത്തു, നല്ല നീളത്തിൽ മുട്ടറ്റം വരെ നീണ്ട മുടി, പിന്നെ നല്ല വണ്ണം. അതൊക്കെ കൊണ്ട് മാത്രമല്ല ആ സമയത്തു അവിടിരിക്കുന്നവർക്കൊക്കെ ഒരു മുഖത്തു ഒരേ ഭാവമായിരിന്നു. ഇവർ ഇംഗ്ലീഷിൽ അവരോടു തന്നെ സംസാരിച്ചു കൊണ്ടേ ഇരിക്കുന്നു. വല്ലാത്തൊരു മാനസീകാവസ്ഥയിൽ ഇരിക്കുന്ന എന്റെ ശ്രദ്ധ അവരിലേക്ക് ആയതിന്റെ കാരണം അതാണ്. ഞാൻ കുറച്ചു നേരത്തേക്ക് എന്നെ മറന്നുപോയിരുന്നു. രണ്ടു തവണ അവർ എന്നോട് സമയം ചോദിച്ചു. ഞാൻ വാച്ച് കെട്ടാൻ മറന്ന കാര്യം അപ്പോഴാ ഓർത്തത് തന്നെ. മൂന്നാമതും അവർ സമയം ചോദിച്ചപ്പോ ഞാൻ അവരോടു ചോദിച്ചു 'Who is inside ?'

ഞാൻ ചോദിക്കാൻ കാത്തിരുന്ന പോലെ പെട്ടെന്ന് തന്നെ അവർ സംസാരിച്ചു തുടങ്ങി ' naina my only daughter.. you know she just turned 18 this year'

'What happened' അറിയാൻ എനിക്ക് തോന്നി.. പക്ഷെ ഒരു പൊട്ടിക്കരച്ചിലായിരുന്നു അവർ പിന്നീട് സംസാരിക്കാൻ കഴിയാതെയായി അവർക്ക്.

ഓപ്പറേഷൻ റൂം തുറന്നു ആദ്യം പുറത്തേക്കു വന്നത് ഡോക്ടർ തന്നെയായിരുന്നു. എന്നെ അവിടേക്കു വിളിച്ചു. സ്ഥലകാലബോധം വന്നപ്പോ എന്റെ ധൈര്യം എവിടെയോ ഓടിയൊളിച്ചു. കൈകാൽ തളർന്ന പോ

ലെ. എന്റെ അവസ്ഥ മനസ്സിലായപോലെ ഡോക്ടർ എന്റെ ഷോൾഡർ തട്ടി പറഞ്ഞു 'You have overcome bigger situations Nishaa .. there is nothing to worry .. Olivia is fine .. come be inside, you can sit on the bed and put her on your lap now .. relax you need to be strong'.

പോസ്റ്റ് ഓപ്പറേറ്റീവ് വാർഡിൽ ഇടുന്ന പ്രത്യേകതരം തുണി കൊണ്ട് തുന്നിയ ഉടുപ്പും, പിന്നെ ചെരുപ്പും തന്നു. സിസ്റ്റർ തന്നെ മോളെ എന്റെ മടിയിൽ കിടത്തി തന്നു. ആദ്യം, കണ്ണൊക്കെ മൂടിക്കെട്ടി അവളെ കണ്ടപ്പോ ഉണ്ടായ ഒരു നടുക്കത്തിൽ നിന്ന് ഒന്ന് മാറി അവളുടെ മുഖത്തേക്ക് നോക്കിയപ്പോ ജീവൻ തിരിച്ചു കിട്ടിയ അവസ്ഥയായിരുന്നു എനിക്ക്. അവൾ ഉറങ്ങുകയായിരുന്നു. ഡോക്ടർ എന്നോട് വന്നു പറഞ്ഞു 'Take Care .. I'll see you in a while .. I have one more operation to attend'.

ആ മുറിക്കു വല്ലാത്ത ഒരു തണുപ്പായിരുന്നു. ആ വാർഡിലേക്ക് അപ്പോഴാ ഞാൻ ചുറ്റും നോക്കിയത്. അവിടെ വെളുത്തു മെലിഞ്ഞു സുന്ദരിയായ കുട്ടി അടുത്ത ബെഡ്ഡിൽ ഇരിക്കുന്നു. ഒരു 18 വയസു തോന്നുന്ന മുട്ടോളം മുടിയുള്ള ആ കുട്ടി എന്നെ നോക്കുന്നു. ഞാൻ എന്റെ മുഖത്തു ഒരു ചെറു ചിരിയെങ്കിലും വരുത്താൻ നന്നായി ബുദ്ധിമുട്ടി. അവൾ എന്നെ തന്നെ നോക്കിയിരിക്കുന്ന പോലെയാ എനിക്കപ്പോ തോന്നിയെ. സിസ്റ്റർ വന്നു വിളിച്ചു ഇത്തിരി ഉറക്കെ തന്നെ 'Naina please come be on the wheelchair' അപ്പോഴാ എനിക്ക് മനസ്സിലായെ പുറത്തു ഞാൻ കണ്ട സ്ത്രീയുടെ മകൾ ആണന്നു. അനുസരണയുള്ള ഒരു കുഞ്ഞു കുട്ടിയെ പോലെ അവൾ സിസ്റ്ററിന്റെ കൈ പിടിച്ചു വീൽചെയറിലേക്കു ഇരുന്നു. ഡോക്ടർ ചോദിച്ചു 'Naina are you ok? അവൾ തല ഒന്ന് ആട്ടി. 'Do you wana say something to me?' ഡോക്ടർ പിന്നെയും ചോദിക്കുന്നു. അപ്പൊ അവൾ ഡോക്ടറിനെ നോക്കി പറഞ്ഞു 'I wana see ma'. ഡോക്ടർ സിസ്റ്ററിനോട് പറയുന്ന കേട്ട് അവളുടെ അമ്മയെ വിളിക്കാൻ. വാതുക്കൽ നിന്ന് അവർ അവരുടെ മകളെ കാണുന്നത് ഞാനും കണ്ടു. കണ്ണുകൾ നിറഞ്ഞു തുളുമ്പി പിന്നെ വീൽചെയർ തള്ളി സിസ്റ്റർ ഓപ്പറേഷൻ റൂമിലേക്ക്. തല തിരിച്ചു പിന്നെയും Naina അവളുടെ അമ്മയെ നോക്കുന്നത് എന്റെ മനസ്സിൽ എന്നും മായാതെ കിടക്കുന്നു. ഓപ്പറേഷൻ റൂമിന്റെ വാതിൽ അടഞ്ഞപ്പോൾ ആ സ്ത്രീ അവിടെ തളർന്നു ഇരിന്നു പോയ്. കുറച്ചു ആളുകൾ ചേർന്ന് പിടിച്ചെഴുന്നേൽപ്പിച്ചു കൂടെ കൊണ്ടുപോയി.

പലതും ആലോചിച്ചങ്ങനെ എന്റെ ഒന്നര വയസുള്ള മകളെ ചേർ

ത്തു പിടിച്ചു ഞാൻ. അവൾ അപ്പോഴും മടിയിൽ നല്ല മയക്കത്തിൽ ആയിരുന്നു. വീണ്ടും ഓപ്പറേഷൻ റൂമിന്റെ വാതിൽ തുറന്നു സിസ്റ്ററാണ് പുറത്തു വന്നത്. എന്റെ അടുത്തേക്കാണ് നെരെ വന്നതു. ലിയ മോളെ നോക്കി എന്നോടായി പറഞ്ഞു. 'നിങ്ങൾക്ക് ഭാഗ്യമുണ്ട്' ഞാൻ മുഖം ഉയർത്തി ഒന്ന് നോക്കി ഒരു ചോദ്യം പോലെ. സിസ്റ്റർ തുടർന്ന് പറഞ്ഞു നൈനയെ കുറിച്ച് .. നൈനയുടെ രണ്ടു കണ്ണുകളും കാഴ്ച നഷ്ടപ്പെട്ടിരുന്നു. ഒരു നേർത്ത പാടപോലെ മാത്രം അവൾ കണ്ടുകൊണ്ടിരുന്നു അവൾക്കു പ്രിയപെട്ടവരെ.. ചില രൂപം മാത്രമായിരുന്നു അവളുടെ കാഴ്ച. ഇന്ന് രണ്ടു കണ്ണുകളും ഓപ്പറേറ്റ് ചെയ്തു മാറ്റേണ്ടതായി വന്നു ഡോക്ടർക്ക്. എന്റെ മകളുടെ അതെ രോഗം ആയിരുന്നു ചമശിമക്കും. ഇത്രയും കേട്ടപ്പോൾ തന്നെ ഞാൻ ആകെ വിഷമിച്ചുപോയി. ആ അമ്മയുടെ പ്രതീക്ഷയും അവളുടെ ആ അവസാന നോട്ടവും, അവൾക്കു മുന്നിൽ ഇനി ഇരുട്ടു മാത്രം. ആ അവസാന നിമിഷങ്ങൾക്ക് ഞാൻ സാക്ഷിയാവുകയായിരുന്നു. എന്റെ മകളെ ഞാൻ ഒന്നുടെ ചേർത്ത് പിടിച്ചു. അതെ ഞങ്ങൾക്ക് ഭാഗ്യമുണ്ട്.

എപ്പോഴെങ്കിലും നിങ്ങൾ തനിച്ചിരുന്ന് കരഞ്ഞിട്ടുണ്ടോ...?

ഒ.എം അബുബക്കർ

പൂഴ്ത്തിവെക്കപ്പെട്ട ദുരഭിമാനത്തിന്റെ പുറന്തോട് പൊട്ടിച്ചാൽ നാമൊക്കെ നഗ്നരും ദുർബലരുമാണ്. ആകാശത്തിന്റെ കറുപ്പും വെളുപ്പും നമ്മെ വരിഞ്ഞു മുറുക്കും. പിന്നീടതോർത്ത് ചിരിക്കണമോ കരയണമോ എന്നറിയാതെ കുഴയും.

ഇറാനിലെ കിഷ് എയർപോർട്ടിലിറങ്ങിയിട്ട് ഇന്നേയ്ക്ക് പതിനാല് ദിവസമായി. ഇരുപത്തിനാല് മണിക്കൂറിനകം കിഷ് എയർപ്പോർട്ടിൽ വിസ മെസേജ് വരും. രാത്രി തന്നെ തിരിച്ച് ഷാർജയിലിറങ്ങാമെന്ന് കരുതി ധരിച്ച വസ്ത്രത്താൽ ഇരുന്നുറ് ദിർഹംസുമായി വിമാനം കയറിയതാണ്. പക്ഷേ സംഗതി കൈവിട്ടു. വിസയുമില്ല ഫോണുമില്ല.

ആദിപിതാവ് ആദമിനെ ദൈവം ലോകത്തേക്ക് പറഞ്ഞയച്ചപ്പോൾ എന്ത് സംഭവിച്ചുവോ അത് പോലെയായി ഇറാനിലെത്തിയ ഞാൻ. ആദിമമനുഷ്യന്റെ വാഹനം കാലുകളായിരുന്നു. ഇവിടെ എന്റെയും വാഹനം കാലുകളായി മാറിയിരിക്കുന്നു. ആദിമ മനുഷ്യന്റെ ഭക്ഷണം പലതരം ഇലകളായിരുന്നു. എന്റെയും ഭക്ഷണവും ഇലകളായി മാറിയിരിക്കുന്നു. വെറും ഇലകളല്ല കോർണിഷിലും മറ്റും ഡസ്ബിനിൽ ആരൊക്കെയോ ഉപേക്ഷിക്കപ്പെട്ട അവശിഷ്ഠങ്ങളായിരുന്നു.

നമുക്കുള്ള അന്നം ദൈവം എവിടെയോ കരുതിവെച്ചിട്ടുണ്ട് എന്ന കേട്ടറിവ് സത്യമായി മാറിയിരിക്കുന്നു. ആദിമമനുഷ്യന്റെ ഭാഷ ആംഗ്യഭാഷയായിരുന്നു. എനിക്കിവിടെ ആംഗ്യഭാഷ ലോകഭാഷയായി മാറി. വിശപ്പും ദാഹവും സഹിക്കാം പക്ഷേ ഇറാനിലെ തെരുവിലൂടെ നടന്നു നീങ്ങുന്നസുന്ദരികളായ സ്ത്രീകളെ നോക്കിയാൽ തല പോകുമോ എന്ന ഭയമാണ് സഹിക്കാനാവാത്തത്. എങ്കിലും ഒളികണ്ണിട്ട് നോക്കുവാൻ ഞാൻ പെട്ട പാട് എനിക്കും എന്റെ പടച്ചോനും മാത്രമേ അറിയുകയുള്ളൂ.

ആയത്തുള്ള ഖുമൈനിയുടെ നാടാണ്. ശിരോവസ്ത്രം ധരിക്കാൻ

തയ്യാറല്ലാത്തതിന്റെ പേരിൽ മുൻ രാഷ്ട്രപതി ശങ്കർ ദയാൽ ശർമ്മയുടെ ഭാര്യക്ക് വിമാനത്തിൽ നിന്ന് പുറത്തിറങ്ങാൻ പറ്റാത്ത സംഭവം പ്രസിദ്ധമാണ്. അത് പറഞ്ഞില്ല.

ധരിച്ച വെള്ള ഷർട്ടിൽ മജീഷ്യന്റെ മുദ്രകൾ ചാർത്തിക്കഴിഞ്ഞു. അതേ, വെള്ള വസ്ത്രം മുഷിഞ്ഞ് മഞ്ഞ വസ്ത്രമാകുന്ന ജാലവിദ്യ. എനിക്ക് എന്നെതന്നെ നാറുവാൻ തുടങ്ങി. വിയർപ്പും വിശപ്പും കൂടിക്കലർന്ന് ഒരു തരം ശ്വാസംമുട്ടലായി മാറി എന്റെ ശ്വാസം.

പട്ടിയുടെയും മനുഷ്യന്റെയും ശരീരമാണ് മരണശേഷം ഏറ്റവും വേഗം ചീഞ്ഞളിഞ്ഞ് നാറുന്നത് എന്ന് എവിടെയോ വായിച്ചത് ആയിരം ശതമാനം സത്യമാണ്. ജീവിച്ചിരിക്കുന്ന എന്നെ തന്നെ നാറുന്നു. ശവത്തിന്റെ കാര്യം പറയണോ.

ഇതിനിടയിലൊക്ക എന്റെ ഭയം ഒന്ന് മാത്രമായിരുന്നു. നാട്ടിൽ എന്റെ ഉമ്മ, എന്റെ വിളിയും കാത്ത് അങ്ങകലെ വീട്ടിൽ നിൽക്കുന്ന ഉമ്മ. ഉമ്മയെ ഒന്ന് വിളിക്കാനാവാതെ ഞാൻ പഴയ കെട്ടിടത്തിന്റെ പിന്നാമ്പുറത്ത് ചെന്ന് തലതല്ലിക്കരഞ്ഞു. എന്റെ വിളി വരാത്ത കാരണത്താൽ എന്റെ ഉമ്മ നെഞ്ച് പൊട്ടി മരിക്കും എന്ന് ഉറച്ചു വിശ്വസിച്ചു. ഞാൻ ഉറക്കെ കരഞ്ഞു. തൊട്ടരികിലായ് രണ്ട് പൂച്ചക്കുട്ടികൾ. സത്യായിട്ടും എന്റെ കരച്ചിൽ അവർ കണ്ടു. എനിക്ക് നാണം തോന്നി. പൂച്ചകൾ എന്നെത്തന്നെ നോക്കി ഏറെ നേരം നിന്നു. പൂച്ചയോട് ഞാൻ എന്റെ ഉമ്മ.. ഉമ്മ.. എന്ന് ഭ്രാന്തനെപ്പോലെ പിറുപിറുത്തു.

മുമ്പ് ജോലി ചെയ്തിരുന്ന മനോരമയിൽ നിന്ന് അര മണിക്കൂർ വൈകിയാൽ എന്റെ മോനെന്ത് പറ്റി എന്ന് നിലവിളിച്ച് കരയുന്ന ഉമ്മയാണെനിക്ക്. കുവൈത്ത് യുദ്ധസമയത്ത് എന്റെ മോൻ യുദ്ധത്തിൽ മരിച്ചേ എന്ന് അലമുറയിട്ട് എന്റെ ഗ്രാമത്തിലൂടെ കരഞ്ഞു കലങ്ങിയ കണ്ണുകളുമായി ഓടിയ ഉമ്മയാണെനിക്ക്. ഇപ്പോഴും അർദ്ധരാത്രിയിൽ അരികിൽ വന്ന് പുതപ്പ് പുതച്ചു തരുന്ന ഉമ്മയാണെനിക്ക്. ആ ഉമ്മയുടെ കരുതലിന്റെ ഒഴുക്ക് ഇറാനിലെയും ലോകത്തിലെയെല്ലാ നദികൾക്കും അപ്പുറം ഒഴുകിയൊഴുകി ലോകത്തിലെ ഏറ്റവും ഭാഗ്യവാനായ മകനാക്കി മാറ്റി എന്നെ.

റേഡിയോ ഏഷ്യയിൽ ഇന്റർവ്യൂ കഴിഞ്ഞ് ജോലിയും വിസയും കാത്തിരിക്കുന്നതിനിടയിലാണ് വിസ മാറ്റാനായി ഈ യാത്ര. ഗുഡ് മോർണിംഗ് ഗൾഫിൽ നിസാർ സെയ്ദിനൊപ്പം വാർത്തകൾ കീറി മുറിക്കുന്ന എന്റെയും ശബ്ദം ഇറാനിലെ ഈ മതിലിൽ തട്ടി പ്രതിധ്വനിച്ചു കൊ

ണ്ടേയിരിക്കുന്നു. ധന്യാലക്ഷ്മിയോടൊപ്പം വാർത്ത വായിക്കുന്ന വെട്ടൂർ ജിയോടൊപ്പം റേഡിയോ നാടകത്തിൽ വൃത്തികെട്ട കഥാപാത്രമാകുന്നത് ഒക്കെ ഞാൻ സ്വപ്നം കണ്ടു.

വാർത്തകൾ വായിക്കുന്നത് ഒ.എം ബക്കർ എന്ന് പല തവണ പല ശബ്ദത്തിൽ ശൈലിയിൽ വെറുതെ പറഞ്ഞു നോക്കി. എവിടെയെങ്കിലും ഇത് കാണാൻ ഒരു പൂച്ച പതുങ്ങിയിരിപ്പുണ്ടോ എന്നറിയാൻ ചുറ്റുപാടും നോക്കാനും മറന്നില്ല. പ്രിയ ശ്രോതാക്കളെ വാർത്താവതാരകനിതാ ഇറാനിലെ തെരുവിൽ മുഷിഞ്ഞ വേഷവുമായി തെണ്ടിത്തിരിയുന്നു. വിസ തരാമെന്ന് പറഞ്ഞ മനുഷ്യന്റെ ഫോണിലേക്ക് വിളിക്കുന്നതിപ്പോൾ അങ്ങേത്തലയ്ക്കൽ ഒരു ജീവന്റെ തുടിപ്പുണ്ടോ എന്നറിയാനെന്ന അവസ്ഥയിലായി... ആൾ മരിച്ചു കാണും. ആ മനുഷ്യന്റെ പരലോക മോക്ഷത്തിനായി കരുണാമയനായ ദൈവത്തോട് ഞാൻ പ്രാത്ഥിച്ചു.

നടന്ന് നടന്ന് ചെരുപ്പ് പൊട്ടി. ചെരുപ്പ് ധരിക്കാതെ ഒരു നിമിഷം പോലും നിൽക്കാൻ വയ്യാത്ത ഞാൻ തൊട്ടടുത്ത പള്ളിയെ ലക്ഷ്യമാക്കി നടന്നു. അകത്ത് പ്രാർത്ഥന നടക്കുകയാണ്. പുറത്ത് നിരനിരയായി വെച്ചിരിക്കുന്നു മുന്തിയതും അല്ലാത്തതുമായ അനേകം ചെരുപ്പുകൾ. എടുക്കണമോ വേണ്ടയോ എന്ന് ആലോചിച്ചില്ല. അവയിൽ നിന്ന് ഏറ്റവും പഴയത് എന്ന് തോന്നിയ ഒരു ചെരുപ്പെടുത്തു. പാകമാകാത്ത ചെരുപ്പും പാകമാകാത്ത കാലും പാകമാകാത്ത ജീവിതത്തിൽ ഒട്ടിപ്പിടിച്ചു. വളരെ വേഗം നടന്നു. ഓടി എന്ന് പറയാം. ഒരു തോട്ടത്തിന്റെ അരികിലായി കാലുകൾ നീട്ടി നിലത്തിരുന്നു.

ആ ചെരുപ്പുകളിലേക്ക് തന്നെ നോക്കി. പ്രാർത്ഥിക്കാൻ വന്നവന്റെ ചെരുപ്പ്. ദൈവസന്നിധിയിലേക്ക് കാലുകളെ എത്തിച്ച ചെരുപ്പ്. ആ മനുഷ്യനിപ്പോൾ തെരഞ്ഞ് തെരഞ്ഞ് ശപിച്ച് പള്ളിയിൽ നിന്നിറങ്ങിക്കാണും.

ഇറാനിയുടെ കാലിലെ ചെരുപ്പ് മലയാളിയുടെ കാലിൽ ഒരു മഹാകുറ്റബോധമായി. ജീവിതത്തിന്റെ നിവൃത്തികേടിന്റെ കാല്പാടുകളായി മാറി. നാളെ പരലോകത്ത് വെച്ച് എനിക്ക് ആ ഇറാനിയെ കാണണം. കാല് പിടിച്ച് മാപ്പ് പറയണം. കൈയ്യിലൊരു ചെരുപ്പ് കൊടുത്ത് എന്നെ അടിപ്പിക്കണം. ദയാലുവായ പടച്ചവനേ.. ഞാൻ മഹാകുറ്റവാളിയാണ് മാപ്പ്.. മാപ്പ്..

ആ രാത്രി ഞാൻ ആ തോട്ടത്തിൽ തന്നെ കഴിച്ചു കൂട്ടി. പിറ്റേന്ന് ഉച്ചയോടുകൂടി ഒരു പോലീസ് വണ്ടി എന്റെ മുന്നിൽ വന്നു നിന്നു. എനിക്ക്

ആശ്വാസമായി. അവർ എന്നെ പിടിച്ച് സ്റ്റേഷനിൽ കൊണ്ട് പോകും ... ജയിലിലിലടക്കും.. വിശപ്പിന്റെ തടവറയിൽ നിന്ന് ഒരു മോചനം ലഭിക്കുമല്ലോ പക്ഷേ, സംഭവിച്ചത് മറ്റൊന്നായിരുന്നു.

പോലീസുകാർ എന്നോട് എന്തോ ചോദിച്ചു. ഞാൻ അതെ എന്ന അർത്ഥത്തിൽ തലയാട്ടി. അത് ചോദ്യമാണോ എന്ന് പോലും നിശ്ചയമില്ല. അവർ ഒന്നും പറയാതെ പുഞ്ചിരിച്ചു കൊണ്ട് വണ്ടിയോടിച്ചു പോയി. അവർ എന്തായിരിക്കും ചോദിച്ചത് എന്ന് ഇപ്പോഴും അറിയില്ല. തോട്ടക്കാരനാണെന്ന് കരുതി പുഞ്ചിരിച്ചു കൊണ്ട് പോയതാകാം എന്ന് ഞാൻ മനസ്സിലാക്കുന്നു.

പ്രശ്നങ്ങൾ നേരിടുന്നവർക്ക് ഒരു പ്രശ്നമുണ്ട്. നിരന്തരം പ്രശ്നങ്ങളായാൽ പിന്നെ പ്രശ്നങ്ങൾക്ക് മുന്നിൽ പൊട്ടിച്ചിരിക്കാൻ തോന്നും. ഒരുവേള പഴക്കമേറിയാലിരുട്ടും വെളിച്ചമാകാം എന്ന് പാടിയ കവിയെ വെറുതെ ഓർത്തു...

എനിക്കെന്റെ ഉമ്മയെ വിളിക്കണം. തൊട്ടടുത്തു കണ്ട ഒരു ചെറിയ കടയിലേക്ക് കയറി. ഹിന്ദിയിലും ഇംഗ്ലീഷിലും പറഞ്ഞു നോക്കി. അയാളും ഞാനും പരസ്പരം ചിരിച്ചു. കുണുങ്ങിച്ചിരിച്ചു. ചിരി വലിയ ധർമ്മമാണ് എന്ന മട്ടിൽ അയാൾ ഔദാര്യമായി ചിരിച്ചു കൊണ്ടേയിരുന്നു. പുറത്തിറങ്ങി വലിച്ചു നടന്നു.

വിശപ്പു തന്നെയാണ് ഏറ്റവും വലിയ പ്രശ്നം. നമ്മുടെ നാടൻ ചോറ് എങ്ങനെയാണ് എന്ന് മറക്കാതിരിക്കാൻ മനസ്സിലൊരു തീൻമേശ വിളമ്പി. മുളകിട്ട് വറ്റിച്ച മീൻ കറി. പൊരിച്ചമീൻ. കഞ്ഞി വെള്ളം. അങ്ങനെയെങ്കിലും അല്പം വിശപ്പടങ്ങിയാലോ. മരണം നടന്ന വീടുപോലെ മനസ്സും ശരീരവും വെന്ത് ഉരുകിക്കഴിഞ്ഞു.

ഏതോ ലക്ഷ്യസ്ഥാനത്ത് കൃത്യസമയത്ത് എത്തുവാൻ തിരക്കിട്ട് നടക്കുന്ന ഒരാളെപ്പോലെ നടന്നു. ആ നടത്തത്തിനിടയിലാണ് അത് സംഭവിച്ചത്. ഒരാൾ ഫോണിലൂടെ തെറി പറയുന്നു. അതും പച്ച മലയാളത്തിൽ. ഒരു മലയാളിയെ കണ്ടല്ലോ സന്തോഷമായി. ദേഷ്യം കൊണ്ട് ഞരമ്പുകൾ വലിഞ്ഞു മുറുകിയ അവന്റെ മുന്നിൽ ഞാൻ നിന്നു.

ഉം പറ്റിച്ചു കാണുമല്ലേ ....?

ഔപചാരികതയില്ലാതെയായിരുന്നു എന്റെ ചോദ്യം.

തെണ്ടി നായിന്റെ മോൻ ....

ഔപചാരികതയില്ലാതെയായിരുന്നു ഉത്തരവും .....

ഞാൻ ചിരിച്ചു. മൂന്ന് മാസമായി ഈ തുരുത്തിൽ കുടുങ്ങിയിട്ട്. ഭക്ഷണത്തിനും ഉറങ്ങാനും മാത്രമായി ഇവിടെ ചായക്കടയിൽ ജോലി ഒ

പ്പിച്ചെടുത്ത സൈഫുദ്ധീൻ എന്ന പട്ടാമ്പിക്കാരൻ. മലയാളിയെ കണ്ട ആശ്വാസത്തിലായിരുന്നു നമ്മൾ രണ്ടുപേരും. അവൻ എന്നെ ആ ചെറിയ കടയിലേക്ക് കൊണ്ടുപോയി ചായയും ബിസ്ക്കറ്റും തന്നു. ലോകത്തിലെ ഏറ്റവും രുചിയുള്ള ചായയും ബിസ്ക്കറ്റും.

ഞാൻ അവന്റെ ഫോൺ വാങ്ങി ഉമ്മയെ വിളിച്ചു. ഒരു പൊട്ടിക്കരച്ചിലായിരുന്നു. നിനക്കറിയില്ലേ എനിക്ക് ബേജാറാകുമെന്ന് .

ഞാൻ കള്ളം പറഞ്ഞു. ഫോൺ കാണാതായിപ്പോയെന്ന് ജോലി കിട്ടിയെന്നും ഇനി നാളെ വിളിക്കാമെന്നും പറഞ്ഞ് എല്ലാ വേദനകളും ഒളിപ്പിച്ച് വേഗം ഫോൺ വെച്ചു. ശേഷം ഞാൻ പൊട്ടിക്കരഞ്ഞു കൊണ്ട് കണ്ണുനീർ തുടക്കുവാൻ പാടുപെട്ടു.

ഞാൻ കരുതിയിരുന്നു ഉമ്മ ആശുപത്രിയിലായിക്കാണുമെന്ന് ... മരിച്ചു പോയിട്ടുണ്ടാകുമെന്ന് ... നഷ്ടപ്പെട്ട ഉമ്മയെ എനിക്ക് തിരിച്ചു കിട്ടിയിരിക്കുന്നു. വലിയ ഒരു ടെൻഷനിൽ നിന്നാണ് കരകയറിയത്. നിങ്ങളുടെ ജോലിയും കളയണ്ട ഞാൻ പോകാമെന്ന് പറഞ്ഞപ്പോൾ സൈഫു വിട്ടില്ല.

ഇവിടെ ഉള്ള സ്ഥലത്ത് കഴിയാം. വിശാലമായ ഒരു മനസ്സുകൊണ്ട് നിർമ്മിച്ച കൊച്ചു മുറി. അവന് ലഭിച്ച വലിയ സൗഭാഗ്യങ്ങളിലൊന്നായ വളരെ ചെറിയ മുറിയിൽ കയറി ഞാൻ വാതിലടച്ചു. വസ്ത്രങ്ങളെല്ലാം അഴിച്ചെറിഞ്ഞ് പരിപൂർണ്ണ നഗ്നനായി നിന്നു.

വസ്ത്രങ്ങൾ അലക്കിയിട്ട് നഗ്നനായി സൈഫുവിന് ലഭിച്ച പുതപ്പിനുള്ളിൽ സുഖമായി ഉറങ്ങി. ഉറക്കം ഒരു മരണമാണ്. എല്ലാറ്റിൽ നിന്നുമുള്ള മോചനം.

സൈഫുവിന്റെ കൂടെ ഹോട്ടലിൽ ചായ ഇടാനും മറ്റും സഹായിച്ചു. പക്ഷേ, വീണ്ടും പ്രഹരമായി. സൈഫുവിന്റെ ഫോണിലൂടെയുള്ള തെറി വിളിക്ക് പ്രയോജനമുണ്ടായിരിക്കുന്നു. അവന് മൂന്നാമത്തെ ദിവസം വിസ ലഭിച്ചു. കടയുടമയെ കെട്ടിപ്പിടിച്ച് പൊട്ടിക്കരഞ്ഞു കൊണ്ട് അവൻ യാത്ര പറഞ്ഞു പോയി.

പ്രായമുള്ള മനുഷ്യനാണ് കടയുടമ. കാഴ്ചയിൽ ഒരു പരുക്കനാണെങ്കിലും പത്തരമാറ്റ് ഹൃദയമുള്ളയാൾ. എനിക്ക് അഭയവും ചായയും തന്നു. ടേബിൾ തുടയ്ക്കുവാനും പാത്രങ്ങൾ കഴുകുവാനും അതിന്റെ മുറ്റം അടിച്ചു വൃത്തിയാക്കുവാനും എനിക്ക് ആവേശമായി. മണിക്കൂറിൽ അമ്പതിലേറെ സിഗരറ്റ് വലിച്ചു തള്ളുന്ന ആ മനുഷ്യന് ഹായ്ബിസ്ക്കസ് ചായ ഉണ്ടാക്കിക്കൊടുക്കുവാനും തുടങ്ങി.

ഹായ്ബിസ്ക്കസ് ചായ എന്നാൽ ചെമ്പരത്തിപ്പൂവ് പൊടി കൊണ്ട്

ഉണ്ടാക്കുന്ന ചായ. തേയിലയ്ക്ക് പകരം ചെമ്പരത്തിപ്പൂവ് ... ഇറാനികളുടെ സൗന്ദര്യത്തിൽ ചെമ്പരത്തിപ്പൂവും കുങ്കുമപ്പൂവും കൂടിക്കലർന്നിരിക്കുന്നു

ഇപ്പോൾ എന്റെ മനസ്സിൽ റേഡിയോ അവതാരകനില്ല. വിസ മെസ്സേജില്ല. തിരിച്ച് പോകണമെന്ന ചിന്തയില്ല. ഒന്ന് മാത്രം വഹീം അഹദ് എന്ന ഈ മനുഷ്യന് നല്ല ചായ ഉണ്ടാക്കിക്കൊടുക്കണം. ഹായ്ബിസ്ക്കസ് കൊണ്ട് ഒരു പാൽചായ ഉണ്ടാക്കണം. ചെമ്പരത്തിച്ചായ. ചൂടോടെ അത് മോന്തി മോന്തിക്കുടിക്കണം.

നല്ലവനായ മുതലാളി പിറ്റേ ദിവസം കയറി വന്നത് ഒരു വലിയ ബാഗുമായാണ്. അതിൽ നിറയെ വസ്ത്രങ്ങളാണ്. എനിക്ക് ധരിക്കുവാനായി കൊണ്ടുവന്നതാണ്.. കീറിയ ബനിയൻ... ബട്ടണില്ലാത്ത ഷർട്ടുകൾ.. സിബ്ബില്ലാത്തതും ചന്തി കീറിയതുമായ പാന്റ്സുകൾ... പർദ്ധകൾ. കാച്ചിക്കുപ്പായങ്ങൾ.. അങ്ങനെയങ്ങനെ ആ വീട്ടിലെ പഴയ വസ്ത്രങ്ങളെല്ലാം വാരി വലിച്ചൊരു ബാഗിൽ കുത്തി നിറച്ച് എന്നെ സന്തോഷിപ്പിക്കുകയാണ് ലക്ഷ്യം. അതിൽ എനിക്ക് ധരിക്കുവാനായി പഴയ ഷഡ്ഡി വരെയുണ്ട് എന്നതാണ് സത്യം.

പെരുന്നാൾ ദിനം പുതുവസ്ത്രം കിട്ടിയ കുട്ടിയെപ്പോലെ ഞാൻ ആഹ്ലാദിച്ചു. എന്റെ ആഹ്ലാദം കണ്ട് ആ മനുഷ്യൻ ഏറ്റവും വലിയ ധർമ്മിഷ്ഠനെ പോലെ തല കുലുക്കി. മനസ്സുകൊണ്ട് എന്നെ പുതുവസ്ത്രമണിയിച്ചു കഴിഞ്ഞ ആ വലിയ മനുഷ്യന് മുന്നിൽ കരയണമോ ചിരിക്കണമോ എന്നറിയാതെ ആ ബാഗിൽ നിന്നൊരു തുരുമ്പിച്ച കന്തുറയെടുത്ത് ധരിച്ച് അദ്ദേഹത്തിന്റെ മുന്നിൽ നിന്നപ്പോൾ ഹൈവ .... മുല്ലാ .... മുല്ലാ ....ഇറാനി .... ഇറാനി .... എന്ന് പറഞ്ഞ് അദ്ദേഹം ഉറക്കെച്ചിരിച്ചു. സത്യത്തിൽ ഇറാനികളുടെ വേഷം കന്തുറയല്ല. പാന്റും ഷർട്ടും തന്നെ. വഴി തെറ്റിയെങ്ങിനെയോ ബാഗിലെത്തിയവനാണ് ഈ പാവം കന്തുറ.

ഒരേ വസ്ത്രത്തിനകത്ത് ഇരുപത് ദിവസത്തിലേറെയായി ശരീരം ഒളിപ്പിച്ചു വെച്ച എനിക്കിതൊക്കെ പുതു വസ്ത്രമല്ലാതെ വേറെന്താണ്. മുറിയിലെത്തി വാതിലടച്ചു. ഞാൻ ആ പർദ്ദയെടുത്തണിഞ്ഞു. സത്യത്തിൽ അവയിൽ കീറാത്ത വസ്ത്രമുണ്ടെങ്കിൽ പർദ്ദ മാത്രമാണ്. പർദ്ധ ധരിച്ച എന്നെ കാണാൻ ഒരു കണ്ണാടി പോലുമില്ലാത്ത ആ മുറിയിൽ അറബിക്കഥയിലെ രാജ്ഞിയെപ്പോലെ ഞാൻ നിന്നു. പർദ്ദയും ഞാനും കെട്ടിപ്പിടിച്ചു കിടന്നു.

അദ്ദേഹത്തിന്റെ മകളോ ഭാര്യയോ ആരായാലും അവരുടെ ഗന്ധമിപ്പോൾ എന്റെ ശരീരത്തിലൊട്ടിപ്പിടിച്ച് അവർ എന്റെ ഭാഗമായിരിക്കുന്നു.

ഈ ലോകം അതിനകത്ത് മറ്റൊരു ലോകം അല്ലാതെന്ത് പറയാൻ....?

ഇവിടെയിറങ്ങിയിട്ട് ആഴ്ചകളായെങ്കിലും നടന്നുനടന്ന് പത്തെഴുപതിലേറെ കിലോമീറ്ററുകൾ താണ്ടിയെങ്കിലും ഈ പവിഴത്തുരുത്തിനെ ശരിക്കും ആസ്വദിച്ചു കാണുവാൻ കഴിഞ്ഞില്ല. മനസ്സ് നിറയെ തീയും ശരീരം നിറയെ നാറ്റവുമായി മരിച്ച ആത്മാവുമായി നടന്നവൻ. ഈ രാത്രി കിഷിം തീരത്തുകൂടി നടക്കണം. നടന്നതൊക്കെയും നടത്തമായിരുന്നില്ല എന്ന തിരിച്ചറിവോടെ നടക്കണം.

ഇറാനിലെ സായംസന്ധ്യയുടെ മനോഹര ദൃശ്യങ്ങളിലൂടെ ഞാനൊരു നദിയായൊഴുകി എന്ന് പറയാം. സംഗീതത്തിന്റെ ഒഴുക്കിലേക്കാണ് എന്റെ കാലുകൾ നീങ്ങിയത്. അകലെ നിന്നൊഴുകി വന്ന സംഗീതത്തിന്റെ വാതിൽപ്പുറത്ത് കുറേ സമയം നിന്നു : അകത്ത് കയറണമോ വേണ്ടയോ എന്നറിയാതെ നിന്നു.

പുരാതനമായ ഒരു കൊട്ടാരത്തിലേക്കന്നപോലെ അകത്ത് കയറി ... ഗസൽപ്പൂക്കൾ കൊണ്ട് വിളക്കു കാലുകളിലെ പ്രകാശത്തിന് പോലും പ്രത്യേക സുഗന്ധം. പുലരുവോളം ഗസലിന്റെ ലഹരിയിലായിരുന്നു ഞാൻ .

ചെമ്പരത്തിച്ചായയും ഗസൽപ്പൂക്കൾ വിതറിയ ഇടവഴിയും കടന്ന് ഇറാനിലെ കാറ്റിപ്പോൾ എന്നെയും തഴുകിത്തലോടി കടന്ന് പോകുന്നത് എങ്ങോട്ടേയ്ക്കാണ്. അറിയില്ല.

അടുത്ത ദിവസം രാവിലെ മുതലാളി തന്ന ബാഗിൽ നിന്നൊരു പാന്റും ഷർട്ടും ധരിച്ച് കടയിലെത്തി. മുതലാളിക്ക് ആ വേഷത്തിൽ എന്നെക്കണ്ടപ്പോൾ ഇഷ്ടമായി.

കുടവയറനായ ആ മനുഷ്യൻ നന്നേ പാട്പെട്ട് എഴുന്നേറ്റ് വന്ന് എന്നെക്കെട്ടിപ്പിടിച്ച് പൊട്ടിക്കരഞ്ഞു. യാ അള്ളാഹ്. യാ അള്ളാഹ് എന്ന് പറഞ്ഞു കൊണ്ടാണ് കരച്ചിൽ. അയാൾ എന്നെ തുരുതുരെ ചുംബിച്ചു.

എന്താണ് സംഭവിക്കുന്നത് എന്നെനിക്ക് മനസ്സിലായില്ല. കരച്ചിലിനിടയിൽ അയാൾ പതുക്കെയത് പറഞ്ഞു. മാസങ്ങൾക്ക് മുമ്പ് അദ്ദേഹത്തിന്റെ മരിച്ചു പോയ മകന്റെ കുപ്പായവും പാന്റുമായിരുന്നു അത്. മരിച്ചവന്റെ കുപ്പായം. മരിച്ചവന്റെ പാന്റ്. മരിച്ചവന്റെ വസ്ത്രമെങ്കിൽ അത്. എനിക്കിപ്പോൾ ജീവന്റെ വിലയുള്ള വസ്ത്രങ്ങളാണ്.

ലോകത്ത് ഏറ്റവും അനുഗ്രഹം ലഭിച്ച മനുഷ്യനിപ്പോൾ ഞാൻ തന്നെയാണ്. ഞാൻ ഓർത്തു. മനുഷ്യൻ എന്ന ജീവവർഗ്ഗത്തെ. ലഭിച്ച അനുഗ്രഹത്തേക്കാൾ ലഭിക്കാത്ത സൗകര്യങ്ങളെ ഓർത്ത് വേവുന്നവനാണ് മനുഷ്യൻ..

വാക്കുകൾ കൊണ്ട് നോവിക്കുന്ന നിമിഷത്തിലെ ചൂട് തണുക്കുമ്പോൾ ഖേദിക്കുന്നവനും കുറ്റബോധം തോന്നുന്നവനുമാണ് മനുഷ്യൻ. ചെറിയ പ്രശ്നങ്ങൾ വരുമ്പോൾ തളരുകയും സന്തോഷം വരുമ്പോൾ തളർന്ന നിമിഷങ്ങൾ മറക്കുകയും ചെയ്യുന്നവനാണ് മനുഷ്യൻ. പ്രതികാരം ചെയ്യുവാൻ മിടുക്കനും ക്ഷമിക്കുവാൻ വളരെ പിശുക്കനുമാണ് മനുഷ്യൻ ... മഴ കനത്താലും ശപിക്കും. അത്യുഷ്ണ മായാലും ശപിക്കുന്നവനാണ് മനുഷ്യൻ... തോൽവിയെ വെറുക്കുകയും വിജയത്തെ പുണരുകയും ചെയ്യും പക്ഷേ തോൽവി വിജയമാക്കുവാൻ കഴിയാത്തവനാണ് മനുഷ്യൻ.

പ്രത്യക്ഷത്തിൽ പരസ്പരം വിലയിരുത്തുകയും ആന്തരികമായ ഒരു അടുപ്പം കാത്തുസൂക്ഷിക്കുവാൻ വളരെ പ്രയാസപ്പെടുന്നവനുമാണ് മനുഷ്യൻ: എല്ലാം എത്രയും വേഗം മറന്നു പോവുന്നവനാണ് മനുഷ്യൻ.

തെളിഞ്ഞ വെള്ളം പോലെ പരിശുദ്ധമാകുവാൻ നമ്മുടെ ഹൃദയത്തിന് കഴിയാറുണ്ടോ?

മരിച്ചവന്റെ വസ്ത്രങ്ങൾ ധരിച്ച് മാസങ്ങളോളം ജീവിച്ച് ഒരു രാത്രി ഷാർജയിലേക്ക് പറക്കാനായി കിഷ് എയർപ്പോർട്ടിലേക്ക് പുറപ്പെടും മുമ്പ് ആ വലിയ മനുഷ്യൻ കെട്ടിപ്പിടിച്ച് പൊട്ടിക്കരഞ്ഞു കൊണ്ടു പറഞ്ഞു. എനിക്കെന്റെ മറ്റൊരു മകൻ കൂടിയിതാ ഇല്ലാതായിരിക്കുന്നു.. മരിച്ചു പോയിരിക്കുന്നു.

ആ കവിളുകളിൽ അവസാന ചുംബനം നൽകി ഞാൻ എയർ പോർട്ടിനകത്തേക്ക് നടന്നു. പിന്തിരിഞ്ഞ് നോക്കാനാവാത്ത വേദനയോടെ..

മാഞ്ഞുപോവാത്ത സ്നേഹനനവുകൾ

ഗായത്രി വിമൽ

അതൊരു ഏപ്രിൽ മാസമായിരുന്നു.സൂര്യൻ കത്തിജ്വലിച്ചു ഭൂമിയും മനുഷ്യരും ഒരുപോലെ വെന്തുരുകാൻ തുടങ്ങുന്ന സമയം പ്രത്യേകിച്ചും ഗൾഫ് നാടുകളിൽ.പക്ഷെ കുറച്ചു ദിവസങ്ങളായി ആകാശം കാണിച്ചിരുന്ന ഭാവമാറ്റം അന്ന് മുഴുവനായി പുറത്തുവരികയായിരുന്നു. ഇരുണ്ടുകൂടിയ മേഘങ്ങൾ കർഫ്യൂവിൽ നിശ്ചലമായ തെരുവുകൾ.മഹാമാരിയുടെ ഭയം മനുഷ്യനെ മാനസികമായും ശാരീരികമായും കാർന്നുതിന്നിരുന്നു.

പ്രായമായ അച്ഛനും അമ്മയ്ക്കും രണ്ടു ചെറിയ കുട്ടിക്കൾക്കുമൊപ്പം പതിനാല് ദിവസം അടച്ചിട്ട് രാവും പകലും തിരിച്ചറിയുവാനാകാതെ,ഇനിയെന്ത് എങ്ങിനെ മുന്നോട്ടെന്തെന്നറിയാതെ വിഷാദത്തിലേക്കു പൊടുന്നനെ ഞാൻ തെന്നിവീണ നാളുകൾ.

ഞങ്ങൾ താമസിച്ചിരുന്ന ബിൽഡിങ്ങിലെ തൊട്ടടുത്ത ഫ്ളാറ്റിൽ കൊറോണ സ്ഥിതീകരിച്ചത്തിന്റെ അടുത്ത ദിവസം. ഒരു വല്ലാത്ത ഭയമായിരുന്നു മനസ്സിൽ. എല്ലാമുണ്ടെങ്കിലും മനുഷ്യർ എത്ര നിസ്സഹായരെന്ന് തിരിച്ചറിഞ്ഞ നാളുകൾ. ഞങ്ങളുടേതുൽപ്പടെ നാല് റൂമുകാർക്കു അന്ന് മുതൽ ക്വാറന്റൈൻ തുടങ്ങി. അവരുമായി അടുത്തിടപഴകിയതായതിനാൽ സ്വാഭാവികമായി ഞങ്ങൾക്കും കോറോണയുള്ളതായി മറ്റുള്ളവർ കരുതി. ഒരു വലിയ ദ്വീപിൽ ഒറ്റപെട്ടതുപോലെയായിരുന്നു ആ നിമിഷങ്ങൾ. പ്രായത്തിന്റേതായ എല്ലാ അസുഖങ്ങളും അച്ഛനുമമ്മയ്ക്കും ഉള്ളതിനാൽ ഞാനേറെ ആശങ്കയിലായിരുന്നു.

അന്ന് രാവിലെ തുടങ്ങി രാത്രി വൈകിയും ഞങ്ങൾ മൂവരുടെയും ഫോണുകളിലേക്ക് നിർത്താതെ വിളികൾ വന്നുകൊണ്ടേയിരുന്നു,കരുതലിനപ്പുറം മനുഷ്യന്റെ ഉൾഭയമായിരുന്നു ഓരോ വിളികളിലും നിഴലിച്ചു നിന്നിരുന്നത് .

പിറ്റേന്നു ഒരു മൂവർസംഘ ഡോക്ടർമാർ ഞങ്ങളുടെ റൂമിലും വന്നു. ഐസൊലേറ്റഡ് വാർഡിൽ ധരിക്കുന്ന വസ്ത്രമണിഞ്ഞവർ ഞങ്ങളുടെ വിവരങ്ങൾ ശേഖരിച്ചു. എന്തെങ്കിലും അസ്വസ്ഥത ഉണ്ടായാൽ ഉ

ടൻ വിവരമറിയിക്കണമെന്നും പറഞ്ഞു.കുഞ്ഞുങ്ങളുടെ കണ്ണുകളിൽ വല്ലാത്തൊരു ഭീതിയായിരുന്നു. അച്ഛനിലും അമ്മയിലും എന്നെയും മക്കളേയുമോർത്തുള്ള ദയനീയതയും. അന്ന്തൊട്ട് ഞങ്ങളാരും ഉറങ്ങാതായി. അടുത്ത ബിൽഡിങ്ങിൽ നിന്നും രാത്രിയിലും ഞങ്ങളുടെ മുറികളിലേക്ക് ഉറ്റുനോക്കുന്ന കണ്ണുകൾ പിറുപിറുക്കുന്ന മനുഷ്യർ. പുറത്തേക്കു പോകുവാൻ ഞങ്ങൾക്ക് ആകുമായിരുന്നില്ല വീട്ടിലേക്കുള്ള സാധനങ്ങൾ വാങ്ങിത്തരുവാനോ അന്വേഷിക്കുവാനോ ആ ബിൽഡിങ്ങിൽ സ്വാർത്ഥരായ ഒരു മനുഷ്യർക്കും കഴിഞ്ഞതുമില്ല. അവിടെയും കരുണയുള്ള സ്നേഹം വറ്റാത്ത കുറച്ചു നല്ല മനുഷ്യർ ആർക്കും ചെവികൊടുക്കാതെ ഞങ്ങൾക്ക് ആവശ്യമായ സാധനങ്ങൾ ലിഫ്റ്റിൽ കയറ്റി വിട്ടു. ഓരോ മനുഷ്യരേയും തിരിച്ചറിഞ്ഞ ദിവസങ്ങൾ.

പച്ച വെളിച്ചം തെളിച്ചു പേടിപ്പിക്കുന്ന ശബ്ദവുമായ് പാഞ്ഞുപോകുന്ന ആംബുലൻസുകളുടേതായിമാറി പിന്നീടുള്ള രാത്രികൾ. മക്കൾ ഞെട്ടിയുണർന്ന എത്രയോ ദിവസങ്ങൾ. വാർത്തകളിൽ മരിച്ചുവീഴുന്നവർ ഇടംപിടിക്കുവാൻ തുടങ്ങി. ക്വാറന്റൈൻ തുടങ്ങി ഏഴാം നാൾ ഞങ്ങൾ അഞ്ചുപേരും കുറച്ചകലെയുള്ള ഹോസ്പിറ്റലിൽ പി സി ആർ പരിശോധനക്ക് ചെല്ലണമെന്ന് കുവൈറ്റ് മിനിസ്ട്രയിൽ നിന്നും അറിയിപ്പ് വന്നു. പക്ഷേ ഞങ്ങൾ താമസിക്കുന്ന പ്രദേശം അപ്പോഴേക്കും പൂർണ്ണ ലോക്ക്ഡൗണിൽ ആയിക്കഴിഞ്ഞിരുന്നു. പോലീസുകാരാൽ നിറഞ്ഞു ചുറ്റും ബാരിക്കേഡുകൾ കൊണ്ട് അടക്കപ്പെട്ടിരുന്നു.എങ്ങിനെ പുറത്തേക്കു പോകണമെന്നോ ഹോസ്പിറ്റലിൽ എങ്ങിനെ എത്തണമെന്നോ ഒന്നും അറിയില്ല. ഒടുവിൽ ആദ്യം വന്ന ഡോക്ടർമാരിൽ ഒരാളുടെ നമ്പറിൽ ഞാൻ വിളിച്ചു. അദ്ദേഹത്തോട് ഞങ്ങളുടെ നിസ്സഹായാവസ്ഥ വിവരിച്ചു. എന്തെങ്കിലും സഹായം ചെയ്യുവാൻ കഴിയുമെങ്കിൽ ചെയ്തു തരണമെന്ന് യാചിച്ചു. അച്ഛനിലും അമ്മയിലുമുള്ള ഭയമായിരുന്നു എനിക്കപ്പോൾ.

ഒടുവിൽ വൈകുന്നേരം ആറരകഴിഞ്ഞപ്പോൾ കുവൈറ്റ് മിനിസ്ട്രിയുടെ വാഹനം ഞങ്ങൾക്കായി അയക്കുവാൻ തീരുമാനമായി.പതിനഞ്ചു മിനിറ്റിനുള്ളിൽ എല്ലാവരും റെഡിയാകണമെന്നു പറഞ്ഞു അതുപ്രകാരം ഞങ്ങൾ റെഡി ആയി. എന്റെ കുഞ്ഞുങ്ങളെ ഗ്ലൗസും മാസ്കുംമിടീച്ചു.താഴെ വാഹനമെത്തി ഞങ്ങളിറങ്ങുമ്പോൾ എല്ലാ ബിൽഡിങ്ങിൽനിന്നും ജനാലകളിലൂടെ ഉറ്റുനോക്കുന്ന മനുഷ്യർ. ഞങ്ങൾ പോകുന്നത് മൊബൈലിൽ പകർത്താൻ ശ്രമിക്കുന്ന മനഃസാക്ഷിയില്ലാത്ത ആളുകൾ.വാഹനത്തിൽ കയറിയതും ഡ്രൈവർ പറഞ്ഞു ഒരു സീറ്റിൽ

ഒരാൾ മാത്രമായി ഇരിക്കുക വേറെ എവിടെയും ആരും തൊടരുതെന്നും എന്തെന്നാൽ അസുഖം സ്ഥിതീകരിച്ചു ഒരുപാട് ആളുകൾ യാത്ര ചെയ്യുന്ന വാഹനമാണ് തങ്ങൾ മരുന്നടിച്ചാലും അത്ര സുരക്ഷിതത്വം ഉറപ്പുപറയുവാൻ കഴിയില്ലെന്നും ആ മനുഷ്യൻ പറഞ്ഞു. കുട്ടികളെ ഏറ്റവും മുന്നിലെ സീറ്റിലിരുത്തി ഞാൻ ഏവർക്കും പിന്നിലും .അവരെന്നെ തിരിഞ്ഞു തിരിഞ്ഞു നോക്കുന്നുണ്ടായി. അമ്മ മാറി ഇരിക്കുന്നു എന്നതേയുള്ളു അവരെ തനിച്ചാക്കില്ല എന്നുറപ്പു നൽകി.

പൊടുന്നനെ ആകാശം കാർമേഘങ്ങളാൽ ഉരുണ്ടുകൂടി എന്റെ മനസ്സും. ഓരോ തുള്ളികളായി മഴ മെല്ലെമെല്ലെ താഴേക്കു കിനിഞ്ഞിറങ്ങി ആരും കാണാതെ എന്റെ ഉള്ളിലും വിങ്ങലുകൾ പെയ്തിറങ്ങി. പോലീസ് വരാതെ വാഹനം മുന്നോട്ടു പോവില്ല.കുറച്ചുനേരത്തെ കാത്തിരിപ്പിന് ശേഷം ഞങ്ങളുടെ വാഹനത്തിനു മുന്നിലും പിന്നിലുമായി പോലീസ് കാറുകൾ വന്നു നിന്നു. പോലീസ് ഞങ്ങളുടെയെല്ലാം സിവിൽ ഐഡികൾ വാങ്ങി മെല്ലെ മുന്നോട്ടു നീങ്ങി.കർട്ടണുകളില്ലാത്ത വാഹനത്തിലെ ജനാലകൾക്കിടയിലൂടെ ആകാശത്തിന്റെ നെഞ്ചുകുത്തിക്കീറി മിന്നൽ പിണരുകൾ. കുഞ്ഞുങ്ങൾ ഇന്നും ഭയന്നുവിറച്ചു. ഭീകരമായ നിശബ്ദത ഞങ്ങൾ ഓരോരുത്തരെയും മാനസികമായി തളർത്തിയിരുന്നു. പോകും വഴി ഡ്രൈവർ ഇവിടെ കോറോണയാൽ വിദേശികൾ അനുഭവിക്കുന്ന ഓരോ ദുരിതങ്ങളും പറഞ്ഞു. ആ മനുഷ്യൻ തന്നെ ഈ ഡ്യൂട്ടിയെല്ലാം അവസാനിക്കുമ്പോൾ ജീവനോടെ ഉണ്ടാകുമോയെന്ന് ആകുലപ്പെടുന്നതായി സംസാരത്തിൽനിന്നും മനസ്സിലായി.ഒടുവിൽ ഇനി കുടുംബത്തെ കാണുവാൻ അവസരമുണ്ടാകുമോയെന്ന് പറഞ്ഞു സ്വരം ഇടറിയപ്പോൾ ആശ്വസിപ്പിക്കുവാൻ പോലും കഴിയാതെ ഞങ്ങൾക്ക് ഈശ്വരനെ വിളിക്കുക മാത്രമേ നിവൃത്തിയുണ്ടായുള്ളു.

വലിയചുറ്റുമതിലിനുള്ളിൽ നിരനിരയായി ഉയർന്നു നിൽക്കുന്ന കെട്ടിടങ്ങൾ. കൊറോണ വന്ന മനുഷ്യർ എത്തിപ്പെടുന്ന ആ ഹോസ്പിറ്റലായിരുന്നു അത്. എന്തൊക്കെയോ നിഗൂഢതകൾ ഒളിപ്പിച്ചുകൊണ്ടു ഭീതികലർന്നൊരു അന്തരീക്ഷം.

ഫെബ്രുവരിയിൽ പത്ത് ദിവസത്തേക്ക് നാട്ടിൽപോയി കുവൈറ്റ് എയർപോർട്ട് പൂർണ്ണമായും അടച്ചതിനാൽ തിരികെയെത്തുവാൻ കഴിയാതെ പോയ എന്റെ മക്കളുടെ അച്ഛൻ കൂടയില്ലാത്തതിന്റെ എല്ലാ അരക്ഷിതത്വവും എന്നെയും അവരെയും ആ നിമിഷം എത്ര ബാധിച്ചുവെന്ന് എഴുതി ഫലിപ്പിക്കാൻ ഇപ്പോൾ എനിക്ക് കഴിയുന്നില്ല.ഞങ്ങളുടെ സിവിൽ ഐഡികൾ പോലീസ് ഹോസ്പിറ്റൽ അധികൃതർക്കു കൈമാ

റി. രണ്ടുപേർ വെച്ച് ഉള്ളിലേക്ക് ചെല്ലുവാൻ ആവശ്യപ്പെട്ടു. മരുന്നുകളുടെ മനസ്സുമടുപ്പിക്കുന്ന ഗന്ധം ആ മുറികളിലാകെ നിറഞ്ഞരുന്നു.അവിടെ ഉണ്ടായിരുന്ന മലയാളി നഴ്സുമാർ ഞങ്ങളോട് എവിടെയും തൊടരുതെന്നു പറഞ്ഞു. മക്കളെ ഞാൻ എന്നിലേക്ക് ചേർത്ത് പിടിച്ചു .സ്വാബ് ടെസ്റ്റിനായ് ഉള്ളിലേക്ക് ചെല്ലുമ്പോൾ മോനോടു പേടിക്കേണ്ടെന്നു അവർ പറഞ്ഞെങ്കിലും ആ കുഞ്ഞിന്റെ നിറഞ്ഞ കണ്ണുകളിലെ ഭയവും ദയനീയതയും എന്റെ ഹൃദയത്തെ കീറിമുറിക്കുകയായിരുന്നു.എല്ലാവരുടെയും സ്വാബ് എടുത്ത ശേഷം തിരികെ മടങ്ങുവാൻ അതേ വാഹനത്തിൽ കയറി.ഒരൽപം ആശ്വാസം ഏവരിലും ഉണ്ടായെങ്കിലും അടുത്ത എഴുപത്തിരണ്ട് മണിക്കൂർ നിശ്ചയിക്കുന്ന കൊറോണ ഫലത്തെക്കുറിച്ചുള്ള ആധി ആരിൽനിന്നും വിട്ടുപോയില്ല.ഒടുവിൽ ഫ്ളാറ്റിന്റെ മുന്നിൽ ഇറങ്ങുമ്പോൾ ആ ഡ്രൈവറോട് പറയുവാൻ നന്ദിയല്ലാതെ മറ്റൊരു വാക്കും ഞങ്ങൾക്കില്ലാതെ പോയി മാസ്കും ഫേസ് ഷീൽഡും കൊണ്ട് മറച്ചതിനാൽ എന്തായിരുന്നു ആ മനുഷ്യന്റെ മുഖഭാവമെന്ന് തിരിച്ചറിയുവാൻ കഴിഞ്ഞില്ല.എങ്കിലും ഞങ്ങളോട് യാത്ര പറഞ്ഞു വീണ്ടും ആരെയൊക്കെയോ എത്തിക്കുവാനായി അദ്ദേഹം പോയി.

അടുത്ത മൂന്നു ദിവസങ്ങളിൽ ഫോണിൽ വന്നിരുന്ന ഓരോ മെസ്സേജുകളുടെ ശബ്ദവും നെഞ്ചിടിപ്പോടെയാണ്   നോക്കിയത്. അവസാനം ഞങ്ങളാരും രോഗബാധിതർ അല്ലായെന്ന മെസ്സേജ് വന്നു. അപ്പോഴാണ് മറ്റൊരു മോശം വാർത്ത അറിഞ്ഞത് തിരികെ വരാൻ കഴിയാത്തതിനാൽ എന്റെ ഭർത്താവിന്റെ ജോലി നഷ്ടമായി എന്നത്. ഇനിയെന്ത് എന്നത് എനിക്കുമുന്നിൽ വലിയൊരു ചോദ്യമായിരുന്നു. ഞങ്ങൾക്ക് അവിടേക്കു പോകുവാണോ അദ്ദേഹത്തിന് ഇവിടേയ്ക്ക് വരുവാനോ സാധിക്കുമായിരുന്നില്ല അവിടെയും ഇവിടെയുമായി ഞങ്ങൾ. ദിവസങ്ങൾ ആഴ്ചകൾ മാസങ്ങൾ പിന്നിട്ടു. ഞാൻ തളർന്നു ഊണില്ലാത്ത ഉറക്കമില്ലാത്ത രാത്രികൾ. വിഷാദം ഞാൻ പോലുമറിയാതെ എന്റെ ശരീരത്തിൽ മാറ്റങ്ങൾ സൃഷ്ട്ടിച്ചു. മാംസം വറ്റി കുഴിഞ്ഞ കണ്ണുകളും കൊഴിഞ്ഞമുടിയിഴകളുമായ് ഞാൻ ദിനങ്ങളും രാത്രികളും കഴിച്ചുകൂട്ടി. എനിക്ക് എന്നെത്തന്നെ കൈവിടുന്നതായി തോന്നി. ആളുകളോട് സംസാരിക്കുവാൻ കഴിയാതായി. ആരുടെയും ചോദ്യങ്ങൾക്കു എന്റെ പക്കൽ ഉത്തരങ്ങളില്ലാതായി. എന്റെ മക്കളോട് പോലും സ്നേഹത്തോടെ മിണ്ടുവാൻ കഴിയാതായി.

എട്ടുമാസത്തെ നീണ്ടകാത്തിരിപ്പിനു ശേഷം ദുബൈയിൽ പതിനാല് ദിവസത്തെ ക്വാറന്റൈൻ പൂർത്തിയാക്കിയവർക്ക് നാട്ടിൽ നിന്നും കു

വൈറ്റിലേക്ക് മടങ്ങിയെത്താമെന്ന ആശ്വാസവാർത്ത. അദ്ദേഹം വന്നു. ആ നാളുകൾ എന്നിലുണ്ടാക്കിയ മാറ്റം കണ്ടപ്പോൾ കരയണമോ ചിരിക്കണമോ എന്നെനിക്കു അറിയില്ലായിരുന്നു. ജോലി നഷ്ടപ്പെട്ടതിനെക്കുറിച്ചു അതുവരെ ഞാൻ ചിന്തിച്ചതുപോലുമില്ല കാരണം ഒറ്റപെടലായിരുന്നു മരുഭൂമിയിലെ ചൂടുപോലെ ചുട്ടുപൊള്ളുന്ന ഒറ്റപ്പെടൽ.പതിയെ പതിയെ ഒരുപാട് നാളുകൾക്കു ശേഷം ഞാൻ മനസ്സറിഞ്ഞു ചിരിച്ചു. ഇനിയെനിക്ക് എല്ലാം നേടുവാൻ കഴിയുമെന്ന വിശ്വാസമോ ധൈര്യമോ എവിടെനിന്നോ കിട്ടിയത് പോലെ തോന്നി. മുന്നോട്ടു കനത്ത പരീക്ഷണങ്ങളെ നേരിടേണ്ടി വന്നു. ഒടുവിൽ നാട്ടിലേക്ക് തിരികെ മടങ്ങാമെന്ന് ഞങ്ങൾ മനസ്സുകൊണ്ട് തീരുമാനമെടുത്ത ദിനങ്ങൾ .അപ്പോഴായാണ് ഒരു പ്രതീക്ഷ പോലെ ജോലിയിൽ തിരികെ കയറുവാൻ അനുകൂലമായ സാഹചര്യമുണ്ടായത്.

വീണ്ടും പ്രതീക്ഷയുടെ നാളുകൾ പിന്നെയും കാത്തിരിപ്പിന്റെ രണ്ടു മാസങ്ങൾ. ആ ഒന്നരവർഷത്തിൽ എന്റെ മാത്രം ശമ്പളത്തിൽ രണ്ടറ്റവും കൂട്ടിമുട്ടിക്കുവാൻ ഏറെ പ്രയാസപ്പെട്ടു. നീണ്ട ഒന്നരവർഷത്തെ കാത്തരിപ്പിനു ശേഷം അദ്ദേഹം വീണ്ടും ജോലിയിൽ പ്രവേശിച്ചു. എന്തിന്റെയൊക്കെയോ വില മനസ്സിലാക്കിയ നിമിഷങ്ങൾ. ആ ദിനങ്ങളിൽ അറിയുന്നതും അറിയാത്തവരുമായി കുറച്ചു മനുഷ്യർ. വാക്കുകളിലൂടെ സ്വാന്തനമായി താങ്ങായി തണലായി മഴയായ് എന്നിൽ പെയ്തു. വെറുമൊരു നന്ദിപറച്ചിലാൽ വിരാമമിടാവുന്ന ഒന്നായിരുന്നില്ലത്. ജീവന്റെ തുടിപ്പ് നിലനിൽക്കുവോളം ആ നനവ് എന്നിൽ നിന്നും മാഞ്ഞു പോവുകയുമില്ല.

മനുഷ്യർ എത്ര നിസ്സഹായരാണെന്നും അത്രയേറെ സ്വാർത്ഥരാണെന്നും തിരിച്ചറിഞ്ഞ നാളുകൾ. അച്ഛനില്ലാതെ കുട്ടികളെ വളർത്തുന്ന ആദരവ്. അങ്ങിനെ പലതും മനസ്സിലാക്കിയ ഒന്നരവർഷത്തിന്റെ ഏടുകളിലെ ചെറിയൊരു അദ്ധ്യായം ഞാൻ ഇവിടെ അവസാനിപ്പിക്കട്ടെ.

ഇവരുടെയെല്ലാം മുമ്പിൽ നാമെത്രമാത്രം നിസ്സാരർ

സഫറുള്ള പാലപ്പെട്ടി

അറേബ്യ ഇന്റർനാഷണൽ പത്രത്തിന്റെ റിപ്പോർട്ടറായിരിക്കെ അപ്രതീക്ഷിതമായാണ് പത്രാധിപർ ഷെർളി ബെഞ്ചമിന്റെ ഒരു ടെലഫോൺ സന്ദേശം ലഭിച്ചത്. 'മുർറത്ത് എന്ന ഒരു മലയാളിയെ കൊലപ്പെടുത്തിയ പാക്കിസ്ഥാനിക്ക് അബുദാബിയിലുള്ള അവരുടെ സഹോദരൻ അബ്ദുൽ റസാഖ് മാപ്പ് നൽകാൻ തീരുമാനിച്ചിരിക്കുന്നു. ഇത് നമ്മുടെ പത്രത്തിൽ എക്സ്ക്ലൂസീവ് വാർത്തയായി നൽകണം. റസാഖിനെ നേരിൽ കണ്ട് വിശദ വിവരങ്ങൾ സമാഹരിക്കണം.' തുടർന്നുള്ള അന്വേഷണമായിരുന്നു റസാഖിലേക്കും മുർറത്തിന്റെ കൊലപാതകത്തെ സംബന്ധിച്ചുള്ള വാർത്തകളിലേയ്ക്കും ഞാനെത്തിയത്.

അൽഐൻ അബുദാബി റൂട്ടിൽ അബു സംറ എന്ന സ്ഥലത്ത് ഹോട്ടൽ നടത്തുകയായിരുന്നു മലപ്പുറം താഴേക്കോട് പൂവ്വത്താണി സ്വദേശി പൊതിയിൽ തൊടി മുർറത്ത്. 1980 ജൂലൈ 30ന്റെ അർദ്ധരാത്രിയിലായിരുന്നു പാക്കിസ്ഥാനികളായ രണ്ടുപേർ മോഷണത്തിനായി ഹോട്ടലിലെത്തിയത്. അവരുമായി നടന്ന മൽപ്പിടുത്തത്തിനൊടുവിൽ അക്തർ ഹുസ്സൈൻ കയ്യിൽ കരുതിയിരുന്ന കഠാര കൊണ്ട് മുർറത്തിനെ കുത്തി വീഴ്ത്തി. തൽക്ഷണം തന്നെ മുർറത്ത് കൊല്ലപ്പെടുകയായിരുന്നു.

തുടർന്ന് അലൈൻ ശരിഅ: കോടതി ഒരു വർഷത്തിനുള്ളിൽ അക്തർ ഹുസൈന് വധശിക്ഷ വിധിക്കുകയും ചെയ്തു. പക്ഷെ, പല കാരണങ്ങൾകൊണ്ട് അക്തറിന്റെ വിധി നടപ്പാക്കാതെ നീണ്ടുപോകുകയായിരുന്നു.

മുർറത്തിനെ വധിച്ച അക്തർ ഹുസ്സൈൻ അൽഐനിൽ തടവിലാണെന്നും മുർറത്തിന്റെ കുടുംബം കനിഞ്ഞാൽ അറുപതിലെത്തിനിൽക്കുന്ന അക്തറിന് മോചനം ലഭിക്കുമെന്നുള്ള വിവരം 2005 ഡിസംബറിലായിരുന്നു ഒരു സുഹൃത്ത് വഴി അക്തറിന്റെ സഹോദരൻ പി. ടി. അ

ബ്ദുൽ റസാഖ് അറിയുന്നത്.

25 വർഷത്തെ തടവ് ശിക്ഷ അത് തന്നെ ഏറ്റവും വലിയ ശിക്ഷ യെന്ന് റസാഖും സഹോദരങ്ങളും വിശ്വസിച്ചു. കാൽ നൂറ്റാണ്ട് കാലത്തെ പ്രഭാതങ്ങളിലും സായാഹ്നങ്ങളിലും മരണത്തെ മാത്രം കാത്തു കിടന്നു പാതി മരിച്ച ആ അറുപതുകാരൻ അവരുടെ മനസ്സിൽ നിറഞ്ഞു.

അതിർത്തികൾ കടന്ന്, ഭാഷ മറന്ന്, കാരുണ്യം ആ സഹോദരങ്ങ ളുടെ മനസ്സിൽ പെയ്തിറങ്ങുകയായിരുന്നു. മുർറത്തിന്റെ സഹോദര ങ്ങളും അടുത്ത ചില ബന്ധുക്കളും ചേർന്ന് തങ്ങളുടെ കൂടപ്പിറപ്പിനെ കുത്തിവീഴ്ത്തിയ കൊലയാളിക്ക് മാപ്പുനല്കിക്കൊണ്ടുള്ള സമ്മത പത്ര ത്തിൽ ഒപ്പുവെച്ചു.

പിന്നീടങ്ങോട്ട് അബുദാബി കസ്റ്റംസിൽ ജോലി ചെയ്തിരുന്ന മുർറ ത്തിന്റെ സഹോദരൻ പി. ടി. അബ്ദുൽ റസാഖിനും നാട്ടിൽ അധ്യാപക നായി ജോലി ചെയ്തിരുന്ന മറ്റൊരു സഹോദരൻ ഖാലിദിനും വിശ്രമമി ല്ലാത്ത നാളുകളായിരുന്നു.

താലൂക്ക് ഓഫീസിൽ നിന്നും തഹസിൽദാർ ഒപ്പിട്ട സമ്മതപത്രവും സാക്ഷ്യപത്രവുമെല്ലാം തിരുവനന്തപുരം ആഭ്യന്തര വകുപ്പിന്റെ അംഗീ കാരത്തിനായി സമർപ്പിച്ചു. അവിടെ നിന്ന് ഡൽഹിയിലെ വിദേശ കാര്യ മന്ത്രാലയത്തിലെ യുഎഇയിലെ ഇന്ത്യൻ എംബസിയിലും രേഖകളെ ത്തിച്ചു. അവിടെ നിന്നും സാക്ഷ്യപ്പെടുത്തിയ രേഖകൾ അബുദാബി പബ്ലിക് പ്രോസിക്യൂഷൻ ഓഫീസറെ ഏല്പിച്ചു. ഓഫീസറുടെ സാക്ഷ്യ പ്പെടുത്താലോട് കൂടി രേഖകൾ അബുദാബി സുപ്രീം കോടതിയിൽ സമർപ്പിച്ചു. അവിടെ നിന്ന് വീണ്ടും പബ്ലിക് പ്രാസിക്യൂഷൻ ഓഫീസി ലേയ്ക്ക്. പ്രസ്തുത രേഖകൾ വിധി നടപ്പാക്കിയ അൽ ഐൻ ശരീഅ: കോടതിയിൽ എത്തിച്ചപ്പോഴാണ് അബ്ദുൽ റസാഖിനും കുടുംബത്തി നും സമാധാനമായത്.

മാപ്പു നൽകിക്കൊണ്ടുള്ള ഹർജി ഫയലിൽ സ്വീകരിച്ച അൽ ഐൻ ശരീഅ: കോടതി 2006 ഏപ്രിൽ 29 നും മെയ് 6 നും വിളിപ്പിച്ചു അബ്ദുൽ റസാഖിന്റെ മൊഴിയെടുത്തു. അന്ന് അക്തർ ഹുസൈനെയും കോടതി യിൽ ഹാജരാക്കിയിരുന്നു. അന്നായിരുന്നു തന്റെ ഇളയ സഹോദരന്റെ ഘാതകനെ ആദ്യമായി അബ്ദുൽ റസാഖ് കാണുന്നത്.

ജയിലിൽ വെച്ച് ഒരു കണ്ണിന്റെ ഓപ്പറേഷൻ ചെയ്യേണ്ടിവന്ന അക്ത റിന്റെ ദയനീയ രൂപം കണ്ടപ്പോൾ റസാഖിന്റെ ഹൃദയം അനുകമ്പ കൊണ്ട് വീണ്ടും തുടിക്കുകയായിരുന്നു. മറ്റേ കണ്ണിനും ഓപ്പറേഷൻ വേണ്ടി വരുമെന്ന ഡോക്ടർ നിർദ്ദേശിച്ച അക്തറിനെ ഒരു ദിവസമെങ്കിൽ

ഒരു ദിവസം നേരത്തെ മോചിപ്പിക്കണമെന്നായിരുന്നു റസാഖ് വീണ്ടും കോടതിയോട് ആവശ്യപ്പെട്ടത്.

2006 മെയ് 16, ചൊവ്വാഴ്ച.

അന്നായിരുന്നു അക്തറിനെ മോചിതനാക്കിക്കൊണ്ട് ആ സുപ്രധാന വിധിയുണ്ടായത്. നന്മയുടെ നാമ്പുകൾ ഭൂമിയിൽ എവിടെയൊക്കെയോ ബാക്കി നിൽക്കുന്നുണ്ടെന്ന് തെളിയിച്ച വിധിയായിരുന്നു അത്.

വർണ്ണവും ഭാഷയും ദേശവും അതിർത്തിവരമ്പുകൾ തീർക്കുമ്പോഴും അതിനെല്ലാം മീതെ സ്നേഹത്തിന്റെയും കാരുണ്യത്തിന്റെയും മാനവികത ആധിപത്യം സ്ഥാപിച്ച ഈ വാർത്ത റിപ്പോർട്ട് ചെയ്യാൻ അബ്ദുൽ റസാഖിനെ സമീപിച്ചപ്പോൾ ഇവരുടെയെല്ലാം മുമ്പിൽ നാമെല്ലാം എത്ര മാത്രം നിസ്സാരമാണെന്നു തോന്നിപ്പോയ നിമിഷങ്ങളായിരുന്നു അത്.

പോരാട്ടജീവിതം

വൈ എ സാജിദ

ഒരു മനുഷ്യജന്മം ഭൂമിയിൽ പിറവിയെടുക്കുന്നത് നീണ്ട പോരാട്ടത്തിനൊടുവിലെ അതിജീവനത്തിലേക്കാണ്. ലക്ഷക്കണക്കിന് വരുന്ന ബീജങ്ങളിൽ സാധാരണ ഒന്നിന് മാത്രം ലഭ്യമാകുന്ന ഭാഗ്യമാണ് അണ്ഡവുമായുള്ള കൂടിച്ചേരൽ. അങ്ങനെ അവൻ അഥവാ അവൾ പൊരുതി ജയിച്ച് ഭൂമിയിലേക്ക് പിറന്നിറങ്ങുന്നു. എപ്പോഴൊക്കെയോ ഏതെങ്കിലും മനുഷ്യർ അല്ലെങ്കിൽ എല്ലാവരും തന്നെ ചെറുതും വലുതുമായ അതി ജീവന പോരാട്ടങ്ങളും ജയ പരാജയങ്ങളും വീഴലും വാഴലും ഒക്കെ അനുഭവിച്ചിട്ടുള്ളവർ അല്ലെങ്കിൽ അനുഭവിക്കേണ്ടവർ തന്നെ എന്നത് ഒരു പ്രപഞ്ച സത്യം മാത്രം.

ഞാൻ ജനിച്ച അന്ന് ധനുമാസത്തിലെ പിൻ നിലാവിൽ ശൈത്യം ഭൂമിയെ വല്ലാതെ ആശ്ലേഷിച്ചിരുന്നുവത്രെ. വിശാഖം നക്ഷത്രത്തോടൊപ്പം ഉദിച്ച ഡിസംബർ 30 അപ്പോഴേക്കും ഏതാനും നാഴികയും വിനാഴികയും പിന്നിട്ടിരുന്നു. ഒരു പതിനഞ്ചുകാരിയുടെ അടക്കിപ്പിടിച്ച നിലവിളിക്കൊടുവിൽ ആരോടൊക്കെയോ പൊരുതി ഒരു പരാജയവും ഏറ്റുവാങ്ങാൻ മനസ്സില്ലാതെ, ഉദയ സൂര്യൻ ഏതാനും വാര മാത്രം ചക്രവാളത്തിനടിയിൽ മറഞ്ഞു നിൽക്കെ ഇരു കൈകളും ചുരുട്ടി അലറികൊണ്ട് ഞാനെന്റെ വിജയം ചുറ്റുമുള്ളവരെ അറിയിച്ചു. പക്ഷേ വയറ്റാട്ടിയമ്മയുടെ കയ്യിൽ നിന്നും വല്ല്യുമ്മയുടെ കയ്യിലേക്ക് ഏറ്റ് വാങ്ങപ്പെട്ട ഞാൻ എന്റെ ആദ്യത്തെ പരാജയം അന്നവിടെ കൂടിയ ആരുടെയോ അമ്മിഞ്ഞ നുണഞ്ഞു കൊണ്ടറിഞ്ഞു. അമിത രക്തസ്രാവം കാരണം ബോധരഹിതയായ ഉമ്മയുടെ ചൂടറിയാൻ എനിക്ക് നാലഞ്ച് ദിവസങ്ങൾ കൂടി വേണ്ടി വന്നു. അതിജീവനത്തിന്റെ പോരാട്ടങ്ങൾ ഞാൻ ഏകദേശം അഞ്ചാറ് മാസങ്ങൾക്ക് ശേഷം ഞാൻ വീണ്ടും പരാജയഭീതിയിൽ എത്തപ്പെട്ടു. ഉമ്മ വീണ്ടും ഒരു വിജയിയെ ഗർഭത്തിലേക്ക് ഏറ്റെടുത്തിരിക്കുന്നു. ഉമ്മയുടെ ഗർഭാലസ്യം എന്നെ അവരിൽ നിന്നകറ്റികൊണ്ട് വല്ല്യുമ്മയുടെ മടിച്ചൂടിലേക്ക് മാറ്റപ്പെട്ടു. തോൽക്കാൻ മനസ്സില്ലാതിരുന്ന എനിക്ക് കുറച്ച് കാലം അമൂൽ പാലും പിന്നീട് വല്ല്യുമ്മ വളർത്തി

യിരുന്ന തള്ളയാടുമാണ് ജയിക്കാനുള്ള കരുത്ത് തന്നത് എന്ന് പറഞ്ഞാൽ അതൊരു അതിശയോക്തിയല്ല.

കഴുത്തിൽ കുഞ്ഞു മണികൾ പോലെ തൂങ്ങിയാടുന്ന രോമകുഞ്ചി ആട്ടിയാട്ടി തള്ളയാടിന്റെ അമ്മിഞ്ഞ മുട്ടി മുട്ടി കുടിക്കുന്ന രണ്ടു ആട്ടിൻ കുഞ്ഞുങ്ങൾ ബാക്കി വെക്കുന്ന പാലിൽ ഞാനെന്റെ മനഃക്കരുത്തും മേനിക്കരുത്തും നേടി.ഉമ്മയെ പിന്നെ എനിക്ക് ഓർമ്മയില്ലാതായി. അനിയത്തിയുമായി വാപ്പയുടെ തൃശൂർ വീട്ടിൽ നിന്നും ചാവക്കാട് കൂട്ടുങ്ങൽ ഉള്ള ഉമ്മയുടെ തറവാട്ടിലേക്ക് വല്ലപ്പോഴും വിരുന്നു വരുന്ന വല്യാത്ത മാത്രമായി എനിക്ക് അവർ . ഉമ്മയുടെ തറവാട്ടിൽ കുഞ്ഞുമ്മമാർക്കും അമ്മാവന്മാർക്കും ഒപ്പം വല്യുപ്പയുടേയും വല്യുമ്മയുടേയും സ്നേഹലാളനകളിൽ ശൈശവം കടന്നു പോയെങ്കിലും അന്ന് തൊട്ടേ തീക്ഷണമായ ഒരേകാന്തത ഞാനനുഭവിച്ചിരുന്നു. ബാല്യ കൌമാരം കഴിയുമ്പോഴേക്കും ഉള്ളിലെ പൊരുതാനുള്ള കനൽ മുനിഞ്ഞണഞ്ഞു വിഷാദത്തിന്റെ ചാരം മൂടി ആരോടും അധികം മിണ്ടാത്ത ഒരാളായി ഞാൻ മാറിയിരുന്നു. എങ്കിലും ബാല്യത്തിലെ എന്റെ വൈകുന്നേരങ്ങളിൽ ഞാൻ മിണ്ടി കൊണ്ടിരുന്ന തോട്ടു വക്കത്തെ നീരൊലി, കാടിനുള്ളിൽ താമസിക്കുന്ന കുളക്കോഴികളും, അത്തിമരത്തിന്റെ പൊത്തിൽ നിന്ന് വല്ലപ്പോഴും തല നീട്ടുന്ന പച്ചില പാമ്പും, സന്ധ്യക്ക് ഞാവൽ മരത്തിൽ തൂങ്ങിയാടുന്ന വവ്വാലുകളും എന്റെ വിഷാദ ചുവയുള്ള എന്തിനെന്നറിയാതെ അനുഭവിച്ച ഒറ്റപ്പെടലിന്റെ കഥ കേൾക്കാൻ ഉണ്ട് എന്ന് ഞാൻ വെറുതെ ചിന്തിച്ചു. രാത്രിയായാൽ ഇടനാഴിയുടെ കിളിവാതിലൂടെ കാണുന്ന ആകാശത്ത് മിന്നുന്ന നക്ഷത്രങ്ങൾ എന്നെ കാണാനും സ്നേഹിക്കാനും വരുന്ന കൂട്ടുകാരും അതിലെ ഒറ്റപ്പെട്ട് ജ്വലിച്ചു നില്ക്കുന്ന വലിയവൻ എന്റെ പ്രണയിതാവാണെന്നുമുള്ള ചപലമായ കൌമാര ചിന്തകൾ എന്റെ ഉള്ളിലെ ആരോടും പറയാത്ത ഒരു രഹസ്യമായി സൂക്ഷിച്ചു.

വിദ്യാലയ കലാലയ കാലത്തും എനിക്കങ്ങനെ ആരുമായും വലിയ ചങ്ങാത്തം ഇല്ലായിരുന്നു. എന്നെ തോൽപ്പിക്കാൻ എന്റെ പിന്നാലെ ജനിച്ച അനിയത്തി മാത്രമാണ് എനിക്ക് വളരെ പ്രിയപ്പെട്ടവളായി എന്നിക്കൊപ്പമുണ്ടായിരുന്നത്. ഞങ്ങൾക്ക് താഴെ ഒരു അനിയനും അതിനു താഴെ വീണ്ടും മൂന്നു അനിയത്തിമാരും കൂടി വിജയശ്രീലാളിതരായി ഒപ്പം കൂടിയപ്പോൾ ജീവിതം പരീക്ഷകളും പരീക്ഷണങ്ങളും നിറഞ്ഞ ഒരു പ്രഹേളിക ആണെന്ന തിരിച്ചറിവിലേക്ക് ഞാൻ എത്തപ്പെട്ടിരുന്നു. ഇഷ്ടപ്പെട്ട പാട്ടുകൾ പതിഞ്ഞ സ്വരത്തിൽ പാടി, പ്രിയപ്പെട്ട അക്ഷരങ്ങ

ളെ കൂട്ടി ചേർത്ത് എവിടെയോ ഇരിക്കുന്ന അല്ലെങ്കിൽ കത്തി ജ്വലിച്ചു എന്നെ നോക്കുന്ന അജ്ഞാത പ്രണയത്തിന് വേണ്ടി ഒരു നോട്ട് ബുക്കിൽ പ്രണയ കവിതകൾ എഴുതി അതിൽ പ്രസവിച്ചു പരാജയപ്പെടാൻ മനസ്സില്ലാത്തൊരു മയിൽ പീലിയും തിരുകി, എന്റെ പ്രിയപ്പെട്ട പുസ്തകങ്ങൾ വെക്കുന്ന തകര പെട്ടിക്കുള്ളിലെ രഹസ്യമാക്കി ഗൂഢവും ഭ്രാന്തവുമായൊരാനന്ദം അനുഭവിച്ചിരുന്നു ഞാൻ . ഇത്തരം സന്തോഷങ്ങളിലൂടെ ഏകാന്തതയെയും വിഷാദത്തെയും അതി ജീവിക്കാനാകുമെന്ന് ഞാൻ കണ്ടെത്തി.

ജീവിതത്തിൽ ഏറ്റവും വലിയ വഴിത്തിരിവായ ദാമ്പത്യത്തിലൂടെ മറ്റൊരു കുടുംബത്തിലേക്ക് ചേക്കേറിയപ്പോൾ അത് വരെ അനുഭവിക്കാത്ത ബന്ധങ്ങളും ബന്ധനങ്ങളും എനിക്ക് പുതിയ അറിവും തിരിച്ചറിവും നല്കി . വിദേശത്ത് ജോലിയുള്ള ജീവിത പങ്കാളിയുമായുള്ള ആദ്യ ദിനങ്ങൾ എനിക്കപരിചിതവും പുതുമയുള്ളതുമായിരുന്നു. കുറച്ച് ദിവസങ്ങളിൽ അനുഭവിച്ച പ്രണയവും പിണക്കവും ഇണക്കവും ഒന്നര മാസത്തിന് ശേഷം അദ്ദേഹം പോയപ്പോൾ എന്നിലൊരു നഷ്ട ബോധത്തെ നട്ടു വെച്ചു.സ്വന്തം നാടും വീടും ബന്ധങ്ങളും എനിക്കൊപ്പമില്ലല്ലോ എന്ന സത്യം അപ്പോൾ മാത്രം ഞാൻ മനസ്സിലാക്കുകയും അതെന്റെ ഹൃദയത്തെ വേദനിപ്പിക്കുകയും ചെയ്തു . അപ്പോഴേക്കും എന്റെ ഉദരത്തിലും ഒരു വിജയി നാമ്പെടുത്തിരുന്നു.എഴുത്ത് എഴുതുക എന്നത് മാത്രം ബന്ധങ്ങൾ നിലനിർത്താനുള്ള ഏക ഉപാധിയായിരുന്ന അക്കാലത്ത് തോന്നുമ്പോഴൊക്കെ കത്തെഴുതി എന്റെ വീട്ടിലേക്കും വിദേശത്തുള്ള ഭർത്താവിനും അയയ്ക്കുക എന്നത് എന്റെ ഒരു വിനോദവും ആശ്വാസവുമായി. പക്ഷേ രണ്ടോ മൂന്നോ മാസങ്ങൾക്ക് ശേഷം മാത്രം ഇത്തിരി സ്നേഹത്തിന്റെയും ഒത്തിരി പരിഭവത്തിന്റെയും പരാതിയുടെയും ഭാഷയിൽ വന്നിരുന്ന മറുപടികൾ വിഷമം തോന്നുമ്പോഴൊക്കെ വായിച്ചുരുവിട്ട് നടന്ന ഞാൻ എന്നും ഇടവഴിയിലൂടെ പോകുന്ന പോസ്റ്റ് മാന്റെ സൈക്കിൾ ബെൽ കേട്ട് വെറുതെ പടിവാതിൽ വരെ തിടുക്കപ്പെട്ട് പോകുമായിരുന്നു. ഗർഭകാലത്തെ ഹോർമോൺ മാറ്റം അജ്ഞാതമായൊരു വിഷാദവും ഏകാന്തതയും എന്നിൽ അവശേഷിപ്പിച്ചു.

മകൾ ജനിച്ചതിന് ശേഷം ഒന്നിന് പുറകെ ഒന്നായി സന്തോഷങ്ങൾ എത്തി തുടങ്ങി. മകളുമായി ഭർത്താവിന്റെ അടുത്തേക്ക് പോകാനായത് എനിക്ക് കൈവന്ന മഹാഭാഗ്യമായി ഞാൻ കരുതി. കോർഫക്കാൻ എന്ന കടലോര പ്രദേശത്ത് ഒരു കുഞ്ഞു വില്ലയിൽ എന്റെ കുടുംബം കൂടുതൽ അംഗങ്ങളുമായി വളർന്നു തുടങ്ങി. മകൾക്ക് ശേഷം മകനും

അവന് താഴെ വീണ്ടും ഒരു മകനും കൂടി എത്തിയതോടെ എനിക്ക് വ്യർഥമായ കാര്യങ്ങൾ ചിന്തിക്കാനോ വൃഥാ വിഷമിക്കാനോ സമയമില്ലാതായി. ജീവിതത്തിൽ അനുഭവിക്കേണ്ടി വന്നിട്ടുള്ള ഉയർച്ചകളിൽ അഹങ്കരിക്കാതെയും വീഴ്ചകളിൽ തളരാതെയും കാലത്തിനൊപ്പം മുന്നേറുമ്പോൾ ചുറ്റുമുള്ള കാര്യങ്ങളോടുള്ള എന്റെ കാഴ്ചപ്പാട് തന്നെ മാറിയിരുന്നു.മക്കളുടെ വിദ്യാഭ്യാസവും അവരുടെ ഭാവിയും മാത്രമാണ് എന്റെ ജീവിത ലക്ഷ്യം എന്ന് ഞാൻ എന്നെ തന്നെ ഓർമ്മപ്പെടുത്തിക്കൊണ്ട് മനസ്സിനെ അലോസരപ്പെടുത്തുന്ന ഒന്നിലും ഇടപെടാതെ സ്വച്ഛന്ദം ഒഴുകുന്ന പുഴ പോലെ ജീവിതത്തിലെ ദിവസങ്ങളും മാസങ്ങളും വർഷങ്ങളും താണ്ടി. മകളുടെ വിവാഹം അവൾ ഇഷ്ടപ്പെട്ട ഒരാളുടെ കയ്യിൽ ഭദ്രമായപ്പോൾ അവൾ ജനിച്ചപ്പോൾ അനുഭവിച്ച അതേ ആനന്ദം വീണ്ടും ഞാനറിഞ്ഞു. ഭൂഖണ്ഡങ്ങൾ താണ്ടി മകൾ ഓസ്ട്രേലിയയിലേക്ക് അവളുടെ ഇണയുമൊത്തുള്ള ജീവിതത്തിനായി പറന്നു പോയപ്പോൾ കോഴിക്കുഞ്ഞുങ്ങളെ കൊത്തിയാട്ടി അകറ്റുന്ന തള്ള കോഴിയുടെ നിർവികാരതയോടെ ഞാനിരുന്നു. ആൺകുട്ടികളിൽ മൂത്തവൻ ലണ്ടനിലും ഇളയവൻ മലേഷ്യയിലും തുടർ പഠനത്തിനായി പോയപ്പോൾ ഞാനും എന്റെ ജീവിത പങ്കാളിയും മാത്രമായി ഞങ്ങളുടെ ജീവിതം ചുരുങ്ങി. ഇതിനിടയിൽ ജോലിയിൽ നിന്നും വിരമിച്ച എന്റെ ഭർത്താവ് ഷാർജയിൽ ബിസിനസ് തുടങ്ങിയിരുന്നു. രണ്ടു പതിറ്റാണ്ടായി ഷാർജയിൽ തന്നെ ജോലി ചെയ്തിരുന്ന എനിക്ക് വീട്ടിൽ എത്തിയാൽ വലിയ ഏകാന്തത അനുഭവപ്പെടേണ്ടി വന്നു. എന്നെ വിഷാദ രോഗം ഗ്രസിക്കുന്നതിന് മുൻപ് തന്നെ പ്രലോഭനവും പ്രചോദനവും തന്നു കൊണ്ട് പഴയ ശീലമായ എഴുത്തിലേക്കെന്റെ മനസ്സിനെ തിരിക്കാൻ എന്റെ ഭർത്താവ് എന്നോടാവശ്യപ്പെട്ടു.

എഴുത്തും എഴുത്ത് സുഹൃത്തുക്കളും എനിക്ക് പുതിയ സന്തോഷത്തിന്റെ മേച്ചിലിടമായി. കവിതകളും കഥകളും ലേഖനങ്ങളും എഴുതി അക്ഷര ലോകത്ത് ഒളിഞ്ഞും തെളിഞ്ഞും ഒരു മിന്നാമിന്നിയെ പോലെ പറന്നു കൊണ്ടിരുന്നു. ജോലിയും എഴുത്തും കുടുംബവും ഒരുമിച്ച് കൊണ്ട് പോകുന്നതിനിടയിൽ മുന്നിലേക്കെത്തിയിരുന്ന വിഘ്നങ്ങൾക്കൊന്നും തന്നെ എന്റെ ഇഷ്ടങ്ങളേയോ താൽപ്പര്യങ്ങളെയോ ഇല്ലാതാക്കാൻ കഴിഞ്ഞില്ല . ആദ്യ പുസ്തകമായ ഓസ്ട്രേലിയൻ യാത്ര വിവരണം എഴുതിയത് എന്റെ വിഷാദ സന്ധ്യകളെ അതിജീവിച്ച് കൊണ്ടായിരുന്നു. സ്വന്തമായൊരു പുസ്തകം വായനക്കാരിലേക്കെത്തിച്ച ആൾ എന്ന നിലയിൽ എനിക്കും എന്റെ കുടുംബത്തിനും അഭിമാനം

നല്കാൻ കഴിഞ്ഞതിനു പ്രധാന കാരണക്കാരൻ എന്റെ ഭർത്താവ് തന്നെയായിരുന്നു. അദ്ദേഹം എന്നെ എഴുതാൻ പ്രേരിപ്പിച്ചില്ലായിരുന്നെങ്കിൽ എന്റെ രചനകൾ വെളിച്ചം കാണാതെ പുസ്തക താളുകളിൽ മൃതപ്രായരായി കഴിഞ്ഞേനെ. ഒരു പക്ഷേ ഗൌരവതരമായ എഴുത്തോ കൃതികളോ എന്നിൽ നിന്നും ഉണ്ടാകും എന്ന ഉദ്ദേശത്തിൽ ആയിരിക്കയില്ല അദ്ദേഹമത് പറഞ്ഞത് എന്ന് എനിക്ക് പിന്നീടെപ്പോഴൊക്കെയോ തോന്നിയിരുന്നു. വിഷാദ രോഗത്തിലേക്ക് ഇപ്പോൾ തെന്നി വീഴുമെന്ന് നിനച്ച സന്ദർഭങ്ങളിലെല്ലാം തന്നെ എന്നെ ഞാൻ ഉയിർത്തെഴുന്നേൽപ്പിച്ചത് അക്ഷരങ്ങളിലൂടെ കിട്ടിയ കരുത്തുമായിട്ടായിരുന്നു .

പക്ഷേ ഏകദേശം രണ്ടു വർഷത്തോളം കാര്യമായിട്ടൊന്നും എഴുതാനാകാതെ ജീവിതം തന്നെ നിശ്ചലമായി പോകാനുള്ള ചെറുതും വലുതുമായ ദുരന്തങ്ങൾ ഞങ്ങളുടെ ജീവിതത്തിൽ സംഭവിച്ചു കൊണ്ടിരുന്നു. പരിഹരിക്കപ്പെടാത്ത ഒന്നും തന്നെ ജീവിതത്തിൽ ദൈവം നമുക്ക് തരില്ല എന്ന വിശ്വാസം എനിക്ക് ഉള്ളത് കൊണ്ട് തന്നെ ഒന്നും ആരെയും അറിയിക്കാതെ അല്ലെങ്കിൽ അറിയിക്കാനാവാതെ പരിഹരിച്ചു കൊണ്ടിരുന്നു.

പക്ഷേ ഏറ്റവും വലിയ പ്രഹരം കിട്ടിയത് 2014 സെപ്റ്റംബറിലെ ഒരു രാത്രിയിലായിരുന്നു. പതിവ് പോലെ ഞാനും ഭർത്താവും ഞങ്ങളുടെ ഓഫീസുകളിൽ നിന്നും തിരിച്ചെത്തിയ ആ വൈകുന്നേരം കുളിക്കാൻ ബാത്ത്റൂമിൽ കയറിയ അദ്ദേഹം സ്ട്രോക്ക് വന്ന് അവിടെ വീഴുകയും ഇടതു ഭാഗം മുഴുവനും പാരലൈസ് ആകുകയും ചെയ്തു. എന്ത് ചെയ്യണമെന്നറിയാതെ എനിക്ക് അദ്ദേഹത്തിന്റെ അവസ്ഥ കണ്ടു തരിച്ചു നിൽക്കാനെ കഴിഞ്ഞുള്ളൂ . രണ്ടു ആൺമക്കളും മൂത്ത മകന്റെ ഭാര്യയും ഒപ്പമുണ്ടെങ്കിലും അദ്ദേഹം ചെറുതായി നാവ് കുഴഞ്ഞ ശബ്ദത്തോടെ ഞാൻ കഴിഞ്ഞല്ലോ എന്ന് പറഞ്ഞു വിതുമ്പുന്നുണ്ടായിരുന്നു. മക്കൾ ആംബുലൻസിന് വിളിച്ചെങ്കിലും അവർ എത്താൻ വൈകുന്നത് കണ്ടു മക്കൾ തന്നെ അദ്ദേഹത്തെ വീട്ടിലെ വാഹനത്തിൽ കയറ്റി അടുത്തുള്ള ഹോസ്പിറ്റലിലേക്ക് പോയി. ഇതിനിടയിൽ എനിക്കെങ്ങനെയോ ഒരാത്മധൈര്യം കൈവന്നു. സങ്കടപ്പെട്ടു കൊണ്ടിരിക്കുന്ന അദ്ദേഹത്തെ ഞാൻ പതുക്കെ ആശ്വസിപ്പിക്കാൻ തുടങ്ങി. ഒന്നും പേടിക്കേണ്ട. എല്ലാം പഴയ പോലെ ആകും ധൈര്യത്തോടെ ഇരിക്കൂ എന്നൊക്കെ പറഞ്ഞ് കൊണ്ട്. എന്നാൽ എന്റെ ആശ്വാസ വാക്കുകൾ അദ്ദേഹത്തിൽ നിന്നും ചോർന്നു പൊയ്കൊണ്ടിരിക്കുന്ന ആത്മ വിശ്വാസത്തെയോ ധൈര്യത്തെയോ വീണ്ടെടുക്കാൻ ഉതകിയില്ല.

പിറ്റേന്ന് വൈകുന്നേരം വരെ ഷാർജയിലെ ഒരു ആശുപത്രിയിൽ കിടന്നെങ്കിലും പറയത്തക്ക ചികിൽസകളൊന്നും തന്നെ അവരിൽ നിന്നും ഉണ്ടായില്ല. അപ്പോഴേക്കും അദ്ദേഹത്തിന്റെ സഹോദരി ഭർത്താവ് പെരിന്തൽമണ്ണ സർക്കാർ ആശുപത്രിയിൽ ഇ എൻ ടി സ്പെഷ്യലിസ്റ്റ് ആയി ജോലി ചെയ്യുന്ന ഡോക്ടർ സാലിം എത്രയും പെട്ടെന്ന് അദ്ദേഹത്തെ നാട്ടിലെത്തിക്കാൻ പറഞ്ഞതനുസരിച്ച് അന്ന് രാത്രിയിൽ തന്നെ ഞങ്ങൾ നാട്ടിലേക്ക് പുറപ്പെട്ടു. പുലർച്ചെ എത്തിയ ഞങ്ങൾ നേരെ പോയത് പെരിന്തൽമണ്ണ ഇ എം എസ് ആശുപത്രിയിലേക്ക് ആയിരുന്നു. അവിടെയുള്ള പ്രശസ്ത ന്യൂറോ സർജൻ, ഡോക്ടർ മൊയ്നുൽ ഹക്ക് തന്റെ വിദഗ്ധ ചികിൽസ തുടങ്ങിയത് ഞങ്ങൾക്ക് വലിയൊരു പ്രതീക്ഷ തന്നു കൊണ്ടായിരുന്നു. പത്ത് ദിവസത്തെ ആശുപത്രി വാസത്തിൽ എനിക്കൊപ്പം അദ്ദേഹത്തിന്റെ ഉമ്മയും സഹോദരങ്ങളും മാറി മാറി ഉണ്ടായിരുന്നു എന്നത് അദ്ദേഹത്തിന് വലിയൊരാശ്വാസമായിരുന്നു. മരുന്നുകൾക്കൊപ്പം ഫിസിയോ തെറാപ്പിയും ഭക്ഷണ ക്രമീകരണവും ഒക്കെ ആയപ്പോൾ അദ്ദേഹത്തിൽ പ്രകടമായ മാറ്റങ്ങൾ കണ്ടു തുടങ്ങി. വലതു കൈയിന്റെ ശേഷി ഭാഗികമായി തിരിച്ചു വന്നു. ആശുപത്രിയിൽ നിന്നും നേരെ അവിടെയുള്ള സഹോദരിയുടെ വീട്ടിലേക്കാണ് പോയത് അവിടെയും ഒരു പത്ത് ദിവസത്തെ ഫിസിയോ തെറാപ്പിയും അവരുടെയൊക്കെ സ്നേഹ പരിചരണവും കൊണ്ട് വാക്കർ വെച്ചു നടക്കാവുന്ന സ്ഥിതിയിലേക്ക് അദ്ദേഹം മാറി. ഒരു കൊച്ചു കുഞ്ഞിനെ നോക്കുന്ന പോലെ തന്നെ എല്ലാ കാര്യങ്ങളും അദ്ദേഹത്തിന് ചെയ്തു കൊടുക്കണമായിരുന്നു. ഒന്നര മാസത്തിന് ശേഷം ഞങ്ങൾ തിരിച്ചു ഷാർജയിലെത്തി. അവിടെയുള്ള അൽ സഹറ ഹോസ്പിറ്റലിലെ ഫിസിയോ വിഭാഗത്തിലായിരുന്നു പിന്നീടുള്ള ചികിൽസ. അവിടുത്തെ സ്റ്റാഫ് അംഗങ്ങളിൽ ഞങ്ങൾക്ക് മറക്കാനാകാത്ത ഒരു ഫിസിയോ തെറാപ്പിസ്റ്റ് ആണ് സൌമ്യ എന്ന മലയാളി പെൺകുട്ടി. ദിവസവും ഒന്നര മണിക്കൂർ നീണ്ടു നില്ക്കുന്ന ചികിൽസയിലൂടെ ആറ് മാസം കൊണ്ട് തന്നെ അദ്ദേഹം ഡോക്ടറെ പോലും അതിശയിപ്പിച്ചു കൊണ്ട് പൂർവ്വ സ്ഥിതിയിലേക്കെത്തി. ദൈവത്തിന്റെ കാരുണ്യവും അനുഗ്രഹവും ഏറ്റവും കൂടുതൽ അനുഭവിച്ച കാലമായിരുന്നു അത്. സ്വന്തമായി ഷർട്ടിന്റെ ബട്ടൺ ഇടാനൊ ഭക്ഷണം വിരലുകൾ മുഴുവൻ ഒരുമിച്ച് പിടിച്ചു ഭക്ഷണം കഴിക്കാനോ കാലുകൾ രണ്ടും ഒരേ ബാലൻസിൽ വെച്ചു നടക്കാനോ കഴിയാതിരുന്ന അദ്ദേഹം ചുരുങ്ങിയ സമയത്തിൽ എല്ലാ കാര്യങ്ങളും സാധ്യമാക്കിയത് തന്റെ അശ്രാന്ത പരിശ്രമവും മനഃക്കരുത്തും

കൊണ്ട് മാത്രമല്ല ജീവിതത്തെ തന്നെ ഒരു വെല്ലുവിളിയായി ഏറ്റെടുത്തത് കൊണ്ട് കൂടിയായിരുന്നു.

ഈ ആറ് മാസക്കാലം എനിക്കും അനവധി പരീക്ഷണ ഘട്ടങ്ങളിലൂടെ കടന്നു പോകേണ്ടതായി വന്നു. അദ്ദേഹത്തിന്റെ ബിസിനസ്, എന്റെ ജോലി പിന്നെ അദ്ദേഹത്തിന്റെ ചികിൽസ എല്ലാം ഒരുമിച്ച് കൊണ്ട് പോകുന്നതിനിടയിൽ എനിക്ക് എന്നെയും എന്റെ ഇഷ്ടങ്ങളെയുമൊക്കെ മറക്കേണ്ടി വന്നു. ജോലിക്കിടയിൽ നിന്നും ഇടയ്ക്കിടെ എടുക്കേണ്ടി വന്ന അവധികളും ജോലിയിലെ എന്റെ ഏകാഗ്രത നഷ്ടപ്പെടുന്നതിനും ജോലിയിടത്ത് എനിക്ക് നേരെയുള്ള വിമർശനങ്ങളും പരാതികളും കൂടി വരുന്നതിനു കാരണമായി. ഭർത്താവിന്റെ ആരോഗ്യം വീണ്ടെടുക്കുമ്പോഴേക്കും എന്റെ ജോലിയും മാനസിക നിലയും ഒരു തുലാസിന്റെ സൂചിയിൽ ചാഞ്ചാടി കൊണ്ടിരുന്നു. അക്കൌണ്ട്സ് വിഭാഗത്തിലെ മർമ്മ പ്രധാനമായ ഒരു പോസിഷനിൽ ആയിരുന്ന എനിക്ക് അതിൽ വേണ്ടത്ര ശ്രദ്ധ കാണിക്കാൻ സാധിച്ചിരുന്നില്ല എന്ന് മാത്രമല്ല അദ്ദേഹത്തിന്റെ ചികിൽസക്കായി ഇടയ്ക്കിടെ വേണ്ടി വന്ന അവധികളും ഓഫീസിലെ എന്റെ ഇടപെടലുകളിലും ജോലിയിലും വലിയ പ്രശ്നങ്ങളുണ്ടാക്കി . അത് മുതലാക്കാൻ ചില സഹപ്രവർത്തകർ ശ്രമിക്കുകയും അതിലവർ വിജയം കണ്ടെത്തുകയും ചെയ്തതോടെ ഇരുപത്തിരണ്ടു വർഷത്തെ എന്റെ സേവനത്തെ മതിയാക്കി ഞാൻ രാജി എഴുതി കൊടുത്തു കൊണ്ട് അവിടെ നിന്നും വേദനയാൽ നുറുങ്ങുന്ന ഹൃദയവുമായി നിറഞ്ഞൊഴുകുന്ന കണ്ണുമായി മുന്നിലെ കാഴ്ച്ചകൾ എന്തെന്നറിയാനാകാതെ ഞാനിറങ്ങി പോന്നു. അത്രയും കാലം ഞാൻ അവിടെ ജോലി ചെയ്തത് എന്റെ വീട് വിട്ട് മറ്റൊരു കുടുംബം എന്ന ചിന്തയിൽ ആയിരുന്നു. എന്ത് രോഗം വന്നാലും എത്രയൊക്കെ കാരണങ്ങളുണ്ടായാലും ആ സ്ഥാപനത്തിൽ നിന്നും അനാവശ്യമായി ലീവെടുക്കുകയോ അവിടെയുള്ള സഹപ്രവർത്തകരോട് കയർത്ത് പെരുമാറുകയോ ഈ രണ്ടു പതിറ്റാണ്ടുകൾക്കിടയിൽ എന്റെ ഭാഗത്ത് നിന്നും ഉണ്ടായിട്ടില്ല. എത്രയോ പേർക്ക് അവിടെ ജോലി നേടി കൊടുക്കാൻ എനിക്ക് സാധിച്ചു . അറിയാത്ത പലരേയും അവരുടെ വിഷമങ്ങളും ആവശ്യങ്ങളും മനസ്സിലാക്കി എന്റെ സ്ഥാനത്ത് ഇരുന്നു കൊണ്ട് പറ്റാവുന്ന എല്ലാ സഹായങ്ങളും ഞാൻ ചെയ്തു കൊടുത്തിട്ടുണ്ട്. അങ്ങനെ വന്നവർ തന്നെ ഇല്ലാത്ത കുറ്റങ്ങളും പ്രശ്നങ്ങളും എന്റെ മേൽ അടിച്ചേൽപ്പിക്കുകയും എന്റെ ഔദ്യോഗിക ജീവിതം ദുസ്സഹമാക്കുകയും ചെയ്തപ്പോൾ എന്റെ സ്ഥാനമായിരുന്നു അതിൽ പ്രധാനിയായ ഒരാൾക്ക് വേണ്ടിയി

രുന്നത് എന്ന് മനസ്സിലാക്കി ഞാൻ ഇറങ്ങി കൊടുക്കുകയായിരുന്നു. ഒരു പാട് നല്ല ഓർമ്മകൾ എനിക്ക് സമ്മാനിച്ച അവിടുന്ന് ആരോടും വിട പറയാതെ ഇറങ്ങി പോന്നപ്പോൾ ചില നല്ലവരായ സഹപ്രവർത്തകർ എന്നോടു തിരിച്ചു വരാനും എല്ലാം ഒത്തു തീർപ്പാക്കാമെന്നും പറഞ്ഞതിനെ അപ്പോഴും നഷ്ടപ്പെടാതെ കൈമുതലായുള്ള അഭിമാനത്തെ മുൻനിർത്തി ഞാൻ നിരസിച്ചു.

കുറെ കാലമായുള്ള ശീലമായിരുന്നു രാവിലെ എഴുന്നേറ്റ് ജോലിക്ക് പോകുക എന്നത്. എന്നാൽ ജോലി വിട്ടതിന് ശേഷമുള്ള എന്റെ പകലുകൾ വിരസതയാൽ ദൈർഘ്യമുള്ളതും രാത്രികൾ വിഷാദം കൊണ്ട് ഇരുണ്ടതുമായിരുന്നു. ഒരു വരി എഴുതാനോ ഒരു താൾ വായിക്കാനോ കഴിയാതെ ഞാൻ വീണ്ടും എന്തിനെന്നറിയാത്ത ദുഃഖത്തിലേക്ക് വീണു. കൂടാതെ ഭർത്താവിന്റെ ആരോഗ്യം വീണ്ടെടുക്കുന്നതിനിടയിൽ അദ്ദേഹത്തിന് വലിയ നഷ്ടങ്ങൾ ബിസിനസ്സിൽ ഉണ്ടായി. കിട്ടാനുള്ള തുകകൾ ലഭിക്കാതെ വരികയും കൊടുക്കേണ്ട തുകകൾ കൊടുക്കാൻ നാട്ടിലെ സ്വത്തുക്കൾ പോലും വിൽക്കേണ്ടി വരികയും ചെയ്തതോടെ ജീവിതത്തിലെ ഏറ്റവും ദുർഘടമായ സാമ്പത്തിക പ്രതിസന്ധി എന്ന പടു കുഴിയിലേക്ക് ഞങ്ങൾ വീണു. വരുമാനം കുറയുകയും ചിലവുകൾ കൂടുകയും ചെയ്തപ്പോൾ എങ്ങനെയൊക്കെ ചുരുങ്ങി ജീവിക്കാം എന്ന് ഒരിക്കൽ കൂടി ഞങ്ങൾ പരീക്ഷിക്കാൻ തീരുമാനിച്ചു. നാൾക്ക് നാൾ പ്രശ്നങ്ങളിൽ നിന്നും പ്രശ്നങ്ങളിലേക്ക് പൊയ് കൊണ്ടിരുന്ന ഞങ്ങളുടെ സ്ഥാപനത്തെ അടച്ചു പൂട്ടേണ്ടി വന്നു. പിന്നെയുള്ള രണ്ടു വർഷ കാലം എങ്ങനെയാണ് കഴിഞ്ഞതെന്ന് ഇപ്പോഴും എനിക്കോർമ്മയില്ല അല്ലെങ്കിൽ ഞാൻ ഓർക്കാൻ ഇഷ്ടപ്പെടുന്നില്ല. മക്കളെ മാത്രമല്ല ബന്ധു മിത്രാദികളെ പോലും ഒന്നുമറിയിക്കാതെ ഞങ്ങളിരുവരും പ്രശ്നങ്ങളെ ഒന്നൊന്നായി പരിഹരിക്കുന്നതിൽ വ്യാപൃതരായിരുന്നു എന്നത് മാത്രമാണ് ഞാനിപ്പോഴും ഓർക്കുന്നത്.

ഒരു പാട് നഷ്ടത്തിന്റെ കണക്കുകൾ കൂട്ടിയും കിഴിച്ചും ഗുണിച്ചും ഹരിച്ചും ജീവിതത്തിലെ ഓരോ ഏടും മറിച്ചിടുമ്പോൾ കണക്കോ കണക്ക് കൂട്ടിയുള്ളതോ അല്ല ജീവിതം എന്ന മനഃക്കണക്ക് ഞങ്ങൾ പഠിച്ചു കഴിഞ്ഞിരുന്നു. എങ്കിലും പിന്നിലേക്ക് തിരിഞ്ഞു നോക്കുമ്പോൾ സാമ്പത്തിക നഷ്ടത്തിന്റെ സഞ്ചിയുടെ ഭാരത്തേക്കാൾ ഞങ്ങളിരുവരും ചെയ്ത മാനുഷിക നന്മയുടെ സഞ്ചിക്കാണ് കനം കൂടുതൽ എന്ന് തിരിച്ചറിയുന്നു അതിൽ സമാധാനവും സന്തോഷവും തോന്നുന്നു.. ഒരു രാത്രിക്ക് ശേഷം വീണ്ടുമൊരു പകലുണ്ടെന്ന പ്രകൃതി നിയമം ചുമ

രിൽ തൂക്കിയ ചിത്രങ്ങളിലെ മഹദ് വചനങ്ങൾ മാത്രമല്ല അതൊരു പ്രാപഞ്ചിക സത്യം കൂടിയാണെന്ന് ഞങ്ങൾക്ക് ബോധ്യപ്പെട്ടു തുടങ്ങി. ദൈവത്തിന്റെ കരങ്ങൾ ഞങ്ങളുടെ തലയ്ക്ക് മീതെ ഉണ്ടെന്ന ശക്തമായ വിശ്വാസം എനിക്കുണ്ടായിരുന്നു. ഒരു മോശ സമയവും ജീവിതത്തിൽ ഉണ്ടാകുന്നത് വെറുതെയല്ല അതിനു തക്കതായ കാരണങ്ങളും പാഠങ്ങളും പരിഹാരങ്ങളും ചേർന്ന നല്ലൊരു സമയം തന്നു കൊണ്ടാണ് എന്ന ദിവ്യ വചനത്തിലൂടെ ഞാൻ മനസ്സിന് കരുത്തും ശരീരത്തിന് ബലവും നല്കി ജീവിതമെന്ന സുന്ദര കാലത്തെ അതിജീവിക്കാൻ പഠിച്ചു. ഇന്നും ഞങ്ങൾ പഴയ കാലങ്ങളെ മറക്കാതെ പുതിയ കാലത്തെ ചേർത്ത് പിടിക്കുന്നത് തോൽക്കാനെനിക്ക് മനസ്സില്ല എന്നു മനസ്സിലൂരുവിട്ട് കൊണ്ടാണ്. കാലത്തിന് മായ്ക്കാനാവാത്ത മുറിവുകളില്ല എന്ന് പറയുന്നത് പോലെ ആപൽ കാലത്തെ ഓർക്കാതെ ജീവിതത്തിൽ മുന്നേറാനാവില്ല എന്ന സത്യത്തിൽ വിശ്വസിച്ചുകൊണ്ട് എല്ലാ വിഷമങ്ങളെയും വിഷാദങ്ങളേയും അതിജീവിക്കുന്നു.

മാറ്റങ്ങൾ അനിവാര്യമാണ്
സിൻസി അനിൽ

എന്റെ ഇരുപത്തിഒന്നാം വയസ്സിൽ ആയിരുന്നു എന്റെ മകന്റെ ജനനം. തീർത്തും മാനസികമായും ശരീരികമായും ഒട്ടും സുരക്ഷിതമായിരുന്നില്ല അവനെ ഉദരത്തിൽ പേറിയുള്ള ഗർഭകാലം. ഓർക്കാൻ കൂടി ഇഷ്ടപെടാത്ത ഒരുകാലം. അനുവാദം ചോദിക്കാതെ ഓടി എത്തുന്ന ഓർമ്മകൾ സമ്മാനിക്കുന്നത് കണ്ണുനീർ മാത്രമല്ല ഉയർന്നു പറക്കേണ്ട ഒരു ജീവിതം ഇരുപതാം വയസ്സിൽ തന്നെ സ്വയം ചവിട്ടി അരച്ചതിന്റെ നിരാശ കൂടിയാണ്..

പ്രണയവിവാഹമായിരുന്നു. ആത്മഹത്യ ഭീഷണിവരെ നടത്തി അതു മാത്രം മതിയെന്ന് ഒറ്റക്കാലിൽ തപസ് ചെയ്തു അപ്പനെ കൊണ്ട് സമ്മതിപ്പിച്ചെടുത്ത വിവാഹം. 33 വയസുള്ള ആൾക്ക് 20 കാരി ആയ എന്റെ മാനസിക അവസ്ഥയിലേക്ക് ഇറങ്ങി ചിന്തിക്കാനോ ഇരുപതുകാരി ആയ എനിക്ക് 33 വയസ്സിന്റെ പക്വതയിലേക്ക് എത്താനോ സാധിക്കില്ല എന്ന് ഞാൻ മനസിലാക്കി വന്നപ്പോഴേക്കും മകനെ ഗർഭം ധരിച്ചിരുന്നു.

മാനസികമായി തകർന്നു കൊണ്ടിരിക്കുന്ന ഞാൻ ഏഴരമാസത്തിൽ അവനെ പ്രസവിച്ചു. സന്തോഷകരമായി ജീവിച്ചു തീർക്കേണ്ട ഒരു സ്ത്രീയുടെ ഗർഭകാലം അതിനുള്ളിലെ കുഞ്ഞിന്റെ മാനസിക നിലയെ എത്ര സ്വാധീനിക്കുമെന്നതിനു ഉദാഹരണമാണ് എന്റെ മകൻ.

ചെറുപ്പത്തിൽ അപസ്മാരം എന്ന അവസ്ഥ എനിക്ക് ഉണ്ടായിരുന്നത് കൊണ്ട് അമിതമായി ലാളിച്ചു വളർത്തിയത് കൊണ്ടാകാം ചെറിയ കാര്യങ്ങൾ പോലും എനിക്ക് പെട്ടെന്ന് മുറിവേൽക്കുമായിരുന്നു. ഇന്നും ഞാൻ അങ്ങനെ തന്നെയാണ്. എന്റെ മകനെ നീ വശീകരിച്ചെടുത്തു. ഇനി എന്റെ ഭർത്താവിനെ വശീകരിക്കാൻ അല്ലെ നീ നടക്കുന്നത് എന്ന വികൃതമായ ചോദ്യം കയറിച്ചെന്ന ഇടത്തെ എനിക്ക് നരകമാക്കി മാറ്റി.

നീ എന്ത് കൊണ്ട് വന്നെടി എന്ന ചോദ്യം ദിവസവും കേൾക്കാൻ തുടങ്ങി. ചേർത്ത് പിടിക്കേണ്ടിടത്തു നിന്നും മൗനവും. ഈ ചോദ്യങ്ങളൊക്കെ എന്നേക്കാൾ അപ്പുറം വേദനിച്ചത് എന്റെ അപ്പന് തന്നെയാ

യിരുന്നു.

ചർച്ചകൾ... കൗൺസിലിങ്ങുകൾ. എല്ലാം പതിവ് പോലെ നടന്നു. ഒടുവിൽ അവർ ഒരു ഡിമാൻഡ് വച്ചു. സ്വന്തം വീട്ടിൽ പോകാൻ പാടില്ല.. ഫോൺ ഉപയോഗിക്കാൻ പാടില്ല.. വീട്ടിൽ നിന്നും ആരും അന്വേഷിച്ചു വരാനും പാടില്ല അങ്ങനെ ഉണ്ടെങ്കിൽ ഇവിടെ ജീവിക്കാം. അത് അംഗീകരിക്കാൻ ഞാനും എന്റെ അപ്പനും തയാറായില്ല.

എനിക്ക് പറ്റാത്തിടത്തു നിന്നും ഇറങ്ങി പോരാൻ കൈ പിടിച്ചത് എന്റെ അപ്പനായിരുന്നു. എന്റെ മകനെ നോക്കിയതും എന്നെ വീണ്ടും പഠിപ്പിക്കാൻ അയച്ചതും ഒക്കെ എന്റെ മാതാപിതാക്കൾ ആയിരുന്നു. ഇതിനിടയിൽ അവർക്കു അമേരിക്കയിലെക്ക് പോകേണ്ടി വന്നു.

പിന്നീട് ഞാനും അവനും മാത്രമായുള്ള ജീവിതമായി. 3 വയസുള്ള അവനെ രാവിലെ ഡേ കെയറിലാക്കി പോകുമ്പോൾ കാരണം ഒന്നുമില്ലാതെ ഞങ്ങളുടെ രണ്ടാളുടെയും കണ്ണുകൾ നിറഞ്ഞൊഴുകുമായിരുന്നു.

പഠിക്കാൻ പ്രായമായപ്പോൾ മകന്റെ സംസാരിക്കാനുള്ള ബുദ്ധിമുട്ടും പഠിക്കാനുള്ള ബുദ്ധിമുട്ടും കൊണ്ട് ഒരു സ്കൂളിലും അവനു സ്ഥിരമായി പഠിക്കാൻ സാധിച്ചില്ല. അങ്ങനെ 4 വർഷത്തോളം ഞാനും അവനും മാത്രമായി ജീവിതം കടന്നു പോയി

ഒരു വിവാഹമോചനം കഴിഞ്ഞ പെണ്ണിനെ ബന്ധുക്കൾ അടക്കമുള്ള സമൂഹം എത്ര മോശക്കാരി ആക്കാൻ പറ്റുമോ അത്രയും മോശക്കാരി ആക്കിയ ചരിത്രമേ കേട്ടിട്ടുള്ളു. എന്റെ കാര്യവും മറിച്ചായിരുന്നില്ല. രാത്രി സുഖവിവരം അന്വേഷിക്കാനുള്ള പല മാന്യന്മാരുടെ ഫോൺ വിളികളും പലവിധ നാടകങ്ങളും കണ്ടു.

സംസാരിക്കാൻ ബുദ്ധിമുട്ട് ഉണ്ടായിരുന്ന അവനെയും കൊണ്ട് സ്പീച്ച് തെറാപ്പിയും മറ്റും ചെയ്യിക്കാനായി ഒരുപാട് അലഞ്ഞു. അവന്റെ ഹെർണിയ ഓപ്പറേഷൻ നടന്നപ്പോഴും ഒരു പട്ടി അവനെ ആക്രമിച്ചപ്പോഴുമൊക്കെ ആൾ സഹായമില്ലാതെ ഞാൻ ഒരുപാട് കഷ്ടപ്പെട്ടു. ചില സമയങ്ങളിൽ അയൽക്കാരൊക്കെ സഹായിച്ചു എന്നതൊഴിച്ചാൽ ഞാനും അവനും തനിയെ ജീവിതത്തോട് പൊരുതികൊണ്ടിരുന്നു. സാമ്പത്തികമായും ഞാൻ ഒരുപാട് ബുദ്ധിമുട്ടുകൾ അനുഭവിച്ചു.

അവൻ വില കൂടിയ ചോക്കളേറ്റും കളിപ്പാട്ടവും എടുക്കുമ്പോൾ അത് കൈയിൽ നിന്നും വാങ്ങി അവിടെ തിരികെ വച്ചു കരയുന്ന അവനെ സ്കൂട്ടറിൽ കയറ്റി പോരുമ്പോൾ ഞാൻ എന്തിന് വിവാഹമോചനം നടത്തി.. എന്റെ കുഞ്ഞിന് വേണ്ടത് ഒന്നും കൊടുക്കാൻ ആകാത്ത അവസ്ഥയുണ്ടാക്കി എന്നൊക്കെ സ്വയം ശപിച്ചു കൊണ്ടിരുന്നു. 20 രൂപയുടെ കപ്പ

യും മീൻചാറും കൊണ്ട് ഞങ്ങൾ ദിവസങ്ങൾ വിശപ്പടക്കിയിട്ടുണ്ട്.

ഒരാളെ ഒരുപാട് അങ്ങ് തളർത്തിയാൽ തിരിച്ചു കേറില്ല എന്ന ശാസ്ത്രം കൊണ്ടാകാം പ്രകൃതി വീണ്ടും എനിക്ക് ഒരു വിവാഹജീവിതം നൽകിയത്. കൈ പിടിക്കാൻ ഒരാളെ തന്നത്. ഇന്ന് ഞാൻ അദ്ദേഹത്തിന്റെ ഭാര്യയും ഒരു മകളുടെ അമ്മയും മറ്റൊരു മാതാപിതാക്കന്മാരുടെ മരുമകളുമാണ്. അന്നത്തെ എന്നിൽ നിന്നും ഇന്നത്തെ എന്നിലേക്കുള്ള യാത്ര അതിസാഹസികമായിരുന്നു. പെൺകുട്ടികൾക്ക് 21 വയസ്സ് പ്രായം വിവാഹത്തിന് എന്നതിനെ പിന്തുണയ്ക്കുന്നത് എന്റെ ജീവിതം അടയാളപ്പെടുത്തി കൊണ്ട് തന്നെയാണ്.

പിരിയുമ്പോൾ മകനെ മാസം തോറും കാണാനുള്ള സാഹചര്യം ഉണ്ടാക്കി തരാം എന്ന് പറഞ്ഞ കോടതിയോട് അവന്റെ അച്ഛൻ പറഞ്ഞത് അതിന്റെ ആവശ്യമില്ല എന്നതാണ്. അടുത്ത ചോദ്യം എന്നോടായിരുന്നു. മാസം തോറും ഒരു തുക അച്ഛനിൽ നിന്നും വാങ്ങി നൽകാൻ ഉള്ള സാഹചര്യം ഉണ്ട്. താങ്കൾക്ക് അത് വേണമെങ്കിൽ സ്വീകരിക്കാം. അല്ലെങ്കിൽ വേണ്ട എന്ന് പറയാം എന്നതായിരുന്നു.

അവനെ വളർത്താൻ എനിക്ക് അതിന്റെ ആവശ്യമില്ല. അവൻ വലുതാകുമ്പോൾ അവനു വേണമെങ്കിൽ അവൻ ആവശ്യപ്പെടുന്നെങ്കിൽ അവനു കൊടുത്താൽ മതി എന്നുള്ളതായിരുന്നു എന്റെ മറുപടി.

20 വയസിൽ വിവാഹം കഴിച്ചു പോയി 23 വയസ്സിൽ തിരികെ എത്തിയപ്പോൾ ആകെ ഉള്ളത് പപ്പ തന്ന കുറച്ചു ആഭരണങ്ങളും ബുദ്ധിമുട്ടുകൾ നേരിടുന്ന കുഞ്ഞും ഒരു ഡിഗ്രി സർട്ടിഫിക്കറ്റും മാത്രമായിരുന്നു. അവിടുന്ന് ഒരു സ്ഥിരവരുമാനമുള്ള ജോലിക്ക് വേണ്ടിയുള്ള പോരാട്ടം ആയിരുന്നു. കഷ്ടപാടുകൾക്കിടയിലും ഉയർന്ന മാർക്കോടെ തന്നെ ഒഫ്താൽമോളജി പാസ്സായി ജോലിയിൽ പ്രവേശിച്ചു. അതുകൊണ്ട് പെൺകുഞ്ഞുങ്ങളെ ഞാൻ വീണ്ടും പറയുന്നു, സ്വപ്നം കണ്ടതോ കണക്കു കൂട്ടിയതോ ഒന്നുമായിരിക്കില്ല മുന്നിലേക്ക് എത്തിക്കിട്ടുന്ന ജീവിതം. അതുകൊണ്ട് ഒരു സ്ഥിരവരുമാനം ഇല്ലാതെ ഒരു വിവാഹജീവിതത്തിലേക്ക് പ്രവേശിക്കരുത്. സൗന്ദര്യമോ കുടുംബ മഹിമയോ ഭർത്താവിന്റെ വരുമാനമോ കണ്ടു പെണ്മക്കളെ ഒരു മാതാപിതാക്കളും പറഞ്ഞയക്കരുത്. അവർക്കു കൊടുക്കാനുള്ളത് സ്ത്രീധമല്ല. നല്ല വിദ്യാഭ്യാസമാണ്.

ഒരു സ്ഥിരവരുമാനം കിട്ടുന്ന ജോലി നേടാനുള്ള സാഹചര്യങ്ങൾ ഒരുക്കി കൊടുക്കുകയാണ് വേണ്ടത്. മാറ്റങ്ങൾ അനിവാര്യമാണ്. കാലം അത് നമ്മുടെ പെണ്മക്കളിലൂടെ അടയാളപെടുത്തട്ടെ.

കേൾക്കുക, മുൻവിധികളില്ലാതെ

സ്മിത സതീഷ്

ഞാൻ ആദ്യമായി അവളോട് സംസാരിക്കുന്നതു ഈ ലോക്ഡൗൺ കാലത്താണ്. പിന്നീട് അവരെ മറ്റുള്ളവരെ മോട്ടിവേറ്റ് ചെയ്യുന്ന ഒരു വ്യക്തി ആയിട്ടാണ് എനിക്ക് കാണാൻ കഴിഞ്ഞത്.

ഒരുപാട് പേരെ പരിചയപ്പെട്ടെങ്കിലും അവളിൽ എന്തോ ഒരു പ്രത്യേകത അനുഭവപ്പെട്ടിരുന്നു. എന്തോ ഒരു വൈബ് ഒരുപക്ഷെ എന്നെപ്പോലെ മറ്റുള്ളവരെ സഹായിക്കുന്നത് കണ്ടിട്ടാകാം എന്തോ... ഈ ഒരു രണ്ടു വർഷത്തെ കാലയളവിൽ അവൾ ഒത്തിരി വളർന്നിരിക്കുന്നു ഏറെ അഭിമാനിക്കാവുന്ന രീതിയിൽ തന്നെ .

അവളെകുറിച്ചാണ് ഈ കുറിപ്പ് . ഞാൻ അവളെ കാർത്തിക എന്നാണ് വിളിച്ചത് (പൊതുവെ ആരുടെയും പേരുകൾ ഞാൻ ഓർത്തു വെയ്ക്കാറില്ല കാരണം ഈ പ്രൊഫഷനിൽ സ്വകാര്യത നിർബന്ധമാണ്) എന്നോട് സംസാരിച്ച പലരും പിന്നെ എന്നെ വിളിക്കുമ്പോൾ അവർ അവരുടെ പേര് പറയുമ്പോൾ ഞാൻ അവരോടു പറയാറുണ്ട് നിങ്ങൾ ആ സംഭവം പറയൂ കാരണം ഞാൻ അവരുടെ പേരുകളേക്കാൾ അവരെ കേൾക്കാനാണ് ഞാൻ പ്രാധാന്യം നൽകിയിരുന്നത്, അതുകൊണ്ടു തന്നെ ഇവിടെയും ഈ പേര് യഥാർത്ഥത്തിലുള്ള പേരല്ല.

ഒരു മെയിലിലൂടെ ആണ് ആദ്യമായി അവൾ എന്നിലേക്കെത്തുന്നത്. 'എനിക്ക് മരിക്കണം. ഞാൻ ഇനി ജീവിച്ചിരിക്കില്ല. ബട്ട് മരിക്കുന്നതിനു മുൻപ് എനിക്ക് മാഡത്തിനോടൊന്നു സംസാരിക്കണം എന്നതായിരുന്നു ഉള്ളടക്കം. പിറ്റേന്ന് രാവിലെ എന്നെ വിളിച്ചോളൂ എന്ന് ഞാൻ മറുപടി നൽകി . അവൾ വിളിക്കുന്ന വരെ സത്യത്തിൽ നമുക്കും ഒരു ആകാംക്ഷയുണ്ട്, കാരണം ഒരു ജീവിതമാണ് നമ്മുടെ മുമ്പിൽ.

അവൾ രാവിലെ തന്നെ വിളിച്ചു .. ആദ്യം പതിയെ ആണ് സംസാരിച്ചത്, കുറെ കരച്ചിലുകൾ, എന്നെ തെറ്റിദ്ധരിക്കല്ലേ.. മാഡം, പറഞ്ഞത് പലവട്ടം ആവർത്തിച്ചു. ഞാൻ ഒട്ടും മുൻവിധി ഇല്ലാതെയാണ് കേൾക്കാൻ ഇരുന്നത്.

‘പറയൂ...’ ഞാൻ അവളോട് പറഞ്ഞു .

പതിയെ ഞങ്ങൾ വിഷയത്തിൽ എത്തി. കാർത്തിക, വിവാഹിതയാണ്. ഒരു മകൻ ഉണ്ട് . അവർ ഒരു പ്രണയത്തിലായിരുന്നു വീടിന് അടുത്തുള്ള യുവാവുമായി. അവർ തമ്മിൽ എല്ലാ തരത്തിലും ബന്ധങ്ങൾ ഉണ്ടായിരുന്നു.

ആ യുവാവ് ഈയടുത്ത് അറ്റാക്കായി മരിച്ചു, അവരുടെ വീട്ടുകാർക്ക് അയാളെ അറിയാം, പക്ഷെ ഇവരുടെ പ്രണയം അറിയില്ല, സത്യത്തിൽ ഉള്ള് തുറന്ന് പറയാൻ സാധിക്കാത്ത വിഷമമാണ് ഏറെ അവരെ അലട്ടിയത് .

മരണശേഷം അയാളെ അവർ കാണുന്നു, ആ ഫീൽ കിട്ടുന്നു എന്നൊക്കെ അവർ പറഞ്ഞു. ഉറക്കമില്ല, എനിക്കൊന്ന് ഉറങ്ങണം മാഡം. ഭർത്താവിനോട് എനിക്ക് പറയാൻ സാധിക്കണില്ല .. എന്റെ നെഞ്ചിൽ ഭാരം പോലെ ... അവൾ പറഞ്ഞ് കരച്ചിൽ തുടങ്ങി .

ഭർത്താവ് കരുതിയത് വീട്ടിലെ ഒരംഗം പോലെ കരുതിയ ആളിന്റെ മരണം അവരെ തളർത്തിയതെന്ന്, പക്ഷെ 2 മാസം കഴിഞ്ഞും അവർ ഒക്കെയാവുന്നില്ല. കുറെ പള്ളി, അമ്പലം കേറി നടന്നു, പിന്നെ ഭർത്താവിന്റെ സുഹൃത്തായ ഡോക്ടറുടെ അടുത്ത്. ഇവിടെ ഒന്നും അവർക്ക് മനസ്സ് തുറക്കാൻ സാധിക്കണില്ല. കാരണം ഭയം, ഭർത്താവ് അറിയുമോ എന്ന്. കുറ്റബോധമായിരുന്നു അവരെ അലട്ടിയിരുന്ന പ്രധാന പ്രശ്നം. ഒന്ന് കണ്ണടയ്ക്കാൻ ഭയം, ഒരുപാട് അവരെ ഞാൻ കേട്ടിരുന്നു. ഒരിക്കൽപോലും ചെയ്തത് തെറ്റ് എന്ന് പറഞ്ഞില്ല, ഞാൻ തെറ്റ്കാരി അല്ലേ മാഡം?

ഹേയ്, ഇല്ലന്നേ എന്ന് പറയുമ്പോൾ ദീർഘനിശ്വാസം വിടും , അവരുടെ ഭയം, കുറ്റബോധം ഒക്കെ പതിയെ മാറി തുടങ്ങി .

ദൈവം പോലാ നമ്മൾ അവർക്ക് അന്നേരം. ഒടുക്കം ആ മുഖത്ത് പുഞ്ചിരി എത്തി. പിന്നെ ഈയടുത്ത ഒരു വീഡിയോ എനിക്ക് അവൾ അയച്ചു തന്നു. നോക്കുമ്പോൾ അവൾ മോട്ടിവേഷൻ ചെയ്യുന്നത്.

ശരിക്കും സന്തോഷം തോന്നി. അവൾ സംസാരിക്കുന്ന ഒരോ വീഡിയോയും എന്നെ അഭിമാനം കൊള്ളിച്ചു. മരണത്തിന് പോയവൾ, മരണത്തിൽ നിന്ന് രക്ഷിക്കുന്നവൾ ആയിരിക്കുന്നു.

‘മാഡം നിങ്ങളില്ലായിരുന്നുവെങ്കിൽ ഞാനിന്ന്... ’അവൾ ഇടയ്ക്കിടയക്ക് മെസേജ് അയക്കും. ഞാൻ ഒരു സ്മൈലി അയച്ചു പറയും ‘നിന്റെ ഈ തീരുമാനം ആണ് ഏറെ അഭിമാനം നൽകിയത് കാർത്തു’ എന്ന്.

സത്യത്തിൽ ഈ പ്രൊഫഷനിൽ ഈ നിമിഷങ്ങൾ അവാർഡ് പോലെയാണ്. പലപ്പാഴും ആളുകൾ പ്രണയിക്കുമ്പോൾ ശാരീരിക ബന്ധത്തിലും എത്തും. പിന്നെ ഒരാൾ പിന്മാറുമ്പോൾ മറ്റേ ആൾക്ക് താങ്ങാനാവില്ല. ഒഴിവാക്കാൻ പറഞ്ഞാൽ 'എന്നെ ആദ്യമായി തൊട്ട പുരുഷൻ അവനല്ലേ' എന്ന് പറയും.

മറുഭാഗത്ത് സെക്സ് ഉണ്ടായാൽ 'അവൾക്ക് ഇനി എങ്ങനെ വേണ്ടെന്ന് വെയ്ക്കാൻ സാധിക്കും? മാഡം പറ.' ഇത്തരത്തിൽ കുറെ വിശ്വാസങ്ങൾ അടിച്ചേല്പിക്കുന്നത് ഇവരെ വിഷാദത്തിൽ എത്തിക്കും, ചിലർ നിസംഗതയിൽ എത്തും, എങ്ങനെയാണ് ഒരാൾ മാത്രം തെറ്റുകാരൻ, തെറ്റുകാരി ആവുന്നത് . എവിടേയും പ്രധാനം നമ്മൾ അവരെ കുറ്റപ്പടുത്തരുത് എന്നതാണ്. പിന്നെ, ഒരാളുടെ ഫീലിംഗ്സ് നമ്മൾ വിലയിരുത്തരുത്, അതിന് വിലയിരുത്താൻ അർഹത നമുക്കില്ല. പലരും കൂട്ടുക്കാർക്കിടയിൽ മാറ്റങ്ങൾ ശ്രദ്ധിക്കില്ല, പലരും പറയാതെ പറയും അവർ വിഷാദത്തിലാണ് എന്ന്. വേണ്ട വിധം ശ്രദ്ധ അത്യാവശ്യമാണ്. ചില കേസിൽ മരുന്ന് ആവശ്യമാകും അത് കൊണ്ട് തന്നെ മടി കൂടാതെ എത്തിക്കണം എന്നതാണ് പ്രധാനം ഇല്ലങ്കിൽ മരണത്തിൽ എത്തും. ഇന്ന് കുറെയൊക്കെ മാറ്റം വന്നിട്ടുണ്ട് ,വിഷാദരോഗം എന്നതിനെ തുറന്ന സദസ്സിൽ പറയുന്നവരുമുണ്ട്.

കുളിക്കാൻ തോന്നാതെ, മിണ്ടാൻ തോന്നാതെ ചിലർ തനിക്ക് സംഭവിക്കുന്നത് എന്താണ് എന്ന് തിരിച്ചറിയാത്തവർ ഇന്നും ഉണ്ട്. വല്ലാത്ത ഒരു അവസ്ഥയാണ്. ഒറ്റപ്പെടലിന്റെ ശ്വാസം മുട്ടലുകൾ, കരച്ചിലുകൾ.. ശരിക്കും ശ്രദ്ധിക്കണം. കേൾക്കുക, ഒപ്പമുണ്ട് എന്ന വാക്ക് മതി പലർക്കും. എന്നാൽ വിഷാദം ചില സമയങ്ങളിൽ മാനസിക രോഗങ്ങളുടെ ഭാഗമായും എത്താറുണ്ട്. ഒരെ അവസ്ഥയിൽ രണ്ടാഴ്ചയിൽ കൂടുതൽ ഒന്നും ഇരുത്തരുത്, ഹെൽപ്പ് എടുക്കണം. ശരിയായ ഇടപ്പെടലിൽ മാറ്റങ്ങൾ കാണാം. ഒരുപാട് ജീവിതങ്ങളിൽ നിന്നും അനുഭവിച്ചറിഞ്ഞ ഒരു കുറിപ്പ് ആണിത്.

കേൾക്കുക, മുൻ വിധി ഇല്ലാതെ എന്നതാണ് പ്രധാനം.

ആർദ്രതയുടെ നിലാവെളിച്ചം

സ്മിത

യാദൃശ്ചികമായാണ് ബാങ്കിൽ വച്ച് അവളെ കണ്ടുമുട്ടിയത്..കവിളൊട്ടി ഓജസ്സില്ലാത്ത മുഖവും വിരലറ്റം മൂടുന്ന പർദ്ദയും വിളറിയ കണ്ണുകളുമായി ക്യാഷ് കൗണ്ടറിൽ ഇരുന്ന നജീമയെ തിരിച്ചറിയാൻ കുറേ നിമിഷങ്ങൾ വേണ്ടിവന്നു...

നജീമാ.. എന്റെ വിളിയിൽ വരണ്ട ആ മുഖത്തു വിഷമം താങ്ങിയ പരിചയം അവൾ പുതുക്കി.

ക്യൂവിൽ ആളുകൾ ഉള്ളതിനാൽ മറ്റൊന്നും സംസാരിക്കാൻ ആയില്ല..

ശനിയാഴ്ചയാണ് സമയം 2 ആകുന്നു. ഉച്ചവരെയേ ആളുകളുടെ തിരക്കുള്ളു. വീട്ടിലേക്കു തിരിക്കാൻ കാറെടുത്തെങ്കിലും പോകാൻ തോന്നിയില്ല...

മെലിഞ്ഞു കൃശഗാത്രയായ ചുരുണ്ട മുടിയുള്ള നജീമയ്ക്കു വല്ലാത്ത ആകർഷണമായിരുന്നു കോളേജ് കാലത്ത്.. തലയിൽ നേർത്ത തട്ടവും നിതംബം മറയ്ക്കുന്ന മുടിയും ചുവന്ന ചുണ്ടുകളും ഉള്ള അവളെ പലരും മോഹിച്ചു.. പക്ഷേ പഠിക്കാൻ മിടുക്കിയായിരുന്ന നജീമ കോളേജിലെ ആൺ സഹപാഠികളെ ഗൗനിച്ചതേയില്ല.. എന്റെ ക്ലാസ്സിലെ അമീറിന്റെ സഹോദരിയായിരുന്നു സീനിയർ ആയിരുന്ന നജീമ.. ഞങ്ങൾ പെൺകുട്ടികളുടെ ഇടയിൽ പോലും അസൂയ വളർത്തിയ സുന്ദരി..

ബാങ്കിനു വെളിയിൽ നജീമ പുറത്തിറങ്ങും വരെ ഞാൻ കാത്തുനിന്നു.. എന്നെ കണ്ടതും തല താഴ്ത്തി അവൾ ഒഴിവാക്കാൻ ശ്രമിച്ചു... ഞാൻ കടന്നു പിടിച്ചു നിർത്തിയപ്പോൾ ആണ് മനസ്സില്ലാമനസ്സോടെ നിന്ന് തന്നത്..

'നിനക്കെന്താ വേണ്ടത് ' കണ്ണുകൾ കൂർപ്പിച്ചു അവളെന്നോട് ചോദിച്ചു.

'ഇവിടെ നല്ല ബിരിയാണി കിട്ടുന്നതെവിടെയാണ്.'

'ഇത് ചോദിക്കാനാണോ നീ കാത്തുനിന്നത്?' അവൾ പോകാനാഞ്ഞു.

അല്ല, നിന്റെ ഒപ്പം ആ ബിരിയാണി കഴിക്കാൻ.'

നജീമ ചിരി വരുത്തി 'പിന്നീടാകാം '

എന്റെ നിർബന്ധത്തിന് വഴങ്ങി അവൾ കൂടെ വരാമെന്നു സമ്മതിച്ചു.

റെസ്റ്റോറന്റിൽ തിരക്കൊഴിഞ്ഞിരുന്നു, കണ്ണുകളിൽ നോക്കാതെ, അങ്ങിങ്ങായി നോക്കി ചോദിച്ചതിനൊക്കെ എന്തൊക്കെയോ പറഞ്ഞു..

'മജ്നുനു സുഖമല്ലേ?'

കോളേജിൽ നജീമയെ കാണാനായി മാത്രം ഒരു സുന്ദരൻ വരാറുണ്ടായിരുന്നു... അവളുടെ അകന്ന ബന്ധു.. അയാൾക്കൊപ്പം നജീമ മണിക്കൂറുകളോളം സംസാരിച്ചിരിക്കും.. സ്വജാതിയിൽ നിന്നു തന്നെയുള്ള ആൾ മകളെ വിവാഹം ചെയ്യണമെന്ന് അവളുടെ പിതാവിന് നിർബന്ധം ഉണ്ടായിരുന്നതിനാൽ വീട്ടുകാർ തന്നെ കെട്ടിട്ടുറപ്പിച്ച അകന്ന ബന്ധു.. പത്താം തരത്തിലെ അവധിക്കാലത്ത് ഉറപ്പിച്ച ഭാവി വരൻ.. കാണാൻ സുമുഖൻ, ഗൾഫിൽ ജോലി..

അമീർ പറഞ്ഞാണ് ഞങ്ങൾ അറിഞ്ഞത്. അതിൽ പിന്നെ അവരെല്ലാം നമ്മൾ കുട്ടിപ്പട്ടാളങ്ങളുടെ മാതൃകാ മിഥുനങ്ങളായി... കൂട്ടായതിൽ പിന്നെ ആഷിഖിന്റെ സ്നേഹവും കരുതലും സമ്മാനങ്ങളും ഞങ്ങളുടെയും അവകാശമായിരുന്ന ഒരു കാലം വരെ എത്തി കാര്യങ്ങൾ.. ആയിടയ്ക്ക് അവധിക്കു വന്ന ആഷിഖ്, നജീമയെ വിവാഹം ചെയ്തു.. എം.കോം രണ്ടാം വർഷം പൂർത്തിയാക്കാതെ അങ്ങനെ നജീമ ക്യാമ്പസ് വിട്ടു.. അതിനുശേഷം ഇപ്പോഴാണ് അവളെ കണ്ടുമുട്ടിയത്..രണ്ട് വർഷങ്ങൾക്കു ശേഷം.

രണ്ടു വർഷങ്ങൾ ഒരാളിൽ ഇത്രയും മാറ്റങ്ങൾ വരുത്തുമോ? കോളേജിൽ അപ്സരസ്സായി നടന്ന നജീമ, വരണ്ടുണങ്ങി വെടിച്ച ചുണ്ടുകളും കരുവാളിച്ച കൺതടവുമായി കാണപ്പെട്ടത് വല്ലാത്ത ഞെട്ടലോടെയാണ് ഞാൻ നിരീക്ഷിച്ചത്.

'മജ്നു, അയാൾ എവിടെയാണെന്ന് അറിയില്ല, മാനസികാസ്വാസ്ഥ്യം ഉണ്ട്.'

കയ്യിൽ ഒട്ടിപ്പിടിച്ച ബിരിയാണി കുടഞ്ഞുകൊണ്ട് അവൾ പറഞ്ഞു. കരഞ്ഞു തളർന്ന കണ്ണുകളിൽ ചുവപ്പ് പടർന്നെങ്കിലും, വേദന മുഴുവൻ നിശ്വാസമായി ഒഴുകി..

'ഞാൻ ആകെ മാറിയല്ലേ, സഹിക്കാവുന്നതിനപ്പുറം ആയപ്പോൾ ആണ് വീട്ടിലേക്കു പോന്നത് '

എന്താ നിനക്ക് പറ്റിയത്, ആ ചോദ്യത്തിനായി കാത്തിരുന്നത് പോലെ അവളെന്നെ നോക്കി

'പാരാഫിലിയ... കേട്ടിട്ടുണ്ടോ നീ? കുറച്ചൊക്കെ ശരീരത്തിൽ ഇപ്പോ

ഴും അവശേഷിച്ചിട്ടുണ്ട്, കാണണ്ടേ'

സത്യത്തിൽ എനിക്കൊന്നും മനസ്സിലായില്ല. പർദ്ദയുടെ സ്ലീവ്സിലെ കുടുക്കഴിച്ചു അവൾ കൈത്തണ്ട എനിക്ക് നേരെ നീട്ടി.. വെളുത്ത ചർമ്മത്തിൽ അങ്ങിങ്ങായി കറുത്ത് വരണ്ട വ്രണങ്ങൾ, തലങ്ങും വിലങ്ങുമായി മുറിപ്പാടുകൾ. ചെവിയ്ക്ക് താഴെ കഴുത്തിൽ ആഴത്തിലുള്ള നീലിച്ച ക്ഷതങ്ങൾ..

'ബിരിയാണി കഴിച്ചു കഴിഞ്ഞെങ്കിൽ ബാ പോകാം.. എന്നെ നീ ഡ്രോപ്പ് ചെയ്യണം.'

ഞാൻ സ്തബ്ധയായി ഉത്തരമില്ലാതെ നിന്നു.

കാറിൽ കയറിയ നജീമ പർദ്ദ മാറ്റി കഴുത്തും മാറിടവും തുടകളും വയറും കാട്ടി... 'കണ്ടോ ഇനിയെന്ത് പറ്റാൻ ', പറഞ്ഞു തീർന്നതും വാവിട്ട് ഭ്രാന്തിയെ പോലെ കരഞ്ഞതും കാറിന്റെ സീറ്റിൽ തലയിട്ടടിച്ചതും, ഇന്നും ഒരു ഞെട്ടലോടെ മാത്രമേ ഓർക്കാൻ ആകുന്നുള്ളു.

മജ്നു ചെയ്തതാണ് ഇതൊക്കെ, സിഗരറ്റ് കുത്തിയും, കടിച്ചും, മാന്തിയും കൂർത്ത മുനയുള്ള വസ്തുക്കൾ കൊണ്ടു വരഞ്ഞും തീർത്ത വ്രണങ്ങളാണിത്.

വിവാഹം കഴിഞ്ഞു ഒരാഴ്ച്ച എന്റെ വീട്ടിൽ ആയിരുന്നു.. ആറു വർഷത്തെ നീണ്ട പ്രണയത്തിനൊടുവിൽ വിവാഹിതയായപ്പോൾ ജീവിതത്തിലെ ഏറ്റവും നല്ല നിമിഷങ്ങളായെ തോന്നിയിട്ടുള്ളു.. വീട്ടുകാർക്കും നാട്ടുകാർക്കും സമ്മതനായ വരൻ. വീട്ടുകാർ ഉറപ്പിച്ചു തന്ന പെണ്ണിനെ അളവറ്റു സ്നേഹിച്ച ചെറുപ്പക്കാരൻ.. ഗൾഫിൽ നിന്ന് ആറാറു മാസം കൂടുമ്പോൾ വിലപിടിപ്പുള്ള സമ്മാനപ്പൊതിയുമായി ഓടിയെത്തുന്ന കാമുകൻ. വിവാഹം കഴിഞ്ഞാൽ നമുക്ക് സ്വന്തം വീട്ടിലേക്കു മാറണം എന്നുറപ്പിച്ചു താലികെട്ടിനു മുൻപ് വീട് പാലുകാച്ചിയ കേമനായ ഒരാൾ.. ഒരുതരത്തിലും സ്നേഹിക്കുന്ന കാര്യത്തിൽ വിട്ടു വീഴ്ച ചെയ്യാത്ത ആൾ സ്വകാര്യതയിൽ അതി ഭീകരനായ സൈക്കോ സെക്ഷ്വൽ ആണെന്ന് എങ്ങനെ അറിയാനാകും.

ബന്ധുവീട് കാണലും സ്വന്തം വീട്ടിൽ വിരുന്നുകാരെ വരവേൽക്കുകയും ചെയ്ത ആദ്യനാളുകൾ ആണ് ഇപ്പോഴും മുന്നോട്ട് ജീവിക്കാൻ പ്രതീക്ഷ നൽകുന്നത്. ഞങ്ങളുടെ മനസ്സ് അവിടെ നിൽക്കുകയാണ്. അത് കഴിഞ്ഞു സഞ്ചരിച്ചത് ശരീരം മാത്രമാണ്. ആളുകളൊക്കെ ഒഴിഞ്ഞു വീടും ഞങ്ങളും സ്വപ്നങ്ങളുമായി പുതിയ ജീവിതം തുടങ്ങാനുള്ള ഒരുക്കത്തിൽ ആയിരുന്നു. സിറ്റിയിൽ നിന്ന് അല്പം മാറി രണ്ടേക്കർ തെങ്ങും പുരയിടത്തിൽ പുഴയ്ക്കരികെയാണ് പുതിയ വീട്.. പുതുമോടികളുടെ കാമവാഞ്ചനയ്ക്ക് ചേർന്നൊരിടം.. പങ്കുവച്ച സ്വപ്നങ്ങൾ സാക്ഷത്കരിക്കപ്പെടുന്ന ധന്യ മുഹൂർത്തത്തിൽ പടച്ചവനോട് ന

ന്ദി പറഞ്ഞു മജ്നുവിന്റെ മാറിൽ ചേർന്ന് കിടന്നതോർമ്മയുണ്ട്. ഞാൻ തീക്കനലിലൂടെയാണ് നടക്കേണ്ടതെന്ന് ഒരുമാത്ര പോലും കരുതിയില്ല... സ്നേഹം കാമാസക്തിയിലേക്ക് വഴി മാറുന്ന നിമിഷങ്ങളെ ഭയപ്പാടോടെ മാത്രമേ എനിക്ക് വിവരിക്കാനാകൂ.. എന്നെ വിവസ്ത്രയാക്കി മാറി നിന്ന് സിഗരറ്റ് കൊളുത്തി അരികിലേക്ക് വന്ന മജ്നു പിന്നെ ചെയ്തത് സിഗരറ്റ് ലൈറ്ററിൽ തീ പിടിപ്പിച്ചു എന്റെ യോനിയെ പൊള്ളിക്കുകയായിരുന്നു.. നീറിപുളഞ്ഞപ്പോൾ കൈത്തട്ടിമാറ്റിയ എന്റെ മുഖത്തു ആഞ്ഞടിച്ചു.. വായിൽ ഉടുമുണ്ട് കുത്തിക്കയറ്റി കഴുത്തിലും മുലഞെട്ടിലും സിഗരറ്റ് കുത്തിയിറക്കി. പൊള്ളിയ യോനിയെ തുളച്ചു കാമം വിറപൂണ്ടപ്പോൾ ക്രോധം കൊണ്ട് അവൻ വികൃത രൂപിയാകുന്നത്. ഒന്ന് ഒച്ചയിടാൻ പോലും ആകാതെ...

അവൾ മുഴുമിപ്പിക്കും മുൻപേ ഞാൻ അവളെ കെട്ടിപ്പിടിച്ചു...

നിനക്കറിയോ, ഇതെല്ലാം കഴിഞ്ഞു ജീവച്ഛവമായി തളർന്നു കിടന്ന എന്റെ കാലിൽ വീണു അവൻ കരഞ്ഞു.. മാപ്പ് ചോദിച്ചു. സ്വയം പഴിച്ചു.. തലയിട്ടടിച്ചു.. ഇനി ഒരിക്കലും ഇങ്ങനെയുണ്ടാവില്ലെന്നു വാക്ക് തന്നു... മരുന്ന് വാങ്ങി എന്റെ മുറിവിലും പൊള്ളലിലും തേച്ചു.. മുറിവുകൾ ഉണങ്ങും വരെ കൊച്ചു കുഞ്ഞിനെ പോലെ താലോലിച്ചു..

സ്നേഹവും കരുതലും ആവോളം ഉള്ള ഒരാൾ എങ്ങനെയാണ് രാക്ഷസ രൂപം പൂകുന്നത്?

അതുകഴിഞ്ഞു ഓരോ തവണയും എന്റെ അരികിലേക്കു വരുന്ന മജ്നു എന്റെ പേടി സ്വപ്നമാണ്... ഒരുതരം സെക്ഷ്വൽ സാഡിസം ആണ് ഇതെന്ന് അറിയില്ലായിരുന്നു... പലരാത്രികളിലും ഇത് പോലെ പലതും ആവർത്തിച്ചു.. ആർത്തവ ദിനങ്ങളിൽ ചോര കാണുന്നത് പോലും അവന്റെ ആസക്തി കൂട്ടി. ആരോടും പറയാതെ ഞാൻ അടക്കി വച്ചു എല്ലാ കാര്യങ്ങളും.

പർദ്ദ ഞാൻ എനിക്കായി ഒരുക്കിയ മറയാണ്. എന്റെ ശരീരം താണ്ടിയ പീഡനങ്ങൾ സ്നേഹിക്കാൻ പഠിപ്പിച്ച മാതാപിതാക്കളെ കാണിക്കാതിരിക്കാനായി സ്വീകരിച്ച വലിയ മറ. ഓരോ തവണയും അവൻ മാപ്പപേക്ഷിക്കും, എന്നെ വിട്ടുപോകല്ലേ എന്ന് കെഞ്ചിക്കരയും. കൊച്ചു കുഞ്ഞുങ്ങളെപ്പോലെ അലമുറയിട്ട് കരയും. പാപഭാരത്താൽ നീറും. പക്ഷേ പിന്നെയും തുടരും.

ഒരിക്കൽ എന്റെ തുടയിൽ നിന്ന് കടിച്ചെടുത്ത മാംസക്കഷ്ണം അവന്റെ വായിൽ തൂങ്ങിയപ്പോൾ കയ്യിൽ കിട്ടിയ ആഷ്ട്രെ എടുത്തു അവന്റെ തലയിൽ അടിച്ചു.. അവൻ ബോധമറ്റു വീണു.. മരിച്ചു പോയെന്നു തന്നെ കരുതി.. കയ്യിൽ ബാഗും തൂക്കി ആശുപത്രിയിൽ ചെന്ന് മുറിവ് തുന്നി. എന്റെ വീട്ടിലേക്കു മടങ്ങി...

ബോധം വന്നപ്പോൾ മജ്നു എന്നെ തിരക്കി ഭ്രാന്തനെ പോലെ കവലയിൽ നടന്നുവത്രേ.. പുലർച്ചെ വീടിനു മുന്നിൽ കരഞ്ഞു തളർന്നിരുന്നു.. എന്റെ കാലിൽ വീണു തിരിച്ചു വരണം എന്ന് വിലപിച്ചു. എനിക്കാ വീട് നരകമാണെന്ന് ഞാൻ വിളിച്ചു കൂവി.. ഒന്നും മനസ്സിലാകാതെ നിന്ന എന്റെ അനിയനും മാതാപിതാക്കൾക്കും മുന്നിൽ ഞാൻ തുണിയുരിഞ്ഞു എന്നെ പ്രദർശിപ്പിച്ചു.

അന്ന് വീട്ടിൽ നിന്നും ഇറങ്ങിപ്പോയ മജ്നുവിനെ പിന്നെ ഞാൻ കണ്ടിട്ടില്ല. എന്റെ നെഞ്ചു പിളരുന്നു.. എനിക്കിത് സഹിക്കാൻ പറ്റുന്നില്ല.. ഞാൻ എന്ത് തെറ്റ് ചെയ്തിട്ടാണ്....

അവളെ വീട്ടിൽ ഇറക്കി പോയ ഞാൻ ആദ്യം വിളിച്ചത് സുഹൃത്തായ സൈക്കോളജിസ്റ്റിനെയാണ്.. പാരാഫീലിയയുടെ അതിഭീകാരാവസ്ഥകൾ വിശദീകരിച്ചപ്പോൾ ആകെ മരവിച്ചുപോയി. പങ്കാളിയെ കീഴ്പ്പെടുത്തി നേടുന്ന സുഖം, മാനസിക വിഭ്രാന്തിയിലൂടെ പ്രകടമാക്കപ്പെടുന്ന സെക്ഷ്വൽ സാഡിസം.

പിറ്റേന്ന്, നജീമയെ വിളിച്ചു ഞാൻ പറഞ്ഞു, അയാളെ കണ്ടെത്തിയാൽ എത്രയും പെട്ടെന്നു ഒരു ക്ലിനികൽ സൈക്യാട്രിസ്റ്റിനെ ഏൽപ്പിക്കണം.. ഇത് മാറ്റാവുന്ന കാര്യമേ ഉള്ളു.

വേണം.. എനിക്കവനെ വേണം.. അവനെ ഞാൻ നേരെയാക്കും..

വർഷങ്ങൾക്കിപ്പുറം ഞാനിതെഴുതുമ്പോൾ ഒന്നെനിക്കറിയാം നജീമ ഉയിർത്തെഴുന്നേറ്റെന്ന്.

അമീറിനെ ദുബായിൽ വച്ചു ഈയിടെ കാണാനിടയായി. കൈക്കുഞ്ഞും ഭാര്യയുമായി സന്തോഷത്തോടെ ഷോപ്പിംഗിന് ഇറങ്ങിയതായിരുന്നു. എന്നെ അല്പം മാറ്റി നിർത്തി അവൻ പറഞ്ഞു ഇത്തയും അളിയനും ഇപ്പൊ കുവൈത്തിൽ ആണ്. സുഖമായി ഇരിക്കുന്നു.. ഒരു മോളും ഉണ്ട്. ആഷിക്കാനെ പോലിസ് സഹായത്തോടെ തെരഞ്ഞു പിടിച്ചത് കോയമ്പത്തൂരിൽ നിന്നാണ്.. നേരെ മാനസികാശുപത്രിയിൽ.. നജീത്ത കൂടെ നിന്ന് പരിചരിച്ചു. പ്രശ്നം മുളയിലേ നുള്ളി. ചെറുപ്പത്തിൽ കുടുംബത്തിലെ കാരണവരിൽ ഒരാളുടെ രതിക്രീഢകൾക്ക് ഇരയാക്കപ്പെട്ടവനാണ് ആഷിഖ്. എട്ടു വയസ്സുമുതൽ പതിനേഴു വയസ്സുവരെ പീഡിപ്പിക്കപ്പെട്ടു. കാരണവർ മരിക്കുന്നതുവരെ.

അമീർ മൊബൈലിൽ നജീമയുടെ പുതിയ ചിത്രങ്ങൾ കാട്ടിത്തന്നു.. എന്റെ ഇത്ത ഒരു മാലാഖയാണ്.. അവന്റെ കണ്ണിൽ ആശ്വാസത്തിന്റെ തിരമാലകൾ അലയടിക്കുന്നുണ്ടായിരുന്നു

തനിച്ചെന്ന് പൊള്ളുന്നു, ചേർത്ത് വെയ്ക്കാൻ ഉള്ള് തൊട്ട കൈകൾ തിരയുന്നു

സോഫിയ ഷാജഹാൻ

മൂന്ന് മുറികളിൽ മൂന്ന് ദൈവങ്ങൾ നിറഞ്ഞു കവിഞ്ഞതെങ്കിലും ഇടനാഴികൾ ഒച്ചയനക്കങ്ങളേതുമില്ലാതെ ശാന്തം. നാലാമത്തെ മുറിയിലെ ദൈവത്തിനെ കാണാനുള്ള കാത്തിരിപ്പാണ് ആശയറ്റ ഓരോ കണ്ണുകളിലും ഒരുതരം കനപ്പെട്ട നിശ്ശബ്ദതയ്ക്കിടയിൽ അതിനെ ഭേദിച്ചെന്നോണം ഇടയ്ക് കേൾക്കുന്ന നഴ്സിന്റെ ഒച്ചയിൽ ഊഴം കാത്തിരിക്കുന്നവരുടെ നെടുവീർപ്പ്. നഗരത്തിലെ അതി പ്രശസ്തമായ ഒരു ഹോസ്പിറ്റലിലെ ഓങ്കോളജി ഡിപ്പാർട്മെന്റിനു പുറത്തെ കാഴ്ചയാണിത്.

ഒന്നുമറിയാ കുഞ്ഞുങ്ങൾ മുതൽ എല്ലാ പ്രായത്തിലുമുള്ളവരെയും നിരാശ പടർന്ന മുഖവുമായി അവിടെ കാണാൻ ആവും ഓരോ കൺതടങ്ങളിലും പ്രതീക്ഷകളെ ആട്ടിയോടിക്കുന്ന കാക്ക കറുപ്പ് മാത്രം.

ഞങ്ങൾ ആറ് പേരുണ്ടായിരുന്നു. മറ്റുള്ളവരെക്കാൾ കാര്യപ്രാപ്തിയും കാര്യങ്ങൾ പെട്ടെന്ന് മനസിലാക്കിയെടുക്കുന്ന വൈദഗ്ധ്യവും പാരമ്പര്യ വൈദ്യത്തിൽ അറിവ് നേടി അത് മറ്റുള്ളവർക്ക് ഉപകാരപ്പെടുത്തുന്ന ഒരാളെ, വളരെയേറെ ശ്രമപ്പെട്ടു നൂറായിരം കള്ളങ്ങളുടെ നൂൽപ്പാലത്തിലൂടെ അവിടെ എത്തിച്ചിരിക്കുകയാണ്. അതൊരു കാൻസർ രോഗികളുടെ വിഭാഗം ആണെന്നോ മറ്റു ഡോക്ടർസ് ആറുമാസത്തിലധികം ജീവിച്ചിരിക്കില്ലെന്നു വിധിയെഴുതിയ കാൻസറിന്റെ നാലാം സ്റ്റേജിൽ ആണെന്നോ അറിയാതെ ഒരു പാവം മനുഷ്യൻ.. എന്റെ വാപ്പച്ചി .

ഒരല്പം പോലും സംശയത്തിന് ഇട നൽകാതെയാണ് ഞങ്ങൾ വാപ്പച്ചിയെയും ഉമ്മച്ചിയേം അവിടെ എത്തിച്ചത്. ഒരുമിച്ച് ജീവിതം തുടങ്ങിയ ശേഷം ഒരു രാത്രി പോലും പരസ്പരം പിരിഞ്ഞു കഴിഞ്ഞിട്ടില്ലാത്ത ഉമ്മച്ചിയെ ഒഴിവാക്കിയുള്ള ഒരു വരവ് പ്ലാൻ ചെയ്തെങ്കിലും അത് അസാധ്യമായി.

ഭാര്യയും ഞങ്ങൾ നാല് മക്കളും, അതായിരുന്നു വാപ്പച്ചിയുടെ ലോകം. അദ്ദേഹത്തിന്റെ വലിയലോകം ഞങ്ങളുടെ വീടെന്ന കൊച്ചു

സ്വർഗത്തിൽ ഒതുങ്ങി. നിനച്ചിരിക്കാത്ത ഒരു നിമിഷത്തിലാണ് ഒരു അടയാളങ്ങളും തരാതെ ശരീരത്തെ 2,3 വർഷങ്ങളായി കാർന്നു തിന്നുകയായിരുന്ന കാൻസർ ചെറിയ എക്കിളും ഛർദിയുടെയും രൂപത്തിൽ അടയാളപ്പെട്ടു തുടങ്ങിയത്. ഞങ്ങളുടെ ഓർമ്മയിൽ ഒന്നോ രണ്ടോ തവണയല്ലാതെ സ്വന്തം ആവശ്യത്തിനായി ആശുപത്രി പടി ചവിട്ടാത്ത ആളാണ്. .

വൈദ്യൻ ആയത് കൊണ്ടു കൂടുതലും സ്വയം ചികിത്സയും ആയിരുന്നു.. ഗ്യാസ്ട്രിക് ദഹനക്കേട് എന്നൊക്കെ കരുതി അവഗണിച്ച പലതും ശരീരം കാട്ടി തന്ന അടയാളങ്ങൾ ആയിരുന്നു എന്ന് തിരിച്ചറിയുമ്പോഴേക്കും വൈകി പോയിരുന്നു.

നിന്ന നില്പിൽ കാൽച്ചുവട്ടിലെ മണ്ണ് ഒലിച്ചുപോയാലുണ്ടാകുന്ന അവസ്ഥയായിരുന്നു എല്ലാവർക്കും. ഒരു കുടുംബത്തിലെ എല്ലാ കാര്യങ്ങളും വേണ്ടത്ര വിശ്രമിക്കുക പോലും ചെയ്യാതെ ഓടി നടന്നു ചെയ്തു കൊണ്ടിരുന്ന ഒരാൾ, ജീവിതത്തെ അത്രമേൽ ഇഷ്ടത്തോടെ ചേർത്ത് പിടിക്കുന്ന ഒരാൾ, വീടെന്നത് സ്വർഗ്ഗമായി കാണുന്ന ആൾ, ഒരുപാട് പ്രതീക്ഷകളോടെ നാളെയെ കാത്തിരുന്ന ഒരാൾ, കൊച്ചുമക്കൾക്കൊപ്പം എത്ര സമയം ചിലവഴിച്ചാലും മതിയാവാത്ത, യാത്രകൾ ഇഷ്ടപ്പെടുന്ന, തനിച്ചു എവിടേക്കും പോകാതെ എല്ലാവരെയും ഒപ്പം കൂട്ടുന്ന ഒരാളോട് എങ്ങനെയാണ് പെട്ടെന്ന് ജീവിതം ഏല്പിച്ച ഈ ആഘാതത്തെക്കുറിച്ചു പറയുകയെന്നതായിരുന്നു ഏറ്റവും വലിയ വെല്ലുവിളി.

സുഹൃത്തായ ഒരു ഡോക്ടറുടെ ആശുപത്രിയിൽ നിന്നു സംശയം പറഞ്ഞപ്പോൾ തന്നെ ഞങ്ങൾ നാലുപേരും അദ്ദേഹത്തിന്റെ അടുത്തെത്തി. പിന്നീട് ഏത് ഹോസ്പിറ്റലിൽ കൊണ്ടുപോകും എന്ന് ചർച്ചയായി.. ഒരേസമയം വീട്ടിലുള്ള രണ്ട് പേരെ ഒന്നും അറിയിക്കാനും മുഖത്തു പോലും സങ്കടത്തിന്റെ ഒരു ലാഞ്ചനപോലും വരാനും പാടില്ല. ഉള്ള് നീറി വെന്ത് കുറച്ചു പേർ കണ്ണുനീര് അകത്തേക്കൊഴുക്കി തീയിൽ പെട്ടപോലെ കഴിഞ്ഞ കുറെ ദിവസങ്ങൾ. ഒടുവിൽ ഒരുപാട് നന്മകൾ ഉള്ള ചില സുഹൃത്തുക്കളുടെ അഭിപ്രായം തേടി. എല്ലാവരും ഒരുപോലെ ഡോക്ടർ ഗംഗാധരൻ എന്ന വലിയ മനുഷ്യന്റെ പേരിൽ എത്തി നിന്നു. ഇതിനിടയിൽ മെഡിക്കൽ റിപ്പോർട് കാണിച്ച ഒന്നിൽ അധികം ഡോക്ടർമാർ അദ്ദേഹത്തിന് ആറ് മാസം കൂടിയേ പരമാവധി ആയുസ്സ് ഉണ്ടാവു എന്നും പരമാവധി സന്തോഷം കൊടുക്കൂ ചികിത്സ കൊണ്ടു ഫലമില്ല എന്നും ഒരേസ്വരത്തിൽ പറഞ്ഞു. ഞങ്ങൾക്ക് ആർക്കും തന്നെ അത് കേട്ട് ഒന്നും ചെയ്യാതെ അടങ്ങിയിരിക്കാനാകു

മായിരുന്നില്ല.

മാതാപിതാക്കളെ ഒന്നും അറിയിക്കാതെ ഞങ്ങൾ പോകാവുന്നിടത്തൊക്കെ പോയി വിവരങ്ങൾ ശേഖരിച്ചു. ഒടുവിൽ ഗംഗാധരൻ ഡോക്ടറുടെ അടുത്ത് മെഡിക്കൽ റിപോർട്സുമായി ഞങ്ങൾ പോയി. ആദ്യം പ്രതീക്ഷക്ക് വകയില്ലാതെ അവിടെ നിന്നും ഇറങ്ങേണ്ടി വന്നു. അപ്പോഴുണ്ടായ ഒരുൾവിളിയിൽ ഞാൻ വീണ്ടും ഡോക്ടറുടെ റൂമിലേക്ക് ഒരു അനുവാദത്തിനു പോലും കാത്തു നിൽക്കാതെ കയറി. ആ കൈകൾ കൂട്ടിപ്പിടിച്ച് ഉച്ചത്തിൽ കരഞ്ഞത് മാത്രമേ ഓർമയുള്ളൂ... ഈസോഫാഗസ് ഇൽ കാൻസർ. ഫോർത്ത് സ്റ്റേജ്.... അദ്ദേഹം ചേർത്ത് പിടിച്ച്, വാപ്പച്ചിയുമായി നഗരത്തിലെ ഹോസ്പിറ്റലിൽ അഡ്മിറ്റ് ആകാനായി ചെല്ലാൻ പറഞ്ഞു. അന്ന് ആ ദൈവതുല്യനായ മനുഷ്യനെ ഏല്പിച്ചതാണ് വാപ്പച്ചിയെ. ആറ് മാസം എന്ന് എല്ലാവരും വിധിയെഴുതിയ ആളിനെ, വയറ്റിൽ ഒരു ചെറിയ അൾസർ ഗ്രോത്ത് ഉണ്ട് ഒരു മൈനർ സർജറി യിൽ തീരും എന്ന് കളവു പറഞ്ഞു ഡോക്ടറുടെ അടുത്ത് എത്തിച്ച വാപ്പച്ചിയെ വീണ്ടും രണ്ടര വർഷം കൂടി അദ്ദേഹത്തിന്റെ ചികിത്സയിലൂടെ ഞങ്ങൾക്ക് തിരികെ കിട്ടി.

ഇതിനിടയിൽ വാക്കുകൾ കൊണ്ട് വിവരിക്കാനാവാത്ത അത്രയും അനുഭവങ്ങളിലൂടെ കടന്നുപോയി. എത്ര സ്നേഹിക്കുന്നവർ ആയാലും നമുക്കു ഒരിക്കലും മറ്റൊരാളുടെ ഫിസിക്കൽ പെയിൻ പങ്കിട്ടെടുക്കാനാവില്ല... കണ്ടുനിന്ന് അവരക്കേളേറെ നെഞ്ചു നീറ്റാനെ കഴിയൂ. മേജർ സർജറി, കീമോതെറാപ്പി, റേഡിയേഷൻ. വേദനകൾക്ക് മേൽ വേദന നിറഞ്ഞ രണ്ടര വർഷങ്ങൾ.. ആറ് മാസം പറഞ്ഞ ആളിനെ രണ്ടര വർഷം കൂടി ദൈവത്തോട് കടം പറഞ്ഞു ഞങ്ങൾക്ക് ദൈവതുല്യനായ ഡോക്ടർ നേടിത്തന്നു.

ഇടയ്ക്കിടെ ഉള്ള ആശുപത്രി വാസം ദൈർഘ്യമേറിയതായിരുന്നു. ജോലിയോ കാരിയറോ ഒന്നിനെ കുറിച്ചും ഓർക്കാതെ ഞാനും അനിയത്തിയും മാറി മാറി ഒപ്പം നിന്നു. നീണ്ട മൂന്ന് വർഷങ്ങൾ മുപ്പത് വർഷമെന്നു തോന്നിക്കും പോലെ ഇഴഞ്ഞു നീങ്ങിയ ആശുപത്രി ദിനങ്ങൾ. കടിച്ചിറക്കുന്ന വേദനകൾക്കിടയിലും ആഹാരം ട്യൂബിലൂടെ കഴിക്കുമ്പോഴും ഞങ്ങൾ കഴിച്ചതാണോ എന്ന് ഉറപ്പു വരുത്താറുണ്ടായിരുന്നു അദ്ദേഹം. കണ്ടും കേട്ടും കരൾ പിടഞ്ഞ ഒട്ടേറെ അനുഭവങ്ങൾ വീണുപോയിടത്ത് നിന്നു പിടിച്ചെഴുന്നേൽക്കാൻ കുറെ നാളുകൾ വേണ്ടി വന്നു.

ആശുപത്രി ദിനങ്ങൾ എഴുതാൻ, ആരെയും അറിഞ്ഞുകൊണ്ട് വേദനിപ്പിച്ചിട്ടില്ലാത്ത അദ്ദേഹം അനുഭവിച്ചത് പറയാൻ, ഒരു പുസ്തകം ത

ന്നെ തികയാതെ വരും.

നിറവ് എന്നാൽ എന്റെ വീടായിരുന്നു. അദ്ദേഹത്തിന് അത് സ്വർഗ്ഗവും. നിറഞ്ഞു പ്രകാശിച്ച ആ വീട് ഒറ്റ രാത്രികൊണ്ട് ഇരുൾ മൂടി. വീണത് ഒറ്റയ്ക്കായിരുന്നില്ല ആ തണൽ തേടിയ ഒരു വീടൊന്നാകെ ആയിരുന്നു. എവിടെയും അദ്ദേഹം നിറഞ്ഞു നിന്നു. ഞങ്ങൾ എല്ലാവരും അദ്ദേഹം കൂടെയുണ്ടെന്ന് തന്നെ വിശ്വാസിച്ചു ഇന്നും ജീവിക്കുന്നു.

നമ്മൾ സ്ഥിരം കേൾക്കാറുള്ള ഒരു വാചകം ഉണ്ട്. അഹങ്കാരവും ചതിയും വഞ്ചനയും അഹന്തയും ചിലർ നശ്വരമായ ഈ ജീവിതത്തിൽ കാണിക്കുമ്പോൾ, 'ആർ സി സി യിലെയോ മറ്റോ കാൻസർ വാർഡ് കാട്ടി കൊടുത്താൽ തീരാവുന്നതേ ഉള്ളൂ എന്ന്'

അതെ ഈ ഇടനാഴികളിൽ ഒരല്പനേരം നിന്നാൽ മതി കുഞ്ഞുങ്ങളുടെ വാർഡിന് അടുത്തെത്തുക പോലും വേണ്ട. അതിന് മുമ്പേ കേട്ട് തുടങ്ങാം കരളലിയിക്കുന്ന കുഞ്ഞുങ്ങളുടെ കരച്ചിൽ.

എന്നെ ഇനി കുത്തല്ലേന്ന് പറ അമ്മാ, എനിക്ക് പേടിയാ, മോൾക്ക് വേദനിക്കുന്നു അച്ഛാ... എന്ന് തുടങ്ങി നേർത്ത് നേർത്ത് തീരുന്ന കുഞ്ഞിക്കരച്ചിലുകൾ.. എത്ര രാത്രികളിൽ ഞാൻ ഉറക്കം ഞെട്ടിയെഴുന്നേറ്റു ആ മുറിവാതുക്കൽ പോയി തിരിച്ച് വന്നിട്ടുണ്ടെന്നോ. എല്ലാ ദൈവങ്ങളോടും അപ്പോൾ ദേഷ്യം തോന്നും.

ഏത് കാൻസർ വാർഡിൽ ഏതു വേദനിക്കുന്നവരോടൊപ്പം നിന്നാലും ഒരല്പം പോലും മാറാത്ത ചിലരെയും നമുക്കു കാണാൻ ആകും. ഏതു രോഗത്തിനും അതീതരാണ് എന്ന ധാർഷ്ട്യത്തോടെ ചിലരെയും കാണാനായി എന്നതും വസ്തുതയാണ്.

നാളെ നമുക്കും ഈ ഗതി വന്നേക്കാം എന്നും നമ്മുടെ വിധിയും പ്രവചനാതീതം എന്ന് പോലും ഓർക്കാതെ പോകുന്നവർ. ഒരു നിമിഷാർദ്ധംപോലും വേണ്ട ജീവിതം ഏതു വിധേനയും മാറിമറിയാമെന്നു പോലും ഓർക്കാത്തവർ.. ഒരു സമയം കഴിഞ്ഞാൽ മാതാപിതാക്കൾ ബാധ്യതയാകുന്നവർ. മക്കൾ എന്ന് അവരെയും നമ്മൾ വിളിക്കും.

തൊട്ടടുത്ത മുറിയിൽ മാഷും ടീച്ചറും ഉണ്ടായിരുന്നു. മാഷിന് ആയിരുന്നു അസുഖം അവരുടെ മക്കളാകട്ടെ ആ അവസ്ഥയിൽ അവരെ ഒറ്റയ്ക്കാക്കി നിസാരപ്പെട്ട കാരണങ്ങൾ ആവലാതികൾ ഒക്കെ പറഞ്ഞു പോയിട്ടും ഒരു ചെറു ചിരിയോടെ മാത്രം അവരെ യാത്രയാക്കിയ ടീച്ചർ ഇന്നും എന്റെ വേദനിക്കുന്നോരോർമ്മയാണ്.

ആശുപത്രിമുറിയിലേക്ക് ഒരു നോട്ടുബുക്ക് തന്നുവിടാറുണ്ട് ഡോക്ടർസ്. രോഗികളുടെ അപ്ഡേറ്റ്സ് എഴുതുന്നത് അതിലാണ്. അതിന്റെ കവറിൽ 'കാൻസർ ഭയപ്പെടാനില്ല സുഖം പ്രാപിക്കും'എന്ന വ

ലിയ അക്ഷരങ്ങളിൽ എഴുതിപ്പിടിപ്പിച്ചിട്ടുണ്ട്. അതുമായി അൾസർ എന്ന് വിശ്വസിപ്പിച്ച ആളുടെ മുന്നിലേക്ക് പോകുന്നത് ഓർക്കാൻ കൂടി വയ്യായിരുന്നു.

ചിന്തിക്കാൻ സമയം ഒന്നും ഉണ്ടായിരുന്നില്ല. പെട്ടെന്ന് തന്നെ ബ്രദർ പോയി ബ്രൗൺ പേപ്പർ വാങ്ങി വന്നു ഞങ്ങൾ ഭംഗിയായി അതിനൊരു പുറം ചട്ടയുണ്ടാക്കി. നഴ്സ്മാരെയും മറ്റു ഡോക്ടർസ് ന്റെയും ഒക്കെ കാലുപിടിച്ചു വാപ്പച്ചിയെ ഒന്നും അറിയിക്കരുതെന്നു അപേക്ഷിച്ചു. അവർ ഒക്കെയും ആദ്യാവസാനം ഒപ്പം നിന്നു... എഴുതിയാൽ തീരാത്തത്ര ആശുപത്രി ഓർമ്മകൾ കവിളിൽ ചാലുകൾ തീർക്കുന്നുണ്ട്... കാഴ്ച മറയ്ക്കുന്നുണ്ട്.

ജീവിതം പലർക്കും പലതാണ്. ഒരു മരണവീട്ടിൽ നിന്ന് മരണത്തെ കുറിച്ചും മനുഷ്യൻ മരണത്തിനു മുന്നിൽ നിസ്സാരനാണെന്നും മറ്റും വാചാലമാകുന്നവർ മരണവീട്ടിൽ നിന്നിറങ്ങി കഴിയുമ്പോഴേക്കും മരണത്തെയും ബന്ധങ്ങളെയും ഒക്കെ മറക്കുകയും ചെയ്യുന്നു എന്ന വിപരീതാത്മകത ഉള്ള ലോകത്താണ് ഞാനും നിങ്ങളും ജീവിക്കുന്നത്.

എഴുതാനിരുന്നു പലവുരു മാറ്റി വെച്ചതാണ് ഈ വിഷയം. തൊണ്ടക്കുഴിയിൽ മുള്ളുകൊള്ളുന്നപോലെ വേദന കുത്തിയിറങ്ങുമ്പോൾ എഴുതി പലവട്ടം മതിയാക്കി... വീണ്ടും ഞാൻ ആ വേദനയുടെ ദിവസങ്ങളിലൂടെ കടന്നു പോയി. ഹൃദയത്തിനു കനം വെച്ചപോലെ... നെഞ്ചിൻകൂട് പൊട്ടിപോകുംപോലെ കണ്ണുകൾ നിറഞ്ഞു കാഴ്ചയെ മറയ്ക്കുന്നു.

ഒന്നോർത്തുനോക്കു നമുക്കു വേണ്ടി, അവർ ഉറക്കമൊഴിച്ച രാത്രികൾ, അവർ വേണ്ടെന്നു വച്ച സുഖങ്ങൾ, അവർ നടന്നു തീർത്ത ജീവിത വഴികൾ ഈ കെട്ട കാലത്തെ വാർത്തകൾ കേൾക്കുമ്പോൾ തോന്നിപ്പോവുകയാണ് എവിടെയാവും ഇവർക്കൊക്കെ പിഴച്ചത്? ഇന്നും എന്നും ആഗ്രഹിക്കാറുണ്ട് ദൈവത്തിനോട് പ്രാർത്ഥിക്കാറുണ്ട് സ്വപ്നത്തിൽ അദ്ദേഹത്തെ കാണിച്ചു തരണേയെന്ന് അപേക്ഷിക്കാറുണ്ട് ഓരോ യാത്രയ്ക്കൊടുവിലും വീടണയുമ്പോൾ ഉമ്മറപ്പടിയിലോ മുറ്റത്തോ കാത്ത് നിൽക്കുന്നുണ്ടാവണേയെന്നു ആഗ്രഹിക്കാറുണ്ട്... വെറുതെ സങ്കല്പിക്കാറുണ്ട്.... അല്ലെങ്കിൽ തന്നെ ജീവനും ജീവിതവുമായി ഞങ്ങളിൽ തന്നെ ഉണ്ടെന്നു വിശ്വാസിക്കാനാണ് ഇഷ്ടം. അതെ, ഞങ്ങളെ കാത്തു മറ്റൊരു പേരറിയാ നാട്ടിൽ സ്വർഗം പോലൊരു വീട്ടിൽ കാത്തിരിക്കുന്നുണ്ട്... അദ്ദേഹം.

അതിജീവനത്തിന്റെ കഠിനവഴികൾ

ശ്രീജ ജെ പ്രസാദ്

കടന്നുവന്ന, മുള്ളുതറച്ച കാൽപ്പാടുകൾ നോക്കി നെടുവീർപ്പിടുമ്പോഴും, അതിജീവനം എന്ന അഞ്ചക്ഷരം വല്ലാത്തൊരു ഉൾപ്പുളകത്തോടെ കോറിയിടുന്നവരുണ്ട്. ജീവിതത്തിനും മരണത്തിനുമിടയിലുള്ള നൂൽപ്പാലത്തിലൂടെ സഞ്ചരിച്ച് ഒടുവിൽ വിജയക്കൊടി നാട്ടിയവരാണവർ. ഒരു വിഭാഗം ഇന്നും യവനികയുടെ മറവുചേർന്ന്, അരങ്ങിൽ മുഖം തരാത്തവർ.. അതിനവർക്ക് പറയാൻ ഏറെ കാരണങ്ങളുണ്ട്; അതിൽ പ്രധാനം, അപമാനിതയാകുമോ എന്ന ഭയം, കുടുംബത്തിലുള്ളവരുടെ പിന്തുണ ലഭിക്കുമോ എന്ന ആശങ്ക. ഈ ഭയവും ആശങ്കയും നിലനിൽക്കുന്നിടത്തോളം പുതിയ അതിജീവിതമാർ സൃഷ്ടിക്കപ്പെട്ടുകൊണ്ടേയിരിക്കും.

അതിജീവനത്തിന്റെ കഠിനവഴികൾ കാതങ്ങളോളം താണ്ടിയവർക്ക് മുന്നിൽ, അരക്കാതം മാത്രം സഞ്ചരിച്ച എന്നെപ്പോലുള്ളവരുടെ അതിജീവന കഥ അപ്രസക്തമാവാം. കുറച്ചെങ്കിലും പ്രസക്തമാകുന്നത്, പ്രായംകൂടി കണക്കിലെടുക്കുമ്പോഴാണ്.

ഏതാണ്ട് 10-11 വയസ്സു മാത്രം പ്രായമുള്ള ബാലികയ്ക്ക്, മധ്യവയസ്കനായ അയൽക്കാരനിൽ നിന്നും നേരിടേണ്ടി വന്ന സെക്ഷ്വൽ ഹരാസ് മെന്റ്! ആളൊഴിഞ്ഞ ഇടവഴികളിലും, പറമ്പിലും ലിംഗം പ്രദർശിപ്പിച്ചുകൊണ്ട് അയാൾ പ്രത്യക്ഷപ്പെടും. ഓടിമറയാൻ ശ്രമിക്കുന്ന എന്റെ ദൃഷ്ടിയിൽ, വന്നു കയറാനുള്ള കാരണങ്ങൾ അയാൾ തന്നെ കണ്ടെത്തും. നാളെ പറമ്പിൽ പണിയുണ്ടോ, തെങ്ങ് കയറാൻ ആളെ വിളിക്കണ്ടേ തുടങ്ങിയ ചോദ്യങ്ങളുമായി അച്ഛനരികിൽ വിധേയത്വത്തോടെ പതുങ്ങിനിന്ന് എന്നെ പാളിനോക്കും. തരം കിട്ടിയാൽ ആ നേരവും അച്ഛൻ കാണാതെ ലിംഗം മുണ്ടിനിടയിലൂടെ പുറത്തേയ്ക്കിടും..

എന്റെ കുഞ്ഞുമനസ്സിൽ ഭയാശങ്കകൾ ഉടലെടുത്തുതുടങ്ങി. ട്യൂഷൻക്ലാസ് കഴിഞ്ഞ് മടങ്ങിയ ഒരു സന്ധ്യാനേരത്ത്, വിജനമായ ഇടവഴിയിൽ പതുങ്ങിനിന്ന് ആദ്യമായി അയാളെന്നെ കടന്നുപിടിച്ചു.. സർവ്വശക്തിയുമെടുത്ത് കുതറിയോടി വീട്ടിലെത്തിയത് മാത്രം ഓർമ്മയുണ്ട്.

തുടർന്നുള്ള ദിവസങ്ങളിൽ, സന്ധ്യാനേരമാകുമ്പോഴേയ്ക്കും കുളിർന്നു വിറക്കുന്നതുപോലെ ശരീരം ഉറഞ്ഞു തുള്ളുക പതിവായി.. പല്ലു കൂട്ടിയിടിക്കും, നെഞ്ചിടിപ്പ് കൂടും. ദിനവും രണ്ടുമൂന്നു മിനിറ്റോളം ഈ നില തുടരും..

ഇതിനിടയിലും, തരം കിട്ടുമ്പോഴൊക്കെ അയാൾ ലിംഗപ്രദർശനം നടത്തുകയും, ചുന്താണി വേലിക്കരികിൽ നിന്നു സ്വയംഭോഗം നടത്തുകയും ചെയ്തു. സ്വയംഭോഗം എന്തെന്ന് അറിവില്ലാത്ത പ്രായത്തിൽ, ആദ്യമായ് കണ്ട ആ ചേഷ്ട എന്നെ കൂടുതൽ കൂടുതൽ ഭയചകിതയാക്കി.

കുഞ്ഞുമനസ്സെങ്കിലും നിശ്ചയിച്ചുറപ്പിച്ചു. പറയുകതന്നെ വേണം.അച്ഛനോട്... അമ്മയോട്.. എങ്ങനെ പറയും? എന്ത് പറയും.

വീട്ടിൽ അമ്മയ്ക്ക് സഹായത്തിനു നിൽക്കുന്ന ചേച്ചിയോട് ഒരുവിധം പറഞ്ഞൊപ്പിച്ചു. ‘അതൊക്കെ കുട്ടി നോക്കാൻ പോകുന്നതെന്തിനാ’യെന്ന ശകാരമാണ് അവരിൽ നിന്നുണ്ടായത്..! അമ്മയുടെ ചെവിയിലെത്തിയപ്പോൾ കിട്ടിയ ഉത്തരം ‘ഹേയ്, അയാളങ്ങനെയൊന്നും ഉദ്ദേശിച്ചാവില്ല, കൊതുകടിച്ചപ്പോ ചൊറിഞ്ഞതാവും.. മോളെന്തിനാ അതൊക്കെ ശ്രദ്ധിക്കുന്നത്...’ എന്ന്.

ഒരുപക്ഷെ അമ്മയന്ന് കുട്ടിയായ എന്നോട് വിഷയത്തെ ലഘൂകരിച്ച് പറഞ്ഞതാവാം. പക്ഷെ, എന്നെ തീർത്തും ഞെട്ടിച്ചുകൊണ്ട് വീട്ടിലെ അല്ലറ ചില്ലറ പണികളിലേയ്ക്ക് അയാൾ വീണ്ടും വിളിക്കപ്പെട്ടു!!

കുടുംബത്തിലുള്ളവർ പോലും മനസ്സിലാക്കാത്ത, താങ്ങുനൽകാത്ത മാനസികസംഘർഷം എവിടെയാണ് ഒരു പതിനൊന്നുകാരി ഇറക്കിവെയ്ക്കുക?!

ഒരവധിദിനത്തിൽ രണ്ടും കല്പിച്ചിറങ്ങി. പ്രായത്തിൽ നാലഞ്ചുവയസ്സിനോളം മുതിർന്നതെങ്കിലും, അടുത്ത സുഹൃത്തുക്കളായ ചേച്ചിമാരോട് കാര്യങ്ങൾ വിശദീകരിക്കവെ, അവരും കുറച്ചുനാളുകളായി ഇയാളിൽ നിന്ന് ഇതുതന്നെ അനുഭവിച്ചുകൊണ്ടിരിക്കുന്നുവെന്ന വസ്തുത ഞെട്ടലോടെ അറിഞ്ഞു!

ആ നിമിഷത്തിൽ, എന്തുകൊണ്ടെന്നറിയില്ല നേരിയ ധൈര്യം മനസ്സിന് കൈവന്നു. ഇയാളെ അങ്ങനെ വിട്ടാൽ പറ്റില്ല എന്ന് ആദ്യം പ്രതികരിച്ചത് ഞാൻ തന്നെയായിരുന്നു. പിറ്റേന്ന്, ഉച്ചതിരിഞ്ഞ നേരത്ത് ഞങ്ങൾ സഭകൂടാറുള്ള കായൽ തീരത്തുള്ള പുൽത്തകിടിയിലിരുന്ന് ഞങ്ങൾ ചിന്തിച്ചുതുടങ്ങി. തൊട്ടടുത്ത നിമിഷം നിയോഗം പോലെ അയാൾ അവിടെ വഞ്ചി തുഴഞ്ഞെത്തി.. വഞ്ചിയിലിരുന്ന് കൊണ്ട് അയാൾ

വൈകൃതം ആരംഭിച്ചു. ആൾബലം കൂടെയുള്ളതുകൊണ്ട് എവിടുന്നോ കിട്ടിയ ശക്തിയിൽ 'എടോ..' എന്നു ഞാൻ അലറിവിളിച്ചു.. ആ നേരത്ത്, ഒരു കൂട്ടം ചേട്ടന്മാർ (പാർട്ടി പിരിവുകാർ) ദൂരെ നാട്ടുവഴിയിലൂടെ കടന്നുപോകുന്നുണ്ടായിരുന്നു.. ഞാൻ ചേച്ചിമാർക്ക് നിർദ്ദേശം നൽകി..

'കൂവിക്കോ '

ഞങ്ങൾ മൂന്നാളും കൂടി ഉച്ചത്തിൽ കൂവി പരിഹസിച്ചപ്പോൾ അയാൾ വഞ്ചി തുഴഞ്ഞു, പൊന്തക്കാടിനപ്പുറത്തേയ്ക്ക് മറഞ്ഞു.. അച്ചടക്കമില്ലാത്ത വികൃതിപെൺകുട്ടികൾ എന്ന ലേബൽ ഉള്ളതുകൊണ്ട് ഞങ്ങളുടെ കൂക്കുവിളിയെ ചോദ്യം ചെയ്യാതെ പിരിവു ചേട്ടന്മാരും നടന്നുമറഞ്ഞു.

'അയാൾക്ക് ഇതുപോരാ.. വേറൊരു പണീം കൂടി കൊടുക്കണം'

എന്റെ കുരുട്ടുബുദ്ധിക്ക് ചെവിവട്ടം പിടിച്ചു ചേച്ചിമാർ.

'അപ്പോ എല്ലാം പറഞ്ഞതുപോലെ.. വൈകുന്നേരം കാണാമെ.. അങ്ങോട്ട് വരൂല്ലോ.. ല്ലേ?'

സഭ പിരിഞ്ഞു.

ആളുകൾ അധികവും സഞ്ചരിക്കാറുള്ള, കയർ സൊസൈറ്റിയുടെ ഓരം ചേർന്ന ഇടവഴിയിൽ ഞങ്ങൾ സന്ധിച്ചു. മൂവരുടെയും കയ്യിൽ ശീമക്കൊന്നപത്തലിന്റെ ഇല ചുരിട്ടിപ്പിടിച്ചിരുന്നു.

'കൊഴപ്പാവോ..?' ചേച്ചിയുടെ സംശയം.

'ഒരു കൊഴപ്പോല്ല. എഴുതിക്കോ' ഞാൻ ധൈര്യം പകർന്നു.

നീളം കൂടിയ മതിലിന്റെ ഒരറ്റം തുടങ്ങി മറ്റേ അറ്റം വരെ പച്ചില കൊണ്ട് ഞങ്ങൾ എഴുതിപ്പിടിപ്പിച്ചു.. അയാളുടെ പേരും വീട്ടുപേരും പച്ചയ്ക്ക് എഴുതിവെച്ച്, അതിനൊപ്പം തുണിപൊക്കി കാണിക്കുന്നു എന്ന് രേഖപ്പെടുത്തിവെച്ചു.

ഞങ്ങളുടെ വഴികളിൽ പുറകെക്കൂടി, സദാസമയവും പ്രത്യക്ഷപ്പെടുന്ന അയാൾ അവിടെയും എത്തിയത് മറ്റൊരു നിയോഗം എന്നുവേണം കരുതാൻ.

മതിലിലെ വാചകം കണ്ടു അയാൾ പകച്ചു നിൽക്കുന്നത് ഞങ്ങളെ കുറച്ചൊന്നുമല്ല സന്തോഷിപ്പിച്ചത്.. അയാൾ പരിഭ്രാന്തിയോടെ അടുത്ത വേലിയിൽ കണ്ട ചെമ്പരത്തി ചെടിയുടെ ഇല പറിച്ചെടുത്ത്, ഞങ്ങൾ എഴുതിയ വാചകങ്ങൾക്കുമേൽ അമർത്തിയുരച്ചു രണ്ടു വഴിയാത്രക്കാർ കടന്നുവന്നതോടെ അയാൾ പരുങ്ങലിലായി. വന്നവർക്ക് ഏറെക്കുറെ കാര്യങ്ങൾ പിടികിട്ടി. അവർ ഞങ്ങളെയും അയാളെയും മാറിമാറി നോക്കുകയും 'പോട്ടെ മക്കളെ വിട്ടേരെ' എന്ന് അയാളെ നോ

ക്കി ദേഷ്യത്തോടെ പറയുകയും ചെയ്തു. കണ്ടു കടന്നുപോയത് നാട്ടിലെ 'നോട്ടീസ് ചേട്ടന്മാർ' ആയതിനാൽ ഈ വാർത്ത പാളിപ്പടക്കം പോലെ പടർന്നു പൊട്ടിക്കൊള്ളും എന്ന കൃതജ്ഞാതാബോധം ഞങ്ങൾക്കുണ്ടായി.

അത്രയും ആയതോടെ അയാൾ ഞങ്ങളുടെ അടുത്ത് വന്ന് കൈകൂപ്പി 'എന്നെ ഇനി ആരുടെയും മുമ്പിൽ കൂവരുത്, ഇങ്ങനെയൊന്നും എഴുതി വയ്ക്കരുത്.. ഞാനിനി ഇങ്ങനെയൊന്നും കാണിക്കില്ല' എന്ന് യാചിച്ചു നിന്നു.

അതിനുശേഷം പിന്നീട് ഒരിക്കലും, അയാളിൽ നിന്ന് അങ്ങനെ ഉണ്ടായില്ലെന്നു മാത്രമല്ല, ഞങ്ങളെ കാണുന്നമാത്രയിൽ അയാൾ വഴിമാറി നടക്കാനും തുടങ്ങി.

ബാല്യ ശൈശവ കൗമാരങ്ങൾ ഇതുപോലെ കടന്നുവന്നവർ ഇനിയുമുണ്ടാകാം ഏറെ. എട്ടുംപൊട്ടും തിരിയാത്ത പ്രായത്തിൽ പോലും, മനസ്സിനേറ്റ ഇത്തരം ആഘാതങ്ങൾ മറ്റുള്ളവരോട് പങ്കുവെക്കുകയും, അതിനെതിരെ സ്വയം പ്രതികരിക്കുകയും ചെയ്തതുകൊണ്ട് മാത്രമാണ് പിന്നീടുണ്ടായ നിർണായക ഘട്ടങ്ങൾ അനായാസമായി നേരിടാൻ കഴിഞ്ഞത്.

അച്ഛന്റെ സ്ഥാനം നൽകിയ, 24 വയസ്സിനു മൂത്ത കസിൻ ബ്രദറിന്റെ കാമവെറിയിൽ നിന്നും കഷ്ടിച്ചു രക്ഷപ്പെട്ട യൗവനാരംഭത്തിലും, അയാളെ കോടതിമുറി വരെയെത്തിക്കാനും നല്ല നടപ്പിന് വിധേയമാക്കാനും കഴിഞ്ഞതിൽ എന്റെ ഈ പ്രതികരണ മനോഭാവം കുറച്ചൊന്നുമല്ല സഹായിച്ചത്. ഇവിടെ ഞാൻ അനുഭവിച്ച മാനസീക സംഘർഷം മുഴുവനായി പ്രതിപാദിക്കാൻ കഴിഞ്ഞോയെന്ന് സംശയമാണ്. അനുഭവങ്ങളുടെ തീച്ചൂളയിൽ കിടന്ന് ചക്രശ്വാസം വലിച്ചവരിൽ നിന്നും 'ഇതൊക്കെയെന്ത് ' എന്ന ആത്മഗതമുയരാം ; സ്വാഭാവികം. പക്ഷെ, ഇതും അനുഭവമാണ്. നമ്മളെ രക്ഷിക്കാൻ നമ്മൾ മാത്രമേ ഉള്ളു എന്ന തോന്നൽ സൃഷ്ടിക്കുക ആദ്യം. അതിൽ നിന്നുണ്ടാകുന്ന ആത്മവിശ്വാസം ഞാൻ എന്തിനും പോന്നവളാണ് എന്നൊരു കരുത്തുറ്റ വിശ്വാസം നൽകും. ചുറ്റുമുള്ള മനുഷ്യരുടെ നോട്ടമോ പ്രതികരണമോ, തോന്നലോ അല്ല, നമ്മളിലെ ചങ്കൂറ്റത്തിന് നമ്മൾ തന്നെയാണ് സർട്ടിഫിക്കറ്റ് നൽകേണ്ടത്.

മുറിവേറ്റവൾ
ബബിതാ മെറീന ജസ്റ്റിൻ

നെഞ്ചിനുള്ളിൽ ഒരു സ്ക്രൂ തുളച്ചുകയറുന്നതുപോലെ തോന്നി. സഹിക്കാൻ പറ്റാത്ത വേദന. ഇരുട്ടുമുറിയിലെ പിരിയൻ ഗോവണിയിൽനിന്നും താഴേക്ക് ഊർന്നുവീഴാൻ തുടങ്ങുന്നു. തുറന്നിരിക്കുന്ന കണ്ണുകളിൽ പ്രതിഫലിക്കുന്നത് പൊട്ടിത്തെറിച്ച അഗ്നിപർവതത്തിൽ നിന്നും ഉരുകിയൊലിക്കുന്ന ലാവയും കരിപടലങ്ങളും.

"ഇത് കുടിക്കൂ..."

അസാധാരണ ഭാവം കണ്ടിട്ടാകണം സൈക്യാട്രിസ്റ്റ് ഒരു ഗ്ലാസ് വാങ്ങി ഒറ്റവീർപ്പിനു മോന്തിക്കുടിച്ചു.

ഇപ്പോൾ കാഴ്ചയിൽ ഡോക്ടറും അദ്ദേഹത്തിന്റെ മുറിയിലെ വസ്തുക്കളും തെളിഞ്ഞുവന്നു. ഗോദറേജ് അലമാരയുടെ കണ്ണാടിയിൽ ഞാൻ തീർത്തും അപരിചിതയായി പ്രതിഫലിക്കുന്നുണ്ട്. മുടി കോതിയൊതുക്കിയിട്ടുണ്ട്. കൺപോളകൾ കടൽക്കുത്തേറ്റതുപോലെ വീർത്തിരിപ്പുണ്ട്. ചാമ്പക്കയെപ്പോലെ മൂക്ക് ചുവന്ന് വലിപ്പം വെച്ചിരിക്കുന്നു.

അറിയാതെ ഞാൻ കരഞ്ഞുപോയി.

ഡോക്ടർ എന്നെ സാകൂതം നോക്കുന്നത് കരച്ചിലിനിടയിലും ഞാൻ കണ്ടു.

"കരച്ചിൽ നിർത്താൻ പറ്റുന്നില്ല."

വിതുമ്പിക്കൊണ്ടാണ് അത്രയും പറഞ്ഞൊപ്പിച്ചത്.

എന്റെ മറുപടി കേട്ടെന്നോണം ഡോക്ടർ ഒരു പേപ്പർവെയ്റ്റ് അലക്ഷ്യമായി കറക്കിക്കൊണ്ടിരുന്നു. അതിനകത്ത് ഭൂഖണ്ഡങ്ങളും വൻകരകളും ഒളിച്ചിരിക്കുന്നതായി എനിക്കു തോന്നി. അധികനേരം അതിന്റെ കറക്കം നോക്കിയിരിക്കാനായില്ല. ബലമായി കണ്ണുകളെ അതിൽനിന്നും പിൻവലിപ്പിച്ചു.

"എന്താണുണ്ടായതെന്നു പറയാമോ?"

ഡോക്ടറുടെ ശബ്ദത്തിൽ അലിവിന്റെ മഞ്ഞുകണങ്ങളുണ്ടെന്ന് എനിക്ക് വെറുതെ തോന്നി.

"ഇളയമോൾക്ക് രണ്ടു വയസ്സുള്ളപ്പോഴാണ് ഭർത്താവ് എന്നെ ഉപേ

ക്ഷിക്കുന്നത്."

അതു പറയുമ്പോൾ നിലച്ചുപോയ ഘടികാരത്തിന്റെ നിസ്സംഗതയായിരുന്നു ശബ്ദത്തിൽ.

"എന്തായിരുന്നു കാരണം?"

ഡോക്ടർ പരമാവധി ശബ്ദം താഴ്ത്തി ചോദിച്ചു.

"അയാൾക്ക് എന്നേക്കാൾ പിടിച്ചത് മറ്റൊരുവളെ ആയിരുന്നു."

"ഉം..."

ഡോക്ടർ മൂളിയപ്പോൾ പെട്ടെന്നു ശബ്ദമുയർത്തി ഞാൻ പറഞ്ഞു:

"അതെന്നെ അലട്ടുന്ന വിഷയമായിരുന്നില്ല. അത്തരം അവസ്ഥകൾ മാനേജ് ചെയ്യാൻ എനിക്ക് കഴിയുമായിരുന്നു."

"നിയമപരമായി നിങ്ങൾ ബന്ധം വേർപെടുത്തിയോ?"

"വേർപെടുത്തി."

"പിന്നീട് എന്താണ് സംഭവിച്ചത്?"

"ഡോക്ടറുടെ ചോദ്യത്തിൽ ഒരു ചികിത്സകന്റെ ആകാംക്ഷയേക്കാൾ ഒരു ശ്രോതാവിന്റെ വ്യഗ്രതയുണ്ടായിരുന്നു. അത് കണക്കാക്കാതെ ഞാൻ പറയാൻ തുടങ്ങി:

ജീവിതത്തിന്റെ നിറങ്ങളെ ഡൈവോഴ്സ് ഒരിക്കലും കരിയിച്ചുകളയുന്നില്ല എന്നു വിശ്വസിച്ചു ജീവിക്കുമ്പോഴാണ് ആകസ്മികമായി വിനു കടന്നുവരുന്നത്. എന്റെ ബാല്യകാലസുഹൃത്ത്. പതിമൂന്നാം വയസ്സിലെ കടിഞ്ഞൂൽ പ്രണയനായകൻ. വർഷങ്ങൾക്കുശേഷം വിനുവിനെ കണ്ടപ്പോൾ അതൊരു നിമിത്തമായി തോന്നി. ഓഫീസിൽനിന്നും നേരത്തെയിറങ്ങി, പേരറിയാത്ത ഒരു ബസ്സ്റ്റോപ്പിൽ ഞാനവനെ കാത്തുനിന്നു. വിനുവിന്റെ കാർ എന്റെയരികിൽ നിർത്തിയപ്പോൾ വാടാമല്ലി നിറത്തിലുള്ള ജോർജ്ജറ്റ് സാരിയുടെ മുന്താണികൊണ്ട് ഞാൻ എന്റെ ചുമലുകൾ മറച്ചു. വിനു എന്നെ നോക്കി ഹൃദ്യമായി പുഞ്ചിരിച്ചു. കാറിൽ കയറി വിനുവിന്റെ അടുത്തിരുന്നപ്പോൾ കുട്ടിക്കാലത്തെ നടക്കാതെപോയ സ്വപ്നങ്ങളെ കയ്യെത്തിപ്പിടിച്ചപോലെ തോന്നി. ഒരു ബോട്ടിൽ ബിയറും മോന്തി, ഉന്മാദരായി നഗരം മുഴുവൻ ഞങ്ങൾ ചുറ്റിനടന്നു. അവൻ യാത്ര പറഞ്ഞത് എന്റെ ചുണ്ടിൽ അമർത്തി ചുംബിച്ചായിരുന്നു.

"ഇത്ര പെട്ടെന്നോ?"

ഞാൻ അതിശയത്തോടെ ചോദിച്ചു.

"സീമാ. ഇതിനു സമയവും കാലവുമൊക്കെ ഉണ്ടോ? പ്രണയം ആസ്വദിക്കാനുള്ളതാണ്. പരിഭവവും പരാതിയും പറഞ്ഞ് നശിപ്പിക്കാനുള്ളതല്ല."

വിനു സീറ്റ് താഴ്ത്തി ചാരിക്കിടന്നു. അവന്റെ ചുണ്ടിലെ കയ്പ്പു

നുണഞ്ഞു ഞാൻ പൊട്ടിച്ചിരിച്ചു.

ഏകദേശം മൂന്നു വർഷം മാത്രം. വിനുവും ഞാനും ഒരു പ്രണയച്ചുഴിയിൽ പരസ്പരം മറന്ന് മുങ്ങിത്താണു. യാത്രകളും സായാഹ്നങ്ങളും ഞങ്ങളെ ഒരിക്കലും വേർതിരിക്കാനാവാത്തവിധം ഒരുമിപ്പിച്ചു.

ഒരുദിവസം ഉണർന്നെഴുന്നേറ്റത് ഫോണിൽ വിനുവിന്റെ വിവാഹം ഉറപ്പിച്ച സന്ദേശം വായിച്ചാണ്.

ഞാൻ ഫോൺ ചെയ്തപ്പോൾ അവൻ നിസ്സംഗനായി പറഞ്ഞു:

"എനിക്കൊരു ജീവിതം വേണ്ടേ? എന്നും നിന്റെ പിറകെ നടന്നാൽ മതിയോ?"

കരണത്ത് അടികിട്ടിയതുപോലെ ഞാൻ പകച്ചുനിന്നു.

"അപ്പോൾ ഞാനോ?"

എവിടെയോ എന്റെ ശബ്ദം ചിന്നിച്ചിതറി.

"നീ വിവാഹിതയല്ലേ? രണ്ടു കുട്ടികൾ ഇല്ലേ നിനക്ക്? എനിക്കും വേണ്ടേ ഒരു ജീവിതം? ദയവായി എന്നെ ജീവിക്കാൻ അനുവദിക്കണം."

എന്റെ സർവ്വനാഡികളും മരവിച്ചു. കൈയിൽനിന്നും ഫോണുതിർന്നു താഴെവീണു.

അത്രയും ഒരുവിധം പറഞ്ഞൊപ്പിച്ച് ഞാൻ തലയും കുനിച്ചിരുന്നു.

"പറയൂ... ഇനിയും തുറന്നുപറയൂ..."

ഡോക്ടറുടെ ശബ്ദം ഫാനിന്റെ മൂളലിനൊപ്പം എന്റെ ചെവിയിലെത്തി.

"അതിനുശേഷം ഉറങ്ങാൻ പറ്റുന്നില്ല. പിന്നെ കരച്ചിലടക്കാനും."

ഞാൻ വീണ്ടും വിങ്ങിപ്പൊട്ടി.

"എന്താണ് സംഭവിച്ചതെന്ന് തുറന്നുപറയൂ..."

ഡോക്ടർ ആവർത്തിച്ചു.

എനിക്ക് തലപൊക്കി ഡോക്ടറുടെ മുഖത്തേക്ക് നോക്കാൻ കഴിഞ്ഞില്ല. കണ്ണീർ ധാരധാരയായി ഒഴുകിത്തുടങ്ങി.

"ഓക്കേ!"

എന്റെ ഭാവത്തിന് മാറ്റം വരുത്താനെന്നവണ്ണം ഡോക്ടർ പറഞ്ഞു:

"മറ്റൊരു പ്രണയനൈരാശ്യം കൂടി."

അദ്ദേഹം മുമ്പിലിരിക്കുന്ന കടലാസിൽ ചടുലതയോടെ എന്തോ കോറിയിട്ടു. മഷിപ്പേനയുടെ കടലാസ്സുമായുള്ള ഉരസൽ കേട്ട് ഞാൻ തലകുനിച്ചിരുന്നു. ഒരു ഗദ്ഗദം ഉള്ളിൽനിന്നു നുരഞ്ഞുപൊങ്ങിയപ്പോൾ ഞാൻ ചുണ്ടുകൾ കടിച്ചുമുറിച്ചു.

ഡോക്ടർ എന്റെ നേരെ നോക്കി.

"നമ്മുടെ നാട്ടിൽ ഇപ്പോൾ ഇതൊക്കെത്തന്നെയാണ് നടക്കുന്നത്. പുതുമയൊന്നുമില്ല."

അദ്ദേഹത്തിന്റെ ശബ്ദം കടുത്തു. എന്റെ വീർത്ത കൺപോളകൾ വേദനിച്ചുതുടങ്ങി. മൂക്കിന്റെ തുമ്പിലും ചുണ്ടിലും ഒരു നേരിയ നീറ്റൽ അനുഭവപ്പെട്ടു. ഞാൻ ബാഗ് തുറന്ന് തൂവാലയെടുത്ത് മുഖം തുടച്ചു.

"സീമ വ്യസനിക്കേണ്ട. നമുക്ക് കാര്യങ്ങൾ ശരിയാക്കാം. ചില മരുന്നുകൾ കുറിച്ചിട്ടുണ്ട്, രണ്ടുനേരം മരുന്ന് കഴിക്കണം, പന്നെ രണ്ടാഴ്ച കഴിഞ്ഞ് റിവ്യൂവിൽ വരണം."

ഡോക്ടർ വീണ്ടും എന്തോ കുത്തിക്കുറിച്ചു. എന്നെ ആശ്വസിപ്പിക്കാനെന്നവണ്ണം പറഞ്ഞു.

"എല്ലായിടത്തും ഇതുതന്നെ, ജാരന്മാരും വിവാഹേതര ബന്ധങ്ങളും ചതിയും വഞ്ചനയും. ഫലമോ വിഷാദവും." ജാള്യതയോടെ ഞാൻ തലയും കുനിച്ചിരുന്നു.

"ഒരു കാര്യം പറഞ്ഞാൽ സീമ തെറ്റിദ്ധരിക്കരുത്."

ഞാൻ ചമ്മലോടെ മുഖമുയർത്തി. അയാൾ എന്നെ ചൂഴ്ന്ന് നോക്കി.

"സീമയെപ്പോലെ വഞ്ചിക്കപ്പെട്ട ഒരുപാട് സ്ത്രീപുരുഷന്മാരെ എനിക്കറിയാം.."

അയാളുടെ കണ്ണുകൾ എന്നെ അളന്നുകൊണ്ടിരുന്നു. ഒരു മധ്യവയസ്കന്റെ കാമാതുരമായ ചേഷ്ടയായി ആ നോട്ടത്തെ ഞാൻ അടയാളപ്പെടുത്തി.

മുറിവേറ്റവരുടെ ഒരു കൂട്ടായ്മയുണ്ട്. എപ്പോൾ വേണമെങ്കിലും സീമയ്ക്ക് അവരോടൊപ്പം കൂടാം."

"മുറിവേറ്റവൾ..."

ആ വാക്ക് എന്റെ മനസ്സിലേക്ക് തികട്ടിവന്നു.

"ആശ്വാസവും സ്നേഹവും വിശ്വാസവും മാത്രമല്ല, സീമയ്ക്ക് എന്ത് ആവശ്യമുണ്ടെങ്കിലും അവർ പൂർത്തീകരിച്ചുതരും."

ഒന്നുനിർത്തി ഡോക്ടർ അടിവരയിട്ടു പറഞ്ഞു:

"എന്തും..."

ഞാൻ ഒരു അന്ധാളിപ്പോടെ കസേരയിൽ ഉറച്ചിരിക്കാൻ പാടുപെട്ടു.

"എന്തും...!"

ഡോക്ടർ അതുതന്നെ ആവർത്തിച്ചു.

ഒരു നെടുവീർപ്പോടെ ഞാൻ മരുന്നുകുറിപ്പ് വാങ്ങി വണ്ടിയുടെ അടുത്തേക്ക് നടന്നു.

രക്ഷപ്പെടണം, മുറിവുണങ്ങണം എന്നൊക്കെ സ്വയം ഓർമ്മപ്പെടുത്തി

ഡോക്ടർ തന്ന മരുന്നുകൾ കഴിച്ചു. ക്രമേണ എന്റെ കരച്ചിൽ നിലച്ചു. പ്രക്ഷുബ്ധമായ മനസ്സിലെ കടൽ ശാന്തമായിരിക്കുന്നു. അപ്പോഴും ദിന ചര്യകളിൽ ഒരു യന്ത്രംകണക്കെ ഞാൻ അഭിനയിച്ചുകൊണ്ടിരുന്നു.

ചില ദിവസങ്ങളിൽ എഴുന്നേൽക്കാനാകാതെ കട്ടിലിൽ ബന്ധനസ്ഥ യെന്നോണം കിടക്കും. പിന്നെ ഒരു പാവയെപ്പോലെ എഴുന്നേറ്റ് പല്ലു തേച്ച് ലീവ് എഴുതി മെയിൽ ചെയ്ത് വീണ്ടും കിടക്കും. ഗോമതി ചേച്ചി വന്ന് എന്തെങ്കിലും ഭക്ഷണം പാകം ചെയ്ത് കുട്ടികളെ സ്കൂളിൽ പറ ഞ്ഞയക്കും. കുട്ടികളെപ്പറ്റിയുള്ള ആവലാതികളോ, വിനുവിനെപ്പറ്റിയുള്ള ചിന്തകളോ എന്നെ അലട്ടിയതേയില്ല. സൈറയും സുറുമിയും എന്നെ അതിശയത്തോടെ നിരീക്ഷിക്കുന്നുണ്ടായിരുന്നു.

"അമ്മേ... അമ്മയൊരു സോംബിയെപ്പോലെ ആയല്ലോ."

ഞാൻ സൈറയെ നിസ്സംഗയായി നോക്കിയിരുന്നു.

മരുന്നിന്റെ പിടിയിൽനിന്നും രക്ഷപ്പെടാനാണ് ഞാൻ ഡോക്ടർ സുജാ ചെറിയാന്റെയടുത്ത് പോയത്.

സുജാ ചെറിയാന്റെ തീക്ഷ്ണനോട്ടത്തിനു മുന്നിൽ കുറ്റവാളിയെ പ്പോലെ ഞാനിരുന്നു പരുങ്ങി.

"ഇതൊക്കെ നന്നായി ആലോചിക്കണമായിരുന്നു. നിങ്ങൾ ജോലിയും വിദ്യാഭ്യാസവും ഉള്ള സ്ത്രീയല്ലേ?"

അവരുടെ കുറ്റപ്പെടുത്തൽ കേട്ടപ്പോൾ അന്നുവരെ തടഞ്ഞുവച്ചിരുന്ന കണ്ണീർ അണപൊട്ടിയൊഴുകി. ഡോക്ടർ അവരുടെ പേനകൊണ്ട് കട്ടി യുള്ള ഒരു രജിസ്റ്റർ താളം പിടിച്ചു. അതേ പേനകൊണ്ട് തല ചൊറിഞ്ഞ് അവർ ആരോടെന്നില്ലാതെ പറഞ്ഞു:

"ഇപ്പോൾ ഇങ്ങനെയിരുന്ന് കരഞ്ഞിട്ട് എന്ത് കാര്യം? അതൊക്കെ നേരത്തെ ചിന്തിക്കണമായിരുന്നു. പേരെന്താ പറഞ്ഞത്?"

പേനയുടെ മുന പുസ്തകത്തിൽ കുത്തി പുരികം ചുളിച്ചുകൊണ്ട് ചോദിച്ചു.

"സീമ"

ഞാൻ പതിഞ്ഞ ശബ്ദത്തിൽ പറഞ്ഞു.

"സീമാ...?"

ഡോക്ടർ പുരികം ചുളിച്ച് എന്നെ ഒന്നുകൂടി നോക്കി.

"സീമാ ജേക്കബ്."

ഞാൻ മടിച്ചുമടിച്ച് മുഴുവൻ പേരും പറഞ്ഞു.

"കാത്തലിക് ആണോ?"

"അല്ല, യാക്കോബായ"

ഡോക്ടർ പേനയെടുത്ത് ക്യാപ്പിടുകയും ഊരുകയും ചെയ്തുകൊണ്ടിരുന്നു.

"ഹസ്ബൻഡോ?"

"എക്സ്"

ഞാൻ തിരുത്തി.

"അദ്ദേഹം ഹിന്ദുവാണ്. രാജേഷ് പരമേശ്വർ"

എന്റെ തൊണ്ടയിൽ ആ പേര് കുരുങ്ങി.

"ആഹാ, നല്ല ഉഗ്രൻ പേരാണല്ലോ."

ഡോക്ടർ കുലുങ്ങിച്ചിരിച്ചു. ഞാൻ മേശക്കടിയിൽ കിടക്കുന്ന അവരുടെ ചെരുപ്പ് നോക്കിയിരുന്നു. ചെരുപ്പ് ഭദ്രമായി ഒരിടത്ത് അഴിച്ചുവച്ച് നഗ്നപാദയായാണ് ഡോക്ടർ ഇരുന്നത്.

"പുതിയ ആളോ?"

ഡോക്ടറുടെ ചോദ്യത്തിന് മുന്നിൽ ഞാൻ ചൂളി.

"അയാളും ഹിന്ദുവാണ്."

ഡോക്ടർ ഇടംചുണ്ട് കോട്ടിക്കൊണ്ട് പറഞ്ഞു:

"ഹിന്ദുക്കളെയാണ് താല്പര്യം അല്ലേ?"

ഞാനൊന്നും മിണ്ടാനാകാതെ തലയും കുനിച്ചിരുന്നു. ശ്വാസത്തിന്റെ ഗതി കൂടുകയും പിന്നെ ശ്വാസമെടുക്കാൻ കഷ്ടപ്പെടുകയും ചെയ്തു.

''ബൈബിൾ വായിക്കാറുണ്ടോ?"

ഡോക്ടർ സുജയുടെ ശബ്ദം ചെവിയിൽതുളച്ചുകയറി.

ഞാൻ ഇല്ലെന്ന് തലയാട്ടി.

"പള്ളിയിൽ പോകാറുണ്ടോ?"

പാദങ്ങൾ ദ്രുതഗതിയിൽ ചലിപ്പിച്ചുകൊണ്ട് ഡോക്ടർ വീണ്ടും ചോദിച്ചു.

"വല്ലപ്പോഴും."

ഞാൻ തല ഉയർത്താതെ പറഞ്ഞു.

"അപ്പോൾ കുമ്പസാരവും കുർബാനയും ഒന്നും ഒട്ടും കാണില്ലല്ലോ."

ഒരുനിമിഷം ഒരരിശം എന്നിലേക്ക് ഇരച്ചുകയറി.

"ഇല്ല ഞാൻ ഹിന്ദുവായി മതം മാറി."

ഡോക്ടറുടെ വായ് പിളർന്നുള്ള ഇരിപ്പും സ്തംഭനവും എനിക്ക് അനുഭവപ്പെടുന്നുണ്ട്. ഞാൻ തലയും കുനിച്ച് ഇരിപ്പാണ്. കൃത്യം രണ്ട് മിനിറ്റ് ശേഷം അവർ ചോദിച്ചു.

"കുട്ടികളെ നമ്മളിങ്ങ് എടുത്തോ?"

ഞാൻ താഴെ നോക്കി ശബ്ദം കനപ്പിച്ച് പറഞ്ഞു.

“ഇല്ല. അവരും ഹിന്ദുക്കളായിത്തന്നെയാണ് വളർന്നത്.”

ഡോക്ടർ നെടുവീർപ്പോടെ തലയാട്ടി കടുപ്പിച്ച് പറഞ്ഞു.

“നോക്കൂ സീമാ, കഴിഞ്ഞത് കഴിഞ്ഞു. മണ്ടത്തരങ്ങൾ ആവർത്തിരിക്കാനാണ് ഇനി നിങ്ങൾ നോക്കേണ്ടത്. നിങ്ങളെ ചികിത്സിച്ച് ഭേദമാക്കണമെങ്കിൽ ഞാൻ പറയുന്നത് അനുസരിക്കേണ്ടിവരും. തെറാപ്പി സെഷൻസ് വളരെ പ്രാധാന്യമുള്ളതാണ്. ചികിത്സാ സമയത്ത് ഫോൺപോലും ഞാൻ അനുവദിക്കില്ല. ബൈബിൾ വായനയും പ്രാർത്ഥനയും നിർബന്ധമാണ്. മാനസാന്തരം ഉണ്ടായാൽ മാത്രമേ മനഃക്ലേശങ്ങൾ മാറൂ...”

ഒറ്റശ്വാസത്തിൽ പറഞ്ഞുനിർത്തിയിട്ട് അവർ എന്നെ ഉറ്റുനോക്കി.

“നിങ്ങൾക്ക് സാധിക്കുമോ?”

അവർ തറപ്പിച്ചു ചോദിച്ചു.

ഞാൻ ഇല്ലെന്നും പറ്റുമെന്നും പറഞ്ഞില്ല. കണ്ണിൽനിന്നും രണ്ടുതുള്ളി കണ്ണീർ പൊഴിഞ്ഞു.

“ഓ, ഡാം പൊട്ടിയല്ലോ?”

ഡോക്ടർ പരിഹാസത്തോടെ ചുണ്ട് കോട്ടി ചിരിച്ചു.

“നോക്കൂ സീമാ, ദൈവത്തിന്റെ വഴിയിൽനിന്നും വ്യതിചലിക്കുമ്പോൾ നമുക്ക് എല്ലാത്തരം മാനസികവ്യഥകളും ഉണ്ടാവും. ദൈവവിളി കേൾക്കാതെ പോയതിന് മനുഷ്യൻ ഭൂമിയിൽ അനുഭവിച്ചേ മതിയാവൂ.”

ഞാൻ ഡോക്ടർ സുജയുടെ മുറിയിൽനിന്നും പശ്ചാത്താപവിശയായി പുറത്തിറങ്ങി. വീട്ടിലെത്തിയ ഞാൻ മരുന്നുകളെല്ലാം മാറ്റിവെച്ച് കിടക്കയിൽ ചുരുണ്ടുകിടന്നു. എത്ര ദിവസം ആ കിടപ്പ് കിടന്നു എന്നെനിക്ക് ഓർമ്മയില്ല. കുട്ടികൾ രണ്ടുപേരും നോവിന്റെ ഉപഗ്രഹങ്ങൾ ആയി എനിക്ക് ചുറ്റും വട്ടമിട്ടു. ഞാൻ അവരെ നിർവ്വികാരയായി നോക്കിയിരുന്നു. സൈറ ഇപ്പോൾ വലിയ കുട്ടിയായി. ചിലപ്പോൾ ഒരു അമ്മയെപ്പോലെ അവളെന്റെ അടുത്തിരുന്ന് ജഡപിടിച്ചു കിടക്കുന്ന മുടിയിൽ വിരലോടിച്ച്, എണ്ണതേച്ച്, ചീകിയൊതുക്കി, പിന്നിക്കെട്ടും. അവൾ വെള്ളവും മരുന്നും എടുത്തുതരും. അതൊക്കെ അവൾ കാണാതെ ഞാൻ ദൂരെയെറിഞ്ഞു. അവൾ ഭക്ഷണം കൊണ്ടുതരികയും ചിലപ്പോൾ വാരിത്തരികയും ചെയ്തു. എനിക്കു സങ്കടം വന്നു.

“എന്തുകൊണ്ടാണ് ഈ ചെറുപ്രായത്തിലേ അമ്മയുടെ വിഴുപ്പു മുഴുവൻ ഈ കുട്ടിക്ക് ചുമക്കേണ്ടി വരുന്നത്?”

ഞാൻ തലയിൽ കൈവെച്ച് വാവിട്ടുകരഞ്ഞു.

ലക്ഷ്മിചേച്ചി വീട്ടിൽ വന്നപ്പോഴാണ് എനിക്ക് ബോധം വീണത്.

"നാറുന്നു അമ്മേ, ഒന്നുപോയി കുളിച്ച് വസ്ത്രം മാറി വരൂ" ഇളയമകൾ സുറുമി കുളിമുറിയിലേക്ക് ഉന്തിത്തള്ളിവിട്ടു.

"എന്തു കോലമാണിത് സീമേ?"

കുളിച്ചിറങ്ങിയ എന്നെക്കണ്ട് ചേച്ചി വെപ്രാളപ്പെട്ടു.

അപ്പോൾത്തന്നെ ലക്ഷ്മി ചേച്ചി ഫോൺ ചെയ്ത് ചേച്ചിയുടെ ജോലിക്കാരിയെ വിളിപ്പിച്ചു.

കുറച്ച് സമയം കഴിഞ്ഞ് മുറ്റത്ത് ഒരു ഓട്ടോ വന്നുനിന്നത് ഞാൻ കണ്ടു. അതിൽനിന്ന് ക്ലീനിംഗിനുള്ള അത്യാവശ്യ സാധനങ്ങളുമായി ജാനകി വീട്ടിലേക്ക് കയറിവന്നു. ലക്ഷ്മി ചേച്ചി എന്തൊക്കെയോ ആംഗ്യം കാണിക്കുകയും ആജ്ഞാപിക്കുകയും ചെയ്തു. ചേച്ചി എന്റെ മരുന്നൊക്കെ പരിശോധിക്കുകയും അവയുടെ പേരു വായിക്കുകയും ആരെയൊക്കെയോ വിളിച്ചു സംസാരിക്കുകയും ചെയ്തു.

"മുടിയൊക്കെ ഒതുക്കി കഴുകിയ വസ്ത്രങ്ങളിട്ടുവരൂ. നമുക്ക് കേശുവിനെ കാണാൻ പോകാം."

ചേച്ചി ആജ്ഞാപിച്ചു.

ഞാൻ ഒരു പാവയെപ്പോലെ കട്ടിലിൽനിന്നും എഴുന്നേറ്റു പുറത്തു പോകാനുള്ള വസ്ത്രങ്ങൾ അണിഞ്ഞു. പുറത്തേക്ക് നടക്കുമ്പോൾ തിരിഞ്ഞുനോക്കി.

സൈറയും സുറുമിയും ആശങ്കാകുലരായി മുറ്റത്തുതന്നെ നിൽപ്പുണ്ട്.

"നീ വിഷമിക്കേണ്ട, ഞാൻ എല്ലാം നോക്കിക്കോളും."

ഓട്ടോയിൽ കയറാൻ ആംഗ്യം കാണിച്ച് ചേച്ചി പറഞ്ഞു.

"വെസ്റ്റ് ഫോർട്ട്. പടിഞ്ഞാറേ കോട്ടയിലേക്ക് പോകൂ."

ഓട്ടോ ഏതൊക്കെയോ വഴികളിലൂടെ കുണ്ടും കുഴിയും കടന്ന് കുലുങ്ങിയിരമ്പി നീങ്ങി. ഒരു ക്ഷേത്രത്തിനടുത്ത് ആയിരുന്നു കേശുവിന്റെ വീട്. നാലുനിലയുടെ ഏറ്റവും മുകളിലാണ് അയാൾ താമസിച്ചിരുന്നത്.

"ഡോക്ടറാണോ?"

ഞാൻ ചേച്ചിയോട് മടിച്ചു മടിച്ചു ചോദിച്ചു. "സന്തോഷം നീയൊന്ന് ഉരിയാടിയല്ലോ?"

ചേച്ചി എന്നെ കളിയാക്കി തൊഴുതു.

"കേശവ് ഒരു ഹിപ്പ്നോതെറാപ്പിസ്റ്റ് ആണ്. എനിക്ക് സ്വന്തം അനുജനെപ്പോലെയാണവൻ"

താടിവെച്ച്, വെളുത്ത് പൊക്കമുള്ള കേശവ് എന്നെ അയാളുടെ തെറാപ്പി റൂമിലേയ്ക്കാനയിച്ചു.

"ചേച്ചി അവിടെയിരുന്നോളു."

ഡ്രോയിംഗ് റൂം ചൂണ്ടിക്കാണിച്ച് അയാൾ പറഞ്ഞു. കേശവ് എന്നെ ഒരു ലെതർ റിക്ലൈനറിൽ ഇരുത്തി.

"പറയൂ സീമാ, വാട്ട്സ് യുവർ സ്റ്റോറി"

എവിടെ തുടങ്ങണം എന്നറിയാതെ ഞാൻ മിഴിച്ചിരുന്നു. കേശു എന്നെ റിക്ലൈനറിൽ ചാരിക്കിടത്തി.

എത്രപേരുടെ മുൻപിൽ ചതിയുടെ കഥ ഞാൻ വിളമ്പി. അനുസരണയില്ലാത്ത കുട്ടിയെ പോലെ ഞാൻ മിണ്ടാതെ സഹകരിക്കാതെയിരുന്നു.

"സീമ എന്തെങ്കിലും പറഞ്ഞാലല്ലേ നമുക്ക് മുന്നോട്ടു പോകാനാകൂ. പഴയതുപോലെ ആകണ്ടേ?"

ഞാൻ തലകുലുക്കി..

"ചാരി കിടക്കൂ..."

കേശവ് മൃദുവായി പറഞ്ഞു. ഞാൻ അനുസരിച്ചു.

"കണ്ണടച്ചു നൂറ് മുതൽ പൂജ്യം വരെ എണ്ണൂ, ഞാൻ കൈകൊട്ടുമ്പോൾ തുടങ്ങണം. അതേപോലെ കൈകൊട്ടുമ്പോൾ നിർത്തുകയും വേണം"

ഞാൻ കണ്ണടച്ചു മനസ്സിൽ എണ്ണാൻ തുടങ്ങി "100, 99...."

കേശവ് കൈകൊട്ടി.

"79, 80, 81.........."

ഒരു നേരിയ മയക്കത്തിലേക്ക് ഞാനറിയാതെ തെന്നിവീണു. കേശവ് എന്നോട് ഒരു പൂന്തോട്ടം മനസ്സിൽ സങ്കൽപ്പിക്കാൻ പറഞ്ഞു. എന്റെ കുട്ടിക്കാലത്തെ വാടക വീടാണ് മനസ്സിലേക്കോടിയെത്തിയത്. ഒരേക്കറിൽ അനേകം മരങ്ങൾ. പ്ലാവും മാവും കവുങ്ങും തെങ്ങും കൈതച്ചക്കയും......... പൂക്കൾ കാണാനില്ല.

"ഇനി കുറെ പടികൾ മനസ്സിൽ കൊണ്ടു വരൂ....."

എവിടെ നിന്നോ കേശവിന്റെ ശബ്ദം. പടികളിലൂടെ ഞാൻ നടക്കുകയാണ്. വീടിനടുത്തുള്ള പായൽ പിടിച്ച ആമ്പൽക്കുളം.

"ഒന്ന്, രണ്ട്, മൂന്ന്.........."

പടികളും ഞാൻ എണ്ണുന്നുണ്ട്. പടിയിറങ്ങുമ്പോൾ കാലുകൾ പതറി, തെന്നി ഇരുട്ടിലേക്ക് ഞാൻ വീണു.

"സീമാ...... സീമാ......"

കേശവ് എന്നെ വിളിച്ചുണർത്തി ഒരു കുപ്പി വെള്ളം എന്റെ നേരെ നീട്ടി. ആയാസപ്പെട്ടാണ് ഞാൻ കണ്ണുകൾ തുറന്നത്. റിക്ലയിനറിൽ തല വച്ചിരുന്ന ഭാഗം കണ്ണീർ വീണ് കുതിർന്നിരുന്നു. ഞാൻ എന്റെ കയ്യിലുള്ള ടിഷ്യൂ കൊണ്ട് അത് തുടക്കാൻ ശ്രമിച്ചു.

"വേണ്ട, വേണ്ട അത് വിട്ടേക്കു ഉണങ്ങിയിട്ട് ഞാൻ വാക്വം ചെയ്തോളാം."

"എന്തൊക്കെ ഞാൻ പറഞ്ഞു എനിക്ക് ഓർമ്മയില്ല"

നനഞ്ഞ ടിഷ്യു കൊണ്ട് ഞാൻ കണ്ണീരൊപ്പി.

"സാരമില്ല എല്ലാം മറക്കേണ്ട കാര്യങ്ങളാണ്. വീട്ടിൽ സമാധാനമായി പോകൂ. അടുത്ത ആഴ്ച വരൂ. എന്തെങ്കിലും ആവശ്യമുണ്ടെങ്കിൽ വിളിക്കാൻ മറക്കരുത്."

കേശവ് ഒരു ചെറുപുഞ്ചിരിയോടെ ഒരു കാർഡ് നീട്ടി.

പിറ്റേന്ന് കേശുവിന്റെ മെസ്സേജ്,

"സീമാ നീ സുഖമായിരിക്കുന്നോ"

"ഹം......."

ഞാൻ തിരികെ എഴുതി.

"അതിൽ ഒരു സുഖക്കേടുണ്ടല്ലോ?"

"കുഴപ്പമില്ല."

ഒരു സ്മൈലി സഹിതം ഞാൻ തിരിച്ചെഴുതി.

അന്ന് ഉച്ചക്കും കേശുവിന്റെ മെസ്സേജ് വന്നു.

ഒരു ചെറു പുഞ്ചിരിയുമായി ഞാൻ ഉത്തരം കൊടുത്തു. അങ്ങനെ കേശുവിന്റെ മെസ്സേജിനായി ഞാൻ കാതോർത്തു. കേശുവിനെപറ്റി ഞാൻ കൂടുതൽ ചിന്തിക്കാൻ തുടങ്ങി. കുട്ടികൾ ഇപ്പോൾ കൂടുതൽ നേരവും എന്റെ മുറിയിലാണ് ഇരിക്കാറ്. പഠിപ്പും തമ്മിൽത്തല്ലും ഒക്കെ അവിടെത്തന്നെ. ഇടയ്ക്കിടെ അവരുടെ സ്കൂളിലെ വിശേഷങ്ങളും സൗന്ദര്യപ്പിണക്കങ്ങളും പങ്കുവച്ചു. പുതിയ ഒരു കൗതുകത്തോടെ അവയൊക്കെ ഞാനും കേട്ടിരുന്നു. ഇടയ്ക്കിടെ അവർ എന്നോട് എന്തൊക്കെയോ ചോദിക്കുകയും ഞാൻ പുഞ്ചിരിച്ചുകൊണ്ട് തലയാട്ടുകയും ചെയ്തു.

"എത്രയോ നാളുകൾക്ക് ശേഷമാണ് കുട്ടികൾ ഇത്ര അടുപ്പത്തോടെ പെരുമാറുന്നത്."

ഞാൻ കേശുവിന് മെസ്സേജ് അയച്ചു.

"ബന്ധം കൂടുതൽ ഊഷ്മളമാകാൻ പോകുതേയുള്ളൂ."

"അടുത്ത തെറാപ്പി സെഷൻ എന്നാണ്?"

ഞാൻ ചോദിച്ചു.

"ഓഹോ! എന്നെ കാണാൻ ധൃതിയായോ?"

ഞാൻ നാണിച്ച് ചിരിക്കുന്ന ഒരു ഇമോജി അയച്ച് വിദൂരതയിലേക്ക് നോക്കി ഇരുന്നു.

കേശുവിനോട് അടുപ്പം തോന്നിയതിനും അകന്നതിനും വലിയ ആയുസ്സുണ്ടായിരുന്നില്ല. അൽപ്പദിവസങ്ങൾ കഴിഞ്ഞപ്പോൾ കേശു എന്റെ മെസ്സേജുകൾ കാണാതെയായി. ഞാൻ ഒരു ദിവസം മുഴുവൻ കൈ ഞൊടിച്ച് ആകുലയായി. വൈകുന്നേരം ധൈര്യം സംഭരിച്ച് ഞാൻ മെസ്സേജ് ചെയ്തു.

"കേശൂ......എന്തുപറ്റി? ഒരു വിവരവും ഇല്ല?"

നീല ടിക്ക്മാർക്ക് വീഴാതെ ആ മെസ്സേജ് രണ്ട് ദിവസം കിടന്നു.

"കേശൂ........ നീയെന്താ മറുപടി അയക്കാത്തത്?"

അതും കേശു കണ്ടമട്ടില്ല. ഒന്നിനും മറുപടിയില്ല. രണ്ടുദിവസം കഴിഞ്ഞ് കേശു ആ മെസ്സേജുകൾ കണ്ടിട്ടാവണം മറുപടി അയച്ചു.

"സീമാ, ഞാൻ നിന്റെ തെറാപ്പിസ്റ്റ് ആണ്, അത് മറക്കരുത്. മരുന്നുകൾ സമയാസമയത്തിന് കഴിക്കണം, അടുത്ത സെഷൻ അടുത്ത മാസം. ഞാൻ ഒരു യാത്രയിലാണ്. അൽപം തിരക്കുണ്ട്."

തണുത്ത ഭാരിച്ച ഒരു വസ്തു എന്റെ ഉള്ളിൽ വീണുടഞ്ഞു.

"ഞാനെന്തൊരു വിഡ്ഢിയാണ്"

സ്വയം ശപിച്ച് സർവ്വ നാഡികളും വരിഞ്ഞുമുറുകി ഞാൻ ഞെരിപിരി കൊണ്ടു. കുട്ടികൾ മരുന്നും വെള്ളവുമായി ഓടി വന്നു. അവരുടെ ഭയന്നുരുണ്ട കണ്ണുകൾ ഞാൻ കാണാതെ കണ്ടു. മരുന്നുകൾ ഓരോന്നായി ഞാൻ വാരി വിഴുങ്ങുകയും ഒരു പൂച്ചക്കുഞ്ഞിനെപ്പോലെ ചുരുണ്ടു കൂടി ഉറങ്ങുകയും ചെയ്തു. ദിവസങ്ങൾ മരുന്നും ഉറക്കവുമായി തള്ളിനീക്കി.

ഒരു ദിവസം വൈകുന്നരേം രണ്ടും കൽപ്പിച്ച് കട്ടിലിൽനിന്നെഴുന്നേറ്റു. ഫോൺ നോക്കിയപ്പോൾ ലക്ഷ്മി ചേച്ചിയുടെ ഒരു പത്ത് മിസ്ഡ് കോൾ, കേശുവിന്റെ ഒരു മിസ്ഡ്കോൾ. ആരുടെയൊക്കെയോ തുരുതുരായുള്ള മെസ്സേജുകൾ. വിനു എന്നെ ബ്ലോക്ക് ചെയ്തിരിക്കുന്നു.

ഞാൻ ചുറ്റും കണ്ണോടിച്ചു. അടുക്കും ചിട്ടയുമില്ലാതെ വാരിവിതറിയ തുണികളും പുസ്തകങ്ങളും. കണ്ണാടി മുഴുവൻ പൊടിയും മെഴുക്കും പിടിച്ചിരിക്കുന്നു.

ഞാൻ തണുത്ത വെള്ളത്തിൽ മുഖം കഴുകി, മുടി ചീകി, പൗഡറിട്ട് അലക്കിയ വസ്ത്രങ്ങളുമണിഞ്ഞ് പുറത്തേക്കിറങ്ങി.

"അമ്മേ... എവിടെ പോകുന്നു?"

സൈറ ഓടിവന്നു.

"പുറത്തേക്ക്."

ഞാൻ അവളുടെ കണ്ണിൽ നോക്കാതെ പറഞ്ഞു.

"ഞാനും വരട്ടെ? എനിക്ക് നോട്ടുബുക്കും പേനയും വാങ്ങണം"

"വേണ്ട. ഞാൻ വരുമ്പോൾ വാങ്ങി വരാം."

അവളെ നോക്കാനുള്ള ധൈര്യം എനിക്കുണ്ടായില്ല. സുറുമി എന്നെ തടഞ്ഞു.

"ഇരുട്ടിയിട്ടുണ്ടമ്മേ. ഈ സ്ഥിതിയിൽ പുറത്ത് പോണോ?"

പൊടുന്നനെ പൊട്ടിത്തെറിച്ചുകൊണ്ട് ഞാൻ ചോദിച്ചു.

"ഏത് സ്ഥിതിയിൽ?"

ഞാൻ ശ്വാസം വിടാൻ പാടുപെടുന്നുണ്ടായിരുന്നു.

ഞാൻ ഉച്ചത്തിൽ അലറി.

"എനിക്ക് പ്രാന്താണൊാണോ? ഏത് സ്ഥിതിയിൽ?" ഞാൻ അലറി.

സൈറയും സുറുമിയും പേടിച്ചരണ്ട കണ്ണുകളുമായി ഒരു മൂലയി ചുരുണ്ടുകൂടി.

ചുണ്ടിൽ ലിപ്സ്റ്റിക് അമർത്തി തേച്ച്, കാറിന്റെ ചാവിയുമെടുത്ത് ഞാൻ കതക് തള്ളിത്തുറന്ന് പുറത്തേക്കിറങ്ങി.

"അമ്മേ......... പോകല്ലേ"

സുറുമിയുടെ നിലവിളി കേട്ടില്ലെന്ന് നടിച്ച് ഞാൻ കാർ സ്റ്റാർട്ട് ചെയ്തു. പരിചയമുള്ളതും ഇല്ലാത്തതുമായ വഴികളിലൂടെ ഞാൻ മു ന്നോട്ടു നീങ്ങി. ഭൂമിയുടെ ഒരറ്റത്തെത്തിയപ്പോൾ വണ്ടി ബ്രേക്ക് ചെ യ്തു.

ഓർമ വന്നപ്പോൾ ഞാൻ പ്രക്ഷുബ്ധമായ കടലിനെ നോക്കി നിൽക്കു കയാണ്. മുടി, കടലിന്റെ തിരകൾ പോലെ കാറ്റത്ത് അനുസരണയില്ലാ തെ പാറിപ്പറക്കുന്നു. ഇടക്കിടെ കോപാകുലയായ തിരകൾ വന്ന് ഇ രുണ്ട പാറക്കെട്ടിൽ തലതല്ലി കരയുന്നുമുണ്ട്.

കടലിനെ നോക്കി ഞാൻ ഉച്ചത്തിൽ പുലമ്പി:

"നീയും മുറിവേറ്റവളാണ്; എന്നെപ്പോലെ"

എന്തൊക്കെയോ തീരുമാനിച്ചുറപ്പിച്ചവളെ പോലെ ഞാൻ തിരയി ലേക്ക് നടന്നടുത്തു. തിരകൾ എന്റെ കണങ്കാൽ തഴുകി തിരികെപ്പോ യി. മനസ്സുനിറയെ തിരക്കോളും കടലിന്റെ ഭ്രാന്തമായ ഇരമ്പലുമാണ്.

"എനിക്കിനി ജീവിക്കേണ്ട"

ഒരു ഭ്രാന്തിയെപ്പോലെ ഞാൻ ആക്രോശിച്ചു.

ഭയമില്ലാതെ കടലിന്റെ ആഴങ്ങളിലേക്ക് ഞാൻ പതിയെ ഇറങ്ങി നടന്നു. ഉപ്പുരസം കലർന്ന കാറ്റ് എന്റെ മുടിക്കെട്ടഴിച്ച് ശരീരമാകെ വെള്ളത്തുള്ളികൾ പതിപ്പിച്ചു. തണുപ്പ് നെറ്റിയിലേക്ക് ഇരച്ചുകയറി. ഞാൻ എന്നെത്തന്നെ ആലിംഗനം ചെയ്ത് മുന്നോട്ടു നടന്നു.

പെട്ടെന്നാണ് പോക്കറ്റിൽ കിടന്ന ഫോൺ നിർത്താതെ ശബ്ദിച്ചത്. സൈറയാണ് വിളിച്ചത്. തിരയുടെ നടുവിൽ ഞാൻ അന്തിച്ചുനിന്നു.

എന്റെ കുട്ടികൾ!

അവരെന്തു പിഴച്ചു?

അമ്മയെ കാണാതെ നാളെമുതൽ അവർ പോലീസ് സ്റ്റേഷനുകൾ കയറിയിറങ്ങും. മൂന്നാംപക്കം ജീർണിച്ച് മീൻകൊത്തിയ അവരുടെ അമ്മയുടെ ശരീരം എവിടെയെങ്കിലും അടിഞ്ഞുകൂടും.

എന്റെ ഉള്ളൊന്നു പിടഞ്ഞു. വിനുവും പിടയും; ഒരു ദിവസത്തേക്ക്. അടുത്തദിവസം ഭാര്യയേയും പുണർന്ന് ആദർശപുരുഷനായി അവനും ജീവിക്കും.

സൈറയും സുറുമിയും കുട്ടിക്കാലത്തിന്റെ ഒരു നല്ല പങ്ക് അമ്മ എന്ന നൊമ്പരവുമായി ജീവിക്കും. അവരുടെ ജീവിതത്തിൽ പല വിനുമാരും കേശുമാരും ഡോക്ടർമാരും അമ്മയുടെ ശൂന്യതയിൽ കയറിപ്പറ്റും. അവരെ ഒരു ആർഭാടമായി എടുത്തണിയും. തിളക്കം മങ്ങുമ്പോൾ ദൂരെ വലിച്ചെറിയും. ഒരുപക്ഷേ, ഒരു ദിവസം അവരും മരിക്കാൻ ആകാതെ ഈ കടൽത്തീരത്ത് ഇരുണ്ട് നിൽക്കും.

ഓർമകളുടെ നടുക്കടലിൽ നിൽക്കുമ്പോൾ വീണ്ടും ഫോണടിച്ചു.

“ഹലോ,”

“അമ്മേ, അമ്മ എവിടെയാണ്? സോറി അമ്മേ. ഞാൻ അമ്മയെ ഒരിക്കലും വേദനിപ്പിക്കല്ല തിരിച്ചുവരൂ അമ്മേ.”

സുറുമി ഗദ്ഗദത്തോടെ ഒറ്റശ്വാസത്തിൽ പറഞ്ഞു നിർത്തി.

“വരുന്നു മോളെ. അമ്മ വേഗം വരും. നോട്ടു ബുക്കും പേനയും മറക്കില്ല കേട്ടോ.”

സങ്കടക്കടലുപേക്ഷിച്ച് തിരിച്ചു നടക്കുമ്പോൾ കടലിരമ്പം ദൂരേക്ക് ദൂരേക്ക് മറഞ്ഞുപോയ്ക്കൊണ്ടിരുന്നു.

www.ingramcontent.com/pod-product-compliance
Lightning Source LLC
LaVergne TN
LVHW060219051026
849517LV00005B/1456
* 9 7 8 9 3 9 4 4 7 2 2 0 4 *